கம்ப ராமாயணம்

கம்ப ராமாயணம்

கம்ப காவலர்

பழ. பழநியப்பன்

(கம்பனடிசூடி)

கிழக்கு

கம்ப ராமாயணம்
Kamba Ramayanam
Pala. Palaniappan ©

Kizhakku First Edition: December 2022
352 Pages
Printed in India.

ISBN: 978-93-90958-77-1
Kizhakku - 1290

Kizhakku Pathippagam
177/103, First Floor, Ambal's Building, Lloyds Road,
Royapettah, Chennai - 600 014. Ph: +91-44-4200-9603
Email : support@nhm.in Website : www.nhm.in

kizhakkupathippagam kizhakku_nhm

Kizhakku Pathippagam is an imprint of New Horizon Media Private Limited

சமர்ப்பணம்

தாய் சொல்லைத் தட்டாமலும்
தந்தை சொல்லை மந்திரமாயும்
காகுத்தன் கொண்டொழுகியதாலேயே
இராம அயணமாய் விரிந்த
கம்பனின் காவிய விசுவரூபத்திற்கு
நம்பனின் ஓவிய நுணுக்கமாய் எழுந்த இந்நூல்
'அன்னையும் பிதாவும் முன்னறி தெய்வம்'
என்ற ஆன்றோர் வாக்கை
அனுபவத்தில் என்னை உணரச் செய்த
என் பெற்றோர்
'சிங்கம்' பானா்ழானா - மீனாட்சி ஆச்சிக்கு

பொருளடக்கம்

பால காண்டம்

அயோத்தியா காண்டம்

ஆரணிய காண்டம்

கிஷ்கிந்தா காண்டம்

சுந்தர காண்டம்

யுத்த காண்டம்

இன்னோர் இராமானுசன்!

இன்னார் இன்ன காரியத்தைச் செய்தால், அடுக்கும்; அன்னணம் இன்றி, எவரும் எதையும் செய்யலாம் என எண்ணிப் புகுந்தால் – அவனி நகும்!

கம்பன் கீர்த்தியை; கம்ப நாடனின் கவிதா நேர்த்தியை; மற்றும் அவன்மாட்டு மலிந்து கிடக்கும் கலைமகள் கடாட்சத்தை; அவனது விருத்தமெல்லாம் இத்துணை ஆண்டுகள் ஆன பின்னும், விருத்தம் எய்தாது – இன்றளவும் மெருகு குலையாமல் தகத்தகாயமாய்த் துலங்குகின்ற விந்தையை; அவனது சமயப்பொறை ஓம்புகின்ற சிந்தையை;

எடை போட்டு – அதன் நிறை என்னவென்று நமக்கு எடுத்தோத - நூறு விழுக்காடு நுண்மாண் நுழைபுலம் வாய்த்த பெருமகனார் எனும் பேரும் பெறும் – கம்ப காவலர் கம்பனடி சூடி திரு. பழ. பழநியப்பன் அவர்களுக்கு ‘உண்டு உண்டு’ என உலகறியக் கூவுவேன்.

‘பெருக்க’மாக அதனை – அதாவது கம்ப நாடனின் இராமாவதாரத்தைக் கற்றுத் தெளிந்து – ‘சுருக்க’மாக அதன் பிழிவை நமக்கு அருளுகின்ற பரோபகாரச் சிந்தனையைப் பழ.பழநியப்பனிடம் பார்க்கையில் – அவரை எனக்கு வணங்கத் தோன்றுகிறது. ஏற்கனவேயே அவர் என் வணக்கத்திற்கும் மரியாதைக்கும் உரியவர்தான்.

என்றும் – ‘யான் பெற்ற இன்பம் பெறுக இவ்வையகம்’ எனக் கருதும் காருண்ணியம் எல்லோர்க்கும் கை வராது. விசும்பளவு மன விசாலம் வேண்டும் அதற்கு.

‘இராமனுச நூற்றந்தாதி’ இயற்றி அருளிய அமுதனார் - எதிராசரைப் பற்றிச் சொல்லும்போது – திருமந்திரத்தின் உள்ளீட்டைத்

திருக்கோட்டியூர்க் கோபுரம் மேலேறி அவர் கூவிய அந்தத் தண்ணளியைக் குறித்து பாடும்போது – 'தானறப் பெய்யும் தடமுகில்' என்று பாடுகிறார்.

முக்தி ஒரு சிலருக்கே என்றிருந்ததைத் தகர்த்த பெருந்தகை ஸ்ரீபெரும்புதூர் வள்ளல்.

கம்பராமாயணத்தை சகலரும் அனுபவித்து ஜன்மம் கடைத்தேற வேண்டும் – வீடுபேறு பெறவேண்டும் – என்றெண்ணி இடையறாது முயன்று இந்த நூலை ஆக்கியளித்துள்ள திரு. பழ. பழநியப்பன் - 'இன்னோர் இராமானுச'ராய் என் கருத்துக்குப் புலப்படுகிறார்.

கொஞ்சம் தமிழறிவு வாய்க்கப் பெற்றிருந்தாலும் போதும் – கொஞ்சம் கவிதா ரசனை கிட்டியிருந்தாலும் போதும் - இந்த நூல் மூலம் கம்ப நாடனின் மேன்மையையும் – கம்ப ராமாயணத்தின் சாரத்தையும் – எவரும் உய்த்துணர்ந்து உய்யலாம். தமிழறிவும் வளரும்; இறையுணர்வும் வளரும். பிறவி பயனுள்ளதாக ஆகும்.

முக்கியமான பாடல்களை, ஆங்காங்கு முழுமையாய்ச் சுட்டியும் – சில கடினமான சொற்களுக்கு அகராதிபோல் பொருள் விளக்கமும், பின்பு அப்பாடல்களின் இறைச்சிப் பொருளை ரத்தினச் சுருக்கமாய் புரியும் தமிழில் நமக்குப் படைத்தும் – தமிழ்ப் பணியும் தரணிப் பணியும் ஒருசேர ஆற்றியிருக்கிறார் கம்பனடிசூடி.

நூலாசிரியரே தனது முன்னுரையில் நுவன்றிருப்பதைப் போல் – கம்பனை முன்னமேயே கற்றவர்க்கு இது ஒரு 'கையேடு'; இனி கற்பவர்க்கு இது ஒரு 'கைவிளக்கு'.

தனவணிகர் மரபில் தோன்றிய தகைமையாளர் திரு. பழநியப்பன் - வருவாய் கருதி, வணிக விஷயமான நூல்களை யாத்திருக்கலாம். அவருக்கு அத்தகைய நூல்களை இயற்றவும் போதிய பொருளாதார அறிவும் - தமிழ் ஆளுமையும் நிரம்பவே உண்டு.

கடைசித் தமிழனுக்கும் கம்பனைக் கொண்டுபோக வேண்டும் என்கின்ற அவரது பேரவாதான், இந்த நூலை இயற்றச் செய்திருக்கிறது அந்தப் பெருமகனை.

இருபத்தைந்து ஆண்டுகளுக்கு மேல் சென்னை கம்பன் கழகச் செயலாளராகப் பணிபுரிந்து முத்திரை குத்தியவர். வீட்டைப் புறந்தள்ளி – கம்பன் ஏட்டைக் கருதியே நாளும் பொழுதும் ஒரு நோன்பு போல் நோற்றுக் கிடந்தவர். அவரைப் பற்றி, முன்னம் நான் பாடிய கவிதையை கீழே தருகிறேன்; என் கண்ணோட்டத்தில் திரு. பழநியப்பனை இது எடுத்தோதும்.

‘பாசமிகு நண்பா!
பழநியப்பா! - நீ
கம்பன் புகழெனும்
கதிர்விளையும் கழனியப்பா!

கலகலவெனச் சிரித்த முகம்; மூக்குக்
கண்ணாடி தரித்த முகம்;
சலசலவெனச் சிற்றோடைபோல் - சொல்லில்
சீதளத்தை விரித்த முகம்;
பலபலென விடிகையிலே - கம்பன்
பாட்டெடுத்துப் படித்த முகம்;
பொலபொலவெனக் கண்ணீரைக் - கம்பன்
பாட்டுக்கே வடித்த முகம்!

சோழன் திருச்சபையில்
சோபித்த கம்பனுக்குத் -
தோழன் என்றே நீ
தோன்றினயோ முற்சமயம்?

கம்பன் பாட்டுக்குச் - சிரக்
கம்பம் செய்தானே - சடையப்ப
அன்பன் என்றொருவன்! நீ
அவன் மரபோ தற்சமயம்?

கம்பனையே எண்ணுகிறாய்;
கம்பனையே உண்ணுகிறாய்;
கம்பனோடு உறங்குகிறாய்;
கம்பனென்றால் கிறங்குகிறாய்!

நீ –
நூறும் புகவேண்டும்;
உலகுமிசை - கம்பன்புகழ்
உன்னால் மிக வேண்டும்!

தமிழன்பர்களே! இந்த நூல் இருக்கும் இல்லந்தோறும் - இன்பம் பெருகும்; பரிசுத்தமான இறையுணர்வில் இதயம் உருகும்!

சென்னை-28 **கவிஞர் வாலி**

25.12.2004

சரணம்

என்றுமுள தென்தமிழ் இயம்பி இசை கொண்ட கம்பநாடனுக்கு இப்படி ஒரு பணி செய்யும் ஆசை எனக்குள்ளே பன்னெடுங்காலம் கனன்று கொண்டிருந்தது; அன்றாடம் குடும்ப, அலுவலகப் பணிகளில் சிக்குண்டு தவிக்கும் பெண்களுக்காகவும், இளைஞர்களுக் காகவும் கம்ப ராமாயணத்தை எளிய பழகு தமிழில் எழுதிடும் பேறு குருநாதன் அருளால் இப்போது கிடைத்தது.

கம்பனே சொன்னமாதிரி, இம்முயற்சியும் பாற்கடலை முழுதும் நக்கிக் குடிக்க முயன்ற பூனையினுடையதைப் போன்று, ஆசை காரணமாய் எழுதியதே!

பத்தாயிரத்திற்கும் மேற்பட்ட பாடல்களைக் கொண்ட கம்ப ராமாயணத்தை முழுவதும் படிப்பது அல்லது பொருளும் நயமும் அறிந்து மகிழ்வது என்பது எல்லோராலும் இயலாத ஒன்று. அதிலும் இன்றைய அதிவேக எந்திரத்தனமான, யதார்த்தமான உலகியலில் மாத்திரை உருக்(Capsule Form)கூட எளிதில் ஜீரணிக்க முடியாததே.

இருந்தாலும் கம்பராமாயணமாகிய பெருங்காவிய அண்டத்தை (Macrocosm) 'அன்பெனும் கடத்துள் அடங்கிடும் கடலே'போல், நுணுக்க மாதிரிப் படிவமான பிண்டமாய்க் (Microcosm) கொடுக்க முயன்றதன் விளைவே, இதுவரை இப்படி வெளிவராத கையடக்கமான இந்நூல்.

காப்பியம் முழுவதையும் கதைப்போக்கில் ஒரு சிறு நிகழ்ச்சியையும் விடாது உரைநடையாகக் கொடுத்திருப்பதோடு, இடைஇடையே கம்பனின் கற்கண்டுப் பாடல்களையும் தந்திருப்பது அந்த ருசி உங்களை மூலத்தை முழுதும் படித்து மகிழ்ந்திடத் தூண்டுமே என்கிற பேராசையால்தான்! (பக்க, பாடல் எண்கள் சென்னைக் கம்பன் கழகப் பதிப்பை ஒட்டியன)

வசனமாகப் படித்துக் கொண்டு வரும்போது இடையே வரும் பாடல்களையும் மனதிற்குள் படிக்காதீர்கள். வெட்கப்படாமல் பாடல்களை வாய் விட்டுப் பாடிப் பாருங்கள். முடியவில்லையா! பரவாயில்லை! பாட்டை வாய்விட்டு வாசியுங்கள் – ஒரு தடவை; இரண்டு தடவை, மூன்றாவது தடவை வாசித்துக் கொண்டிருக்க மாட்டீர்கள்; பாடிக் கொண்டிருப்பீர்கள். அதுதான் கம்பனின் கவிதைகள் சாதிக்கும் அற்புதம்!

எவர் எதிர்வரினும்
அவர் வலியில் செம்பாதியை
தம் பாதியாய் ஆக்கிக் கொண்டவன்
கம்பனின் காவியக் 'கவிவேந்து' வாலி;
கன்னித்தமிழ் கவிவேந்தன் வாலியோ -
எவர் எழுதிய காவியத்தையும்
அவர் வழியில் வசன கவிதையாய்
வடிவம் மாற்றி, வளம் பெருக்கி,
வலிவோடு பொலிவும் மிகச் செய்து
மூலவரின் புகழ் முழுவதையுமே
வாரஉலா வந்து
வாரிக்கொண்ட உற்சவமூர்த்தி;

சொற்சுந்தரிகள் மட்டுமா,
வார்த்தை வாலைக் குமரிகளும்
வந்து அவரடியில் தவங்கிடந்து
'என்னை எடுத்தாள்; எழுதியாள்'
என்று நித்தநித்தம் கெஞ்சிக் கொஞ்சுவர்;

எம்பெருமானின் ஏற்றமிகு அழகில் சொக்கி
எழிலார் தமிழை ஆண்டாள்
அழகாய் அடுக்கினாளே,
அப்படி இவர் –

சுகமான 'சொல்'லழகர்;
எழிலான 'எழுத்த'ழகர்;
வாகான 'வரி'யழகர்;
நயமான 'நடை'யழகர்;
பொலிவான 'பொருள'ழகர்;
வலிவான 'வசன' அழகர்;
கனிவான 'கவி'யழகர்;

மொத்தத்தில் –

வாலி என்று ஒரு
வளமான தமிழ் அழகர்;
வலி அழியா அழகர்!
என்றன் இந்தக் கைவிளக்கு நூலிற்கு
வலி(வு) ஊட்டும் வாலியாரின்
வண்ணத் தமிழ் அணிந்துரை

அணிந்துரை அருளுக என்றதுமே
என்பால் கொண்ட பேரன்பால்
கரும்பு தின்னக் கூலியா என்றுவந்து
விரும்பித் தந்த காவியக் கவிஞர்
வாலி அவர்கட்கு
என் நெஞ்சம் நிறை நன்றி!
எழுத்தில் கொட்டிக் காட்டொணா
கோடானு கோடி வந்தனங்கள்!

இந்நூல், ஏற்கனவே கம்பனைக் கற்றவர்களுக்குக் 'கையேடு'; இனிக் கற்பவர்களுக்கு 'கைவிளக்கு'.

பெரியோர்கள், அறிஞர்கள் என்னுடைய எழுத்தில் பல குறைகள் காணக்கூடும்; இதில் ஒன்றும் ஆச்சர்யமில்லை. குறைகளை மறந்து, என்னுடைய நோக்கத்தினால் உண்டாகும் பலனைப் பாராட்டு வீர்களாக என்று உங்கள் எல்லோரையும் வேண்டிப் பணிகிறேன்.

பழ. பழநியப்பன்

இராமாவதாரம்

பாரத நாடு பழம்பெரும் நாடு. இராமகாதையும் அவ்வாறே பழம்பெரும் சரிதம். மக்களிடையே நீண்ட நெடுங்காலம் கதை வடிவில் வழிவழியாக வழங்கி வந்து, மிகப் பின்னாலேதான் நூல்வடிவம் பெற்றிருக்க வேண்டும். உருவாகிய பிரதேசச் சூழ்நிலை, கலாச்சாரம் இவற்றிற்கு ஏற்றவாறும், கால மாறுபாட்டிற்குத் தகுந்தவாறும், பற்பல வடிவங்களிலும் வழக்கில் இருந்து வந்திருக்கிறது. கால வெள்ளத்தில் மிஞ்சி நிற்பவற்றில் மிகப் பழமையானது வால்மீகி முனிவர் இயற்றிய இராமாயணமே. 'ஆதி காவியம்' என அறிஞர்கள் போற்றிப் பரவிய இக்காவியம் வளம்பல நிறைந்தது; சுவைபல செறிந்தது.

பாரத நாட்டிலுள்ள எல்லா மொழிகளிலும் இராமகதை காவிய மாகவோ, நாடகமாகவோ, கூத்தாகவோ, பாடலாகவோ இடம் பெற்றுள்ளது. பாரத நாடு மட்டுமின்றி, கீழ்த்திசை நாடுகள் பலவற்றிலும் எத்தனையோ நூற்றாண்டுகளுக்கு முன்பே பரவி, இன்றும் ஆடப் பெற்றும், பாடப் பெற்றும், காணப் பெற்றும், கேட்கப் பெற்றும் வருகிறது.

தமிழ்நாட்டிலும் நெடுங்காலமாக இராமகதை போற்றப்பெற்று வந்துள்ளது. சங்க நூல்களிலும், சிலப்பதிகாரம், மணிமேகலை, ஆழ்வார்களின் பாசுரங்கள், தேவாரம் என்று எல்லாவற்றிலுமே இராமகாதை பற்றிய குறிப்புகள் இடம்பெற்றுள்ளன. அது மட்டுமல்ல; இராமனோடும், அவன் கதை நிகழ்ச்சிகளுடனும் தொடர்புடைய வகையில் பல ஊர்கள், பல இடங்கள், பல திருத்தலங்களின் புராணங்கள் இருந்து வருகின்றன. இராம கதையோடு தொடர்புடைய பலப்பல பெயர்கள் நீண்ட நெடுங் காலமாகவே மக்களுக்கு வைக்கப் பெற்று வழங்கப்பெற்று வருகின்றன.

கம்பன் காப்பியம் கம்பராமாயணம் என்றே வழங்கப்பெற்று வந்தாலும், அவன் இட்ட பெயர் 'இராமாவதாரம்' என்பதே. இறைவன் மனிதன் மீது உள்ள அளவற்ற கருணையாலே விண்ணிலிருந்து இறங்கி மண்ணிற்கு வந்து, இராமன் என்ற மனிதனாகப் பிறந்து வாழ்வாங்கு வாழ்ந்து, வானுறை தெய்வமாவதைப் படம் பிடித்துக் காட்டுகிறான்.

கதை தெரிந்த கதையாகவும், ஏற்கனவே பழக்கத்தில் உள்ளதாகவும் ஆகிவிட்டதால், படிப்பவர்களது கவிதை அநுபவத்தைச் சற்றேனும் தடைப்படுத்தாததோடு, கம்பனின் கற்பனை வளம், நாடகப் பாங்கு, சந்தப் புலமை ஆகியவற்றில் மேன்மேலும் ஈடுபாடுகொள்ளச் செய்வதற்கு ஏதுவாகவும், எளிதாகவும் அமைந்தது.

கவிச்சக்கரவர்த்தி கம்பன்

கம்பன் கல்லாத கலையும் வேதக்கடலும் இல்லை எனலாம். 'தென்சொல் கடந்தான், வடசொல் கலைக்கு எல்லை தேர்ந்தான்' என்று இராமனைப் பற்றிக் கம்பன் குறிப்பிடுவது கம்பனுக்கும் பொருந்தும். இப்படியெல்லாம் அவன் காவியத்திலிருந்து நாம் அவனுடைய கல்விப் பெருக்கையும், அறிவின் ஆழத்தையும் தெரிந்து கொண்டாலும் அவனைப் பற்றிய வரலாற்றையோ அவன் வாழ்க்கையைப் பற்றியோ தெரிந்துகொள்ள முடியவில்லை. கம்பனைப் பற்றிப் பழகிவரும் கதைகள் எல்லாம் முற்றிலும் உண்மை என்று ஏற்பதற்கில்லை. எனினும் இவன் கவிதைகளிலிருந்தும், சில இராமாயணத் தனிப்பாடல்களிலிருந்தும் தெரியவரும் சில செய்திகள் நமக்கு முக்கியமானவை.

கம்பன் சோழநாட்டில் திருவழுந்தூரில் பிறந்தவன்; திருவெண்ணெய் நல்லூர்ச் சடையப்பனால் ஆதரிக்கப் பெற்று இராம கதையை காவியமாக எழுதியவன்; இராமாவதாரத்தில் மனம் பறிகொடுத்து ஆசை பற்றி அக்காவியம் பாடியவன்;

நடையின்நின்று உயர் நாயகன் தோற்றத்தின்
இடை நிகழ்ந்த இராமாவதாரப் பேர்த்
தொடை நிரம்பிய தோம் ஆறு மாக்கதை
சடையன் வெண்ணெய் நல்லூர்வயின் தந்ததே!

(நடை - நல்லொழுக்கம்; தோற்றம் - அவதாரங்கள்; இடை நிகழ்ந்த - பரசுராமன், பலராமன் என்ற இரண்டு இராம அவதாரங்களுக்கு இடையே; தொடை - செய்யுள்; தோம் - குற்றம்.)

'இராமன் நடந்தபடி நடக்கலாம். கிருஷ்ணன் சொன்னபடி நடக்கலாம்' என்ற வழக்குப்படி, நல்லொழுக்கங்களுக்கு முன் மாதிரியாக நடந்து காட்டிய பெருமை உடையது இராமனின் அவதாரம். உலகம் பூணச் செந்நெறி செலுத்தி, மக்கள்

வாழ்க்கையைப் பயன்படுத்தவல்ல, மாசற்ற இராமனின் திருக்கதை கம்பனின் உள்ளத்தைக் கவர்ந்ததும் அதனால் ஆசை மூண்டெழுந்து காவியம் பாடியதும் வெண்ணெய் நல்லூர் சடையனின் அன்பாலும் ஆதரவாலும்தான்.

இவ்வளவே நாம் கம்பனின் வாழ்க்கையைப் பற்றி அறிய நேர்ந்ததால் அவன் பிறந்த நாளை அறியோம்; ஆனால் கம்பன் இராமாவதாரத்தை அரங்கேற்றிக் கவிச்சக்கரவர்த்தியாக இப்பூவுலகில் பேர்பெற்ற நாளை தனிப்பாடல் ஒன்றின் துணையால் அறியமுடிகிறது. சகாப்தம் 807, விசுவாவசு வருஷம், பங்குனி மாதம் 4ந் தேதி, (கி.பி.886, பெப்ருவரி, 23) புதன்கிழமை, துதியை திதி, அஸ்த நட்சத்திரம் கூடிய நன்னாளில் வெண்ணெய்நல்லூரில் இராமாவதாரம் அரங்கேற்றப் பெற்றது.

கதை மாந்தர்

அகத்தியர்	- அருஞ்செயல்கள் செய்த முனிவர்; தமிழ்மொழி தந்தவர்
அகம்பன்	- கரனின் அமைச்சன்
அகலிகை	- கோதம முனிவரின் மனைவி
அக்ககுமாரன்	- இராவணன் - மண்டோதரி மகன்; இந்திரசித்தன் தம்பி
அங்கதன்	- வாலியின் மகன்
அதிகாயன்	- இராவணனுக்கும் தானியமாலிக்கும் மகன்
அத்திரி	- முனிவர், பிரம்ம குமாரருள் ஒருவர்
அயோமுகி	- அரக்கி
அனுசூயை	- அத்திரி முனிவரின் மனைவி
அனுமன்	- சுக்ரீவனின் அமைச்சன்
இந்திரசித்தன்	- இராவணன் மகன்
இந்திரன்	- தேவர்களின் தலைவன்
இரணியன்	- அளவற்ற வரபலமும் ஆற்றலும் கொண்டிருந்த அசுரன்; எவ் உலகங்கட்கும் இறைவனே என்று இறுமாந்து இருந்தவன்
இராமன்	- தயரதன் - கோசலையின் புதல்வன்
இராவணன்	- இலங்கைக்கு அரசன்; அரக்கன்
இலக்குவன்	- சுமித்திரையின் புதல்வன்; இராமனின் தம்பி
சத்ருக்கன்	- சுமித்திரையின் புதல்வன்; இலக்குவனின் தம்பி
இலங்காதேவி	- இலங்கை காவல் தெய்வம்
உமை	- சிவபெருமானின் மனைவி

கரன்	-	இராவணன் குலத்து அரக்கன்
கருடன்	-	நாகபாசத்தை விலக்கிய பறவை
கலைக்கோட்டுமுனி	-	விபாண்டக முனிவரின் புதல்வராகிய இருசியசிருங்கர்
கவந்தன்	-	தனு என்ற கந்தர்வன்; சாபத்தால் பூதமாகியவன்
குகன்	-	சிருங்கிபேர மன்னன்; கங்கை நதியில் ஓடம் செலுத்துபவன்; வேடன்
குசத்துவன்	-	சனகனின் தம்பி
கும்பகருணன்	-	இராவணன் தம்பி
கைகேயி	-	கேகய மன்னனின் மகள்; தயரதனின் மனைவி
கோசலை	-	தயரதனின் முதல் மனைவி
சடாயு	-	கழுகுகளுக்கு அரசன்; சூரியனின் தேரோட்டி அருணனின் மகன்
சதானந்தர்	-	கோதம முனிவருக்கும் அகலிகைக்கும் புதல்வர்; சனக குலப் புரோகிதர்
சம்பாதி	-	சூரியனின் தேரோட்டி அருணனின் மகன்; கழுகு அரசன் சடாயுவின் அண்ணன்
சம்புமாலி	-	இலங்கைப் படைத்தலைவன்
சரபங்கர்	-	மன்மதன் சரங்களை வென்ற பெரும் தவமுனிவர்
சவரி	-	மதங்க முனிவரின் சிஷ்யை; அருந்தவம் செய்தவள்
சனகன்	-	விதேக நாட்டு மன்னன்
சாம்பன்	-	சாம்பவான் என்ற கரடிகளின் அரசன்
சிவபெருமான்	-	கயிலை மலையில் வாழும் மும்மூர்த்திகளில் ஒருவர்; அழித்தல் தொழிலைச் செய்கின்றவர்
சீதை	-	சனகன் மகள். இராமன் மனைவி
சுக்ரீவன்	-	சூரியன் புதல்வன்; குரக்கு இனத்து அரசன்
சுதீக்கணன்	-	பெருந்தவஞ் செய்த முனிவன்
சுபாகு, மாரீசன்	-	தாடகையின் புதல்வர்; அகத்தியரால் சபிக்கப் பெற்றதும், இராவணனின் தாய்வழிப் பாட்டன் ஆன சுமாலியிடம், அபிமான புத்திரர்களாக

உறவு கொண்டவர்.

சுமந்திரன்	-	தயரதனின் முதல் அமைச்சன்
சுமித்திரை	-	தயரதன் மூன்றாம் மனைவி
சுயம்பிரபை	-	தேவலோக அரம்பையர்களில் ஒருத்தி
சூர்ப்பணகை	-	இராவணன் தங்கை; அரக்கி
தயரதன்	-	கோசல நாட்டுச் சக்கரவர்த்தி
தாடகை	-	யட்ச குலத்து சுகேதுவின் மகள்; சுந்தனின் மனைவி; அகத்தியரால் அரக்கியாகும்படி சபிக்கப்பட்டவள்
தாரை	-	வாலியின் மனைவி
தானியமாலி	-	இராவணனின் மற்றொரு மனைவி
திரிசடை	-	வீடணன் மகள்
திரிசிரா, தூடணன்	-	கரன் தம்பியர்
நரசிங்கம்	-	சிங்கப்பிரான் என்று ஆழ்வார்கள் போற்றும், தசாவதாரத்தில் நான்காவதாக அவதரித்த சிங்கத் தலையும், மனித உடலும் கொண்ட அவதாரம்
நளன்	-	சேது அணை கட்டிய வானரத் தச்சன்
நீலமாலை	-	சீதையிடம் இராமன் வில்லொடித்ததைச் சொன்ன தோழி
பரசுராமன்	-	சமதக்னி முனிவருக்கும் ரேணுகா தேவிக்கும் புதல்வர்
பரதன்	-	கைகேயியின் புதல்வன்
பரத்துவாசர்	-	தவமுனிவர், கங்கைக்கும் யமுனைக்கும் இடையே வனத்தில் வசிப்பவர்
பரத்துவாசர்	-	முனிவர்
பிரகலாதன்	-	இரணியன் மகன்
பிரம்மன்	-	படைத்தல் தொழிலைச் செய்கின்றவர். மும்மூர்த்திகளில் ஒருவர்
மகரக்கண்ணன்	-	இராவணனின் படைத் தலைவர்களுள் ஒருவன்
மகோதரன்	-	இராவணனின் அமைச்சன்
மண்டோதரி	-	இராவணின் மனைவி
மந்தரை	-	கூனி; கைகேயியின் தாதி.

மயன்	- எரியுண்ட இலங்கையை புதுப்பித்த தேவதச்சன்
மாதலி	- இந்திரனின் தேரோட்டி; கடைசிப் போரில் இராமனுக்குத் தேரோட்டியவன்
மாரீசன்	- அரக்கன்; இராவணனின் தாய் வழிப்பாட்டனான சுமாலியின் அபிமானப் புத்திரன்; தாடகைக்கும் சுந்தனுக்கும் புதல்வன்
மாலியவான்	- இராவணனின் தாய்வழிப் பாட்டன்
ருமை	- சுக்ரீவனின் மனைவி
வசிட்டர்	- தயரதனின் குலகுரு
வருணன்	- கடலரசன்; பரசுராமனிடம் இராமன் பெற்ற வில்லை சேமிப்பாக ஏற்றவன்.
வாலி	- கிஷ்கிந்தையை ஆண்ட குரக்கு இனத்து அரசன்
விசுவாமித்திரர்	- ஆதியில் அரசனாயிருந்தவர்; வசிட்டரிடம் ஏற்பட்ட தோல்வியால், முயன்று பெருந்தவம் செய்து பிரும்மரிஷியாக வசிட்டர் வாயாலேயே, அங்கீகரிக்கப் பெற்ற கோசிக முனிவர்.
விராதன்	- தும்புரு என்ற கந்தர்வன்; குபேரன் சாபத்தால் அரக்கனாகியவன்
வீடணன்	- இராவணனுக்கும், கும்பகருணனுக்கும் தம்பி

பாயிரம்
(அவையடக்கம்)

'**பா**ற்கடலைக் கண்ட ஒரு பூனை ஆசையால் அக்கடல் முழுவதையும் நக்கிக் குடித்து விடுவேன் என்பதைப் போல, குற்றமற்ற இராமனின் வெற்றிக்கதையின்மேல் எழுந்த ஆசையால், இராமாவதாரமாகிய இக்காப்பியத்தைப் பாட ஆரம்பிக்கிறேன், என்ற அவையடக்கப் பாடலுடன் கம்பன் காப்பியத்தைத் தொடங்குகிறான்.

ஓசை பெற்று உயர் பாற்கடல் உற்று, ஒரு
பூசை, முற்றும் நக்குபுக்கென,
ஆசை, பற்றி அறையலுற்றேன் - மற்று; இக்
காசு இல் கொற்றத்து இராமன் கதை அரோ!

(பூசை - பூனை; காசு - குற்றம்; கொற்றம் -வெற்றி) 3-4

'உண்மையான, உயர்ந்த கேள்வி ஞானம் நிரம்பிய புலவரானவர் (வால்மீகி என்று சொல்வோரும் உண்டு; திருவள்ளுவர் என்று சொல்வோரும் உண்டு) சொன்ன தெய்வீகக் கவிதைகளின் பெருமையை உலகறியச் செய்வதற்காகவே, எழுந்த இந்த என் முயற்சியால் உலகம் என்னை இகழ்ந்தாலும், அதனால் எனக்கு இகழ்ச்சி உண்டானாலும் பரவாயில்லை என்று பாடுகிறேன்' என்று தான் காப்பியம் எழுதிய நோக்கத்தைக் கம்பன் வெளியிடுகிறான்.

'பித்துப் பிடித்தவர்கள் பிதற்றுவதையும், அறிவற்றவர்கள் அறியாமையால் உளறுவதையும், பக்தர்கள் பரவச மேலீட்டால் தன்நிலை தடுமாறி மொழிவதையும் எப்படி ஒரு பொருட்டாகக் கொள்ள மாட்டார்களோ, அப்படி என் கவிதைகளையும் முத்தமிழ்த் துறைகளில் முறை போகிக் கைதேர்ந்த உத்தமக் கவிஞர் பெருமக்களும், கொள்ள வேண்டுமெனக் கேட்டுக் கொள்கிறேன்;' என்றும் 'சிறு பிள்ளைகள் விளையாட்டுத்தனமாக தரையில் கோடுகளைக் கிறுக்கினால் எப்படி கலை வல்லுநர்கள் கோபமடைய

மாட்டார்களோ, அப்படியே ஞானம் சிறிதுமில்லாத என் கவிதைகளையும் கற்றறிந்து உணர்ந்த பெரியவர்களும் கொள்வார்கள்' என்றும் மிகவும் அடக்கமாகக் கம்பன் தன் ஒப்பற்ற காப்பியத்தைப் படைக்கிறான்.

'பரசுராமன், பலராமன் என்ற இரு 'இராம' அவதாரங்களுக்கு நடுவே தோன்றி தன் வாழ்க்கையையே உதாரணமாகக் கொண்டு நாம் நடக்கும்படியாக நடந்து காட்டிய இராமனின் அவதாரக் கதையாகிய இக்காப்பியமும், திருவெண்ணெய் நல்லூர் சடையப்ப வள்ளல் ஆதரவால் எழுந்தது' என்று தன் காப்பியம் எழ உதவிய வள்ளலுக்கு நன்றி செலுத்துகிறான் கம்பன்.

பால காண்டம்

பால காண்டச் சுருக்கம்

(23 படலங்கள் - 1312 பாடல்கள்)

இமயமலையிலே உற்பத்தியாகிப் பாயும் சரயு நதியின் செழிப்பால், வளம் கொழிக்கும் விசாலமான தேசமாகிய கோசல நாட்டில், அயோத்தி நகரத்தைத் தலைநகராகக் கொண்டு, தயரதன் என்னும் சக்கரவர்த்தி ஆண்டு வந்தான். அவனுக்குக் கோசலை, கைகேயி, சுமித்திரை என்று மூன்று மனைவிமார். வெகுகாலம் வரை தயரதன் பிள்ளைகள் இல்லாமல் இருந்து வந்தான். தன் குலகுருவாகிய வசிட்ட முனிவரின் ஆலோசனையின் பேரில், உரோமபதன் நாட்டிற்குச் சென்று கலைக்கோட்டு முனிவரை அழைத்து வந்து, அவர் உதவியால் புதல்வரை அளிக்கும் வேள்வியைச் செய்தான். அதன் பலனாகக் கோசலைக்கு இராமனும், கைகேயிக்கு பரதனும், சுமித்திரைக்கு இலக்குவன், சத்ருக்கன் ஆகியோரும் பிறந்தார்கள்.

புதல்வர்கள் நால்வரும் வளர்ந்து, தக்க பிராயத்தே வசிட்ட முனிவரிடம் கல்வி கற்கத் தொடங்கியதோடு, வில்வித்தை, வாள் பயிற்சி யானையேற்றம், குதிரையேற்றம் முதலியனவும் பயின்றார்கள். அப்போது விசுவாமித்திரர் என்ற பெருந்தவ முனிவர் தயரதனிடம் வந்து, தாம் செய்யும் தவவேள்விக்கு இடையூறு செய்துவரும் அரக்கர்களை அழிக்க இராமனைத் தம்முடன் காட்டிற்கு அனுப்பும்படி கேட்டார். நான்கு பிள்ளைகளிலும் இராமன்மீது மிகுந்த அன்பு வைத்திருந்த தயரதன், இராமனைக் காட்டிற்கு அனுப்ப விரும்பாவிட்டாலும், வசிட்டர் சொன்ன தன் பேரில் இராமனை விசுவாமித்திரருடன் அனுப்பி வைத்தான். இராமனைவிட்டு பிரியாத இலக்குவனையும் கூடவே அனுப்பி வைத்தான்.

விசுவாமித்திரரின் வேள்வியைக் கெடுக்க வந்த தாடகை, சுபாகு முதலியோரைக் கொன்று அந்த வேள்வி நிறைவேறும்படி செய்தான் இராமன். அதன்பின் இராம இலக்குவர்களை அழைத்துக்கொண்டு மிதிலையில் சனகன் செய்யும் வேள்வியைக் காணச்சென்றார் விசுவாமித்திரர். போகிற வழியில் கல்லாயிருந்த அகலிகை

இராமனது பாதம் பட்டதால் சாப விமோசனம் அடைந்து, கல்லுருவம் நீங்கித் தன் சுய உருவம் பெற்றாள்.

சனகனிடத்தே, அவன் முன்னோர்களிடம் சிவபெருமான் விட்டுச்சென்ற, மிக வலிமை யுடையதான வில் ஒன்று இருந்தது. சனகன் ஒருமுறை வேள்வி செய்ய எண்ணி நிலத்தை உழுத போது கலப்பையின் கொழுமுனையில் ஒரு பெண் குழந்தை கிடைத்தது. சீதை என்று பெயரிடப் பெற்று வளர்ந்த அப்பெண் ஒப்பற்ற பேரழகியாய் விளங்கினாள். அவளை மணக்க முன்வந்த பல அரசர்களுக்குள்ளே உரியவரைத் தேர்ந்தெடுக்க எண்ணி, தன்னிடம் இருந்த சிவதனுசை யார். வளைத்து நாணேற்றுகிறார்களோ, அவருக்கே சீதையை மணமுடித்துக் கொடுப்பதாய்ச் சனகன் அறிவித்திருந்தான். ஆனால் எவராலும் அந்த வில்லை வளைக்க முடியவில்லை.

இந்த வில்லின் வரலாற்றை மிதிலைக்கு வந்த விசுவாமித்திரரிடம் சதானந்த முனிவர் கூற, அவர் அருகிலிருந்த இராமனைக் குறிப்பால் பார்க்க, இராமன் அந்த வில்லை எடுத்தான்; வளைத்தான்; அது ஒடிந்தது. சனகன் பெருமகிழ்ச்சி அடைந்து தயரதனுக்குத் தூது அனுப்பி, வரவழைத்து, சீதையை இராமனுக்குத் திருமணம் செய்து வைத்தான். சனகன் தன் தம்பியான குசத்துவச மன்னனின் புதல்வியர் மூவரை, இராமனின் தம்பியர் மூவருக்கும் மணம் செய்து வைத்தான்.

சில நாட்கள் சென்றதும், தயரதன் தன் மைந்தர்களுடன் அயோத்திக்குப் புறப்பட்டான். அப்பொழுது வழியில் மழுவையும், வில்லையும் ஏந்தி மிக்க சினத்துடன் வந்த பரசுராமன் தன்னிடம் உள்ள, இராமன் ஒடித்த சிவதனுசுக்கு நிகரான, திருமாலின் வில்லை இராமன் வளைத்து நாணேற்றினால் இராமனி தோள் வலியை ஒப்புக் கொள்வதாகக் கூறி அழைக்கிறான். இராமன் சிறிதும் தயங்காது அந்த வில்லை வாங்கி வளைத்து நாணேற்றி, அதற்கு இலக்கு எது என்று கேட்க, பரசுராமன் தன் தவ வலிமையை அம்பிற்கு இலக்காகத் தந்து, இராமனின் வீரத்தை வாழ்த்தி விடைபெற்றுச் செல்கிறான். இராமன் அந்த வில்லை வருணனிடம் சேமிப்பாகக் கொடுத்துவிட்டுத் தந்தை, மற்றையோருடன் அயோத்தி திரும்புகிறான்.

யாவரும் அயோத்தியில் இன்பமுடன் வாழ, தயரதன் பரதனை அழைத்து அவன் பாட்டன் பரதனைக் காண விரும்பும் கருத்தைச் சொல்லி சத்ருக்கனனோடு கேகய நாட்டிற்கு அனுப்பி வைக்கிறான்.

•

கடவுள் வாழ்த்து

உலக யாவையும் தாம் உளவாக்கலும்
நிலைபெறுத்தலும், நீக்கலும், நீங்கலா
அலகுஇலா விளையாட்டு உடையார் - அவர்
தலைவர்; அன்னவர்க்கே சரண் நாங்களே.

(உள ஆக்கல் - உள்ளன ஆகச் செய்தல்; நீங்கலா - இடைவிடாத; அலகுஇலா - அளவற்ற) 3-1

உலகங்கள் எல்லாவற்றையும், அவை தாமாகவே தோன்றி இருக்கும்படி செய்தலும், (அப்படித் தோன்றியவை) வளர்ந்து ஓங்கி ஒருநிலை பெறச் செய்தலும், (அப்படி நிலைபெற்றவை) தத்தம் நிலையிலிருந்து இன்னொன்றாக ஆகும்படி நிலை மாற்றம் செய்தலும், ஆகியவற்றை, இடைவிடாது தொடர்ந்தும், அளவற்ற வகைகளிலும் விளையாட்டைப் போலவே எளிதாகச் செய்து வருகின்றவர் யாரோ, அவரே முழு முதற் பொருளாகிய பரம்பொருள். (அப்படிப்பட்ட) அவருக்கே நாங்கள் அடைக்கலம்.

1. கோசல இராமன்

மண்வளமையும் மக்கள் வளமையும்

உலகத்தில் எந்த ஒரு நாடும் சிறந்த வளமுடையதாக இருக்கிற தென்றால், அதன் நிலம், நீர் இவற்றால் உண்டாகும் இயற்கை வளமும், அங்கு உள்ள மக்களின் மனவளமும் அதற்குக் காரணமாகும். இயற்கையில் விளையும் புறவளங்களை அனுபவிக்கின்ற மக்கள், தங்களின் நெறிதவறாத மனவளத்தால் (அக வளத்தால்)தான், அதனைப் பேணிக் காத்து இன்னமும் பெருகச் செய்ய முடியும். இதற்கு அடிப்படையாகிய மன ஒழுக்கம்

நிறைந்திருக்க வேண்டும். தவறிவிடும் இயல்பு உடைய ஐந்து பொறி புலன்களும், முக்கியமாகப் பெண்களின் கண் பார்வையும் கோசல நாட்டில் நெறி முறை தவறிப் போகாது. அப்படிப்பட்ட அகவளம் நிரம்பிய கோசல நாட்டின் புறவளத்தை வாரி வழங்குகின்ற சரயு நதியின் சிறப்பைப் பார்க்கலாம் என்று கம்பீரமாகக் கம்பன் தன் காவியத்தை இதோ தொடங்குகின்றான்.

ஆசலம் புரி ஐம் பொறி வாளியும்,
காசு அலம்பு முலையவர் கண் எனும்
பூசல் அம்பும், நெறியின் புறம் செலாக்
கோசலம் புனை ஆற்று அணி கூறுவாம்;

(ஆசு அலம்புரி - குற்றங்களை மிகுதியாகச் செய்கிற; வாளி - அம்பு; காசு அலம்பு - காசு மாலைகள் அலைகின்ற) 4-1

தாய் முலையாய் வளம் சுரந்த சரயுநதி

சரயுநதி இமயமலையிலே பிறந்த கோசல நாட்டிலுள்ள ஏரி, குளம் முதலிய நீர்த் துறைகள் பலவற்றிலும் பரவி, கடைசியில் கடலிற் சென்று கலந்தது. வேதங்களாலும் சொல்லிக் காட்டமுடியாத ஒன்றாகிய பரம்பொருளை வழிபடும் பல்வேறு ஞானத்துறை களாகிய சமயங்கள் தம் தெய்வம், எம் தெய்வம் என்றெல்லாம் கூறிப் பலவாக வழிபடுதலைப்போல சரயுநதியும் பலவாகப் பரந்து ஓடியதாம்; எத்தனையோ துறைகளாகப் பெருகி எத்தனையோ கிளைகளாகப் பிரிந்து சென்றது என்றாலும் முடிவில் கடலை அடைந்தது.

கல்லிடைப் பிறந்து போந்து, கடலிடைக் கலந்த நீத்தம்,
'எல்லைஇல் மறைக ளாலும் இயம்பஅரும் பொருள்ஈது' எனத்
தொல்லையில் ஒன்றே ஆகி துறைதொறும், பரந்த சூழ்ச்சிப்
பல்பெருஞ் சமயம் சொல்லும் பொருளும்போல், பரந்தது அன்றே.

(கல் - (இங்கே) மலை; நீத்தம் -வெள்ளம்; இயம்ப அரும் - சொல்லுவதற்கு அரிய; தொல்லையில் - ஆதியில்; சூழ்ச்சி - (இங்கே) உபாயம்) 7-19

இப்படிப் பல்கிப் பரவிய சரயுநதியானது குறிஞ்சி, முல்லை, நெய்தல் என்று பாய்ந்து சென்ற ஒவ்வொரு பகுதியிலும் அவற்றை செழுமை அடையச் செய்தது. எல்லாப் பகுதிகளிலும் வேறுபாடின்றி வளம் கொழிக்கச் செய்ததால், சரயுநதி எல்லார்க்கும் சக்தியூட்டும் தாய்ப்பாலைப் போன்று விளங்கியதாம்.

சரயு என்பது தாய்முலை அன்னது; இவ்
உரவு நீர் நிலத்து ஓங்கும் உயிர்க்கு எல்லாம்

(உரவு நீர் நிலத்து - கடல் சூழ்ந்த நிலவுலகத்திலே) 6-12

கோசல நாட்டு வளம்

கோசல நாட்டைச் சரயுநதி பாலூட்டிச் சீராட்டித் தாயைப்போல வளர்த்ததாலே நிகழ்ந்த அற்புதங்களால்தான் எத்தனை, எத்தனை? வயிறுமுட்டப் பால்குடித்த குழந்தை உறங்குவதுபோல எல்லாமே உறங்கினவாம். சங்குகள் நீரினடியில் உறங்கின; எருமைகள் நிழலினடியில் உறங்கின; வண்டுகள் மலர்மாலைகளில் உறங்கின; இலக்குமி தாமரை மலரிலே உறங்கினாள்; மேலோட்டமாகப் பார்க்கும்போது உறக்கம் என்ற செயலின்மை தெரிந்தாலும் ஆழமாகப் பார்த்தால் தெரியும் உண்மை செயலின் மாட்சியைத் தெரிவிக்கும்.

பொருள், பேராசை கொண்டு சேர்த்ததெல்லாம் போறாது இன்னமும் சேர்க்க வேண்டும் என்று ஓடி ஓடித் திரிந்து செல்வம் திரட்ட வேண்டாது போதும் என்ற பொன்மனம் படைத்தவர்கள் நிரம்பி இருந்ததனாலே திருமகள் ஒவ்வொரு வீடாக ஓடிச்சென்று செய்ய வேண்டிய வேலையில்லாததால், நிம்மதியாகத் தாமரையிலே உறங்க ஆரம்பித்தாள். திருமகளை நாடித் திரியாத ஆடவர்கள் வாழ்க்கையை வாழ்வாங்கு முறையாக ஓய்வாக வாழ்ந்து அநுபவித்ததால் அவர்கள் அணிந்திருந்த மாலைகள் ஆடவில்லை; அதனாலே அதிலே வண்டுகள் உறங்க ஆரம்பித்தன; விளைந்தது போதும் என்ற நிலையாலே, விளை நிலங்கள் போக நிறைய மேய்ச்சல் நிலங்கள் இருந்ததாலே எருமைகள் வயிறு நிரம்ப உண்டு மரத்தடியில் உறங்க ஆரம்பித்தன; தேவைக்கு மேலே சங்குகளை எடுத்து வாணிகம் செய்து பொருள் குவிக்க எண்ணாததாலே, சங்குகள் எல்லாம் நீரடியிலேயே உறங்க ஆரம்பித்தன; நீரிடை உறங்கும் சங்கம்; நிழலிடை உறங்கும் மேதி; தாரிடை உறங்கும் வண்டு; தாமரை உறங்கும் செய்யாள்;

(மேதி - எருமை, தார் - மலர்மாலை, செய்யாள் - திருமகள்) (8-6)

பெண்கள் பெருமை

இந்த நாட்டுப் பெண்கள் எல்லாம் எப்படிப்பட்டவர்கள் தெரியுமா? கோசல நாட்டுப் பெண்களுக்கு எல்லாம் செல்வமும், கல்வியும் ஒருங்கே அமைந்திருந்தன. நிரம்பிய செல்வம் இருந்து கல்வியறிவு இல்லாவிட்டால் அச்செல்வம் பயனுடையதாகாது; நிரம்பிய அறிவு

இருந்து செல்வம் இல்லாவிட்டாலும் பலனிருக்காது. இரண்டும் ஒருசேர இருந்ததனாலே அவர்களுக்கு இரண்டு வேலைதான் இருந்ததாம். தங்களிடம் வருந்தி வந்தவர்களுக்கு வேண்டியதை எல்லாம் அள்ளிக் கொடுப்பதும், நித்தம் வரும் புதியவர்களுக்கு விருந்து வைப்பதும் தவிர வேறென்னவாக இருக்க முடியும்? செல்வத்தின் பயனாகிய ஈதலும், கல்வியின் பயனாகிய பிறர் துன்பத்தை தன் துன்பமாக எண்ணிக் களைதலும் இப்பெண்களுக்குக் கைவந்த கலையாயிற்று.

பெருந்தடம் கண் பிறை நுதலார்க்கு எலாம்
பொருந்து செல்வமும் கல்வியும் பூத்தலால்
வருந்தி வந்தவர்க்கு ஈதலும், வைகலும்
விருந்தும் அன்றி விளைவன யாவையே?

(நுதல் - நெற்றி; வைகலும் - நாள்தோறும்) 13-36

சிந்தையின் நிறைவு

பெண்கள்தானே ஒரு குடும்பத்தின் கண் போன்றவர்கள்? அவர்களுக்கு பொருள் ஆசை இன்றி வேண்டியவர்க்கு வழங்கத் தெரிந்து கொண்ட பிறகு, அக்குடும்பத்தில் அமைதி நிலவும். இது அவர்கள், 'சிந்தையின் நிறைவே செல்வம்' என்று தெரிந்து கொண்டால் தானே? சிந்தையின் நிறைவு வந்துவிட்டால் ஆசைப் படுவதும், அது கிட்டாதபோது கோபப்படுவதும் நடக்காது; அப்படி ஆசையும், கோபமும் இல்லாததால், குற்றங்கள் நிகழ வாய்ப்பு எழாது; அதனால் அதைத் தண்டிக்க வேண்டிய அவசியமும் இராது. எல்லோரும் இப்படி நல்ல நெறிகளைத் தவிர, வேறு தீய வழிகளிலே ஈடுபடாததாலே, அந்நாடு மேலும் மேலும் முன்னேற்றம் அடைந்ததிலே என்ன வியப்பு?

கூற்றம் இல்லை, ஓர் குற்றம் இலாமையால்;
சீற்றம் இல்லை, தம் சிந்தையின் செம்மையால்;
ஆற்ற நல்அறம் அல்லது இலாமையால்,
ஏற்றம் அல்லது, இழிதகவு இல்லையே

(கூற்றம் - (இங்கே) தண்டனை; சீற்றம் - சினம்; இழிதகவு - தாழ்வடைதல்)

அயோத்தி நகர அருமை

நலங்கள் பலவும் மலிந்திருந்த கோசல நாட்டின் தலைநகரமாக விளங்கியது அயோத்தி மாநகரம். இதைப் பற்றி ஒரு வரியிலே

சொல்ல வேண்டுமா? எல்லா உலகத்தவரும் தவம் செய்து அடையத் துடிக்கின்ற வானுலகத்திலுள்ள தேவர்கள்கூட இந்த நகரத்திற்கு வந்து வசிக்க விரும்புவார்கள் என்றால், இந்த நகரத்தின் மகத்துவத்தைப் பற்றிச் சொல்ல வேண்டுமா, என்ன?

அற்புதமான மதில், அருமையான அகழி, கோட்டை வாயில்கள், பொன்னும் மணியும் கொண்டு கட்டப்பெற்றது போன்ற மாடமாளிகைகள், சிற்றரசர்கள் திறை செலுத்தும் மண்டபம், நடனமாதர் ஆடும் அரங்கம், வேதியர்கள் ஓதும் சாலை, கலைகளை ஆராய்ச்சி செய்வோர் கூடும் பட்டிமண்டபம் - இப்படி நகரத்தின் செல்வப் பெருக்கைக் காட்டும் பல இருப்பினும், அந்நகரத்து மக்கள் எப்படி இருந்தனர்? அவர்கள் வகுப்பு பேதமே இன்றி இருந்தனர். எந்த அளவுகோலை வைத்து அளப்பது அவர்களை? கல்வியறிவு இல்லாதவர்களே இல்லை என்கிறபோது, கற்றவர், கல்லாதவர் என்று எப்படிப் பாகுபாடு பார்ப்பது? மக்கள் எல்லோரும் வேண்டிய பொருட்செல்வமும் பெற்றிருந்ததாலே இவர் செல்வர், இவர் இல்லாதவர் என்றும் பாகுபாடு செய்ய முடியவில்லை!

கல்லாது நிற்பார் பிறர் இன்மையின், கல்விமுற்ற
வல்லாரும் இல்லை; அவை வல்லர் அல்லாரும் இல்லை;
எல்லாரும் எல்லாப் பெருஞ்செல்வமும் எய்தலாலே,
இல்லாரும் இல்லை; உடையார்களும் இல்லை மாதோ. (30-74)

தயரதன் மாட்சி

இத்தகைய அயோத்தி நகரைத் தலைநகராகக் கொண்டு கோசல நாட்டை ஆண்டு வந்த தயரதன், சூரிய குலத்தில் உதித்தவன். பால் நினைந்து தன் சேய்களுக்கு ஊட்டும் தாயைப் போல தன் குடிமக்களுக்கு அவன் அன்போடு அவர்கள் குறை என்று தன்னிடம் வருமுன்னரே, துயர் வராமலேயே துடைத்து வந்தான். அவர்களுக்கு வேண்டிய நலங்களை எல்லாம் செய்வதில் அவர்கள் இயற்றிய தவமே பலன் கொடுத்தது போன்று இருந்தான்; மக்களையெல்லாம் நல்வழி நடத்தி நற்கதியடையச் செய்ததாலே அவர்களுக்குப் புத்திரன் போன்றிருந்தான். குற்றம் செய்தவர்களைத் தண்டிப்பதில் நோய்போல்வான்; கருணை வழங்குவதில் மருந்தும் போல்வான்.

நுட்பமான பொருள் அறியும் அறிவு நிரம்பிய இத்தகைய தயரதனது ஆட்சியில் வாழும் மக்களுக்கு என்ன குறை இருக்க முடியும்?

தாய் ஒக்கும் அன்பின்; தவம் ஒக்கும் நலம் பயப்பின்;
சேய் ஒக்கும், முன்நின்று ஒரு செல்கதி உய்க்கும் நீரால்;

நோய் ஒக்கும் என்னின் மருந்து ஒக்கும்; நுணுங்கு கேள்வி
ஆயப் புகுங்கால், அறிவு ஒக்கும் எவர்க்கும் அன்னான். (30-4)

தயரதன் இப்படி மன்னுயிரெல்லாம் தன்னுயிர் போலப் பாதுகாத்தலால் உலகத்திலுள்ள உயிர்கள் எல்லாம் வாழும் ஓர் உடம்புதான் அவன் என்று சொல்லும்படி இருந்தானாம். அவனுடைய உயிரே குடிமக்கள்; உயிருக்கு உடம்பு அரணாக இருப்பதுபோல, உலகில் உள்ள இயங்கும் உயிர்கள்(சரம்), நிலைத்த உயிர்கள் (அசரம்) ஆகிய அனைத்து உயிர்களும் பாதுகாப்பாக வாழும் உடம்புபோல தயரதன் பாதுகாப்பாக இருந்து வந்தான்.

வயிரவான் பூண் அணி மடங்கல் மொய்ம்பினான்,
உயிர்எலாம் தன் உயிர் ஒக்க ஓம்பலால்,
செயிர்எலா உலகினில், சென்று, நின்று, வாழ்
உயிர்எலாம் உறைவது ஓர் உடம்பும் ஆயினான்.

(மடங்கல் -சிங்கம்; மொய்ம்பு - வலிமை; செயிர் - குற்றம்) (31-10)

இப்படிப்பட்ட அரசனுக்குப் பகையரசர் இருக்க முடியுமா, என்ன? படையெடுப்பும், போரும் இல்லாததால் நாட்டிற்கு வேண்டும் நன்மைகளைத் தாயைப்போல நினைந்து நினைந்து செய்வதிலேயே நாட்டம் மிகக் கொண்டு ஆண்டு வந்தான். ஒரு ஏழை தனக்குள்ள ஒரே ஒரு வயலை எவ்வளவு கவனத்துடனும் ஈடுபாட்டோடும் பாதுகாத்துப் பயிர் விளைப்பானோ, அப்படித் தன் நாடு முழுமையும் கவனமாகக் காத்து அரசு செலுத்தி வந்தான் தயரதன்.

'எய்' எனஎழுபகை எங்கும் இன்மையால்
மொய் பெறாத் தினவுறு முழவுத் தோளினான்
வையகம் முழுவதும், வறிஞன் ஓம்பும் ஓர்
செய் எனக் காத்து, இனிது அரசு செய்கின்றான்.

(செய் - ஒரு சிறுவயல்) (32-12)

2. அவதரித்தான் இராமன்

தயரதனின் பிள்ளை இல்லாக் குறை

தயரதன் ஒருநாள் தன் குலகுருவாகிய வசிட்டரை வணங்கி, தனக்குப் பின் கோசல நாட்டை ஆள்வதற்கு வாரிசு இல்லையே என்று வருந்தி, தன் மனக்கவலையை எடுத்து உரைத்தான். முக்காலமும் உணர்ந்த

ஞானியாகிய வசிட்டர், திருமால் அரக்கரை அழிப்பதற்காக அவதாரம் எடுப்பதாய்க் கூறியுள்ளதை நினைக்கிறார்.

அலை கடல் நடுவண், ஓர் அனந்தன் மீமிசை
மலை என விழி துயில் வளரும் மாமுகில்,
'கொலைதொழில் அரக்கர்தம் கொடுமை தீர்ப்பென்' என்று
உலைவுறும் அமரருக்கு உரைத்த வாய்மையை.

(அனந்தன் மீமிசை - ஆதிசேடனாகிய பாம்பணைமேல்; உலைவுறும் - துன்பமடையும்) (33-6)

வசிட்டர் அறிந்த திருமாலின் அவதார தேவரகசியம்

இராவணன் முதலான அரக்கர்கள் செய்த துன்பங்களுக்கு அஞ்சிய இந்திரன் முதலான தேவர்களும், பிரும்மதேவனும் திருமாலிடம் முறையிட்டனர். அவர்கள் குறையைப் போக்குவதாக வாக்களித்த திருமால், அதற்காகவே தாம் அயோத்தியில் தயரதன் புதல்வனாக அவதரிக்கப் போவதாகவும், சக்கரம், சங்கு, பாம்பணை ஆகியவை தமக்கு (பரதன், சத்துருகன், இலக்குவன் என முறையே) சகோதரர்களாக தமக்கு உதவ வருவதாகவும் கூறியருளினார். வானுலகத்தவர்களை எல்லாம் வானரங்களாய்ச் சேனையொடு அவதரித்திடவும் ஆணையிட்டார். இதனைக் கேட்டு தம்துயர் தீர்ந்ததாகவே எண்ணி மகிழ்ந்தனர் தேவர். பிரும்மதேவன் கரடிகளின் தலைவனான ஜாம்பவானாகவும், இந்திரன் வாலியாகவும், சூரியன் சுக்ரீவனாகவும், அக்னி நீலனாகவும், வாயு அனுமனாகவும் அவதரிக்க முடிவு செய்தனர். இந்தத் தேவ ரகசியத்தை முன்னரே அறிந்த வசிட்டர், இப்போது தருணம் வந்துவிட்டதாக எண்ணினார்; தயரதன் புத்திர காமேட்டி யாகம் செய்ய வேண்டிய வேளை இதுவே என்றும் நினைத்தார்.

புதல்வரை அளிக்கும் யாகம்

ஆகவே தயரதனிடம் புதல்வரை அளிக்கும் மகாயாகமாகிய புத்திர காமேட்டி யாகம் செய்தால் குறைதீரும் என்றார். தயரதன் மிக்க மகிழ்ச்சி அடைந்து அவ்வேள்வியைச் செய்வதற்கான முறையைக் கூறுமாறு வேண்டினான். 'உரோமபதன் நாட்டில் உள்ள இருசிய சிருங்கர் என்ற கலைக்கோட்டு முனிவரை அழைத்து வந்து இவ்வேள்வியை முடிப்பாயாக!' என்று வசிட்டர் கூறியதும், அங்ஙனமே உடனே உரோமபதன் நாட்டிற்குப் போய் அவரை அழைத்து வந்து வேள்வி செய்தான். பன்னிரண்டு மாதங்கள் அங்ஙனம் வேள்வி செய்ததும், கலைக்கோட்டு முனிவன்

தீக்குண்டத்தில் மகவு அருள் ஆகுதியை வழங்கினான். அந்நேரத்தில் அக்குண்டத்திலிருந்து எழுந்த பூதம் ஒன்று, தன் கையில் உள்ள பிண்டம் நிறைந்த தட்டை தரையில் வைத்து மறைய, முனிவன் தயரதனை அப்பிண்டத்தைத் தேவிமார் மூவர்க்கும் வழங்கும்படி சொன்னான். அங்ஙனமே கோசலை, கைகேயி, சுமித்திரை ஆகிய தன் மனைவியர் மூவர்க்கும் பிண்டத்தைப் பகிர்ந்து அளித்தான் தயரதன். எஞ்சிய உதிர்ந்தவற்றையும் சுமித்திரைக்கு மறுபடி ஒருமுறை அளித்தான்.

புதல்வர்கள் அவதாரம்

சிறிது நாளில் தேவியர் மூவரும் கருவுற்று, சில மாதங்கள் சென்றபின், கோசலைக்கு ஒரு ஆண் குழந்தையும், கைகேயிக்கு ஒரு ஆண் குழந்தையும், சுமத்திரைக்கு இரு ஆண் குழந்தைகளும் பிறந்தனர். நான்கு புதல்வர்கள் பிறந்த செய்தியறிந்த தயரதன் பற்பல தானங்கள் அளித்து மகிழ்ந்தான். நகர மக்களும் மகிழ்ந்தனர் பன்னிரண்டு நாட்கள் சென்றதும் புனர்பூசத்தில் பிறந்த கோசலை மகனுக்கு இராமன் என்றும், பூசத்தில் பிறந்த கைகேயி மகனுக்கு பரதன் என்றும், ஆயில்யம், மகத்தில் பிறந்த சுமித்திரை மக்கட்கு முறையே இலக்குவன், சத்ருக்கன் என்றும் வசிட்டர் பெயர் சூட்டினார்.

இராமனிடம் தயரதன் தனி அன்பு

பிள்ளைகள் நால்வரிடமும் தயரதன் அன்பு செலுத்தி வந்தான் என்றாலும், அவர்களில் மூத்த திருக்குமாரனிடத்தில் தான் மிகுதியான அன்பு பூண்டிருந்தான். ஓவியமான எழிலுடைய இராமனைத்தான் தயரதன் தன் உயிரும் உடம்பும் என்று சொல்லுமளவுக்குப் பேரன்பு கொண்டிருந்தான்.

> 'காவியும் ஒளிர்தரு கமலமும் எனவே
> ஓவிய எழிலுடை ஒருவனை அலது, ஓர்
> ஆவியும் உடலமும் இலது' என, அருளின்
> மேவினன் - உலகுடை வேந்தர்தம் வேந்தன்.

(காவி - குவளை மலர்; கமலம் - தாமரை; வேந்தர்தம் வேந்தன் - சக்கரவர்த்தி) (51-122)

புதல்வர்கள் கல்வி வளர்ச்சி

அமுதஞ் சிந்துகின்ற மழலை மொழியோடு அழகிய தளிர்நடை பயின்று வளர்ந்தனர் குமாரர்கள் நால்வரும். உலக இருள்நீக்க வரும்

சூரியனைப் போலவும், ஒலியாக வளரும் 'எழுதாக்கிளவி'யான வேதங்கள் போலவும் வளர்ந்து வரும்போது, வசிட்டர் முறைப்படி உபநயனம் செய்வித்தார். எல்லாக் கலைகளையும் கற்றுக் கொடுத்தார். யானையேற்றம், குதிரையேற்றம், தேர் ஓட்டம், வாட் பயிற்சி முதலிய படைக்கலப் பயிற்சியும் அளித்து வந்தார்.

நால்வரும் இரண்டிரண்டு பேர்களாக இணைபிரியாது பழகி வந்தனர். இராமனும், இலக்குவனும் ஒன்றாகவே இருந்தனர். நெய்யும்போது பாவின் ஊடே குறுக்கு நூலிழையைச் செலுத்தும் கருவியிலே பொருத்தப்பட்ட இழை, அக்கருவி செல்லும் வழியே செல்வதன்றி, வேறு செல்ல வகையில்லாததைப் போல இலக்குவன் இராமனுடனேயே ஒட்டி உறவாடி வளர்ந்தான். அதைபோலவே பரதனும் சத்துருக்கனும் ஒருநொடிப் பொழுதும் பிரியாது உடனுறைந்து வளர்ந்தனர். நகர மக்கள் அனைவரும் இக்குமாரர்களைத் தம்தம் மக்களாகவே கருதி அன்புகொண்டு, அவர்கள் நீடூழி வாழ தத்தம் இஷ்ட தெய்வங்களைப் பிரார்த்தித்து வாழ்த்தினர்.

இராமன் பொறுப்பு உணர்ச்சி

குழந்தைகள் நால்வரும் குலகுருவாகிய வசிட்டர் ஆசிரமத்திற்குக் காலையில் சென்று கல்வி கற்று மாலையிலே தம் மாளிகை திரும்பினர். அப்படித் திரும்பி வரும் வழியில் எதிர்ப்படும் மக்களைக் கண்டு இராமன் அகம் நெகிழ, முகம் மலர, புன்னகை அரும்ப, கண்கள் கருணை ததும்ப, இனிது நோக்கி, 'உமக்குத் துன்பமில்லையே? மனைவி, மக்கள் சுகந்தானே? நீங்கள் குறித்துச் செல்லும் காரியம் என்னவோ?' எனறு வினவினான்.

எதிர்வரும் அவர்களை, எமையுடை இறைவன்,
முதிர்தரு கருணையின் முகமலர் ஒளிரா,
'எதுவினை? இடர் இலை? இனிது நும்மனையும்?
மதிதரு குமரரும் வலியர் கொல்?' எனவே

(ஒளிர - பிரகாசித்து, எதுவினை - குறித்துச் செல்லும் காரியம் என்னவோ?) (53-132)

விளையாடிப் பொழுதை இனிதாகக் கழித்திட வேண்டிய இளைய பருவத்திலேயே அவர்கள் நலம் மட்டுமின்றி, குடும்ப நலம், மக்கள் நலம் இவற்றையெல்லாம், மிகுந்த பொறுப்புணர்ச்சியுடன் கேட்டறியும் இராமனின் அன்பைக் கண்டு நெகிழ்ந்த மக்கள், 'உன்னை அரசனாகப் பெற்ற எங்களுக்கு குறையின்றி இருப்பது ஒரு பெரிய காரியமன்று' என்று கூறி மகிழ்ந்தனர்.

૩. கைவண்ண இராமன்

வேள்வியைக் காக்க இராமனை அனுப்புமாறு விசுவாமித்திரர் வேண்டல்

இப்படியாகத் தயரதன் தன் தவப்புதல்வர்களுடன் இனிது வாழ்ந்து வரும்போது ஒருநாள், அவனுடைய அரசவைக்கு விசுவாமித்திரர் என்று அழைக்கப்பெறும் கோசிக முனிவர் வந்தார். அவரை வரவேற்று உபசரித்து அவருக்குத் தான் என்ன செய்ய வேண்டும் என்று தயரதன் கேட்டான். அதற்கு விசுவாமித்திரர், தாம் செய்யும் வேள்வியை அழித்து அரக்கர்கள் இடையூறு செய்வதால், அந்த வேள்வியைக் காக்க இராமனைத் துணையாகத் தன்னுடன் அனுப்பும்படி கேட்டார். அவ்வளவுதான்; வேல் பாய்ந்த புண்ணில் தீக்கங்கு நுழைந்தது போலத் தயரதன் ஆகிவிட்டான். குருடன் கண் பெற்று மீண்டும் இழந்ததுபோல், கடுந் துயரம் அடைந்தான். இதிலிருந்து தப்ப எண்ணி, இராமன் சிறியவன், படைப்பயிற்சி இல்லாதவன் என்றும், தானே முனிவருடன் வந்து வேள்வியைக் காப்பதாகவும் சொன்னான்.

விசுவாமித்திரரிடம் இராம இலக்குவர் கையடை

இதைக் கேட்ட விசுவாமித்திரரோ, தன் வேண்டுகோளை தயரதன் உதாசீனம் செய்துவிட்டதாக எண்ணி, அடங்காத கோபம் கொண்டார். இதை உணர்ந்த குலகுருவான வசிட்ட முனிவர், தயரதனிடம் இராமனை விசுவாமித்திரருடன் அனுப்புவதால் இராமனுக்கு ஏற்படப் போகும் மேன்மைகளை எடுத்துக் கூறி அதைத் தந்தையாகிய தயரதனே தடுக்கக் கூடாது என்றும் கூறவே, தயரதன் இராமனுடன் இலக்குவனையும் விசுவாமித்திரரிடம் அடைக் கலமாகக் கொடுத்து உடன் கூட்டியனுப்பி வைத்தான்.

மன்மதன் அங்கம் உகுத்த அங்க நாடு

சரயு நதிக்கரையிலுள்ள ஒரு சோலையை அடைந்து மூவரும் அங்கு தங்கினர். அச்சோலையைப் பற்றி இராமன் கேட்க, விசுவாமித்திரர் கூறுகிறார்:

'முன்னொரு காலத்தில் சிவபெருமான் அந்த இடத்திலே தவம் செய்தார். அதனைக் கெடுக்க வந்த மன்மதன் மலரம்புகளைச் செலுத்த, சினம் கொண்ட சிவபெருமான் தன் நெற்றிக் கண்ணைத்

திறக்க, மன்மதன் எரிந்து சாம்பலாகி விட்டான். மன்மதன் அங்கத்தை உகுத்த இடம் இது ஆதலாலே இதற்கு 'அங்க நாடு' என்றும், இந்த ஆச்ரமம் 'காமன் ஆச்ரமம்' எனவும் வழங்கப் பெறுகிறது'.

தாடகை வதம்

மறுநாள் அவர்கள் ஒரு பாலைவனத்தை அடைந்தனர். இராமன் தன் தந்தை அரசாளும் நாட்டில் இப்படி ஒரு பகுதி மட்டும் அழிந்து பாலையாக இருப்பதன் காரணம் என்ன என்று கேட்க, விசுவாமித்திரர் தாடகை என்று ஓர் அரக்கி அங்கு வசிப்பதாகவும், அவள்தான் அந்த நாட்டின் வளத்தை எல்லாம் அழித்துப் பாலையாக மாற்றிவிட்டாள் என்றும் சொன்னார்.

இப்படி இவர்கள் பேசிக் கொண்டிருக்கும் போதே தாடகை ஒரு பெரிய மலை தீயைக் கக்கிக் கொண்டு வருவதுபோல் வந்து, அடாத சொற்கள் பல பேசி, இவர்களைக் கொல்ல சூலாயுதத்தை எறிந்தாள். ஆனால் இராமன் அவளைப் பார்த்து பெண்ணான இவளை எவ்வாறு கொல்வது , பாவமாயிற்றே என்று எண்ணிப் பேசாது நின்றான்.

இதனை ஊகித்துணர்ந்த முனிவர் உயிர்களுக்கெல்லாம் துன்பம் கொடுக்கும் கொடியவளான தாடகையைப் பெண்ணென்று கருதக் கூடாது என்று அவள் செய்யும் கொடுமைகளைஎல்லாம் எடுத்துக்கூறி அவளைக் கொன்றுவிட இராமனுக்குக் கட்டளையிட்டார். முனிவர் கட்டளையை நிறைவேற்றுவதே கடமை எனக் கொண்டு வில்லை வளைத்து பாணத்தை எய்ய, தாடகையின் சூலாயுதங்கள் துண்டாகி விழுந்தன. தாடகை உடனே கல்மழை பெய்யச் செய்யவே, அதை இராமன் அம்பு மழையால் விலக்கி, அவள் மீது அம்பு எய்தான். தாடகை மீது பாய்ந்த அம்பு எப்படிப் போகிறதாம்?

> சொல் ஒக்கும் கடிய வேகச் சுடுசரம், கரியசெம்மல்,
> அல் ஒக்கும் நிறத்தினாள் மேல் விடுதலும், வயிரக் குன்றக்
> கல் ஒக்கும் நெஞ்சில் தங்காது அப்புறம் சுழன்று, கல்லாப்
> புல்லர்க்கு நல்லோர் சொன்ன பொருள் என, போயிற்று அன்றே!

(அல் - இருள்; கல்லாப்புல்லர் - கல்வியறிவற்ற மூடர்; சொல் - முனிவர் சாபமொழி) (65 -50)

விசுவாமித்திரரது கட்டளையை மறுக்காது இராமன் செய்த இந்த முதற்போரிலே, அரக்கர்களது உயிரை உண்பதற்கு இதுவரை கூசிக்கூசிப் பயந்து கொண்டிருந்த எமனும், அவர்களுடைய உயிரின் ருசியை சற்றே தெரிந்து கொண்டான்.

வாசநாள் மலரோன் அன்ன மாமுனி பணிமறாத,
காசுஉலாம் கனகப் பைம்பூண், காகுத்தன் கன்னிப் போரில்
கூசி, வாள் அரக்கர்தங்கள் குலத்து உயிர் குடிக்க அஞ்சி
ஆசையால் உழலும் கூற்றும், சுவை சிறிது அறிந்தது அன்றே.

(மறாத - மறுக்காத; காசு - ரத்தினம்; கன்னிப்போர் - முதல் போர்; வாசநாள் மலரோன் - பூவில் வாழும் பிரம்மதேவன்) (66-54)

வாமனாவதார வரலாறு

இராமனது இவ்வரிய செயலைப் பாராட்டித் தேவர்கள் பூமாரிப் பொழிந்து, இராமனுக்குத் தெய்வப் படைகளைக் கொடுக்கும்படி விசுவாமித்திரரை வேண்டினர். அவ்வாறே முனிவரும் இராமனுக்குத் தெய்வப் படைகளை எல்லாம் கொடுத்து உதவினார். செல்லும் வழியில் எதிர்ப்பட்ட சோலையைக் கண்டு இராமன் முனிவரைக் கேட்க, அச்சோலை தங்கள் கணவரைத் தவிர வேறு கடவுள் இல்லை என்று எண்ணி வாழும் பத்தினிப் பெண்களின் சிந்தைபோலத் தூய்மையானது என்றும், அங்குதான் முன்னாளிலே திருமால் பல ஊழிக்காலம் அமர்ந்து தவம் செய்தார் என்றும், அப்போது நிகழ்ந்த வாமன அவதாரக் கதையையும் கூறினார்.

'மாவலி என்ற மன்னன் தனது வலிமையால் மூவுலகங்களையும் கைப்பற்றி சக்ரவர்த்தியாகி ஆண்டு வந்தான். மாவலியின் செல்வத்தையும் செருக்கையும் கண்டு அஞ்சிய தேவர்கள் திருமாலை இச்சோலையில் வந்து வணங்கி மாவலியை அடக்க வேண்டினர். திருமால் காசிப முனிவருக்கும், அதிதிதேவிக்கும் புத்திரராகக் குறள் வடிவில், வாமனனாக அவதரித்தார்.

காலம் நுனித்து உணர் காசிபன் என்னும்
வால் - அறிவற்கு அதிதிக்கு ஒரு மகவு ஆய்,
நீலநிறத்து நெடுந்தகை வந்து, ஓர்
ஆல் அமர் வித்தின் அருங்குறள் ஆனான்.

(வால் அறிவன் - மெய்யுணர்வுடைய முனிவன்; ஆல் அமர்வித்து - ஆலமரம் முழுதும் அடங்கும் விதை; அருங்குறள் - குறுகிய வடிவம்) (69-20)

இப்படி அவதரித்த வாமனன் வேள்வியின்போது வேண்டியதை எல்லாம் வேண்டியவர்களுக்குக் கொடுத்துவரும் மாவலியிடம் போய், மூன்றடி மண் வேண்டும் என்று கேட்டான். இதன் உட்கருத்தை அறியாத மாவலி அங்ஙனமே தந்துவிட்டதாகச் சொல்லி, நீர் வார்க்க போகையில், அவனுடைய குருவாகிய

சுக்கிராசாரியார் வாமனனாக வந்துள்ளது யார் என்று கூறித் தடுத்தார்.

'உயர்ந்த காரியங்களை மேற்கொண்டு தானங்கள் செய்ய முன்வந்தவர்கள், அதில் வேண்டியவர், வேண்டாதவர் என்ற பாகுபாடு பார்க்கக்கூடாது' என்ற உயர்ந்த கொள்கை உடைய மாவலி, தன் குருவின் கருத்தை மறுத்து கொடையின் சிறப்பை எடுத்துரைத்தான்.

'இவ்வுலகத்தில் இறந்தவர்கள் எல்லாம் இறந்தவர்கள் அல்லர்; உயிரை விடாது பிறரிடம் ஒன்றைப் பெறுவதற்கு ஏந்திய கையுடன் யாசித்தவர்களே இறந்தவர் என்று சொல்லப்படுவர்; கொடுத்தவர்கள் இறந்துபட்டாலும், பிறர்க்கு அவர் விரும்பியதைக் கொடுத்த அவர்களே அழியாதிருப்பவர்.'

மாய்ந்தவர் மாய்ந்தவர் அல்லர்கள்; மாயாது
ஏந்திய கைகொடு இரந்தவர் - ஏந்தாய்!
வீந்தவர் என்பவர்; வீந்தவரேனும்,
ஈந்தவர் அல்லது இருந்தவர் யாரோ?

(வீந்தவர் - இறந்தவர்; வீ- அழிவு) (70-29)

நாராயணனே இவ்வாறு வந்து மாவலி கை மேற்படவும் , தன் கை கீழ்ப்படவும், தானம் ஏற்பதனால் தனக்கு இதனினும் சிறந்த பேறு வேறில்லை என்று மாவலி கூறி நீரை வார்த்தான். அந்த நீர் கையில் படவும் குறளனாக இருந்த திருமால் நெடிய உருவமாய் அண்டமுகடு வரை உயர்ந்து, மூவுலகங்களையும் இரண்டு அடியால் அளந்து, மூன்றாவது அடிக்கு இடம் எங்கே என்று கேட்டார். மாவலி மூன்றாவது அடிக்கு இடம் தன் தலையே என்று கூறிக் குனிய, திருமால் தன் திருவடியை அவன் தலையின்மீது வைத்து அழுத்தி அவனைப் பாதாள உலகத்திற் சேர்த்து, பல வரங்களை அருளினார். மாவலியின் ஆட்சிக்குட்பட்ட உலகை இந்திரனுக்கு அளித்துத் திருப்பாற் கடலைக் அடைந்தார்.'

விசுவாமித்திரர் வேள்வியை இராமன் காத்தல்

திருமால் தவம் செய்த அந்த இடத்திலேயே தாமும் இருந்து யாகம் செய்யப் போவதாகக் கூறி, இராம இலக்குவரைக் காவல் செய்யப் பணித்தார். விசுவாமித்திரர் யாகத்தைத் தொடங்கி நடத்தி வரும்போது கண்ணை இமைகாப்பது போல் இராமனும் இலக்குவனும் காத்து வந்தனர். அப்போது வில்லும், வாளும் தாங்கிய அரக்கர் வானிலே திரண்டு ஆரவாரஞ் செய்தனர். இராமன், அவர்கள்மீது அம்பை எய்யின், அவர்களின் ரத்தம், தசை முதலியன

ஓம குண்டங்களில் விழும் எனக் கருதி, யாக சாலைக்கு மேலே தன் அம்புகளைச் செலுத்தி சரக்கூடம் ஒன்றை அமைத்தான. பிறகு அரக்கர் கூட்டத்தை அழிக்கத் தொடங்கினான். தாடகையின் புதல்வர்களில் ஒருவனாகிய சுபாகுவை அங்கேயே கொன்றான். மாரீசனாகிய மற்றொரு மகனை கடலிற் கொண்டு போய்ச் சேர்த்தது இராமன் அம்பு. எண்ணற்ற அரக்கர்கள் உயிரிழக்க, எஞ்சியவர்கள் பிழைத்திட எண்ணி ஓடி ஒளிந்தனர். விசுவாமித்திரரின் வேள்வியும் யாதொரு விக்கினமுமில்லாமல் நிறைவுற, இராமனைப் புகழ்ந்தான். இராமனும் தான் இனிச் செய்ய வேண்டிய காரியம் என்ன என்று கேட்க, முனிவர் அவன் செய்யவேண்டிய பெரிய காரியங்கள் உள்ளன என்றும், அவற்றைப் பின்னர் பார்த்துக் கொள்ளலாம் என்றும், அப்போது மிதிலை நகரத்தில் ஜனக மன்னன் செய்து வரும் யாகத்தைக் காணலாம் என்றும் கூறி இருவரையும் அழைத்துக் கொண்டு புறப்பட்டார்.

4. கால்வண்ண இராமன்

அகலிகை சாப விமோசனம்

இப்படிப் புறப்பட்ட முனிவரும், இராம இலக்குவரும் பல ஆறுகள், சோலைகளை எல்லாம் கடந்து மிதிலை நகரை வந்தடைந்தனர். கோட்டையின் அருகே வரும்போது, அங்கே கல்லுருவாயிருந்த அகலிகை இராமனது பாத தூசி படவே, தன் சாபம் நீங்கியவளாய்த் தனது சுய உருவை அடைந்தாள். அவள் கல்லுரு அடைந்த கதையை விசுவாமித்திரர் எடுத்துரைத்தார்;

'கௌதம முனிவரின் பத்தினியான அகலிகையின் கண்களாகிய வேல்களும், மன்மதன் சரங்களும் இந்திரன் மேல் பாய, காதலால் அறிவிழந்து, கௌதமர் அதிகாலையில் அகலிகையைப் பிரியும்படி செய்தான். அந்நேரம் அவரின் வடிவம் தாங்கிய இந்திரன் ஆசிரமத்தினுள் சென்று அகலிகையின் கற்பினைக் கெடுத்து விட்டான். வெளியே சென்ற கௌதமர் இந்திரனின் வஞ்சனையை அறிந்து திரும்பி வந்தார். அவரைக் கண்ட இந்திரன் பயந்து பூனை உருக்கொண்டு ஓடினான். சினம் கொண்ட கௌதமர் இந்திரனின் உடலில் ஆயிரம் மாதர்க்கு உள்ள அறிகுறி உண்டாகுமாறு சபித்தார். பின்னர் மாற்றானைக் கூடிய மனைவியைக் கல்லுருவாகும்படி சபித்தார். அதற்கு அகலிகை, தான் அறியாது பிழை செய்ததாகக் கூறி

சாபத் தீர்வினை வேண்டினாள். அப்போது கௌதமர், 'தயரத குமாரனாகிய இராமன் இங்கு வரும்போது அவன் பாத துளிகள் பட்ட மாத்திரத்தில் முன்னைய உருவம் பெறுவாய்' என்று கூறினார்.

இராமன் செறுநர்த் தேய்த்தலாக (துஷ்ட நிக்ரஹமாக) தாடகையை அழித்ததையும் உறுநர்த் தாங்கலாக (சிஷ்டபரிபாலனமாக) அகலிகைக்குச் சாப விமோசனம் அளித்ததையும் கண்ட விசுவாமித்திரர் பாராட்டினார்.

இவ்வண்ணம் நிகழ்ந்த வண்ணம்; இனி,இந்த உலகுக்கு எல்லாம்
உய்வண்ணம் அன்றி, மற்றுஓர் துயர் வண்ணம் உறுவது உண்டோ?
மைவண்ணத்து அரக்கி போரில் மழை வண்ணத்து அண்ணலே! உன்
கைவண்ணம் அங்குக் கண்டேன் கால்வண்ணம் இங்குக் கண்டேன்.

(மைவண்ணம் - மை போன்ற கருமை நிறம்; மழை வண்ணம் - நீலமேகத் திருமேனி)

அகலிகைக்கு இராமன் விடை கொடுக்க, அவனது பாதம் பணிந்து அவள் கௌதமரிடம் சேர்ந்தாள்.

5. பிரிந்து கூடிய இராமன்

சீதை பிறந்ததால் சிறந்த மிதிலை

மிதிலை நகரம் இலக்குமியாகிய சீதை, தான் செய்த தவத்தால் தன்னிடம் இருக்கிறாள் என்றும், திருமாலாகிய இராமன் அவளைத் திருமணம் செய்ய சீக்கிரம் வரவேண்டும் என்றும் கருதி தன் கோட்டை மதிலின்மீது பறக்கும் கொடிகளாகிய கைகளைநீட்டி அழைத்தது.

'மைஅறு மலரின் நீங்கி, யான்செய் மா தவத்தின் வந்து;
செய்யவள் இருந்தாள்' என்று, செழுமணிக் கொடிகள் என்னும்
கைகளை நீட்டி அந்தக் கடிநகர் கமலச் செங்கண்
ஐயனை, 'ஒல்லைவா!' என்று அழைப்பது போன்றது, அம்மா!

(மை அறு - குற்றமற்ற; செய்யவள் - இலக்குமி; கடிநகர் - காவல் உள்ள நகரம்; ஒல்லை -சீக்கிரம்) (79-1)

இத்தகைய அழைப்பினைப் பெற்ற இராமன், இலக்குவனுடனும், முனிவருடனும் சீதையாகிய இலக்குமி இருந்ததாலே பெருமை பெற்ற மிதிலை நகருக்குள் பிரவேசித்தான்.

ஆதரித்து அமுதில் கோல் தோய்த்து, 'அவயவம் அமைக்குந் தன்மை
யாது?' எனத் திகைக்கும் அல்லால், மதனற்கும், எழுத ஒண்ணாச்
சீதையைத் தருதலாலே, திருமகள் இருந்த செய்ய போது
எனப் பொலிந்து தோன்றும், பொன்மதில் மிதிலை புக்கார். (80-4)

சாளரம் தோறும் மாதர் முகச்சந்திரன்கள்

பொன்னும் மணியும் நிரம்பி வழியும் தெருக்களையும், மாடங்கள், ஆடக அரங்குகள், இவைகளையும் கடந்து செல்லும் இவர்களைச் சன்னல்கள் வழியாகப் பெண்கள் பார்த்தனர். சாளரம் தோறும் சந்திரன் உதித்ததுபோல அப்பெண்களுடைய முகங்கள் அழகுடன் விளங்கின.

வாளரம் பொருத வேலும், மன்மதன் சிலையும், வண்டின்
கேளொடு கிடந்த நீலச் சுருளும், செங்கிடையும், கொண்டு
நீள்இருங் களங்கம் நீக்கி, நிரைமணி மாட நெற்றிச்
சாளரம் தோறும் தோன்றும் சந்திர உதயம் கண்டார்.

(வாளரம் பொருத வேல் - கூரிய அரத்தினால் அராவப்பட்ட வேலாயுதம்; சிலை - வில்; செங்கிடை - சிவந்த நெட்டி; சாளரம் - பலகணி; வேல், சிலை, நீலச் சுருள். செங்கிடை, சந்திரன் முதலியன முறையே கண், புருவம், கூந்தல், உதடு, முகம் ஆகியவற்றைக் குறிக்கும்.) (81-14)

அண்ணலும் நோக்க, அவளும் நோக்கினாள்

இப்படியாக மிதிலை நகரத் தெருக்களின் வழியே சென்று கொண்டிருந்த முனிவரும், இராம, இலக்குவரும் கன்னி மாடத்து மேடை மீதிருந்து, அன்னங்கள் தடாகத்தில் விளையாடும் காட்சியைக் கண்டுகளித்துக் கொண்டிருந்த சீதையைக் கண்டனர். சீதை களிக்கின்ற கண்களோடு, கல்லும் புல்லும் கண்டு உருகும்படி, பெண்ணின் நலமெல்லாம் கனிந்த கனியாக நின்றாள்.

'கொல்லும் வேலும் கூற்றமும் என்னும் இவை எல்லாம்
வெல்லும் வெல்லும்' என்ன மதர்க்கும் விழி கொண்டாள்;
சொல்லும் தன்மைத்து அன்று அது; குன்றும் கவரும், திண்
கல்லும், புல்லும், கண்டு உருக, பெண்கனி நின்றாள்.

(மதர்க்கும் - மதம் கொண்டு களிக்கும்) (84-32)

உருவ அழகும், குண அழகும் ஒருங்கே வாய்ந்த சீதையும், இராமனும் ஒருவரையொருவர் பார்த்து விட்டனர். கண்கள் மட்டும் கலந்தன என்பதில்லை; உள்ளமும் ஒன்றையொன்று நாடிக்

கலந்துவிட்டன. ஒருவருடைய மனதிலே இன்னொருவர் மனது புகுந்து கொண்டுவிட்டது. பாற்கடலில் ஒன்றாயிருந்த திருமாலும், இலக்குமியும் தக்கவர் இடர் துடைப்பதற்காய்ப் பிரிந்தனர்; பாற் கடலில் பிரிந்தவர், மிதிலையில் கூடினர். கண்ணோடு கண்பேசிக் கொண்டதைத் தவிர வேறுபேச்சு நிகழவில்லை. பேச்சு எதற்கு?

கருங்கடல் பள்ளியில் கலவி நீங்கிப்போய்ப்
பிரிந்தவர் கூடினால், பேசல் வேண்டுமோ? (85-38)

கண்வழிப் புகுந்த காதல் நோய்

இத்தகைய காதலர்கள் கண்களால் பேசிக் கொண்டது இவர்களைத் தவிர ஒருவருக்கும் தெரியாது. இராமன் தம்பியோடும், முனிவரோடும் போய்விட்டான். சீதையோ வைத்தகண் வாங்காமல், அசைவற்று சித்திரப்பாவை போல் நின்றுவிட்டாள். சீதையின் கண் வட்டத்திலிருந்து இராமன் மறைந்த மாத்திரத்திலேயே அவளுடைய காதல்மிகுந்த மனம் என்னும் யானையும் அடங்காது இராமனோடு போகத் தொடங்கியது. அதை அடக்க மனவுறுதியாகிய அங்குசத்தை மாட்டி இழுத்தாள்; ம்; ஹூம்; யானை மதயானையாகி அங்குசத்தின் கொக்கியை நிமிரச் செய்துகொண்டு திமிறிப் போய்விட்டது.

பிரிந்தவர் கூடிய இன்பத்தைப் பேச முடியுமோ என்பதுபோல, பிரிந்தவர் கூடிப் பிரிந்த துன்பத்தையும் பேச முடியுமோ?

இந்தக் காதல் நோய் கண்வழியே புகுந்து சீதையின் உடம்பெங்கும் பரவி விட்டது - பாலில் விழுந்த மோர்த் துளியைப்போல, மண் வழியே நடந்துபோவது போல் போன இராமன் அவள் கண்வழியே நுழைந்து பெண்மை நலத்தை, நாணத்தை எல்லாம் எழுதிக்காட்ட முடியாத அழகுடைய சீதை உள்ளம் கவர்ந்த கள்வனாகி விட்டான். இப்படி உள்ளம் கவர்ந்த கள்வனின் மேனியழகு இவள் கண்முன் வந்தது படிப்படியாக!

இந்திர நீலம் ஒத்து இருண்ட குஞ்சியும்
சந்திர வதனமும், தாழ்ந்த கைகளும்,
சுந்தர மணிவரைத் தோளுமே, அல;
முந்தி, என் உயிரை, அம் முறுவல் உண்டதே!

(இந்திர நீலம் - சிறந்த நீலமணி வகை; குஞ்சி - தலைமுடி; மணிவரை - நீலமணி மலை; முறுவல் - புன்சிரிப்பு) (87-57)

சீதையைக் கவர்ந்து அவள் உயிரையே குடித்தது எது, தெரியுமோ? இராமனின் கருமை நிறத் தலைமுடியோ, திங்கள் முகமோ, நீண்ட

கைகளோ, நீலமேக சியாமள வண்ணப்புயங்களோ அல்லவாம்! அவனுடைய புன்முறுவல் ஒன்றே அவளை ஆட்கொண்டு விட்டதாம்! அதற்குப் பிறகு உயிர் இருந்தால் அல்லவா, மீதி அங்க அழகுகளை ரசிக்க?

சதானந்தர் உரைத்த விசுவாமித்திரர் வரலாறு

இப்படியாக இராமனை சீதை உருவெளித் தோற்றத்திலே கண்டு கண்டு வருந்தினாள். அப்போது முனிவரும், இராம, இலக்குவரும் சனக மன்னனைக் காண, அவன் உபசரித்து, சிறந்த மாளிகை ஒன்றில் தங்கச் செய்தான். அங்கே கௌதம முனிவருடைய புதல்வரான சதானந்தர் வந்தார். அவரிடம் விசுவாமித்திரர் இராமன் தாடகையை வதம் செய்து தம் வேள்வியை நிறைவேற்றியதையும், சதானந்தரின் தாயாகிய அகலிகையின் சாபம் விமோசனம் ஆனதையும் எடுத்துக்கூறி இராமன் பெருமையைப் பாராட்டினார்.

இதைக் கேட்ட சதானந்தன், 'விசுவாமித்திரரின் அருளைப் பெற்ற வீரர்களுக்கு செய்வதற்கு அரிய காரியம் என்று எதுவும் உண்டா?' என்று பாராட்டி விட்டு, இராமனுக்கு விசுவாமித்திரரின் பெருமையை எடுத்துரைத்தான். அவர் அரசராயிருந்தது, வசிட்டரிடம் காமதேனுவைக் கேட்டு அவர் கொடாததால் அவரோடு பகைமை கொண்டு போர் செய்தது, விசுவாமித்திரரது படைவலிமை எல்லாம் வசிட்டர் தவமகிமையின் முன்னால் வலியற்றுப் போனது, பின்னர் அவரும் எஞ்சாத பலம் அடையத் தவம் செய்தது, தேவர்கள், அவர் தவ மகிமையை உணர்ந்து அவரைப் பிரும்ம ரிஷியாக்கியது ஆகிய எல்லாவற்றையும் விரிவாக எடுத்துரைத்து அவரிடம் வித்தை பயிலும் பாக்கியம் பெற்ற இராமனையும் வாழ்த்திப் பேசினார்.

இராமன் சீதையை நினைந்துருகுதல்

இராமனைப் பிரிந்து சீதைதான் தாபத்தால் வருத்தமுற்றாளா? இல்லை, இராமனும் அவ்வாறே அவளைக் கண்டு, பின் பிரிந்ததால் ஏக்கம் அடைந்தான். அன்று இரவெல்லாம் அவள் நினைவு அவனை வாட்டியது. சீதையை நினைந்து நினைந்து சிந்தை நொந்து இராமனது உள்ளத்தில் ஒரு சந்தேகம் உண்டாயிற்று. 'கன்னிமாடத்துக் கண்ட பெண் கன்னியா? அல்லது மணம் முடித்த மங்கையா? ஒரு நாளும் தவறான வழியில் செல்லாத என் மனம் இன்றும் தவறான வழியில் செல்லாது. ஒருபோதும் அவள் மணம் முடித்தவளாயிருக்க முடியாது. அவள் கன்னியே!' என்றெல்லாம் நினைத்தான் இராமன்.

சூரியோதயம்

இரவு கழிந்தது; பொழுதும் உலர்ந்தது; சூரியனும் உதித்தான்.

எண்ணரிய மறையினோடு கின்னரர்கள்
 இசைபாட, உலகம் ஏத்த,
விண்ணவரும் முனிவர்களும், வேதியரும்
 கரம் குவிப்ப, வேலை என்னும்
மண்ணும் மணி முழவு அதிர, வான் அரங்கில்
 நடம்புரி வாள் இரவியான
கண்ணுதல் வானவன் கனகச் சடை விரிந்தால்
 என, விரிந்த கதிர்கள் எல்லாம்.

(மண்ணும்மணி முழவு - மார்ச்சனை பூசப்பட்ட அழகிய மத்தளம்; மண் - மத்தளத்திற்கு பூசப்பெறும் மாப்பசை; வாள் இரவி - ஒளி பொருந்திய சூரியன்; கண்ணுதல் வானவன் - (நெற்றியிலே ஒரு கண் உள்ள) தேவன் ஆகிய சிவன்; கனகச் சடை - பொன்நிறச் சடை) (102 -153)

சூரியோதயத்தில் நித்திரை நீங்கி எழுந்த இராமன் காலைக் கடன்களை முடித்து, முனிவருடனும் இலக்குவனுடனும் வேள்விச் சாலை சென்றான். சனகன் வேள்வி முடிந்ததும், சபா மண்டபத்திற்குச் சென்று, தன் பக்கத்திலே இராம இலக்குவரை இருக்கச் செய்து, விசுவாமித்திரரை வணங்கி, அவர்கள் யாவர் என்று சொல்லும்படி வேண்டினான். முனிவரும் அவர்கள் இரகுகுலப் பெருமையை பேசத்தொடங்கினார்.

6. இரவி குல இராமன்

குல முதல்வன் மனு

சனகன் இராமஇலக்குவர்களைப் பற்றி அறிய வேண்டி, விசுவாமித்திரர் சொல்கிறார்: ‘இவர்கள் விருந்தினர்கள்; உன்னுடைய வேள்வியைக் காண வந்தனர்; வில்லும் காண்பர்; மாட்சிமை பொருந்திய தயரத சக்கரவர்த்தியின் புதல்வர்கள்’ இப்படி ஆரம்பித்தவர், இராமனுடைய குல முன்னோர்களைப் பற்றிச் சொல்லத் தொடங்கினர். குலம் சொல்லிக் கோத்திரம் சொல்லித் தானே கொள்வனவும் கொடுப்பனவும்?

முதல் முதல் அந்தக் குலத்தின் ஆதிபுருஷனும், சூரிய புத்திரனுமாகிய மனுவை ‘ஆதித்தன் குல முதல்வன் மனுவினை யார் அறியாதார்?’

என்றார். படைப்புத் தொழிலைத் தொடங்கிய பிரம்ம தேவன், தன் மனத்தால் ஒன்பதின்மரை தோற்றுவித்தான்.; இவர்கள் பிரமனுக்கு உதவியாய் இருந்ததால் 'உபப் பிரமர்' என்றும், 'பிரஜாபதி' (பிரம்மா) என்றும் வழங்கப் பெற்றனர். இவர்களுள் தட்சப் பிரஜாபதியின் மகளான அதிதி என்பவள் மரீசிப் பிரஜாபதியின் மகனான காசிப முனிவரின் மனைவியருள் ஒருத்தி. இவளிடம் 'விவஸ்வான்' என்ற பெயருள்ள சூரியனும், மற்றையத் தேவர்கள் பலரும் தோன்றினர். அதிதியின் முதற் புலவனான சூரியனுக்கு 'ஆதித்தன்' என்று பெயர் வழங்கலாயிற்று. விவஸ்வான் என்ற சூரியன் புதல்வன் மனு. இவன் வைவசுத மனு எனப்படுவான். இவனே இராமனது வமிசத்திற்கு முதல்வன்.

மனு முதல் தொடங்கி தயரதன் வரை பதினேழு சூரியகுல அரசர்களைப் பற்றி விசுவாமித்திரர் குறிப்பிட்டுச் சொன்னார்.

பிருது சக்கரவர்த்தி தன் பெயரால் பூமியே 'பிருதுவி' என்று பெயர் பெறும்படி, மக்களுக்குப் பணிசெய்து உயர்ந்தான்.

அணி அரங்கம் தந்த இட்சுவாகு

சூரியகுலமே இட்சுவாகு குலம் என்று தன் பெயராலேயே குலம் விளங்கும்படியான பெருமைக்குரியவன் இட்சுவாகு சக்கரவர்த்தி. இவன் பிரமனைக் குறித்து நீண்ட நாள் தவம் செய்து, பிரமனிடத்து வரம் கேட்டு, அவன் பூஜித்து வந்த அரங்கநாதனையும் விமானத்துடனேயே பெற்று பூமிக்கு வந்து அயோத்தியில் பிரதிட்டை செய்தான். அது முதல் சூரிய குலத்தவர்க்கு ரங்கநாதனே இஷ்ட (வழிபடு) தெய்வமாக இராமன் காலம் வரை விளங்கி வந்தான்.

(இராமன் முடிசூடிய பின் ரங்கநாதப் பெருமானை வீடணனுக்கு இராமன் அளிக்க, இலங்கைக்கு வீடணன் எடுத்துச் செல்லும்போது, வழியில் காவேரியில் இடைப்பட்ட, தீவில் நிலையாக நின்று திருவரங்கமாகக் கோயில் கொண்டு விட்டானாம்.)

> பிணி அரங்க, வினை அகல, பெருங்காலம் தவம் பேணி
> மணி அரங்கு நெடு முடியாய்! - மலர் அயனே வழிபட்ட,
> பணி அரங்கப் பெரும் பாயற் பரஞ்சுடரை யாம் காண
> அணி அரங்கம் தந்தானை அறியாதார் அறியாதார்!
>
> *(பிணி அரங்க - பிணி கெட; மணி அரங்கு - மணிகள் அழுந்திய; பணி அரங்கம் - பாம்பாகிய இடம்) (103-2)*

காகுத்தன்

இட்சுவாகுவின் புதல்வனான சசாதனின் புதல்வன் புரஞ்சயன் காலத்திலே, தேவர்க்கும் அசுரர்க்கும் போர்மூள, இந்திரன் போருக்கு ஆற்றானாகித் திருமாலிடம் சரண்புக, அப்பெருமான் 'யாம் பூமியிலே புரஞ்சயன் என்னும் அரசனாக வந்து, அவன் மூலமாக உனக்கு வெற்றி தேடித் தருவோம், அவனைத் துணை கொள்க' என உரைக்க, அவ்வாறே புரஞ்சயனை அணுகி, உதவி வேண்டினான். இந்திரன் எருது உருவம் கொண்டு புரஞ்சயன் போர் செய்யப்போகும்போது வாகனமாகி நின்றான். எருதின் திமில் மேல் அமர்ந்து அசுரரோடு புரஞ்சயன் போர் செய்து வென்றான். இதனால் இவனுக்கு 'இந்திர வாகனன்' என்றும் 'ககுத்ஸ்தன்' என்றும் (ககுத்-முகப்பு; ஸ்தன் -இடம்: தமிழில் காகுத்தன்) காரணப் பெயர்கள் உண்டாயின.

புலியும் மானும் ஒரு துறையில்

பொதுவாக இராமனுடைய முன்னோர்களின் பெருமையைத் தம்மாலும் அளவிட்டுச் சொல்ல முடியாது என்று கூறிய விசுவாமித்திரர் மாந்தாதா என்ற அரசனின் தருமத்தையும் நீதி பரிபாலனத்தையும் பாராட்டினார்.

> புலிப்போத்தும் புல்வாயும் ஒரு துறையில் நீர் உண்ண,
> உலகு ஆண்டான் உளன் ஒருவன்
>
> *(புலிப்போத்து - ஆண் புலி; புல்வாய் - கலைமான்) (104-5)*

வலியவர் எளியவரை வருத்தாதபடி அன்பும் அருளும் தலையெடுத்து, எங்கும் எவரும் தலை நிமிர்ந்து நடக்கும்படியான நீதியான அரசாட்சி செய்தவன் மாந்தாதா. அதனாலேதான் பரம வைரிகளான புலியும், மானும் ஒரு துறையிலே நீர் அருந்த முடிந்தது!

இன்னொரு முன்னவனான முசுகுந்தச் சக்கரவர்த்தி தேவாசுரப் போரிலே, தேவர்களைக் காக்க, விண்ணுலகம் சென்று அசுரரோடு போரிட்டு அவர்களை ஓட்டி, இந்திரனுக்குத் துணையாக நெடுங்காலம் இந்திரனின் தலைநகராகிய அமராவதியிலே தங்கியிருந்து அசுரர் பயம் நீக்கிய பெருமைக்குரியவன்.

சிபி

அடுத்தபடியாகக் குறிப்பிடத் தகுந்தவன் ஒரு புறாவின் உயிருக்காகத் தன்னுயிரையே வழங்கிய சிபிச் சக்கரவர்த்தி. ஒரு சிறு புறாவைப் பெரும் பருந்து ஒன்று துரத்தி வந்தது. சக்கரவர்த்தி புறாவிற்கு அபயம்

அளிக்க, 'எனக்கு இரை வேண்டாமா?' என்று பருந்து வழக்காடியது. உடனே சிபி அந்தப் புறாவின் எடை அளவுக்குத் தன் உடம்பிலிருந்து சதையை அறுத்துக் கொடுக்கச் சம்மதித்தான். ஆனால், என்ன ஆச்சர்யம்! உறுப்புக்களை எல்லாம் ஒவ்வொன்றாக அறுத்து வைத்ததும், தராசுத் தட்டு சமமாகவில்லையாம்! முடிவில், சக்கரவர்த்தி தானே அந்தத் தட்டில் ஏறி நின்று எடையை நிறைத்துப் பருந்துக்கு விருந்தாகத் துணிந்தானாம்.

சகரர்

மற்றொரு முன்னவரான சகரரால் தோண்டப் பெற்றதால் 'சாகரம்' என்றே கடல் குறிக்கப்பெறும் அளவிற்கு மலைகளால் மேடாகவும், அடிவாரத்தால் பள்ளமாகவும் கிடந்த நிலப்பரப்பை சீர்செய்த லோகோபகாரியான சகர புத்திரர்கள் குறிப்பிடத்தகுந்தவர்.

பகீரதன்

விண்ணுக்கடங்காமல், மண்ணுக்கடங்காமல், யாருக்கும் அடங்காமல் செருக்குற்றிருந்த வான் நதியாகிய கங்கையை மிகப் பெரும் பிரயத்தனம் செய்து இறைவன் சடாமகுடத்துக்குள் அடக்கிக் கொண்டு வந்த பகீரதனும் குறிப்பிடத்தகுந்த குல முதல்வன்.

மற்றும் பாற்கடலை மந்தர மலையாற் கடைந்து அமுதம் எடுத்துத் தந்தவன்; இந்திரனுக்குப் பயம் உண்டாகும்படி செய்தற்கரிய வேள்வி ஒரு நூறும் செய்தவன்; சந்திரனைப் போரில் வென்றவன்; 'ரகு வம்சம்' என்றே சூரிய குலம் பெயர் பெறும்படிச் சிறப்புற ஆண்ட அரசன் ரகு; இந்துமதியைச் சுயம்வரத்தில் கொண்ட அஜ மஹாராஜன் என்று பதினாறு அரசர்களின் பெருமையை எடுத்துரைத்தார் விசுவாமித்திரர். இப்படிப்பட்ட குலத்தில் வந்த அஜன் அல்லது அயனின் புதல்வர் தயரதன். தனு அன்றித் துணையில்லாதவன் என்றாலும், தருமத்தையே கவசமாக உடைய தயரதன் பிள்ளைப்பேறு இன்றி வருந்தியதையும், கலைக்கோட்டு முனிவரருளால் புத்திர காமேட்டி யாகம் செய்து நான்கு புதல்வர்களைப் பெற்ற வரலாற்றையும் பூர்த்தியாகச் சொல்லி முடித்தார் விசுவாமித்திரர்.

பிறகு தனது வேள்விக்கு இடையூறு செய்த அரக்கர்களையும் தாடகையையும் அழித்திட தயரதனிடம் வேண்டி இராமனை இலக்குவனுடன் பெற்று வந்ததையும், இராமனது புயவலியால் தாடகையும் சுபாகுவும் அழிந்ததையும், இராமன் பாத தூளி பட்டதால் அகலிகை சாப விமோசனம் பெற்றதையும் கூறி, குலமுறை கிளத்தினார்.

7. வில்லொடித்தான் இராமன்

வந்தது வில்!

இராமனது பேரழகைக் கண்ணால் பருகிக் களித்த சனகனுக்கு விசுவாமித்திரர் வாயிலாக இராமனின் புயவலியும் குணவழகும் தெரிய நேர்ந்தது. உடனே இப்படிப்பட்ட அழகு வாய்ந்த வீரன் தன் மகள் சீதைக்கு மணாளனாகக் கிடைத்தால் எவ்வளவு பெரிய பேறு என்று அத்தந்தையின் மனம் எண்ணத் தொடங்கிற்று. வேள்வியைக் காண வந்தவன், வில்லுங் காண்பான் என்று விசுவாமித்திரர் இராமனை அறிமுகம் செய்தது நினைவுக்கு வரவே, அப்படியே 'இந்த இராமன் வில்லை நாணேற்றி வளைத்துவிட்டால் சீதை துயர் தீர்வாளே' என்ற எண்ணம் உண்டாயிற்று சனகனுக்கு.

உடனே ஏவலாளர்களை அழைத்து வில்லைக் கொண்டு வரும்படி ஆணையிட்டான். இவ்வளவு அழகான வீரனாகிய இராமன் தன் மகளை மணப்பதற்கு இந்த வில் அல்லவா இடையூறாய் இடையே நிற்கிறது என்று மனந் தடுமாறினான். சனகன் உள்ளத்தில் எழும் சிந்தனைகளை ஊகித்துணர்ந்த, சதானந்தர் அந்த வில்லின் பெருமையையும், அது சனகனிடம் வந்த வரலாற்றையும் சொல்லத் தொடங்கினார்.

வில்லின் கதை

'தட்சனின் மகளான உமாதேவி, தட்சன் சிவனுக்கு அவிர்ப்பாகம் கொடாமல் நடத்திய யாகத்தைக் காண வந்தாள். அவளை தட்சன் அவமதித்தான். தனக்கு மரியாதை கொடுக்காதபோது கோபம் கொள்ளாத சிவன், தன்னில் ஒரு பாதியான உமையை தட்சன் இகழ்ந்ததை அறிந்ததும் பெருங்கோபம் கொண்டான். அந்தக் கோபத்திலே உதித்த வீரபத்திரர் இந்த வில்லைத் தூக்கிக் கொண்டு புறப்பட்டார். தட்சனையும் அவனுக்குத் துணையாயிருந்த தேவர்களை எல்லாம் முறியடித்து விரட்டினார். தட்சனுடைய யாக குண்டத் தழல் ஆறிக் குளிர்ந்தது; சிவன் கோபத் தழலும் ஆறிக் குளிர்ந்தது.

அந்த யாகத்திற்கு உதவிய தேவர்களை மன்னித்து அருள்புரிந்தார். இருந்தாலும் தேவர்கள் நடுங்கிக் கொண்டே இருந்தார்கள். காரணம், இந்த வில் தான்! எனவே இந்த வில்லை சனகனது முன்னோன் ஒருவனிடம் கொடுத்து வைத்தார். இப்படிப் பரம்பரையாகக் கிடைத்தது இந்த வில் சனகனுக்கு.'

கொழுமுனையில் தோன்றிய குழந்தை

‘சனகனும் அவனைச் சார்ந்தவர்களும் யாகம் செய்ய நிலத்தை உழுதார்கள். வில்லைப் பிடிக்க வேண்டிய கையில் கலப்பைப் பிடித்து உழுதனர். யாகத்திற்காக ரத்தினம் பதித்த பொற் கலப்பையால் உழுதனர். அப்போது ஒரு அதிசயம் நிகழ்ந்தது. அந்தக் கொழுவின் முனையிலே ஒரு சூரியோதயம் உண்டாயிற்று. ஆமாம், உழுத கொழுவின் முனையிலே, செம்பொன் நிறமுடைய உதயசூரியன் போல ஒளிவீசுகின்ற பூமிதேவியின் உருவம் வெளிப்பட்டாற்போல, பாற்கடலில் உண்டாகிய அமுதத்துடன் தோன்றிய இலக்குமியும் தன் அழகு தாழ்வுற்று நாணி எதிர் நிற்க மாட்டாமல் ஒருபுறம் ஒதுங்கி நின்று வணங்கும்படியான மிகுந்த அழகுடைய பெண்ணரசியான சீதை தோன்றினாள்.’

உழுகின்ற கொழுமுகத்தின், உதிக்கின்ற கதிரின் ஒளி
பொழிகின்ற, புவிமடந்தை திரு வெளிப்பட்டென, புணரி
எழுகின்ற தெள் அமுதோடும் எழுந்தவளும் இழிந்து ஒதுங்கித்
தொழுகின்ற நல்நலத்துப் பெண் அரசி தோன்றினாள்.

(புணரி - கடல்) (110-170)

சீதையின் ரூப சௌந்தர்யத்தையே சொல்ல முடியாமல் சொல்லிக் காட்டிய சதானந்தர் குண சௌந்தர்யத்தையும் தொட்டுக் காட்டினார்.

பூக்கிளையைச் சேர்ந்திருக்கும் பூக்களே மலர்ச்சியோடு இருப்பதைப்போல, குணங்களும் சீதை என்ற பூங்கொம்பைச் சேர்ந்து மலர்ச்சி பெற்றன. குணங்கள் எல்லாம் ‘நான் முந்தி! நான் முந்தி!’ என்று போட்டிப் போட்டுக்கொண்டு ‘என்னைக் கொள்ள வேண்டும், என்னைக் கொள்ள வேண்டும்’ என்று சீதையிடம் வந்து சேர்ந்தன. ஏனைய மாதர் தாம் செய்த தவத்தினால் அழகைப் பெற்றிருக்க, அழகு இவளைத் தவஞ்செய்து பெற்றது. கங்கா நதி ஆகாயத்திலிருந்து பூமியில் இறங்கித் தோன்றினதும், அழகழிந்த மற்ற ஆறுகள்போல, இவள் பூமிக்குள்ளிருந்து வெளிப்பட்டுத் தோன்றினவுடனே பிற மாதர்கள் அழகு குறைந்து தோன்றினர்.

குணங்களை என் கூறுவது? கொம்பினைச் சேர்ந்து அவை உய்யப்
பிணங்குவன; அழகு, இவளைத் தவம் செய்து பெற்றது காண்;
கணங் குழையாள் எழுந்ததற்பின், கதிர் வானில் கங்கை எனும்
அணங்கு இழியப் பொழிவு இழந்த ஆறு ஒத்தார் வேறு உற்றார்.

(பிணங்குவன - நீயோ நானோ முற்பட்டுச் சேர்வது என்று சண்டையிட்டுக் கொண்டு வந்து விழுந்தன; கணங்குழை - திரட்சியான குண்டலம்; அணங்கு - தெய்வப்பெண்) (110-18)

இப்படிப்பட்ட திருமகளை, மன்னர் எல்லோரும் காதலித்து மணம் பேச வந்தனர். ஆகவே 'இந்த வில்லை நாணேற்றி வளைத்தவர்களே இவளை மணக்கத் தகுதி உடையவர்' என்று சனகன் அறிவித்தான். ஆனால் எந்த மன்னராலும் வில்லை வளைக்க முடியவில்லை. இவளுக்குத் திருமணம் ஆகாது என்றே இருந்தார்.

எடுத்தது கண்டனர்

இவ்வாறு சதானந்தர் கூறியதை எல்லாம் விசுவாமித்திரர் கேட்டார். இராமனின் வலிமையில் மிகுந்த நம்பிக்கை கொண்ட அவர் பெருமிதத்துடன் இராமனை ஏறிட்டு நோக்கினார். உடனே இராமனும் முனிவர் நினைத்ததை யெல்லாம் குறிப்பால் உணர்ந்து கொண்டு, அவ்வில்லை நோக்கினான். ஓம குண்டத்திலே சொரிந்த நெய்யாகிய ஆகுதி வீழ்ந்த இடத்தினின்று அந்த நெய் விழுந்த வழியே ஓங்கி எழுகின்ற ஓமத்தீபோல இராமன் எழுந்தான்! 'அழிந்தது வில்' என்று முனிவர்கள், தேவர்கள் ஆர்ப்பரித்தார்கள்; வாழ்த்தினார்கள்.

இராமன் அந்த வில்லை ஒடிக்குமுன், அவன் மீது நேயம் கொண்ட மாதர்கள் ஒவ்வொருவர் நெஞ்சிலும் அளவிறந்த அம்புகளை எய்து மன்மதன் ஆயிரம் விற்களை ஒடித்தான். 'சீதையை இராமனுக்கு மணம் முடித்துக் கொடுக்க விரும்பினால் 'இந்தா பிடி' என்று சீதையைப் பிடித்து இராமனிடம் கொடுத்து மணத்தை முடிக்காமல், இத்தகைய வில்லை எடுத்து இந்தச் சிறு பிள்ளை முன் இட்டது எவ்வளவு அறிவற்ற காரியம்!' என்று பலவாறு பேச ஆரம்பித்தனர்.

இப்படி இராமனது இளமையையும், வில்லினது வலிமையையும் சிந்தித்துக் கொண்டிருக்கும்போதே, இராமன் எழுந்தான். வில்லருகே சென்றான்; சீதைக்குத் தான் அணிவிக்கப் போகும் மணமாலையை எவ்வளவு எளிதாகவும், ஏற்றத்துடனும் எடுப்பானோ அப்படியே வில்லை எடுத்தான்.

இற்றது கேட்டனர்

வில்லை எடுத்ததைத்தான் சபையில் உள்ளவர்கள் பார்த்தார்கள்; உடனே வில்லொடிந்த பேரொலியைத்தான் அவர்கள் கேட்டார்கள். வில்லைக் கையிலே எடுத்து இராமன், வில்லின் முனையைக் காலின் பெரு விரலினால் எப்படி அழுத்தினான் என்பதையும், எப்படி வில்லை வளைத்து நாணை மற்றொரு முனையில் பூட்டினான் என்பதையும், ஒருவரும் பார்க்கவில்லை. அவ்வளவு விரைவிலே வில்லொடிந்து விட்டது. வில்லொடிந்த ஓசை மூன்று

உலகங்களிலும் ஒலித்தது. இனி சீதா கல்யாணம் நிறைவேறும் என்று எல்லோரும் குதூகலித்தார்கள்.

சிந்தையுள் மிகுந்த மகிழ்ச்சி

சனகனது அரச அவையிலே இப்படிப்பட்ட காரியம் நிகழ்ந்து கொண்டிருந்தபோது சீதை தன் கன்னி மாடத்திலிருந்து முன்னர்க் கண்ட கரிய மேனி அழகனையே நினைந்து, நினைந்து புலம்புகிறாள். இராமன் ஏந்திய வில், அந்த வில்லை ஏந்திய கைகள், அம்புப் புட்டிலைத் தாங்கிய தோள்கள், அகன்ற மார்பு முதலிய ரூப சௌந்தர்யத்தில் உள்ளம் பறி கொடுத்து தவித்தாள்.

நாண் உலாவு மேருவோடு நாண் உலாவு பாணியும்
தூண் உலாவு தோளும், வாளியூடு உலாவு தூணியும்
வாள்நிலாவின் நூல்உலாவும் மாலைமார்பும், மீளவும்
காணல் ஆகும்? ஆகின், ஆவி காணல் ஆகுமே கொலாம்

(நாண் - வில் நாண்; மேரு - (இங்கே) மேரு மலை போன்ற பெரிய, வலிய வில்; பாணி - கை; வாளி - அம்பு; ஊடு - உள்ளே; தூணி - அம்புக்கூடு; உலாவு - பூண்ட, பொருந்திய, போன்ற, நிறைந்த, அசைகின்ற) (114-47)

சீதை உள்ளம் இப்படி நைந்து விம்மி விம்மி இரங்கி ஏங்கிக் கொண்டிருக்க, இராமன் வில்லொடித்ததை நேரில் பார்த்த தோழி நீல மாலை, சீதையிடம் ஓடோடி வந்தாள். கழுத்திலே கிடக்கும் ரத்தின மாலைகளும் , காதணிகளும் வானவில்லைப் போல ஒளிவீச, மின்னலைப் போலப் பாய்ந்து வந்தாள். அவ்வளவு அவசரம்; அவிழ்ந்த கூந்தலை எடுத்துக் கட்டிக் கொள்ளவும் நேரமில்லை. குலைந்த ஆடையைச் சீராக்கவும் தோன்றவில்லை. வந்த தோழி வழக்கப்படி சீதையை வணங்காமலேயே ஆர்ப்பரித்தாள். 'இன்னது செய்கிறோம்' என்று தெரியாமலேயே ஆடினாள்; பாடினாள்; 'சுந்தரி' என்று சீதை அவளை அழைத்து சிந்தையுள் மகிழ்ச்சி புகச் செய்த சேதி என்ன?' என்றதும் தான் சொல்லத் தொடங்கினாள், நினைவு தெளிந்து, வணங்கி.

முனிவருடன் வந்த அரசிளங்குமரரில் மூத்தவனான இராமன் வில்லை முறித்தான் என்று நீலமாலை சொல்லிய சந்தோஷச் செய்தியைக் கேட்டதும் சீதையின் எண்ணங்கள் எங்கோ பறந்தன. வில்லொடித்த வீரன் தான் முன்பு கன்னிமாடத்திலிருந்து கண்டு காதலித்த வீரன் தானா? அல்லது வேறு எவரோ? முனிவருடன் வந்தவன் என்றதாலும், தாமரைக் கண்ணினான் என்றதாலும் அவனே தன் உள்ளங் கவர் கள்வன் என்று ஐயம் நீங்கி மகிழ்ந்தாள். சீதையின்

நிலைமை இவ்வாறிருக்க சனகன் இராமன் வில் ஒடித்ததனால் மகிழ்ச்சி அடைந்து விசுவாமித்திரரரிடம் மிகுந்த அவசரத்தோடு கேட்டான்; ‘தந்தையாகிய தாங்கள் இருக்கும்போது அந்தத் தயரதச் சக்கரவர்த்தியையும் அழைக்க வேண்டுமா? அல்லது இன்றே விரைவாகத் திருமணத்தை முடித்துக்கொண்டு செய்தி தெரிவித்தால் போதுமா? தங்களிஷ்டப்படி செய்யலாம்’ என, விசுவாமித்திரரோ தயரதனும் வந்த பின் திருமணம் செய்தலே நல்லதென, அவ்விதமே தயரதனுக்குத் திருமண ஓலை கொடுத்துத் தூது அனுப்பினார்.

8. சூழ வந்த சுற்றத்து இராமன்

திருமணச் செய்தி

சனகனது தூதர் அயோத்திக்குக் காற்றைப்போல் விரைந்து போயினர். அங்கே அரண்மனை வாசலிலே கிரீடத்தோடு கிரீடம் மோதித் தாக்கி உரசிக் கொண்டிருந்தன; ஆம்; உள்ளே போக இடம் இல்லாத அளவுக்குச் சக்கரவர்த்தி தயரதனின் பாதங்களை வணங்கக் காத்திருந்த மன்னர்களின் மகுடங்கள் ஒன்றோடொன்று மோதிக் கொண்டன.

அடிஇணை தொழஇடம்இன்றி, மன்னர்தம்
முடியொடு முடிபொரு வாயில் முன்னினார் (117-1)

அந்த அரசர்களையும் நெட்டித் தள்ளிக் கொண்டு உள்ளே போன சனகன் தூதர்கள் முறைப்படி தயரதனைத் தொழுது, புகழ்ந்து இராம இலக்குவர்கள் தயரதனைப் பிரிந்து போனபின்பு நடந்த அரிய செயல்களை எல்லாம் விவரித்துக் கூறினர்; பின்னர் திருமண ஓலையைக் கொடுத்தனர். அந்த ஓலையை அதற்கென்றே நியமிக்கப் பெற்றுள்ள ஒரு அறிஞன் பெற்றுக் கொண்டு சக்கரவர்த்தி, ‘வாசி’ என்ற கட்டளை இட்டபின் வாசித்தான். பனை ஓலையில் எழுதப் பெற்றிருந்த அந்தத் திருமுகத்தில் இராமனின் வில்லாற்றல் அபாரமாகப் புகழப் பெற்றிருந்தது. அதைக் கேட்டதும் தயரதன் அளவற்ற பூரிப்படைந்தான்.

உடனே தயரதனுக்கு அண்மையில் அவன் கேட்ட இடிமுழக்கம் ஒன்று ஞாபகத்திற்கு வந்தது. அன்றைய தினம் அவன் கேட்டது இடியோசை அன்று, இராமன் முறித்த வில்லின் பேரோசை தான் என்று தயரதன் தெளிந்தான். தயரதன் மகிழ்ந்து தூதருக்கு ஆடை

ஆபரணங்களை அள்ளிப் பரிசாக வழங்கினான். பின் தன் சிற்றரசரும் சேனையும் முன்னதாக மிதிலைக்குச் செல்லும்படி கட்டளையிட்டான். அந்த நல்ல திருமணச் சேதியை யானைமேல் முரசறைந்து எல்லோருக்கும் அறிவித்தனர். முரசொலி காதில் விழுந்ததும் படை வீரர்களும், அரசர்களும் ஆடவரும், பெண்டிரும் அளவற்ற மகிழ்ச்சி அடைந்து மிதிலைக்குப் புறப்பட்டனர்.

சேனைகள் புறப்படுதல்

தன் இடத்தை விட்டுப் பெயர்ந்து பொங்கி எழுந்த கடல்போல, சக்கரவர்த்தியின் சேனை வெள்ளமும், குதூகலமாகப் புறப்பட்டது. அந்தச் சேனையின் மேலாக விரிந்த வெண்குடைகள், சிறை விரித்துப் பறக்கும் அன்னப் பறவைகள் போன்றிருந்தன; ஆகாயமளவு உயர்த்திப் பிடிக்கப்பட்ட கொடிகளில் தொங்கும் சீலைகள் ஆகயமே தோலுரித்து தொங்கினாற்போல இருந்தன. இடையிடையே விரிந்து ஓங்கிய குடைகள், பரந்து பறக்கும் கொடிகள், முழங்கிடும் பேரிகைகள், உலகம் சிறிதிடமே உடையது என்று சொல்லும்படியாக நெருங்கிய தேர்க்கூட்டம், தடக்கரைகளில் உள்ள மரங்களைத் தடையாக உள்ளன என்று கருதி முறித்தும் சாய்த்தும் அவற்றின்மீது உரசியும் செல்லும் யானைக் கூட்டங்கள், விலைமாதர் மனம் போல ஒரு நிலை கொள்ளாது தாவித்தாவிச் சென்றாலும் பேய்களின் தன்மைபோல நிலத்தில் கால் மிதிபடவே இல்லையே என்று வியக்கும்படிக் கால் பாவாதது போலப் பாய்ந்து சென்ற குதிரைகள் - இப்படி எத்தனை எத்தனையோ விதமான சேனைகள்.

சூருடை நிலை என, தோய்ந்தும் தோய்கிலா
வாருடை வனமுலை மகளிர் சிந்தைபோல,
தாரொடும் சதியொடும் தாவும் ஆயினும்,
பாரிடை மிதித்தல - பரியின் பந்தியே

(சூர் - பேய்; தோய்ந்தும் தோய்கிலா - உடம்பாலே சேர்ந்தும் மனத்தால் சேராத; தார் - கிண்கிணிமாலை; சதி - தாளம்; பரியின் பந்தி - குதிரை வரிசைகள்) (120-20)

இராமனின் திருமணத்தைக் காண புறப்பட்ட கூட்டத்தின் அளவைப் பற்றி ஒரு வரியில் சொல்லவேண்டுமா? தயரதன் மிதிலைக்குச் செல்ல தனது இருக்கையை விட்டு எழவே இல்லை. அதன் முன்பே அவன் கட்டளைப்படி அயோத்தியிலிருந்து மிதிலைக்குப் புறப்பட்ட சேனையின் முன்னணி முனைசென்று மிதிலையை அடைந்து விட்டது. இந்தக் கூட்டம் இப்படி நீண்டது மட்டுமின்றி, நெருங்கிப் பார்த்தால் ஓர் உழுந்து இடக்கூட இடமில்லாது இருந்தது.

உழுந்துஇட இடம் இலை உலகம் எங்கணும்,
அழுந்திய உயிர்க்கு எலாம் அருட்கொம்பு ஆயினான்
எழுந்திலன்; எழுந்து இடைப்படரும் சேனையின்
கொழுந்துபோய்க் கொடிமதில் மிதிலை கூடிற்றே!

(உழுந்து இட இடமில்லை - 'எள்ளுப் போட்டால் எள் விழாது' என்பது உலக வழக்கு; இங்கே திருமணமாகிய மங்கல நிகழ்ச்சி கருதி உழுந்து என்றார்; சேனையின் கொழுந்து - சேனையின் முன்னணி) (120-23)

தயரதனின் தேவியர் கோசலை, கைகேயி, சுமித்திரை மூவரும் பல்லக்குகளில் சென்றனர்; வசிட்டரும் சிவிகையில் செல்ல, அவர் பின்னே பரதனும், சத்துருக்கனும் சென்றனர். தயரதன் பின்னே தேரில் சென்றான்.

இரண்டு யோசனை தூரம் சென்று சந்திரசயிலம் என்னும் மலையடி வாரத்தை அடைந்தனர்.

கல்லைப் பொன்னாக்கிய தேர்

தயரத சக்கரவர்த்தியும், மற்ற அரசர்களும் வந்து கொண்டிருந்த ரதங்களில் பொற் சக்கரங்கள் அமைக்கப்பட்டிருந்ததனவாம். அந்தச் சக்கரங்கள் மலைச்சாரலுக்கு அருகே வந்ததும் இருண்ட பாறாங்கற்கள் வழியாகச் செல்ல வேண்டியிருந்தது. அவற்றின்மீது உருண்டு ஓடும்போது அந்த கருங்கற் பாறைகளும் அந்த இடங்களில் பொன் நிறம் அடைந்தது.

அறிவுத் தெளிவுற்ற பெரியோர்கள் தம் போன்ற பெரியோர்களுடன் இயல்பாகச் சேர்தலன்றி, ஒருவேளை சிறியோரைச் சேர்ந்தாலும் அவர்கள் நிலைக்கு இறங்கிவிட மாட்டார்கள்; மாறாக, அந்தச் சிறியவர்களையும் தங்கள் நிலைக்கே உயர்த்தி விடுவார்கள். அப்படிச் சிறியவர்களை உயர்த்துவதற்காகவே அவர்களுடன் பெரியோர்கள் சேர்வது வழக்கமாகும். எப்படி? தேர்களின் பொற்சக்கரங்கள் உருண்ட இடமெல்லாம் அப்பொற்சக்கரங்கள் பொன்னை உரைத்துக் கொண்டே ஓடிக் கருநிறமான கல்லையும் பொன்னிறமாக்கியது போல,

'தெருண்ட மேலவர் சிறியவர்ச் சேரினும், அவர்தம்
மருண்ட புன்மையை மாற்றுவர்' எனும் இது வழக்கே;
உருண்ட வாய்தொறும், பொன்உருள் உரைத்து உரைத்துஓடி,
இருண்ட கல்லையும் தன் நிறம் ஆக்கிய - இரதம்.

(தெருண்ட மேலவர் - தெளிந்த அறிவுடைய பெரியோர்; மருண்ட புன்மை - தெளிவில்லாத சிறுமை; வழக்கு - உலக வழக்கு) (130-8)

சந்திர சயிலச் சாரலில்

இளமங்கையரும், ஆடவரும் மலைச் சாரலில் தாங்கள் கண்ட இனிய இயற்கைக் காட்சிகளில் மனதைப் பறிகொடுத்து சுற்றுச் சுற்றி வந்தனர். பெண்டிர், கூவும் குயில்களோடு பேசியும், எதிரொலி ஒலிக்கும் மலையினோடு கூடி எதிரொலி கேட்டு ரசித்தும், மயில்கள் போலவே உலாவித் திரிந்தனர். ஆடவரோ கால்களில் வீரக் கழல்கள் ஒலிக்க, மாலைகளிலே வண்டுகள் ரீங்காரமிடத் திரிந்தனர். சுவர்க்கத்தை அடைந்தவர்கள் போல மலைமேல் திரிந்தவர்கள் பூமியில் இறங்க மனமில்லாமல் சுற்றி வந்து களித்துக் கொண்டிருக்கும்போது மாலைக் காலம் வந்தது. விளக்குகள் ஏற்றப் பெற்றன. மலையடிவாரத்தில் ஆங்காங்கே தீபங்கள் ஏற்றப் பட்டிருந்தது. நட்சத்திரக் கடல் ஒரே சந்திரனையே ஈன்றதென்று, சேனைக்கடல் எண்ணற்ற சந்திரன்களை ஈன்றது என்று சொல்லும் படி, சேனையிலே அளவற்ற பெண்களின் முகமதிகள் பொலிந்து தோன்றின. கூத்தர்களின் ஆடலும் பாடலும் யாழிசையும் வேய்ங்குழல் ஓசையும் எங்கும் நிரம்பின. இனிய பொழுதாய் இரவும் கழிந்தது.

விடிந்ததும் சேனை புறப்பட்டுச் சோனை ஆற்றங்கரையை அடைந்தது. அப்போது உச்சிப் போதாயிற்று. பூக்கொய்யவும், நீராடவும் விரும்பிய மாதர்களும், ஆடவர்களும் தடாகங்கள் மலிந்த சோலையை அடைந்தனர்.

பேச நாணிய குயில்கள்

பெண்கள் சோலைகளுக்குள்ளே பிரவேசித்ததும், அங்கேயிருந்த மயில்களும், கிளிகளும், அன்னங்களும் விலகி அப்பால் போய்விட்டன. பெண்கள் தம் புருவங்களாகிய விற்களாலும், கண்களாகிய அம்புகளாலும் எய்து புண் உண்டாக்கிவிடக் கூடும் என்று கருதி சாயலுக்குப் பயந்து ஒதுங்கின மயில்கள்; இசைபோல் இனிமையாக ஒலித்த பெண்களின் பேச்சைக் கேட்டு வெட்கப்பட்டு பறந்தன கிளிகள்; காற்சிலம்புகள் ஒலிக்கப் பெண்கள் நடந்த நடையழகைப் பார்த்து ஒதுங்கின அன்னங்கள்; மயிலும், கிளியும், அன்னமும் பெண்களின் சாயலுக்கும், சொல்லுக்கும், நடைக்கும் தோற்றுபோகும் அளவிற்கு அழகிய பெண்கள் சோலைகளுக்குள்ளே புகுந்து பூக்கொய்து விளையாடினார்கள்.

> திண்சிலை புருவம் ஆக, சேயரிக் கருங்கண் அம்பால்
> புண்சிலர் செய்வர் என்று போவன போன்ற, மஞ்ஞை;
> பண்சிலம்பு அணிவாய் ஆர்ப்ப, நாணினால் பறந்த, கிள்ளை;
> ஒண்சிலம்பு அரற்ற, மாதர் ஒருங்குதோறு, ஒதுங்கும் அன்னம்.

(சிலை - வில்; சேயரிக் கருங்கண் - செவ்வரி பரந்த கரிய கண்; கிள்ளை - கிளி; அரற்ற - ஒலிக்க) (141-4)

பெண்கள் அப்படிப் பேசிக்கொண்டே விளையாடிய போது, அந்தச் சோலையில் அதற்கு முன் பாடிக் கொண்டிருந்த குயில்கள் எல்லாம் வாய்மூடி மௌனிகளாய் விட்டன. என்ன காரணம்? குயில்களுக்குப் பயமா? இல்லை, இல்லை; வசீகரமான இனிமையான அந்தப் பேச்சைக் கேட்டதும் குயில்கள் வெட்கப்பட்டுப் பேசாமடந்தை ஆய்விட்டன.

கூசின அல்ல, பேச நாணின குயில்கள் எல்லாம்!
வாசகம் வல்லார்முன் நின்று யாவர் வாய் திறக்கவல்லார்?

(கூசின- அஞ்சின) (142-6)

வணங்கிய பூங்கிளைகள்

நீண்டு வளர்ந்த பூங்கிளைகளைத் தங்கள் மலர்க்கைகளால் சில பெண்கள் பிடித்துத் தாழ்த்துகிறார்கள். தங்கள் செந்தாமரை மலர் போன்ற கைகளால் தீண்டியதும், 'என்ன பாக்கியம் செய்தோம்?' என்று அந்தப் பூங்கிளைகள் கருதி, அவர் பாதங்களில் சரணாகதியாய் வணங்கி மகிழ்வது போலப் பூக்களைச் சொரிந்தன. இப்படிப் பூங்கொம்புகள் சேவிப்பதற்குக் காரணம் இருக்க வேண்டுமே? சாதாரணமாகவே பெண்களின் பார்வை ஆடவர்களுக்கு நோய். அவர்கள் ஒரு பார்வை பார்த்தாலே, அப்பார்வையின் வீச்சு ஆடவர்களை வருத்திவிடும். ஆனால் அதே கண்கள் நோய்க்கு மருந்தாகவும் அமைந்த, அமுதமாக அன்பைப் பொழிந்தால் மயங்காத ஆடவர்களும் உண்டோ?

இப்படி விஷமாகவும், அமுதமாகவும் - இரண்டுமாக - இருக்கிற பார்வையாலே எந்தப் பூங்கொம்பில் நிறையப் பூக்கள் இருந்தன என்று அவர்கள் பார்வை பட்டதும், அந்த அமுதமான பார்வையிலே, மயங்கிக் கொம்புகள்கூட பெண்களுக்கு வணங்கின என்றால், அவர்களுக்கு வயப்பட்டு வணங்காத ஆடவர்களும் இருக்க முடியுமா, என்ன?

நஞ்சினும் கொடிய நாட்டம் அமுதினும் நயந்து நோக்கி
செஞ்செவெ கமலக் கையால் தீண்டலும், நீண்ட கொம்பும்
தம்சிலம்பு அடியில் மென்பூச்சொரிந்து, உடன் தாழ்ந்த என்றால்
வஞ்சிபோல் மருங்குலார்மாட்டு யாவரே வணங்கலாதார்?

(நாட்டம் - பார்வை; செஞ்செவெ - செவ்வையாக; மருங்குலார் - இடையை உடையவர்கள்((142-7)

தாமரையில் பூத்த குவளை

இப்படிப் பெண்கள் பூங்கிளைகளில் பூக்கொய்ய ஆரம்பித்ததும், பூக்களிலுள்ள வண்டுகள் கலைந்து பறந்து அவர்களுடைய முகங்களிலும், கண்களிலும்கூட வந்து விழுந்தன. வண்டுகள் அப்படி அவர்களின்மேல் விழுந்தது ஏன்? சாதாரணமாக வண்டுகளின் இயல்பு புதிய புதிய பூக்களை நாடிச் செல்வது தானே? அப்படிப்பட்ட புதிய பூக்களை எப்படிக் கண்டன வண்டுகள்? நதியிலும் குளத்திலும் பூஞ்சோலைகளிலும் தான் பூக்கள் பூக்கும். அப்படிப் பூக்காமல் குவளைப் பூக்களைப் போன்ற பெண்களின் கண்கள், தாமரைப்பூப் போன்ற அவர்கள் முகங்களில் பூத்திருக்கவே, இவை புதிய பூக்கள், அதிலும் ஒரு கொடியில் இரண்டு வகைப் பூக்கள் பூத்துள்ளன என்று வண்டுகள் பெண்களின் முகங்களையும், கண்களையும், புதிய பூக்களாகக் கருதி மொய்த்தன.

நதியினும் குளத்தும் பூவா நளினங்கள் குவளையோடு
மதிநுதல் வல்லி பூப்ப, நோக்கிய மழலைத்தும்பி,
அதிசயம் எய்தி, புக்கு வீழ்ந்தன, அலைக்கப் போகா;
புதியன கண்டபோழ்து விடுவரோ புதுமை பார்ப்பார்?

(நளினம் - தாமரை; குவளை - நீலோற்பல மலர்; மதிநுதல் வல்லி - பிறைச்சந்திரன் போன்ற நெற்றியை உடைய கொடி; அலைக்க -(இங்கே) விரட்ட) (142-9)

எப்போதுமே புதுமையை மோகிக்கும் வண்டுகள் அதை விடாது அநுபவிக்கும் பெண்களின் அழகிய முகங்களையும், கண்களையும் ஒரு கொடியில் பூத்த இரு மலர்களாக, தாமரைப் பூவில் பூத்த குவளைப் பூவாக நினைத்தன; விரட்டினாலும் போகாது சுற்றிச் சுற்றி விடாது மொய்த்தன.

புருவக் கடை போதுமே

பூப்பறிக்க வந்த பெண்களும், ஆடவரும் ஒருவரையொருவர் காண்பதுவும், காதல் வயப்பட்டு விளையாடுவதுமாக, வந்த வேலையையே மறந்துவிட்டனர். உல்லாசமாக உரையாடி மகிழ்ந்தார்கள்; கொஞ்சிப் பேசிக் குதூகலித்தார்கள்; பேசாமலேயே கண்களால் காதல் அலைகளைப் பரப்பி நின்றார்கள்; இதையெல்லாம் பார்த்தபோது ஒரு சந்தேகம் வந்தது. மன்மத லீலைகளிலிருந்து காத்துக் கொள்ளும் வலிமை, புலன்களை அடக்கித் தவஞ்செய்து மனத்தில் உறுதியுடைய முனிவர்களுக்கு உண்டு என்கிற உலக வழக்கு வார்த்தை வெறும் வார்த்தை தானோ? நடைமுறையில் இல்லாததோ? ஏனென்றால் பூக்கொய்கிற பெண்ணின் புருவத்தின்

கடைப்பகுதி வீச்சிற்கே யாராலும் தாக்குப்பிடிக்க முடியவில்லை. காமம் முதலிய உட்பகைகளை வென்று தவம் செய்த முனிவர்களுடைய மன உறுதியையே அசைத்துப் பார்த்துவிடக் கூடியது பெண்களின் பார்வை என்றால் மற்றைய ஆடவர்களின் கதி இப்படியானதில் வியப்பில்லை தானே?

'ஊக்கம் உள்ளத்து உடைய முனிவரால்
காக்கல் ஆவது, காமன் கைவில்' எனும்
வாக்கு மாத்திரம்; அல்லது, வல்லியில்
பூக்கொய்வாள் புருவக் கடை போதுமே!

(வாக்கு மாத்திரம்- வார்த்தை மட்டுமே உலகத்தில் உள்ளதே அல்லாமல், செயலில் இல்லை; வல்லியில் - கொடியில்; புருவக் கடை - புருவத்தின் கடைப்பகுதி) (146-35)

கண் உள்ள தடாகங்கள்

அந்த அளவுக்கு தங்களை மறந்து நீண்ட நேரம் பூக்கொய்து விளையாடி மகிழ்ந்ததும், நீரில் விளையாட விரும்பி தடாகங்களை நோக்கிப் போனார்கள். ஆண் யானைகள் பெண் யானைகளுடன் ஆடி அசைந்து செல்வதுபோன்று அவர்கள் சென்றார்கள். அவர்கள் நீரில் ஆடிக் களித்தது தேவமங்கையர்கள் பாற்கடலில் ஆடிக் களித்தது போன்றிருந்தது. அந்தத் தடாகத்தின் உட்புறத்திலே உலவிய கயல் மீன்கள் பிறழ்ந்தன, பெண்களின் கண்கள் பிறழ்வதுபோல. அதைக் கண்ட சில பெண்கள் தங்கள் கணவன்மாரை நோக்கி தடாகங்களுக்கும் தங்களைப் போல கண்கள் உண்டோ என்று கேட்டார்களாம், அவ்வளவு பேதைமை உடைய பெண்கள். அவர்கள் கேள்வியில்தான் பேதைமை தெரிகிறதே தவிர, அவர்கள் எப்படி இருந்தார்கள்?

பண்உளர் பவளத் தொண்டை, பங்கயம் பூத்தது அன்ன
வண்ணவாய், குவளைவாள்-கண், மருங்கு இலாக் கரும்பின் அன்னார்,
உள்நிறை கயலை நோக்கி, 'ஓடுநீர்த் தடங்கட்கு எல்லாம்
கண்உள ஆம்கொல்?' என்று, கணவரை வினவுவாரும்

(மருங்குஇலாக் கரும்பின் அன்னார் - இடை இல்லையோ என்று ஐயப்படும் மெல்லிய இடையையுடைய, தம் கணவன்மாருக்கு கரும்புபோல இனியவரான பெண்கள்; தடம் - தடாகம்((148 -7)

மலர்ந்த தாமரை போன்ற அழகிய வாயை உடையவர்கள், கருங் குவளை போன்று, பார்த்தவரது ஆவியை உண்கின்ற கண்களை உடையவர்கள், மெல்லிடை உடையவர்கள், கரும்பைப் போன்று கணவர்க்கு இனியவராக இருந்த அந்தப் பெண்கள் பேதைமை யுடையவரா, என்ன?

விளையாடிக் களித்தார்

தடாகத்தின் ஒரு பக்கத்தில் கூட்டத்தோடு கலந்துகொள்ளாமல், ஒரு பெண்ணும் ஒரு காதலனும் நீராடப் போயினர். நீர் விளையாட்டுக்கு இடையே அவளுடைய கண்கள் கோபத்தால் சீறிச் சிவப்பாயின. அவன் அப்படி என்ன குற்றம் செய்துவிட்டான்? அவனுக்குமே அது தெரியவில்லை. அப்படிக் கோபம் எழ நாம் என்ன செய்தோம் என்று அவன் யோசிக்கும்போதே அவள் செந்தாமரைப் பூக்கள் காடாகப் பூத்துக்குலுங்கிய ஓரிடத்தில் மறைந்து கொண்டாள். அவளைத் தேடிப்போன அவனுக்கோ, அவளைக் கண்டுபிடிக்க முடியவில்லை. செந்தாமரை எது, அவளது முகம் எது என்று வித்தியாசம் பார்க்கவும் அவனால் முடியவில்லை.

நீர் விளையாட்டிலும் சலிப்பு ஏற்படுகிறது. நீராடிக் கரையேறினர். அப்போது நீர்நிலை எப்படியிருந்தது? நீராடிய மாதரும், ஆடவரும் அந்த நீர்நிலைக்கோ அலங்காரமாக இருந்தார்கள். அவர்கள் நீங்கியதும் சந்திரனும் நட்சத்திரங்களும் நீங்கிய வானம் போலிருந்தது அந்த நீர்நிலை. சூரியன் அஸ்தமித்தான். எப்படி? இந்த நீர் விளையாட்டுக்களையெல்லாம் கண்ட அவனுக்கும் கடலில் நீர் விளையாட்டு விளையாட வேண்டும் என்று ஆவல் தோன்றியது. ஆகவே கடலில் மூழ்கினான்.

முத்தொழில் வல்ல சந்திரன்

சந்திரோதயமாயிற்று. பெண்களின் முகச் சந்திரனுக்குத் தோற்றுப் போனவந்தானே? முந்தின நாள் அஸ்தமித்த சந்திரன், பெண்களின் முகத்திற்கு தோற்றுத்தான் மறைந்து போனான். ஆசை யாரை விட்டது? மீண்டும் வெல்லலாம் என்று கருதும், போரில் தோற்ற மன்னர்களைப் போல சந்திரன் மீண்டும் உதயமானான். ஆனாலும் இந்தச் சந்திரோதயம் பொல்லாதது. ஆளுக்குத் தகுந்தாற்போல வேஷம் கட்டிக் கொண்டது. காதலர்களுக்கு நினைத்தாலே இனிக்கும் கள்ளாக இருந்தது. அவர்களுடைய காதல் இன்பத்தை மேலும் மேலும் பெருக்கிக் காட்டுகிறது. பிரிந்திருக்கும் காதலர்க்கோ இது இனிய கள்ளன்று; உயிரைச் சுடும் விஷமானது.

இவ்வளவுதானா? இப்படி ஒருங்கே மதுவாகவும், நஞ்சாகவும் இருந்த நிலா மற்றொரு உத்தியோகமும் செய்தது. பிணங்கி ஊடியுள்ள காதலன் - காதலிக்கிடையே இந்த நிலாவே தூது போய் இருவரையும் இணைத்தும் வைத்தது.

> கலந்தவர்க்கு இனியதோர் கள்ளும் ஆய்,பிரிந்து
> உலந்தவர்க்கு உயிர்சுடு விடமும் ஆய், உடன்

புலந்தவர்க்கு உதவிசெய் புதிய தூதும் ஆய்
மலர்ந்தது, நெடுநிலா - மதனன் வேண்டவே!

(உலந்தவர் - மனம் அழிந்தவர்; பிரிந்தவர்; புலந்தவர் - ஊடலால் பிணங்கியவர்; மதனன் - மன்மதன்) (152-2)

சில காதலர்களுக்கு கள்ளாகி, வேறு சில காதலர்களுக்கு விஷமாகி, இன்னும் சில காதலர்களுக்கு உதவிசெய் புதிய தூதுமாய்ப் பணி செய்கிறது நிலா, காதற் கடவுளாகிய மன்மதனின் வேண்டுகோளை முன்னிட்டே.

அகத்துறவு

இத்தகைய நிலா விருந்து படைக்கும்போது, பெண்களும் பூப்பந்தலிலும், முத்துப் பந்தலிலும், கூடாரங்களிலும் மதுவருந்தத் தொடங்கினார்கள். ஏற்கனவே தேனையுடைய பூவிலே மறுபடியும் தேனை வார்த்ததுபோல, அவர்கள் மதுவருந்தினார்கள். ஓமாக்கினி உள்ள ஓம குண்டத்தின் வாயில் ஊற்றும் நெய், ஓமாக்கினியை ஓங்கி வளரச் செய்வதுபோல, உள்ளே காமாக்கினி உள்ள பெண்கள் வாயில் வார்த்த கள், அக்காமாக்கினியை கனன்று எழச் செய்தது.

ஏற்கனவே இருந்த காதல் மயக்கம், இந்தக் கள்மயக்கத்தால் இன்னும் அதிகமானது. அதனால் கள்ளுண்ட பெண்கள் நிலை தாழ்ந்தனரா? அல்லர்; ஞானியரைப் போல ஆயினர். எப்படி? 'தான்' என்கிற அகப் பற்றைத் துறத்தலே உண்மையான துறவாகும். அது எல்லோராலும் அவ்வளவு எளிதாகத் துறக்கக் கூடியதன்று. அதையும் துறந்தவர்கள்தாம், தன்னையே துறந்தவர்கள் என்ற அளவிற்கு உயர்ந்தவராவார்.

அப்படியே, பெண்களுக்கு உயிரைவிடச் சிறந்தது நாணம். அதுதான் அகப்பற்று. அதையும் துறந்ததாலே அவர்களும் தம்மையே துறக்கும் தன்மை அடைந்து உயர்ந்தவரானார். கணவரிடத்திலே ஊடிய பின், மயக்கத்தால் கூடும்போது புறத்தே உள்ள அணிமணிகள், ஆடைகள் இவைகளை மட்டும் துறந்ததோடு நிற்கவில்லை. அகத்தே இயல்பாக உள்ள, பெண்களால் துறத்ததற்கு அரிய, துறத்தற்கு இயலாத நாணத்தையும் துறந்து விடுகின்றனர்.

இது வெறும் கள் மயக்கத்தால் மட்டும் நிகழவில்லை. கள், உண்டால் மட்டுமே மயக்கம் தரக்கூடியது. காதலோ, நினைத்தாலே மயக்கி விடக் கூடியது. அக்காதலின் முற்றிய நிலையிலே, கணவருடன் கூடும்போது நாணத்தையும் துறந்து விட்டார்கள். அதுதான் காதலின் சிறப்பு.

பொன் அருங் கலனும், தூசும், புறத்துள துறத்தல் வம்போ?
நல்நுதல் ஒருத்தி, தன்பால் அகத்துஉள நாணும், நீத்தாள் -
உன்னஅருந் துறவு பூண்ட உணர்வுடை ஒருவனே போல்,
தன்னையும் துறக்கும் தன்மை காமத்தே தங்கிற்று அன்றே.

(தூசு - ஆடை; உன்ன அருந்துறவு - நினைத்தற்கு அரிய துறவு) (160 -57)

சூரியனை வரவேற்ற இராமன்

இராமனின் திருமணத்தைக் காணப் புறப்பட்ட தயரதச் சக்கரவர்த்தியின் சேனைகள் இவ்விதமாய் மலைச்சாரலிலே இயற்கை வளங்களை ரசித்தும், சோலைகளில் பூக்கொய்தும் நீராடியும், விளையாடி, மதுவையும் காதல் மதுவையும் பருகிக் களித்தும் பயணத்தை மேற்கொண்டார்கள். வழியெல்லாம் விளையாட்டும் கொண்டாட்டமுமாய் ரசித்து ருசித்து வந்த ஒவ்வொரு காட்சியும் ஒவ்வொரு குட்டி நாடகமாகவே இருந்தது.

மலை வளத்தையும், சோலை வளத்தையும் சேனைகள் ரசித்தன. ஒவ்வொரு காட்சியும் ஒவ்வொரு நாடகமாய் எல்லாச் சுவையும் நிரம்பி வழிய அவர்கள் பயணக் களிப்போடு மிதிலையை நெருங்கினர். மிதிலையை நெருங்கிய சேனைகளையும் தயரதனையும் எதிர்கொண்டு வரவேற்க சனகன் சேனையுடன் வந்தான். சந்திரன் சூரியனை எதிர்கொண்டது போல, சந்திரகுலச் சனகன் சூரியகுலத் தயரதனை வரவேற்று மகிழ்ந்தான். தன் சேனையைப் பின் நிற்கச் செய்து, அவன் தேரில் ஏறினான். இருவரும் அகமும் முகமும் மலரத் தழுவிக் கொண்டார்கள்.

பின் அவர்கள் மிதிலையை நோக்கிச் சென்றனர். இராம, இலக்குவரும் தங்கள் பிதாவை எதிர்கொண்டு வரவேற்றார்கள். முன் பிரிந்த உயிர் திரும்பி வந்து சேர்ந்தாற்போல, இராமன் தயரதனை அடைந்து வணங்க, தயரதன் அவனைத் தழுவிக் கொண்டான். இராம, இலக்குவர் தாயரையும் தொழுதார்கள். தயரதன் கட்டளைப்படிச் சேனையை நடத்திக் கொண்டு இராமன் முன் சென்றான். தம்பியர் குதிரை மேல் இரு பக்கமும் வர, இராமன் தேர்மீது செல்ல, எல்லாரும் மிதிலையை அடைந்தார்கள்.

மிதிலையில் இராமன் சகோதரர்களுடன் பிரவேசித்ததும், மாளிகையின் உப்பரிகைகளில் பெண்கள் கூட்டம் கூட்டமாக வந்து நின்று மணமகனைப் பார்க்கத் தொடங்கினர். பூமழை பொழிந்தனர். அந்தப் பூ மழையோடு தம் விழி மலர் அன்பைப் பொழிந்தனர்.

9. கைப் பிடித்தான் இராமன்

இராமன் உலா

சீதைக்கு வாய்த்த மணவாளனைப் பார்க்க வேண்டுமென்று, மிதிலா நகர வீதியெல்லாம் மாளிகைகள் எல்லாம் பெண்கள் மொய்த்து விட்டார்கள். வீதியில் வந்து கொண்டிருந்தவர்களில் சிலர் மருண்டு பார்த்துக் கொண்டே மான் கூட்டம் வந்ததுபோல வந்தார்கள். வேறு சிலரோ தங்கள் சாயலின் பெருமிதம் தோன்ற தோகை விரித்து ஆடி வரும் மயில் கூட்டம் போல வந்தார்கள். கூந்தலின் பொலிவும், ஆடை ஆபரணங்களின் ஜொலிப்பும் இனிதே தெரிய நட்சத்திரக் கூட்டம் போலச் சிலர் வந்தார்கள். மான் கூட்டமும், மயில் கூட்டமும், நட்சத்திரக் கூட்டமும், மின்னற்கொடிக் கூட்டமும் போலப் பெண்கள் நெருக்கமாக வந்து தேனுண்ண மொய்க்கும் வண்டுகள் போல, இராமன் அழகைப் பருகினார்கள்.

மான் இனம் வருவ போன்றும், மயில் இனம் திரிவ போன்றும்,
மீன் இனம் மிளிரவானில் மின் இனம் மிடைவ போன்றும்
தேன் இனம் சிலம்பி ஆர்ப்ப, சிலம்புஇனம் புலம்ப எங்கும் -
பூநனை கூந்தல் மாந்தர் - 'பொம்'மெனப் புகுந்து, மொய்த்தார்;

(மீன் இனம்- விண்மீன் (நட்சத்திரக்) கூட்டம்; மிடைவ - நெருங்குவ; தேன் இனம் - வண்டுகள்; சிலம்பு - காலில் அணிந்த சிலம்புகள்; புலம்ப - ஒலிக்க; 'பொம்'என - விரைவாக) (167 -1)

இவர்கள் நெருங்கி வந்து இராமனுடைய அழகை ஆசை தீர அள்ளிப் பருகியது எப்படி இருந்தது? தாகத்தால் தவிப்பவன் தண்ணீரைக் கண்டதுபோல என்று சொல்லலாமா? பூமியில் நீர் வற்றி, வானமும் மழை பெய்யாமல் எங்கும் வறண்டு போன காலத்திலே தாகத்திற்குத் தண்ணீர் கிடைக்காமல் தவித்துக் கொண்டிருக்கும் மான்கள் ஓரிடத்தில் அருமையாகக் கிடைக்கிற நல்ல தண்ணீரைப் பார்த்து விட்டால், எவ்வளவு ஆசையோடு கூட்டங் கூட்டமாக வந்து விழுமோ அப்படி, வந்து கூடியது மிதிலையிலே பெண்கள் கூட்டம்.

இத்தகைய தாகத்துடன் தங்கள் உள்ளத்துக்குள்ளே மறைவாகவோ,. வெளிப்படையாகவோ இருக்கும் காதலின் புறத்தோற்றமாகவே இராமனைக் கண்டனர். தங்கள் அகக் காதலின் வடிவமே, இராமன் என எண்ணினார்கள். யார் யார் எந்த எந்த அழகைக் காதலிக் கிறார்களோ, அந்த அந்த அழகு எல்லாம் இராமனிடம் ஒருங்கே காட்சி தந்தன என்று மனம் எண்ண பள்ளத்துப் பாயும் தண்ணீரைப் போல இராமனைக் காண ஓடோடி வந்தார்கள்.

இராமனைப் பற்றி ஏற்கனவே கேள்விப்பட்டிருந்தார்கள். அகலிகைக்குச் சாப விமோசனம் அளித்து அருள் செய்தவன்; தாடகை முதலிய அரக்கர் கூட்டத்தை அழித்து வேள்வி காத்த வீரன்; சீதைக்காக வில் முறித்து மணக்க இருப்பவன். ஆகவே அருள் செய்த அந்தத் திருவடிகளைப் பார்க்க வேண்டாமா? வெற்றி வாகை சூடிய அந்தத் தோளைப் பார்க்க வேண்டாமா? ஆனால் அவன் அழகை முழுதும் கண்டார்களா? இல்லை, தோளைக் கண்டவர்கள் அந்தத் தோள் அழகிலேயே ஈடுபட்டு நோக்கிக் கொண்டிருந்தார்கள். அவன் அழகிய திருவடியைக் கண்டவர்களும் அவ்வாறே; அவரவர் கண்ட அழகே அழகென்று நினைத்துவிட்டார்கள் - யானை கண்ட குருடர்போல, தத்தம் மதங்களிலே பரம்பொருளின் முழு வடிவையும் கண்டு விட்டது போலக் கருதும் சமயவாதிகள் போல!

'யாவர்க்கும் கண்ணன்'

கண்ணன் என்பது சிறப்பாகக் கிருஷ்ணனுக்கும், பொதுவாகத் திருமாலுக்கும் வழங்கும் அருமையான நாமம். கரிய நிறமுடையவன், யாவரையும் ஆகர்ஷிப்பவனென்ற பொருள்படும் கிருஷ்ணனைக் 'கண்ணன்' என்றழைப்பார்கள். யாவர்க்கும் கண்ணனைப்போல் அருமையாய் இருப்பவன் என்ற பொருள் கொண்டது கண்ணன் என்ற சொல். யாவர்க்கும் கண்ணைப் போன்ற இராமன், தன் பெயர்ப் பொருளை உணர்த்துவது போல வீதிவழியே சென்றவன், தன்னைக் காணத் திரண்டு வந்த பெண்களின் கண் வழியேயும் சென்றான். இராமன் என்றாலே ரம்மியமானவன் அல்லவா? வீதிவழி உலாப் போனானா? இல்லை, இல்லை; பெண்கள் விழிவழியே போனான் இராமன்.

> வீதிவாய்ச் செல்கின்றான்போல், விழித்து இமையாது நின்ற
> மாதரார் கண்கள் ஊடே வாவும்மான் தேரில் செல்வான்,
> யாதினும் உயர்ந்தோர், தன்னை, 'யாவர்க்கும் கண்ணன்' என்றே
> ஓதிய பெயர்க்குத் தானே உட்பொருள் உணர்த்தி விட்டான்.

(வீதிவாய் - தெருவில்; வாவும் மான் - தாவும் மான்; இங்கே குதிரை) (168-6)

அழகுக்கு அழகு

மிதிலை மாநகரமே இராமனிடம் கண்ட அழகிலே மயங்கிக் கிடக்க, தம்பியர் புடைசூழ சனகனின் சபையை அடைந்தான் இராமன். தன் குருமார்களை வணங்கி ஆசி பெற்று ஆசனத்தில் அமரவும், தயரதனும் சுற்றத்தாருடன் அங்கே வந்து, வசிட்டரையும்,

விசுவாமித்திரரையும் வணங்கி அமர்ந்தான். சனகன் யாவவரையும் எந்த வித்தியாசமும் பாராட்டாது அன்போடு உபசரித்தான். வசிட்டர் சனகனை நோக்கி, சீதையை அழைத்து வருமாறு கூற, சனகன் பணிப்பெண்களை அனுப்பினான்.

உடனே தோழியர் சீதையை அலங்கரிக்க ஆரம்பித்தார்கள். கண்ணை மூடி அதன் அழகை மறைக்கும் இமைகளை கண்ணுக்கு அழகாக இயற்கை அமைத்ததுபோல, தோழிகள் ஆபரணங்கள் சீதையின் மேனியழகை மூடி மறைத்து விடுமே என்று நினைத்துப் பார்க்காமலே அலங்கரிக்கத் தொடங்கினார்கள். இன்சுவை அனைத்தும் பொருந்திய அமிழ்தத்திற்கு அதிகச் சுவை கொடுக்க முயல்வார் உண்டோ? அழகு வேறு, தான் வேறு, என்று இல்லாமல் அழகே தானாக இருந்த சீதைக்கு அழகு செய்ய முயன்றார்! அவர்கள் ஏன் அப்படிச் செய்தனர்? உலகமே அறியாமையில் ஆழ்ந்திருப்பதால் தானே! இப்படியாகப் பலவிதமாக அணி செய்தபின், தோழியர் கண்ணேறு பட்டுவிடக் கூடாது என்று ஒரு தட்டில் நெய் விளக்கு ஏற்றி பூவும் நீரும் இட்டு சீதையைச் சுற்றிக் காப்பு இட்டு மகிழ்ந்தனர்.

சீதைக்குத் திருஷ்டி சுற்றிக் கழித்தாலும் மங்கையர் எல்லோரும் சீதையின் ஒப்பற்ற பேரழகில் மயங்கி நின்றார்கள். ஒவ்வொரு பெண்களிடத்தும் ஒவ்வொருவித அழகு உண்டு. ஒவ்வொரு உறுப்பு அழகாய் விளங்கும். பல பெண்களிடம் உள்ள பல அழகுகள் அனைத்தையும் ஒரு பெண்ணிடத்தில் கொண்டு வந்து சேர்த்தால், அந்த அழகு எப்படி இருக்கும்? அப்படித்தான் ஒப்பனை செய்யப் பெற்ற சீதை இருந்தாள்.

> உழைகுலம் நயனத்தார் மாட்டு ஒன்று ஒன்றே விரும்புதற்கு ஒத்த
> அழகு எலாம் ஒருங்கே கண்டால், யாவரே ஆற்றவல்லார்?
>
> *(உழை - மான்; குலாம், குலவும் - விளங்கும்) (178 -20)*

அழகு தேவதையான சீதையைத் தோழியர் சபா மண்டபத்திற்கு அழைத்து வந்தார்கள். மண்டபத்திலே சீதை வந்து சேர்ந்ததும் , அந்த சௌந்தர்யத்தைக் கண்ட ஆடவரும் பெண்டிரும் சித்திரப் பாவைகள் போல அப்படியே இருந்து விட்டார்கள்! அதே சமயம் இராமனும் சீதையைப் பார்த்தான். முன்னர்க் கன்னிமாடத்தில் கண்டு காதல் கொண்ட இச்சீதை 'இத்தனை நாள் என் நினைப்பில் குடிபுகுந் திருந்தாளே, இப்போது எப்படி வெளியிலும் இருக்கிறாளோ?' என்று தன்னைத் தானே கேட்டுக் கொண்டான்.

தயரதன், வசிட்டர் முதலானவர்களும் சீதையின் அழகைக் கண்டு ஆச்சரியத்தில் திளைத்தார்கள். சீதை அருகே வந்த மாத்திரத்தில் சிலர்

கைகள் தவிர மற்றவர் கைகள் எல்லாம் தங்களை அறியாமலேயே தலைமீது சேர்ந்தனவாம். தயரதன், வசிட்டர், விசுவாமித்திரர் முதலியோர் தவிர ஏனையோர் எல்லாரும் தெய்வத்தைக் கண்டாற் போலக் கைகூப்பித் தொழுதனர். திருமகளைப் போன்ற சீதை அருகே வந்ததும் அவள் தெய்வப் பெண்ணே என்ற உணர்ச்சி தம்மையறியாமல் மற்றவர்க்கு உண்டாயிற்று.

சீதை முனிவர்களை வணங்கி, பின் தயரதனை வணங்கி, தன் தந்தை சனகன் அருகே அமர்ந்தாள். வில்லை ஒடித்துத் தன்னை மணக்க இருப்பவன் முன்பு கன்னிமாடத்தே தான் கண்ட இராமன்தான் என்று தோழி நீலமாலை சொல்லக் கேட்டு சந்தேகம் நீங்கி மகிழ்ச்சியில் இருந்த சீதை, இப்போது அந்தச் சந்தேகம் முழுவதும் நீங்கத் தன் கைவளையல்களைத் திருத்துபவளைப் போல், பாவனையாக, கடைக்கண்ணால் இராமனைப் பார்த்து மகிழ்ந்தாள்.

தயரதன் விசுவாமித்திரரை மணநாள் ஒன்று குறிக்கும்படி வேண்ட, அவரும் மறுநாளே நல்ல நாள் என்று குறித்துக் கொடுத்தார். மறுநாள் நடைபெற உள்ள திருமணத்தை எண்ணி மகிழ்ச்சியில் திளைத்த வர்களாக எல்லோரும் சபையை விட்டுப் புறப்பட்டார்கள்.

திருமண நாள் மறுநாள் என்று சனகன் ஆணைப்படி நகர் எங்கும் முரசறைந்து சேதி தெரிவித்தார்கள். அதைக் கேட்டு மகிழ்ந்த மாந்தர் நகரை அழகு படுத்தத் தொடங்கினார்கள்.

'தையல் தளிர்க்கை தடக்கை பிடித்தான்'

இராமனுக்கும் சீதைக்கும் அந்த ஒருநாள் இரவு கழிவது ஒரு யுகம் போலவே இருந்தது. பொழுது விடிந்ததும் பார்த்தால் மிதிலை நகர் மாலைகளாலும், தோரணங்களாலும், கொடிகளாலும் அலங்கரிக்கப் பெற்று, அமராவதிப் பட்டணம போலக் காட்சி தந்தது. திருமணத்தைக் காண வந்தவர் தொகை கணக்கிலடங்காது. மண மண்டபம் முழுவதும் மக்கள் வெள்ளம். பொன்னாலும் மணியாலும் புனைந்த மண்டபத்தில் தயரதன் தேவியரோடு வந்து அமர்ந்தான். சனகனும் முனிவர்களும், அரசர்களும் வந்து தங்கள் தங்கள் ஆசனங்களில் அமர்ந்தார்கள்.

இராமன் மங்கல நீராடி மணக்கோலம் பூண்டான். இராமனின் இயற்கையான திருமேனி அழகும், உடை, அணிமணிகளின் அழகும் ஒருங்கே பொருந்தி விளங்க, அவனைக் கண்டவர் யாவரும் இமைக்க மறந்துவிடாது பார்த்ததால் இமையவரைப் போல இருந்தனர். இராமனின் இந்த அலங்கார அழகைச் சொல்லில் சொல்லிக் காட்ட முடியுமா என்ன?

முப்பரம் பொருளிற்குள் முதலை, மூலத்தை
இப்பரம் துடைத்தவர் எய்தும் இன்பத்தை,
அப்பனை, அப்பினுள் அமிழ்தை, தன்னையே
ஒப்பனை, ஒப்பனை உரைக்க ஒண்ணுமோ?

(இப்பரம் - இவ்வுலக பாரம்; அப்பினுள் அமிழ்து - பாற்கடலில் தோன்றிய அமிர்தம்) (192-68)

ஒப்பற்ற அழகனான இராமன் திருமண மண்டபம் சேர்ந்து, முனிவரையும் தந்தையையும் தொழுது அமர்ந்தான். சீதையும் திருமகள் போல அலங்காரத்துடன் மண்டபம் அடைந்தாள். வசிட்டர் மங்கல அக்னியை வளர்த்தார். இராமனையும், சீதையையும் மணவறையில் மணப் பலகையில் இருத்தி, சனகன் இராமன் எதிர் நின்று சீதையை அவனுக்குத் தாரை வார்த்துக் கொடுத்தான்; 'திருமகளும் செல்வமும்' போல என்றும் வாழ்க என வாழ்த்தினான்.

கோமகன் முன் சனகன், குளிர் நல் நீர்,
'பூமகளும் பொருளும் என, நீ என்
மாமகள் தன்னொடும் மன்னுதி' என்னா,
தாமரை அன்ன தடக்கையின், ஈந்தான்.

(கோமகன் - சக்கரவர்த்தித் திருமகனாகிய இராமன்) (195 -86)

இராமன் சீதையின் கையைப் பிடித்துக் கொண்டு மங்கலத் தீயை வலம் வந்தான். அம்மி மிதித்து, அருந்ததியும் கண்டனர். இவ்வாறு திருமணம் முடிக்கப் பெற்ற இராமனும் சீதையும், முனிவரையும், தயரதனையும், தாயரையும், மற்றையோரையும் முறைப்படி வணங்கினார்கள். சனகன் தன் தம்பி குசத்துவனது புதல்வியர் மூவரையும், முறையே இராமனது இளைய பரத, இலக்குவ, சத்ருக்கனுக்கு மணம் செய்து கொடுத்தார்.

10. இன்னும் ஒரு வில் வளைத்த இராமன்

அயோத்திக்குப் புறப்படல்

மிதிலையில் இராமனும் சீதையும் நானாவித போகங்களையும் நுகர்ந்து இன்பமாக வாழ்ந்து வரும்போது, விசுவாமித்திரர் அவர்களை ஆசிர்வதித்து வடதிசை நோக்கித் தவம் செய்ய புறப்பட்டார். தயரதன் சேனை சூழ சுற்றத்தாருடன் அயோத்திக்குப் புறப்பட்டான். தம்பியர் அருகே வர இராமனும் சீதையுடன்

புறப்பட்டான். செல்லும்போது பறவைகள் அப சகுனமாய்ச் செல்வது கண்டு தயரதன் நிமித்திகனை வினவ, அவன், 'இடையூறு இன்றே வந்து, நன்றாய் விடும்' என்றான்.

பரசுராமன் எதிர் வருதல்

அப்போது அவர்கள் எதிரில் பரசுராமன் மழுவாயுதமும், விற்படையும் தாங்கி கண்கள் கோபத்தில் நெருப்பைக் காட்ட வந்தான். தனது தாய், தந்தையர்க்குக் கெடுதி செய்த அரசன் கார்த்த வீர்யார்ச்சுனனைக் கொன்றும் கோபம் தணியாது, இருபத்தொரு தலைமுறைச் சூரியகுல அரசர்களைக் கொன்று குவித்தவன் பரசுராமன். இராமன் இவன் யாரோ என்ற வினாவோடு நிற்கையில் தயரதன் இடைபுகுந்து பரசுராமனைப் பணிந்து வணங்கினான். கோபம் மாறாத பரசுராமன் இராமனை நோக்கி அவன் ஒடித்த வில்லின் வலிமையைத் தான் அறிந்தவன் என்றும், தற்போது இராமனின் தோள் வலிமையைச் சோதிக்கவே வந்ததாகவும் கூறினான். உடனே தயரதன் பரசுராமனிடம் அபயம் வேண்டினான்.

அறம்தலை நிற்றலே மறம்

'உலகம் முழுவதையும் வென்று உமக்கென வைத்துக் கொள்ளாமல் ஒரு முனிவர்க்கு உதவியவரே, உமக்குத் திரிமூர்த்திகளும் எதிரல்லரே! சிறு மனிதர் ஒரு பொருளா? அரசர்களை அழிப்பதை நெடுங்காலம் நிறுத்தி வைத்திருந்தீரே, இப்போது கோபத்துடன் எங்களை எதிர்கொள்ளல் முறையா? நடுவுநிலை தவறாது நீதியோடு நின்று பிறரிடம் வலிமையைக் காட்டிப் புகழ்பெறுவதே உண்மையான வீரத்துக்குரிய செயலாகும். அப்படியிருக்க, ஒரு குற்றமும் செய்யாது, உம்மை அபயம் புகும் எங்களிடம் வலிமையைக் காட்ட நினைப்பது முறையோ?'

புறன் நின்றவர் இகழும்படி, நடுவின் தலைபுணராத்
திறன் நின்று உயர்வலிஎன்? அது ஓர் அறிவின் தகு செயலோ?
அறன் நின்றதன் தலைநின்று, உயர்புகழ் ஒன்றுவது அன்றோ,
மறன் என்பது? மறவோய்! இதுபழி என்பது மதியாய்!

(திறன் - தன்மை; மறன் - வீரம்) (201-22)

இரண்டு வில்

தயரதனை மதியாது பரசுராமன் இராமன் எதிர் செல்லக்கண்ட தயரதன் செயலற்று அறிவு சோர்ந்து துன்பத்தில் ஆழ்ந்தான். பரசுராமன் தன் கை வில்லின் பெருமையை இராமனிடம் எடுத்துரைத்தான்.

சூரியனைப் போன்ற ஒளியையும் மேருமலையைப் போன்ற வல்மையையும் உடைய இரண்டு விற்களை முன்னொரு காலத்தில் விசுவகர்மன் செய்தான். ஒன்றைச் சிவனும், மற்றொன்றைத் திருமாலும் எடுத்துக் கொண்டனர். இரண்டில் அதிக வலிமையுடையது எது என்று பிரம்மாவைத் தேவர்கள் கேட்க, பிரம்மா அதையே ஒரு வினயமாக்கி சிவனுக்கும் திருமாலுக்கும் போர் மூட்டிவிட்டார். போரினிடையில், சிவன் கைவில் முறிந்தது. சிவன் வெகுண்டு மீண்டும் போர் செய்யத் தொடங்கும் வேளையில் தேவர்கள் தலையிட்டுப் போரை விலக்கினர். அப்போது சிவன் தன் கைவில்லை இந்திரனிடம் தந்தான். திருமால் தன் கைவில்லை இரிசிக முனிவற்குக் கொடுக்க, அவர் பரசுராமன் தந்தைக்குக் கொடுக்க, பின் அது பரசுராமனை வந்தடைந்தது. இந்திரனிடம் கொடுத்த வில்லை வாங்கி தட்சனை அழித்த சிவன் மீண்டும் அதனைச் சனகன்குல முன்னோர்களிடம் விட்டு வைத்தான். அதுவே இராமன் முறித்த வில். இந்த வரலாற்றைச் சொன்ன பரசுராமன் இராமனை தன்னுடைய வில்லை வாங்கி வளைக்கும்படியும், வளைத்து விட்டால் போரை நிறுத்துவதகாவும் சொன்னான்.

இந்த வில்லும் வளைந்தது!

இராமன் அங்ஙனமே வில்லை வாங்கி வளைத்து நாணேற்றி விட்டான். அதற்கு இலக்கு எது என்று கேட்க, பரசுராமன் தன் தவ வலிமையை அம்பிற்கு இலக்காகத் தந்து, இராமனை வாழ்த்தி விடைபெற்றுச் சென்றான். இராமன் தயரதனைத் தொழுது அவன் துயரைப் போக்க, தயரதன் மகிழ்ச்சி பொங்கப் பாராட்டினான். பின் வாழ்த்திய தேவர்களுள் வருணனிடம் அந்த வில்லைச் சேமிப்பாக வைத்திருக்கும்படி கொடுத்து விட்டு தந்தை, மற்றையோருடன் அயோத்தி திரும்பினான்.

பரதன் கேகயநாடு செல்லுதல்

யாவரும் இன்பமுடன் அயோத்தியில் வாழ்ந்து வர, தயரதன் பரதனை அழைத்து அவன் தாய்வழிப் பாட்டன் கேகய மன்னன் அவனைப் பார்க்க விரும்பும் கருத்தை எடுத்துச் சொல்லி அங்கு அனுப்புகிறான். பரதன் தயரதனை வணங்கி, இராமனைத் தொழுது விடைபெற்று, தன்னுடன் எப்போதும் பிரியாத தம்பியாய் உள்ள சத்துருக்கனுடன் ஏழுநாள் பயணம் செய்து கேகய நாடு சென்றடைந்தான்.

பால காண்டம் முற்றிற்று.

பெரியவாச்சான் பிள்ளை அருளிய
திவ்யப் பிரபந்தப் பாசுரப்படி ஸ்ரீமத் ராமாயணம்

பால காண்டம்

திரு மடந்தை, மண் மடந்தை இருபாலும் திகழ,
நலம் அந்தம் இல்லது ஓர் நாட்டில்,
அந்தம் இல் பேரின்பத்து அடியரோடு,
ஏழ் உலகம் தனிக் கோல் செல்ல, வீற்றிருக்கும்,
அயர்வு அறும் அமரர்கள் அதிபதியான
அணி ஆர் பொழில் சூழ் அரங்க நகர் அப்பன்,
அலை நீர்க் கடலுள் அழுந்தும் நாவாய்போல்
ஆவார் ஆர் துணை என்று துளங்கும்
நல் அமரர் துயர் தீர,
வல் அரக்கர் வாழ் இலங்கை பாழ்படுக்க எண்ணி;
மண் உலகத்தோர் உய்ய
அயோத்தி என்னும் அணி நகரத்து
வெங் கதிரோன் குலத்துக்கு ஓர் விளக்கு ஆய்;
கௌசலைதன் குல மதலை ஆய்;
தயரதன் தன் மகனாய்த் தோன்றி;
குணம் திகழ் கொண்டல் ஆய்;
மந்திரம் கொள் மறை முனிவன் கேள்வி காக்க நடந்து வந்து;
தனை எதிர்த்த தாடகை தன் உரம்கீண்டு;
வல் அரக்கர் உயிர் உண்டு; கல்லைப் பெண் ஆக்கி;
கார் ஆர் திண் சிலை இறுத்து;
மைதிலியை மணம் புணர்ந்து;
இருபத்து ஒருகால் அரசு களை கட்ட
மழுவாளி வெவ் வரி நல் சிலை வாங்கி வென்றி கொண்டு
அவன் தவத்தை முற்றும் செற்று;
அம் பொன் நெடு மணி மாட அயோத்தி எய்தி;
அரி அணைமேல் மன்னன் ஆவான் நிற்க;

துதிப்பாடல்கள்

உலகம் யாவையும் தாம் உளவாக்கலும்
நிலைபெறுத்தலும், நீக்கலும், நீங்கலா
அலகு இலா விளையாட்டு உடையார் - அவர்
தலைவர்; அன்னவர்க்கே சரண் நாங்களே. (ப.3 / பா.1)

சிற்குணத்தர் தெரிவு அரு நல் நிலை
எற்கு உணர்த்த அரிது; எண்ணிய மூன்றனுள்
முற் குணத்தவரே முதலோர்; அவர்
நற்குணக் கடல் ஆடுதல் நன்றுஅரோ (ப.3 / பா.2)

ஆதி, அந்தம் அரி என, யாவையும்
ஓதினார், அலகு இல்லன, உள்ளன,
வேதம் என்பன - மெய்ந் நெறி நன்மையன்
பாதம் அல்லது பற்றிலர் - பற்று இலார். (ப.3 / பா.3)

அயோத்தியா காண்டம்

அயோத்தியா காண்டச் சுருக்கம்

(13 படலங்கள் -1203 பாடல்கள்)

தயரதச் சக்கரவர்த்தி ஒருநாள் மந்திராலோசனை மண்டபத்தே தன்னுடைய மதிநுட்பமும் செயல்திறமும் மிகுந்த அமைச்சர் களையும் வசிட்டரையும் கூட்டி, தனக்கு வயதாகிவிட்டதால் தான் தவ வாழ்வை மேற்கொள்ளப் போவதாகவும், தன் மூத்த குமாரனாகிய இராமனுக்கு முடிசூட்டலாமா என்றும் அவர் களுடைய கருத்துக்களைக் கேட்க, அவர்கள் அதனை வரவேற்றனர். அமைச்சர் சுமந்திரன் இராமனை அழைத்து வந்தார். இராமனிடம் தயரதன் தன் முடிவைச் சொல்ல, அவனும் தந்தை சொல்லைத் தட்டாது ஏற்பதே தருமம் என்று இசைந்தான்.

மறுநாளே முடிசூட்ட நல்ல நாள் என்று கணிதர் அறிவிக்கவும், வசிட்டர் இராமனுக்கு உறுதிப்பொருள்களை உபதேசித்து, நாகனை வள்ளல் கோயிலுக்கு அழைத்துச் சென்று சடங்குகள் செய்தார். கோசலை மகிழ்ச்சியால் தானங்கள் அளித்து சுமித்திரையுடன் கோயிலுக்குச் சென்று வழிபட்டாள். தயரதன் முடிசூட்டும் நாளை முரசறைந்து மக்களுக்கு அறிவிக்கச் சொல்ல, மக்கள் மகிழ்ச்சியடைந்து நகரை அலங்கரிக்கத் தொடங்கினார்கள்.

இதனையறிந்த கைகேயியின் தாதியாகிய மந்தரை என்ற, கூனல் முதுகையுடைய கூனி வெகுண்டு எழுந்து, கைகேயிக்கு துர்போதனை செய்து மனத்தை மாற்றிவிட்டாள். தீய மந்தரையின் சூழ்ச்சியால், கைகேயி தயரதனிடம், அவன் முன்பே வாக்களித்த இரு வரங்களாக, தன் மகன் பரதன் நாடாள வேண்டும் என்றும், இராமன் காடு செல்ல வேண்டும் என்றும் கேட்டாள். ஏற்கனவே வரங்களை வாக்களித்திருந்த தயரதன் மறுக்க இயலாது கைகேயியிடம் கெஞ்சினான். பரதன் நாடாளட்டும்; இராமன் காடு செல்லாமல் விட்டுக் கொடுக்குமாறு எவ்வளவோ மன்றாடியும் கைகேயி உறுதியாய், சம்பாசுர யுத்தத்தின்போது தருவதாகச் சொன்ன வரங்களை மறுத்தல் கூடாது என்று பிடிவாதம் பிடிக்க, தயரதன் வரமளித்து, மயங்கி விழுந்தான்.

விடிந்ததும் தயரதனை அழைக்க வந்த சுமந்திரனை விட்டு இராமனை வரவழைத்து, தயரதன் கட்டளையாக பரதன் நாடாளவும், இராமன் 14 ஆண்டுகள் காடாள வேண்டும் என்றும், கைகேயி அறிவிக்க, இராமன் கொஞ்சமும் வருத்தப் படாமல் அரசன் ஆணையை ஏற்றதாகவும், உடனே வனமாளப் புறப்படுவதாகவும் கைகேயியிடம் விடைபெற்று, கோசலையிடம் சென்று விடை பெற்றான். இராமனை தடுத்து நிறுத்த முடியாத கோசலை, தயரதனையாவது வேண்டி இராமனை காடு செல்வதை நிறுத்தலாம் என்று கைகேயி மாளிகைக்குச் சென்று தயரதன் நிலை அறிந்து கலங்கினாள். செய்தியறிந்த வசிட்டர், கைகேயியிடம் விரைந்து, கைகேயியை எவ்வளவோ வேண்டியும் அவள் மறுத்தாள். வசிட்டர் ஆறுதலால் தெளிந்த தயரதன் கைகேயியைத் தன் தாரம் அல்லள் என்றும், பரதனைத் தன் மகன் அல்லன் என்றும் துறந்துவிட்டதாகச் சொல்லிவிட்டு மயங்கிவிட்டான்.

இராமன் காடு செல்வான் என்பதைக் கேட்ட நகர மக்கள் வருத்தமடைந்து புலம்ப, இலக்குவன் சீறி எழுந்தான். போர்க் கோலம் பூண்டான். இராமன் ஓடிவந்து இலக்குவன் கோபத்தை மாற்றி, சுமித்திரையிடம் விடைபெறச் சென்றான். அப்போது அங்கே கைகேயியின் ஏவல் மகளிர் மரவுரி எடுத்து வர, அதனை இலக்குவன் வாங்கிக் கொண்டு இராமனுடன் தானும் காடு செல்ல சுமத்திரையின் அனுமதி வேண்ட, அவளும் அனுமதிக்கவே, இராமன் தடுத்தான். ஆனால் இலக்குவன் பிடிவாதமாக இராமனுடன் புறப்பட்டான். வசிட்டர் அங்கு வந்து இராமனைக் காடு செல்ல வேண்டா என்று தடுக்க, இராமன் தந்தை சொல்லை ஏற்று நடத்தலே அறம் என்று, வசிட்டன் வேண்டுகோளை மறுத்தான்.

இராமன் சீதையிடம் விடைபெறச் சென்றான். 'நீ வருந்தாதே, நான் காடு செல்வேன்' என்ற இராமன் சொல் கேட்டு அவள் வருத்தமடைந்து 'நின் பிரிவினும் காடு சுடாது' என்று உடன் புறப்பட்டாள். இராமன் தடுத்தும் அவள் மரவுரி உடுத்து, அவனுடன் புறப்பட ஆயத்தமாகவே இராமன் மறுமொழி இன்றி அவளுடனும், தம்பியுடனும் அமைச்சர் சுமந்திரன் ஓட்டிய தேரில் ஏறிப் புறப்பட்டான். நகர மாந்தர் பின் தொடர்ந்தார்கள்.

இரவில் ஒரு சோலையில் தங்க, எல்லாரும் தூங்கியதும், சுமந்திரனை இராமன் அழைத்து, தேரை நகருக்கு திருப்பிச் செல்லும்படிக் கூறிவிட்டு, தம்பியுடனும், சீதையுடனும் காட்டிற்குள் நடந்தான். தேர் வந்தது என்றும், இராமன் வரவில்லை என்றும் கேட்ட தயரதன் துணுக்கமுற்று இறந்தான். தயரதன் உடலைத் தைலத்தில் இட்டு, பரதனையும் சத்ருக்கனையும் உடனே வருமாறு வசிட்டர் செய்தி

அனுப்பினார். தேர்ச்சுவடு நகரை நோக்கிச் சென்றதையறிந்த மக்கள், இராமன் நாடு திரும்பியிருக்கலாம் என்று அயோத்திக்கு விரைய, அங்கு நடந்ததையறிந்து புலம்ப, வசிட்டன் அனைவரையும் தேற்றினான்.

இராமன் கங்கைக் கரையை அடைந்து முனிவர்கள் உபசரிப்பை ஏற்று நீராடி, உணவருந்தினான்; அப்போது சிருங்கிபேர மன்னனான காட்டுவாசியாகிய குகன், காணிக்கை ஏந்தி வந்து இராமனை சேவித்தான். தன்னுடனேயே இராமன் தங்க வேண்டுமென குகன் எவ்வளவோ வலியுறுத்தி வேண்டியும், இராமன் மறுத்து, குகனுடைய படகில் ஏறி கங்கையைக் கடந்தான். கங்கையைக் கடந்ததும் குகனும் உடன் வருவதாகச் சொன்னதும், அவன் அன்பைக் கண்டு நெகிழ்ந்து அவனைத் தன் தம்பியாக வரித்து, அவன் வேண்டுகோளைத் திரும்பும்போது ஏற்பதாகச் சொல்லிப் புறப்பட்டான். வழியில் பரத்துவாச முனிவர் இராமனை உபசரித்து அங்கேயே தங்கவேண்ட, இராமன் தன் கடமையை எடுத்துரைத்து மறுக்க, சித்திரகூடத்தில் தங்குமாறு முனிவன் சொல்ல, அங்ஙனமே இராமன் புறப்பட்டான். வழியில் யமுனை நதி குறுக்கிட இலக்குவன் தெப்பம் அமைத்து இருவரையும் அக்கரை சேர்க்க, பாலை நிலத்தைக் கடந்து சித்திரகூட மலைச்சாரலை மூவரும் அடைந்து, இலக்குவன் அமைத்த பர்ணசாலையுள் இராமனும் சீதையும் இருந்தனர்.

பரதனும் சத்ருக்கனும் ஏழுநாள் பயணம் செய்து அயோத்தி அடைந்தனர். அரண்மனையில் தந்தையைக் காணாது கைகேயியிடம் கேட்க, அவள் நடந்ததைச் சொல்ல, பரதன் கோபமடைந்து அவளைத் திட்டி, கோசலையிடம் செல்ல, அவள் பரதனுக்கு கைகேயியின் சூழ்ச்சி தெரியாதா எனக் கேட்க, பரதன் வருத்த மடைந்து சூளுரைத்தான். பரதன் தூய்மையை உணர்ந்த கோசலை வாழ்த்தினாள். சரயு நதிக்கரையில் தயரதன் ஈமக்கடன்களை செய்யப் போகும்போது வசிட்டர், மன்னன் பரதனைத் துறந்ததை அறிவிக்க, சத்ருக்கனன் ஈமக்கடன்களைச் செய்தான்.

பரதன் அரசாள மறுத்து, இராமனை மீண்டும் நாட்டிற்கு அழைத்துவரப் புறப்பட்டான். எல்லாரும் மகிழ்ந்து உடன் புறப்பட்டனர். கங்கைக் கரையில் குகன் முதலில் பரதனை ஐயுற்று, பிறகு பரதனின் தவக்கோலத்தைக் கண்டு நெகிழ்ந்து, எல்லாரையும் படகில் ஏற்றி அக்கரை சேர்த்தான். பரதன், படை, குடிகளுடன் வருவதை அறிந்த இலக்குவன் கோபமுற்று போர்க்கோலம் பூண, இராமன் சாந்தப்படுத்தி, பரதனின் கோலத்தைக் காட்டினான். பரதன் வந்து செய்தி அறிவித்ததும் இராமன் மயங்க, வசிட்டர் முதலியோர் தேற்ற, பிறகு இராமன் தந்தைக்கு நீர்க்கடன் செய்தான்.

மறுநாள் இராமன், பரதன் தவக்கோலம் பூண்டது ஏன் என்று கேட்டான். பரதன் இராமனை நாடு திரும்புமாறு எவ்வவளவோ வேண்டியும் இராமன் அதனை மறுத்து, தந்தை சொல்லை ஏற்று, தான் வரும்வரை பதினான்கு ஆண்டுகள் பரதன் நாட்டைக் காப்பதுவே தருமம் என்று சொல்ல, இராமன் சொல்லைத் தட்டமுடியாத பரதன், இராமன் பாதுகைகளை வேண்டி வாங்கித் தலைமேல் கொண்டு, அயோத்தி நகர எல்லையில் உள்ள நந்தியம்பதி கிராமத்தை அடைந்து, அங்கு அதனைச் சிம்மாசனத்தில் வைத்து வணங்கி, அரச காரியங்களைக் கவனித்து வந்தான். இராமன் சீதையோடும் தம்பியோடும் தென் திசை நோக்கிப் புறப்பட்டான்.

•

கடவுள் வாழ்த்து

வான்நின்று இழிந்து, வரம்பு இகந்த மா பூதத்தின் வைப்பு எங்கும்,
ஊனும் உயிரும் உணர்வும்போல், உள்ளும் புறத்தும் உளன் என்ப -
கூனும் சிறிய கோத்தாயும் கொடுமை இழைப்ப, கோல் துறந்து,
கானும் கடலும் கடந்து, இமையோர் இடுக்கண் தீர்த்த கழல் வேந்தன்.

(இழிந்து - தோன்றிய; வரம்பு இகந்த - எல்லை கடந்து பரந்த; மாபூதம் - ஐம்பெரும் பூதங்கள்; வைப்பு(இங்கே) - உலகங்கள்; கூனும் -கூனியும்; கோத்தாய் - கைகேயி; கோல் - அரசாட்சி; இடுக்கண் - துன்பம்; கழல் வேந்து - வீரக்கழலை அணிந்த இராமன்) (231)

கூனியும், சிறிய தாயாகிய கைகேயியும் கொடுமை செய்ததால், அரசாட்சியைத் துறந்து, காட்டையும், கடலையும் நடந்து தாண்டிச் சென்று, தேவர்களின் துயரங்களைப் போக்கிக் காத்த வீரக்கழலை அணிந்த இராமபிரானாகிய பரம்பொருள், ஆகாயத்திலிருந்து தோன்றி, எல்லையற்றுப் பரந்துள்ள, ஐம்பெரும் பூதங்களின் சேர்க்கையால் ஆன உலகங்கள் எங்கும் உடலுக்குள் உயிர்போல உள்ளே கரந்தும் (ஒளித்தும்), உயிரில் உணர்வுபோல் வெளியே பரந்தும் உள்ளான் என்று ஞானியர்கள் கூறுவார்கள்.

1. முடிசூட்ட முடிவெடுத்தான் தயரதன்!

அமைச்சர்தம் அருமை

தயரதச் சக்கரவர்த்தி தன் ஆருயிர் மக்களுடனும், மனைவியருடனும் அரசாட்சி செலுத்தி வரும் காலத்து, ஒருநாள் ஆலோசனை மண்டபத்தை அடைந்ததும், அரசர்களையும், சுற்றத்தார்களையும், நண்பர்களையும் பரிவோடு அப்புறப்படுத்தினான். பின் தன் அமைச்சர் பெருமக்களை வரச் சொன்னான். அப்போது, தயரதன் ஆட்சியில், கட்டளை இடும் கடவுளாக உள்ளவர் என்று சிறப்புப்

பெயர் பெற்ற குலகுருவாகிய வசிட்டரும் வந்து சேர்ந்தார். அறுபதினாயிரம் பேர் என்று சொல்லும்படியான அளவுக்கு மிக மிகப் பலரான அமைச்சர் பெருமக்கள் வந்து வசிட்டரை வணங்கி, தயரதனைப் பணிந்து தத்தம் இருக்கைகளில் அமர்ந்தார்கள்.

அந்த அமைச்சர்கள் எப்படிப்பட்டவர்கள், தெரியுமா? தொன்மை வாய்ந்த நல்ல குடும்பத்திலே பிறந்தோர்; கல்வி, கேள்வி, ஞானங்களிற் சிறந்து அவற்றின் பயனையும் அடைந்தோர்; தமக்கு வரும் நலங்கள் அடியோடு கெடுவதானாலும், அதற்காக வேண்டி நடுவுநிலை தவறாதோர்; கோபம் முதலிய குற்றங்களைக் களைந்து அறவழிநிற்போர்; நிறையக் கற்றோர்; கவரிமான் போன்று மயிர் நீப்பின் வாழா மானமுடையோர்; நிகழ்வதைக் கொண்டு இனி நிகழ உள்ளது பற்றிக் கூற வல்லோர்.

உற்றது கொண்டு, மேல்வந்து உறுபொருள் உணரும் கோளார்;
மற்றுஅது வினையின் வந்ததுஆயினும், மாற்றல் ஆற்றும்
பெற்றியர்; பிறப்பின்மேன்மைப் பெரியவர்; அரியநூலும்
கற்றவர்; மானம்நோக்கின், கவரிமா அனைய நீரார்; (232-6)

மன்னன் கருத்திற்கு மாறான கருத்தைக் கூறினாலும், அதனால் மன்னன் கோபம் அடைந்தாலும், அதைப் பொருட்படுத்தாது நீதி தவறாது, உயர்ந்த நீதியையே விடாது நின்று சொல்லக் கூடியவர்கள்;

தம்உயிர்க்கு இறுதி எண்ணார்; தலைமகன் வெகுண்டபோதும்,
வெம்மையைத் தாங்கி, நீதிவிடாது நின்று, உரைக்கும் வீரர்; (232-8)

இவை மட்டுந்தானா, அவர்கள் குணாதிசயங்கள்? இல்லை; நிறைந்த திறமை வாய்க்கப்பெற்ற மருத்துவர்கள்போல நன்கு ஆராய்ந்து பார்த்து, நோயாளிகள் விரும்பினாலும் விரும்பாவிட்டாலும் அவர்களுக்கு நன்மையையே கருதிச் செயலாற்றும் மருத்துவரைப் போன்று, தலைவனுக்கு நல்லதையே எண்ணக்கூடியவர்கள்.

மருத்துவர் எப்படி நோயாளியின் உடற்கூற்றையும், நோயையும், அதுவந்த காரணத்தையும் ஆராய்ந்து அது நீங்க உதிரம் களைதல், அறுத்தல், சுடுதல் முதலிய துன்பந்தரும் செயல்களைச் செய்து நோயாளியைக் காப்பாற்றுகிறாரோ, அப்படியே அவ்வமைச்சர் பெருமக்களும் அரசன் விருப்பு வெறுப்பைக் கருதாது, அரசன் நன்மையையே முடிவாய்க் கொண்டு செயற்படக்கூடிய சீரிய திறமுடையோர்.

நல்லவும் தீயவும் நாடி, நாயகற்கு,
எல்லைஇல் மருத்துவன் இயல்பின் எண்ணுவார்; (232 -9)

உயிரும் உணர்வுமாகிய, அரசனும் அமைச்சரும்

தன் மனத்தில் உள்ளதை சபையில் சொல்ல ஆரம்பிக்கும்முன், அரசன் அமைச்சர்களின் முகங்களை எல்லாம் அரசர் குலம் கற்பித்த முறைப்படியே நோக்கினான்; கண்களால் அவர்களுடன் உறவுகொண்டு செய்தியைச் சொல்லாமல் சொல்லி விடுகிறான். இதைக் கம்பன் சொல்லுவான்:

அன்னவர், அருள் அமைந்து இருந்த ஆண்டையில்,
மன்னவனும், அவர் முகம் மரபின் நோக்கினான்;
'உன்னிய அரும் பெறல் உறுதி ஒன்று உளது;
என்உணர்வு அனையநீர் இனிது கேட்டிரால்!' (232-12)

எவ்வளவு பெரிய அவையையும் செய்தி சொல்லுமுன்பே தன்வயப் படுத்திவிட, கண்ணோடு கண் ஒவ்வொருவர் முகத்தையும் நோக்கி, உறவுப் பாலத்தைக் கட்டிவிட்டால், பிறகு வாயினால் சொல்லும் சேதி தானாகவே அவர்தம் செவியிலும், சிந்தையிலும் நிறையும் அன்றோ! அமைச்சர்களும் அதை உணரும் ஆற்றல் உடையவர்களே என்பதை 'என் உணர்வு அனைய நீர்' என்று கம்பன் சுட்டுவான்.

'உயிரும் உணர்வும்' போல ஒன்றையொன்றை விட்டுப்பிரியாத் தன்மையினராம் அரசனும், அமைச்சரும்.

தயரதன் துறவும் - இராமன் அரசேற்றலும்

அப்படிப்பட்ட உயிராகிய தயரதன் சொன்னான்:

'கன்னிப் பெண்களுக்குக் கற்பு எவ்வளவு முக்கியமோ, அவ்வளவு முக்கியமாக அறம் தவறாது போற்றி மக்களுக்கு நல்லதே செய்து வந்தேன். இனி என் உயிருக்கு நன்மை தருகின்ற செயலைச் செய்ய விரும்புகிறேன்.

கைகேயி அன்று சம்பாசுர யுத்தத்திலே தேரைச் செலுத்த, கோபம் கொண்ட சம்பரன் ஏறிவந்த பத்துத் தேர்களையும் அழித்து வெற்றி பெற்றேன். (அசுரன் பத்து திசைகளிலுமிருந்து தேரில் வந்து போரிட்டான். நான்கு பெருந்திசை, நான்கு மூலைத்திசை, ஆகாயம், பூமி ஆக மொத்தம் பத்துத் திசைகள். அதனாலேயே தச ரதங்களை வென்றவன் தசரதன் என்ற பேர் பெற்றான்.) அப்படிப் பத்து தேர்களை வென்ற எனக்கு, இந்த ஐம்புலன்களான அஞ்சு தேர்களையும் வென்று வாகைசூடுவது பெரிய காரியமன்று. உங்களைப் போன்ற நல்லமைச்சர்களின் உதவியால் புறப் பகைவர்களை வென்று ஆட்சி செய்து வந்த நான், இனியும் உங்கள்

உதவியால் அகப் பகைவர்களாம் புலன்களை வென்று அரசைத் துறந்து தவஞ்செய்ய எண்ணுகிறேன். ஆகவே இராமனுக்கு அரசை அளித்துவிட்டு, நான் இனிப் பிறவா வரமருளும் தவம் மேற்கொள்வேன். உங்கள் கருத்து என்னவோ?'

இராமன் அரசாள்வான் என்ற மகிழ்ச்சி மனத்தில் கரைபுரண்டு ததும்பி ஓட, அதே சமயத்தில் தயரதன் பிரிவென்னும் சோகத்தினால், இரண்டு கன்றினுக்கு இரங்கி சிந்தை அழியும் தாய்ப் பசுவைப்போல ஆயினர் அமைச்சர். ஆனாலும் ஆண்டு அநுபவித்த தயரதனுக்குத் துறவே இனி உறுதிப்பொருளாகும் என்பதாலும், இராமனினும் சிறந்த மன்னன் இல்லை என்பதாலும், அவன் கருத்திற்குத் தம் இசைவினைத் தெரிவித்தனர். அமைச்சர்களின் ஒருமனதான கருத்தையும், தயரதன் உட்கிடக்கையையும் அறிந்து வசிட்டரும், அதனை வரவேற்றார். அமைச்சர்கள் மட்டுமன்றி, வசிட்டரும் தன் எண்ணத்திறகு இசைந்தது, தயரதனுக்குப் பெரிதும் மகிழ்ச்சி ஏற்படுத்தியது. உடனே அமைச்சர் சுமந்திரனை அழைத்து இராமனைக் கூட்டி வரும்படி சொன்னான்.

இராமன் இசைவும், மன்னர் ஒப்புதலும்

அங்ஙனமே போய் இராமனை அழைத்து வந்தான் சுமந்திரன். இராமனை அன்புடன் தழுவி தன் கருத்தினைத் தெரிவித்து, இராமன் அரசேற்க வேண்டும் என்று வேண்டினான்.

அப்போது இராமன் என்ன செய்தான்? கிடைத்தற்கரிய அரசப் பெரும்பேறு கிடைத்ததே என மகிழ்ந்திடவுமில்லை; அரசபாரம் சுமப்பது சிரமமான காரியமாயிற்றே என்று வருத்தப்படவுமில்லை; பின் என்ன செய்தான்? அரசாட்சியை ஏற்று தந்தையின் கட்டளையை நிறைவேற்றி, தந்தையின் துயரம் நீக்குதலே தன் தலையாய கடமை என்று, தந்தை சொல்லை மந்திர மொழியாக ஏற்றானாம்.

> தாதை அப்பரிசு உரைசெய, தாமரைக் கண்ணன்
> காதல் உற்றிலன்; இகழ்ந்திலன்; 'கடன் இது' என்று உணர்ந்தும்,
> 'யாது கொற்றவன் ஏவியது அது செயல் அன்றோ,
> நீதி எதற்கு?' என நினைந்தும், அப் பணி தலைநின்றான் (240-69)

இராமனின் இசைவைக் குறிப்பாலுணர்ந்த தயரதன் இராமனைத் தழுவி மகிழ, இராமன் தன் மனை சென்றான். பெருமகிழ்ச்சியுடன் தன் அரண்மனை அடைந்த தயரதன், அரசர்களுக்கெல்லாம் இராமன் முடிசூட்டல் பற்றி ஓலை அனுப்பிட வசிட்டரை வேண்டினான். ஓலை பெற்ற மன்னர்கள் எல்லாரும் பெரும் உவகையுடன் தயரதனை

வந்தடைந்து தம் இசைவினைத் தெரிவித்தனர். இவ்வாறு அரசர்கள் அனைவரும் வரவேற்றதும், தயரதன் சந்தேகம் மேலிட அவர்களைக் கேட்டான், தன் கருத்திற்கு இசைந்த காரணம் என்ன என்பதை.

அதற்கு அவர்கள் சொன்னார்கள்; 'மாமன்னனே! ஊருக்கு உதவும் ஊருணியில் நீர் நிறைந்து தோன்றினாலும், பயன் மிகத் தரும் மரம் உள்ளூரிலே பழுத்துக் குலை தள்ளினாலும் ஊர் மக்கள் உண்மையிலேயே எவ்வளவு மகிழ்ச்சி அடைவார்கள்? வயல்களில் பாயும் நீர் நிறைந்த நதி பெருக்கெடுத்து ஓடினால் யாராவது வேண்டா என்பார்களா? ஆகவே அனைத்து உயிர்களிடமும் அன்புடையவனான இராமன் அரசாள்வது பொருத்தமே.'

'ஊருணி நிறையவும், உதவும் மாடு உயர்
பார்கெழு பயன்மரம் பழுத்தற்று ஆகவும்
கார்மழை பொழியவும், கழனி பாய்நதி
வார்புனல் பெருகவும், மறுக்கின்றார்கள் யார்?' (242-81)

மன்னர்களின் கருத்தையும் கேட்டறிந்து மகிழ்ந்து தயரதன், கணித வல்லுநர்களை அழைத்துக்கொண்டு இராமன் முடிசூட ஒரு நல்ல நாளை குறிக்கத் தனி மண்டபம் அடைந்தான்.

இதற்கிடையில் இச்செய்தியை அறிந்த பெண்கள் கோசலையிடம் ஓடிப்போய் செய்தி தெரிவித்தனர். இம்மகிழ்ச்சியான செய்தியைக் கேட்ட கோசலையின் மனம் ஆனந்தக் கடலானதும், உடன் தயரதன் துறப்பு எனும் வடவைக் கனல் அவள் உள்ளத்திலே தோன்றியது. ஆயினும் தன் மகன் இராமன் முடிசூடுவான் என்ற மகிழ்ச்சி ஓங்க, சுமித்திரையுடன் கோயிலுக்குச் சென்று திருமாலை வணங்கித் தானம் வழங்கினாள்.

வசிட்டர் உபதேசம்

நாளையே முடிசூட்ட நல்ல நாள் என வல்லுனர்கள் தெரிவிக்கவே, தயரதன் வசிட்டனை வரவழைத்து இராமனுக்குச் செய்யவேண்டிய உபதேசங்களைச் செய்யுமாறு வேண்டினான். அங்ஙனமே உறுதிப் பொருள்களை வசிட்டர் அறிவுறுத்தினார்: 'ஐம்பொறிகளை அடக்கிய அந்தணர், அவற்றை அடக்காத அமரர்களைவிட உயர்ந்தவர். ஆதலால் அவர்களைப் பேணி, அவர்கள் சொற்படி நடப்பாயாக! தெளிந்த நல்லறத்தையு, மனச்செம்மையையும், எல்லா உயிர்களிடத்தும் அருள் உடைமைகளையும் நீங்குபவர்கள், மும்மூர்த்திகளேயானாலும் அழிந்து விடுவார்கள். நீதிநெறி வழுவாத நீ, குற்றங்கள் அனைத்திற்கும் காரணமான, சூதாட்டம் முதலிய பெரும் துயர் தரும் செயல்கள் இல்லாதவன்.

பகையைப் பகையால் போக்க முடியாது; தீயைத் தீயால் தணிக்க முடியாது; பகையை அன்பால் அழித்தலே தீயை நீரால் ஒழிப்பது போன்றது ஆகும். பகைவனை வெல்வதைவிட, பகைமையை வெல்பவனே வென்றவன் ஆவான். அன்பால் வெல்லப்பட்ட பகைவன் எக்காலத்தும் கேடு செய்யமாட்டான்.

யாரொடும் பகை கொள்ளலன் என்ற பின்,
போர் ஒடுங்கும்; புகழ் ஒடுங்காது; தன்
தார் ஒடுங்கல் செல்லாது; அது தந்தபின்,
வேரொடும் கெடல் வேண்டல் உண்டாகுமோ? (245-21)

நாள்தோறும் வருவாயைப் பெருக்கி, ஐம்புலன்களையும் அடக்கி, நடுநிலையோடு அரசைப் பாதுகாத்தலே மாபெரும் தவத்திற்கு ஒப்பாகும். அரசனுடைய நல்லொழுக்கமே, வாள்படையை விட மேம்பட்ட படையாகும். அவ்வொழுக்கமே அவன் அழியாமைக்கும், அன்புடைமை ஆக்கத்திற்கும் காரணமாகும். ஆயுதம் செலுத்துதலினும் அன்பு செலுத்துதல் மேலானது ஆகும்.'

'என்பு தோல் உடையார்க்கும், இலார்க்கும், தம்
வன் பகைப் புலன் மாசு அற மாய்ப்பது என்?
முன்பு பின்பு இன்றி, மூஉலகத்தினும்,
அன்பின் நல்லது ஓர் ஆக்கம் உண்டாகுமோ? (246-24)

(என்புதோல் உடையார் - மனிதர்; என்புதோல் இலார் - தேவர்கள்)

'வையம் மன் உயிர் ஆக, அம் மன் உயிர்
உய்யத் தாங்கும் உடல் அன்ன மன்னனுக்கு,
ஐயம் இன்றி, அறம் கடவாது, அருள்
மெய்யில் நின்றபின், வேள்வியும் வேண்டுமோ?' (246-25)

இத்தகைய உறுதிப்பொருள்களை வசிட்டர் இராமனுக்கு உபதேசித்து, அவனை நாகணை வள்ளல் கோயிலுக்கு அழைத்துச் சென்று, நன்னீராட்டி, முடிசூட்டுவதற்கு முன்பு செய்ய வேண்டிய சடங்குகளை முற்றுவித்து, அவனை தருப்பைப் புல்லைப் பரப்பி அதில் அமரச் செய்தார். அதனை அவர் தயரதனிடம் தெரிவிக்க, தயரதன் அகமகிழ்ந்து நகரை அணிசெய்ய ஆணை பிறப்பித்தான். தயரதன் ஆணையின் வண்ணம், வள்ளுவர்கள், இராமன் மறுநாள் முடிசூடுவான் என்றும், நகரை அணிசெய்ய வேண்டுமென்றும் முரசறைந்து தெரிவித்தனர். அதைக் கேட்ட நகர மாந்தர், அமுதம் உண்டவர்களைப்போல் ஆடிப் பாடி அகமகிழ்ந்து, நகரை அணி செய்யத் தொடங்கினர்.

௨. கெடுத்தாள் கூனி!

இவ்வாறு தலைநகர் அயோத்தியை, தேவர்கள் தலைநகரான அமராவதிப் பட்டணம்போல் அலங்கரித்துக் கொண்டிருக்கும்போது, அரக்கர்களின் தலைவனான இராவணன் இதுநாள்வரை இழைத்த தீமைகள் எல்லாம் ஓர் உருப்பெற்று வந்ததுபோல் (அவை பலன் கொடுக்க ஆரம்பிப்பதுபோல) முதுகும், உள்ளமும் வளைந்த கூனி என்ற மந்தரை தோன்றினாள்.

இராமன் சிறு வயதில் விளையாட்டின் பொருட்டு, இவள் கூனல் முதுகின்மீது மண்ணுருண்டையை அடித்ததால், அவன்மீது கோபம் கொண்டிருந்த கூனி, இப்போது இராமன் முடிசூடப் போகிறான் என்ற செய்தி அறிந்து துடித்தாள்; கோபப்பட்டாள்.

அவனுக்குத் தீமை செய்ய எண்ணிக் கைகேயியின் அரண்மனைக்குச் சென்று உறங்கிக்கொண்டிருந்த கைகேயியை எழுப்புகிறாள். 'உனக்குப் பெருந் துன்பம் வந்திருக்கும்போதும், அதைப் பற்றிச் சிறிதும் கவலைப்படாமல், ராகு பிடிக்குமுன் ஒளியுடன் விளங்கும் சந்திரன் போன்ற முகத்துடன் தூங்குகிறாயே' என்று தூபம் போடத் தொடங்கினாள்.

இராமனைப் பெற்ற கைகேயி

இதைக் கேட்டு விழித்து கைகேயி 'பகைவரை அடக்கவல்ல என் புதல்வர்கள் நால்வரும் நலமாக இருக்கும்போது எனக்கு என்ன துன்பம் வந்துவிட்டது? அதிலும் வேதம் போன்ற இராமனைப் பெற்ற எனக்குத் துன்பம் வரமுடியுமா?' என்றாள்.

'விராவ அரும்புவிக்கு எலாம் வேதமே அன
இராமனைப் பயந்த எற்கு இடர் உண்டோ?'

(விராவு - பல்வகை உயிர்களும் கலந்து வாழ்கிற; வேதம் - இன்னவாறு மக்கள் ஒழுக வேண்டுமென்பதை விதிப்பன விதித்து, விலக்குவன விலக்கிக் காட்டுகின்ற வேதம் போல. இராமனும் தன்னுடைய ஒழுக்கத்தால் வாழ்ந்து காட்டியதால் வேதம் மேற்கோளாதல் போல, இராமனது ஒழுக்கமும் மேற்கோளாயிற்று; பயந்த - பெற்ற) (232 - 8)

இராமன்பால் ஆழ்ந்த பேரன்புடைய கைகேயி கூறியதைக் கேட்ட கூனி, 'உன் நன்மையும் செல்வமும் நலிந்தன; கோசலை தன் அறிவினால் நல்வாழ்வு பெற்றாள்' என்றாள்.

‘மன்னர் மன்னனான தயரதனைக் கணவனாகவும், புகழ்மிக்க பரதனைப் புதல்வனாகவும் பெற்றதைவிடக் கோசலைக்கு மேலான வாழ்வு என்ன இனி வரப்போகிறது’ என்றாள் கைகேயி.

கூனி ‘ஆண்கள் எள்ளி நகையாடவும், வீரத்துக்கு இழுக்கு ஏற்படவும், பெண்ணாகிய தாடகையைக் கொன்ற இராமன், நாளை முடிசூடப் போகிறான்; இதுவே கோசலை பெறப்போகும் மேலான வாழ்வு’ என்றாள்.

இதைக் கேட்ட மாத்திரத்தில் கோசலையைப் போன்றே பெரு மகிழ்ச்சி அடைந்த கைகேயி, அந்த எல்லையற்ற மகிழ்ச்சியின் வெளிப்பாடாக, அந்த மகிழ்ச்சியான சேதி சொன்ன கூனிக்கு ஓர் உயர்ந்த மாலையைப் பரிசாக வழங்கினாள்.

புல்லிடை உகுத்த அமுதாம் பரதன்

அவ்வளவுதான்! கூனி கோபம் மிகக் கொண்டு இரைந்தாள்; அதட்டினாள்; வைதாள்; கண்ணில் தீப்பொறி பறக்க விழித்தாள்; மாலையை எறிந்தாள். கைகேயியை நோக்கி,

‘நீ அறிவில்லாதவள்! உன் மகன் பரதனோடு துன்பம் அடையவே போகிறாய். ஆனால் நான் உன் சக்களத்தியின் தாதிகளுக்கு அடிமை செய்யப் பொறுக்க மாட்டேன். முடி சூடியதும் இராமனும் சீதையும் சிம்மாசனத்தில் வீற்றிருக்க, உன் மகன் பரதன் வெறுந்தரையில் இருக்க வேண்டும். கோசலை மறவாமல் தன் மகனுக்கு நல்லதைச் செய்துவிட்டாள். நீ பெற்றதால் பரதன் அரச பாக்கியம் பெறாமல், பிறவாதவனாகிவிட்டான். இந்த இராஜ்ஜியத்தை இராமன் தன் தம்பி இலக்குவனுடன் ஆளப் போவதால், பரதன் நாட்டைவிட்டு விரதம் பூண்டு, காடு செல்வதே நல்லது.

இப்படி ஆளும் பேற்றினை இழந்த பரதனை, அரசன், கேகய நாட்டிற்கு அனுப்பிய காரணம் இப்போதுதான் புரிகிறது. அரச குடியில் பிறந்து, அரண்மனையில் வளர்ந்து, பின் அரச குலத்தில் புகுந்து பேரரசியான நீ, மிகப் பெரிய துயரக் கடலில் விழப் போகிறாய். உன் மகனை அரசுரிமை பெறுவித்து, நீ இன்னமும் மேன்மையடையும் வகையை நீயே உணரவில்லை; நான் சொல்லியும் கேட்கவில்லை. பரதனிடம் நிரம்பிய கல்வி, இளமைச் சிறப்பு, வில் தொழில் தேர்ச்சி, அளவற்ற ஆற்றல், அழகு, வீரம் ஆகியவை இருந்தும், அனைத்தும் புல்வெளியிற் சிந்திய அமுதம் போல் அல்லவா ஆகிவிட்டது’ என்ற பெரிய உரை நிகழ்த்தினாள்.

மயில் முறைக் குலத்துரிமை

மந்தரை இவ்வாறு சொன்ன, தன் வாயும் கசக்கும்படியான வார்த்தைகளைக் கேட்ட கைகேயி கோபம் மிகக் கொண்டு கூறினாள், 'இச்சூரிய குலத்தவர் தம் உயிரும், பொருளும் போவதானாலும் தம் முறைமை தவறாதவர். தன் மூத்த குஞ்சுக்கே கொண்டை முளைக்கும் மயில் முறைக் குலத்திற்கும், மனுவின் நெறி வந்த குலத்திற்கும் இழுக்கு உண்டாகும்படி உன் கீழான புத்தியால் என்ன வார்த்தையெல்லாம் சொன்னாய்? ஊழ்வினை உன்னைத் தூண்ட உன் மனதிற்கு நல்லவையென்று தோன்றுவதையெல்லாம் சொன்னாய். அதற்காக உன் நாவை அறுக்காது பொறுத்துக் கொள்கிறேன். இதைப் பிறர் அறிய நேர்ந்தால் பெருங் குற்றத்துக்கு ஆளாவாய். என் கண்முன் நில்லாது போய் விடு.'

ஆனால் மந்தரை அவளை விட்டுப்போகாது, அவள் அடியில் வீழ்ந்து, அவளைத் தஞ்சமடைந்த தான், அவளுக்கு நல்லது சொல்லாமல் போக இயலாது என்றும் கூறி மீண்டும் போதனை செய்யத் தொடங்கினாள்: 'மூத்தவனுக்குத்தான் அரசுரிமை என்றால், அவனைவிடப் பெரியவனான மன்னன் இருக்கும்போது இராமன் முடி சூடலாமா? அப்படி இராமன் சூடும்போது, அவனுடைய இளவலான பரதன் ஏன் முடிசூடக் கூடாது? முற்றுந் துறந்த முனிவர்களுக்குக் கூட, பெறற்கரிய பெருஞ்செல்வம் கிடைத்தபின் அவர்கள் மனநிலை மாறுபடும். அப்படியிருக்க இராமன் இவ்வரசைப் பெற்றதும் மனம் மாறி, உனக்கும் பரதனுக்கும் மனம் உடையும்படி ஏதேனும் துன்பம் விளைவிக்க மாட்டான் என்பது என்ன நிச்சயம்?

'அறன் நிரம்பிய அருளுடை அருந் தவர்க்கேனும்,
பெறல் அருந்திருப் பெற்றபின், சிந்தனை பிறிதுஆம்' (253 - 79)

சுற்றமும் கெடும்

இராமன் அரசாண்டால், பொறாமைக் குணமுடைய கோசலைக்கே உலகம் உடைமையாகும். அதனால் அவளாகப் பார்த்து உதவுகிற பொருளே, உனக்கும் உன் மகன் பரதனுக்கும் கிடைக்கும். உன்னை வந்து இரப்பவர்களுக்கு நீ, உன் மாற்றாளாகிய கோசலையிடம் இரந்தா பொருள் வாங்கிக் கொடுக்கப் போகிறாய்? அல்லது நம்மிடம் பொருள் இல்லையே என்ற வெட்கப்படுவாயா? இல்லை, வருத்தமடைந்து உயிர்விடுவாயா?

உன்மீது மிகவும் அன்பாக உள்ள உன் கணவனை அஞ்சியே, சீதையின் தந்தையாகிய சனகன், உன் தந்தைமீது

படையெடுக்கவில்லை. இராமன் அரசன் ஆனால், உன் தந்தை நிலை என்னாகும்? உன் அறியாமையால் உனக்கும், நீ பிறந்த குலத்திற்கும் ஆபத்து. வேறு பகையரசர்கள் உன் தந்தைக்குக் கேடு செய்தால், அப்போது இராமன் உன் தந்தைக்கு உதவுவானா? உதவாவிட்டால் என்னாகும்? அது மட்டுமா? இராமன் அரசன் ஆனால் அவனுக்குப் பிறகு, அவ்வரசு அவன் பிள்ளைகளுக்கும், அவனைச் சார்ந்துள்ள இலக்குவனுக்கும் கிடைக்குமேயல்லாமல், பரதனுக்கோ, அவன் பிள்ளைகளுக்கோ கிடைக்குமா?'

சிந்தையும் திரிந்தது

இதுவரை கூனி சொல்லி வந்த வார்த்தைகளால், சிறிது சிறிதாகக் கைகேயியின் மனம் திரியத் தொடங்கி, பரதன் அரசு பெறுவதற்கும், பெருமையுறுவதற்கும் இனி வழியில்லை என்றதும் மாறிவிட்டது. அரக்கர்கள் செய்த பாவமும், நல்லோர்கள் செய்த தவமும் தூண்ட, அவற்றின் பயனாய் கைகேயியின் தூய சிந்தை திரிந்தது; அவளுக்கே இயல்பான நல்ல அருள் நெஞ்சத்தையும் துறந்தாள்.

> 'அரக்கர் பாவமும், அல்லவர் இயற்றிய அறமும்,
> துரக்க, நல்அருள் துறந்தனள் தூமொழி மடமான்;
> இரக்கம் இன்மைஅன்றோ, இன்று, இவ் உலகங்கள், இராமன்
> பரக்கும் தொல்புகழ் அமுதினைப் பருகு கின்றதுவே?' (254 - 86)
>
> *(அல்லவர் - அரக்கர் அல்லாதோர் (நல்லோர்): துரக்க - தூண்ட; மடமான் - இளமான் போன்ற கைகேயி; பரக்கும் - எங்கும் பரந்து விரிகின்ற)*

உள்ளமும் கோடிய கொடியாள் கூனி

இவ்வாறு மனந் திரிந்த கைகேயி கூனியை நோக்கிப் புகழ்ந்து தன் மகன் முடி புனைவதற்கு ஓர் உபாயம் கூறுமாறு வேண்டினாள். இதைக் கேட்டு மகிழ்ந்த கூனி, முன்பு சம்பராசுரனுடன் போர் நடந்தபோது தயரதன் உயிரைக் காப்பாற்றியதற்காகக் கைகேயிக்கு அவன் அளித்த இரண்டு வரங்களையும் இப்போது தரும்படியும், அதில் ஒன்றால் பரதனுக்கு அரசையும், மற்றொன்றால் இராமனைப் பதினான்கு ஆண்டுகள் காட்டிற்குப் போய் விடும்படியும் கேட்டுப் பெறும்படியும் வழி சொன்னாள். இவ்வாறு யோசனை சொன்ன கூனியைக் கைகேயி வாழ்த்திப் பரிசுப் பொருள்கள் அளித்து, அவ்விதமே இரண்டு வரங்களையும் அரசனிடம் அன்றே கேட்டுப் பெறுவதாகவும், அப்படிப் பெறாவிட்டால் அரசன்முன் தன் உயிரை விட்டுவிடுவதாகவும் சொல்லி, கூனியை அனுப்பி வைத்தாள்.

௩. வரம் கேட்டாள் கைகேயி!

சிறந்த தீயாள்

கூனியின் வஞ்சனையால் மனம் மாறிய கைகேயி தன் அலங்காரத்தை அழித்தாள்; அணி மணிகளைத் துறந்தாள்; தன் தலையை விரித்துப் போட்டாள்; நெற்றித் திலகத்தை அழித்தாள். கைகேயியின் அரண்மனைக்கு வந்த தயரதன், கைகேயியின் அலங்கோல நிலைமையைக் கண்டு, துணுக்குற்று, என்ன நடந்தது என்று பதறினான். யாரேனும் கைகேயியை நிந்தித்திருந்தால், அவர்கள் இறப்பது உறுதி என்றான். இதனைக் கேட்ட கைகேயி அழுது கொண்டே, அவன் முன்பு தருவதாகச் சொன்ன இரண்டு வரங்களையும் தரவேண்டுமெனக் கேட்டாள்.

கைகேயியின் கருத்தை அறியாத தயரதன்,

> 'உள்ளம் உவந்துள செய்வேன்; ஒன்றும் உலோவேன்;
> வள்ளல் இராமன் உன் மைந்தன் ஆணை'

என்றான்.

> *(உவந்ததது - விரும்பியது; உலோவேன் - உலோபம்(கஞ்சத்தனம்) செய்ய மாட்டேன்) (256-11)*

உடனே கைகேயி தயரதன் முன்பு, சம்பாசுர வதத்தின்போது தருவதாக வாக்களித்த வரங்கள் இரண்டையும் தரவேண்டுமெனக் கேட்டாள்.

தான் முன்பு கொடுத்த வரங்களைப் பெறுவதற்கு இவ்வளவு வருத்திக் கொண்டு, துன்பப்பட்டுக் கொண்டு கேட்க வேண்டிய அவசியமே இல்லையென்றும், உடனே வரங்களைக் கேட்டால் தருவதாகவும் தயரதன் சொன்னான்.

தீயளாகிவிட்ட கைகேயி ஒரு வரத்தால், தன் மகன் பரதன் உலகாள வேண்டுமென்றும், மற்றொரு வரத்தால் சீதையின் கணவனாகிய இராமன் காடாளச் செல்ல வேண்டுமெனவும் கேட்டாள்.

> 'ஏய வரங்கள் இரண்டின், ஒன்றினால், என்
> சேய் உலகுஆள்வது; சீதைகேள்வன் ஒன்றால்
> போய் வனம் ஆள்வது' எனப் புகன்று, நின்றாள்-
> தீயவை யாவினும் சிறந்த தீயாள். (257-14)

நாவின் ஈந்த சோகவிடம்

அவ்வளவுதான்! இந்தக் கொடுமையான சொற்களைக் கேட்டதும் தயரதன் பாம்பு தீண்டின யானையைப் போல் விழுந்தான்; வேதனையால் துடித்து, உருண்டு புரண்டான்; கைகேயியின் திடீர் மனமாற்றத்திற்கான காரணம் புரியாத தயரதன், என்ன காரணம், வஞ்சகர் யாரும் அவளை மாற்றிவிட்டார்களா? என்று கேட்டான். கொஞ்சமும் அயராத கைகேயி, உடனே பளீரென்று, தான் திகைக்கவுமில்லை, வஞ்சகர் யாரும் தன்னை மாற்றவுமில்லை என்றும், முன்பு தருவதாகச் சொன்ன வரங்களைத் தந்தால் சரி, இல்லாவிட்டால் உயிர் துறப்பதாகவும் சொன்னாள்.

தம் மைந்தன் இராமன் அலாது வேறு உயிர் இல்லாத தயரத மன்னன், இதைக் கேட்டதும் வெந்த புண்ணில் வேல்நுழைந்ததுபோல் வேதனையுற்றான்.

அவள் மனம் மாறமாட்டாளோ என்று ஐயுற்ற தயரதன், கெஞ்சியாவது அவளை மாற்றி விடலாம் என்று அவள் கால்களில் விழுந்து கெஞ்சினான்.

மற்றையதொன்றும் மற

'உன் மகன் பரதன் இவ்வரசை ஏற்கவே மாட்டான். அப்படியே ஒருவேளை பரதன் ஏற்றுக்கொண்டாலும், உலகோர் அதனை ஏற்கமாட்டார்கள். இராமனாக அரசைக் கேட்கவில்லை. நான் அவனை வேண்டிக்கொள்ளவேதான் அவன் இசைந்தான். அவனாகவே உன் மகன் பரதனுக்கும் தருவான். இதற்கு மேலும் உனக்கு வரம் வேண்டுமெனில் அரசை மட்டும் ஏற்றுக்கொள். மற்றொன்றான இராமன் கானகம் செல்ல வேண்டும் என்பதை மறந்துவிடு. பேய்கூட தன்னை ஒருவர் இரந்து வேண்டினால் மனமிரங்கி, தாய் ஒருத்தி தருவதுபோல வேண்டியதைத் தரும். நான் வேண்டும் இதனை நீ தரக்கூடாதா?'

> கண்ணே வேண்டும்' என்னினும் ஈயக் கடவேன்; என்
> உள்நேர் ஆவி வேண்டினும், இன்றே உனது அன்றோ? -
> பெண்ணே! வண்மைக் கேகயன் மானே! - பெறுவாயேல்,
> மண்ணே கொள் நீ; மற்றையது ஒன்றும் மற - (259-32)

(வண்மைக் கேகயன் - வள்ளல் தன்மை நிறைந்த கேகய மன்னன்)

இப்படிப் பலபல பன்னிப்பன்னி கெஞ்சினான் தயரதச் சக்கரவர்த்தி. ஆனால் தன் நேர் இல்லாத் தீமை புரியத் தொடங்கிய தீயவளான

கைகேயி ஒரு சிறிதும் உள்ளம் தடுமாறினாள் இல்லை. முன்னே தந்த வரங்களை இப்போது தர மறுத்தால் வாய்மைக்கு இனி யார் உளர் என்று கேள்வி கேட்டு மடக்கினாள்.

வரம் கொடுத்தான்

பரதனுக்கு வேண்டுமானால் அரசை எடுத்துக் கொள்ளட்டும்; ஆனால் தன் உயிருக்கு உயிரான இராமன் நாடு விட்டுப் போகாமலிருக்கச் செய் என மறுபடியும் ஆசையால் கைகேயியிடம் கொஞ்சினான் தயரதன். இராமன் வனம் சென்றால் அவனைப் பிரிந்து தான் உயிர் வாழ மாட்டாமையால் 'உன் அபயம் என் உயிர்' என்றும் கெஞ்சினான். ஆனால் மரத்தைப் போன்ற நெஞ்சங்கொண்ட கைகேயி கொஞ்சமும் ஈவு இரக்கமற்றவளாய் தான் தந்த வரத்தைத் தவிர்த்தல் அறமாகுமா என்று விடாப்பிடியாய்க் கேட்டாள். அப்போதும் தயரதன் தன் முயற்சியில் தளராது,

'தன் கணவர் உயிரைத் தானே கொன்ற பெண்டிர் உண்டோ? உன் நா அம்பால் என் உயிரைக் கொல்லப் போகிறாய். அரசாளும் மன்னர் முதல் வானுலகாளும் தேவர் வரை பலரையும் எல்லா வல்லமையாலும் வென்ற எனக்குக் கடைசியில் என் மனைவியாலே, ஒரு பெண்ணாலே கேடுற்று இறந்தேன் என்ற இழிசொல் பெற்றேனே?' என்று எவ்வளவோ சொல்லிப் பார்க்கிறான்.

தயரதன் எவ்வளவு மன்றாடியும் மனம் மாறாத கைகேயி தயரதன் குலத்தில் முன் தோன்றிய சிபி சக்கரவர்த்தி தன் வாக்கைக் காப்பாற்ற தன் சதையை அறுத்துக் கொடுத்ததை தயரதனுக்கு நினைவூட்டி, கொடுத்த வரத்தை மதியாவிட்டால் வாய்மை என்னாகும் என்றாள். இனி வரத்தைக் கொடுக்காவிட்டால் கைகேயி உயிரை விட்டுவிடுவாள், அதனால் தான் வாக்குத் தவறினோம் என்ற அவப்பெயர் ஏற்பட்டுவிடும் என்றுணர்ந்த தயரதன் 'நீ கேட்ட வரத்தைத் தந்தேன். இராமன் காடாள, நான் இறந்துபோய் வானுலகாள்வேன். நீ, உன் மகனோடு பழியாகிய வெள்ளத்தில் நீந்திக் கொண்டிருப்பாயாக!' என்று வரத்தை அளித்து வாய்மையைக் காத்து, மனஞ் சோர்ந்து மயங்கி விழுந்தான். கைகேயி தன் காரியம் நிறைவேறிய களிப்பில் உறக்கத்தில் ஆழ்ந்தாள்.

விடிந்தது - விழாக் கோலம் பூண்டனர்

இராமன் முடிசூட வேண்டிய பொழுது புலர்ந்தது. தயரதனின் நிலையைக் கண்டு வருந்திய தங்கள் சிறகாகிய கைகளால் வயிற்றில் அடித்துக் கொண்டு அழுவதுபோல் கூவினவாம் கோழிகள்.

கைகேயியின் செயலுக்கு உள்ளம் கொதித்து அவளை வைவன போன்று பறவைகள் எல்லாம் ஒலித்தனவாம்.

- ஏழையால்
வண்டு தங்கிய தொங்கல் மார்பன் மயங்கி விம்மியவாறு எலாம்
கண்டு நெஞ்சு கலங்கி, அம்சிறை ஆன காமர் துணைக் கரம்
கொண்டு, தம்வயிறு எற்றி எற்றி விளிப்ப போல்வன - கோழியே

(ஏழை- பெண்(இங்கே கைகேயி); தொங்கல் - மாலை; காமர் - அழகிய) (262-51)

தோய் கயத்தும் மரத்தும், மென்சிறை துள்ளி, மீதுஎழு புள்எலாம்
தேய்கை ஒத்த மருங்குல் மாதர் சிலம்பின் நின்று புலம்புவ -
கேகயத்து அரசன் பயந்த விடத்தை இன்னது ஓர் கேடு சூழ்
மாகயத்தியை, உள்கொதித்து, மனத்து வைவன போன்றவே.

(கயம் - குளம்; தேய்கை ஒத்த மருங்குல் - தேய்வது போன்ற சிற்றிடை; சிலம்புவ - ஒலிப்பன; மாகயத்தி - மிக்க கீழ்மை குணம் கொண்டவள்) (262-42)

ஆடவரும் பெண்டிரும் மிகுந்த உற்சாகத்துடன் இராமன் முடிசூடுவதைக் காணப்போகும் மகிழ்ச்சியுடன் எழுந்தனர். இராமனின் தம்பியர்போல இளைஞர்கள் எல்லாம் விழாவை எண்ணி மகிழ்ந்தனர். இளம் பெண்களோ, பாதங்களில் செம்பஞ்சுக் குழம்பை அழகுறப் பூசி, பால்போன்ற வெண்மையான சங்கு வளையல்களைக் கைகளில் அணிந்தார்கள்; கண்களுக்கு மை இட்டனர்; அன்றலர்ந்த மலர்களைச் சூடினர். மங்கையர்கள் எல்லாம் தம்தம் புதல்வர் முடிசூடுவதுபோல மகிழ்ந்ததால் கோசலையின் மனத்தை ஒத்தார்கள்; வேதம் வல்ல அந்தணர்கள் வசிட்டரைப் போன்றிருந்தார்; திருமணமாகாத இளம் பெண்கள் சீதா பிராட்டியைப் போல மகிழ்ந்தனர்; வயது முதிர்ந்த ஆண்கள் எல்லாம் தயரதனைப் போன்றிருந்தார். நகரத்தின் தெருக்களில் எல்லாம் மக்கள் திரண்டனர். அந்த விடியற்காலைப் பொழுதிலும் பலவகை இசைக் கருவிகள் ஒலித்தன. எங்கும் இசைவெள்ளம் நிறைந்தது.

வங்கியம் பல தேன் விளம்பின; பாணி முந்துறு வாணியின்
பங்கி அம்பரம் எங்கும் விம்மின; பம்பை பம்பின; பல்வகைப்
பொங்கு இயம் பலவும் கறங்கின; நூபுரங்கள் புலம்ப, வெண்
சங்கு இயம்பின; கொம்பு அலம்பின; சாம கீதம் நிரம்பவே.

(வங்கியம் - இசைக்குழல்; தேன் - இங்கே, தேன் போன்ற பண்கள்; பாணி - இசைப்பாடல்; வாணி - வாயினால் வாழ்த்தும்

வாழ்த்தொலிகள்; அம்பரம் - திசை; விம்மின - நிறைந்தன; பம்பை - பம்பை வாத்தியம்; பம்பின - இசைத்தன; கறங்கின - ஒலித்தன; நூபுரங்கள் - மகளிரின் காற்சிலம்புகள்; கொம்பு - ஊதுகொம்பு; அலம்பின - ஒலித்தன; சாமகீதம் - சாம வேதம்) (264 -64)

முடிசூட்டு விழாவைக் காண, தேவர்கள் அமுதம்பருக வந்ததுபோல, அரசர்கள் கூட்டமாக வந்து மண்டபத்தே குழுமினர். நான்மறை வல்லாரும் வந்து சேர்ந்தனர். முடிசூட்டு விழாவிற்கான மங்கலப் பொருட்களுடன், வேத விற்பன்னர்கள் மறை ஓதிக்கொண்டு உடன்வர, வசிட்ட முனிவர் வந்தார். கங்கை முதல் எல்லாப் புனித நதிகளின் நீரையும், கடல் நீரையும் குடங்களில் வைத்து ஹோமம் முதலான சடங்குகளை எல்லாம் செய்தார். சோதிட வல்லுநர்கள் நன்முழுத்த நேரம் நெருங்கியது என்று கூறவும், வசிட்டர் அமைச்சர் சுமந்திரனை அழைத்து தயரதனை அழைத்து வருமாறு பணிக்க, அவனும் மகிழ்ச்சியுடன் சென்றான்.

நும் பணி மறுப்பெனோ?

தயரதனை அவனுடைய அரண்மனையில் காணாததால், கைகேயியின் அரண்மனையில் இருப்பதை அறிந்து, அங்குபோய் தன் வருகையை அறிவித்தான். அதற்கு கைகேயி இராமனை அங்கு அழைத்து வருமாறு சொன்னாள். உடனே சுமந்திரன் இராமனிடம் சென்று சிற்றன்னை அழைப்பதாகக் கூறி, முடிசூட விரைவில் வருக எனவும் அழைத்தான்.

இராமன் திருமாலைத் தொழுது, மன்னர்கள் கடல்போல் உடன் சூழ்ந்துவர, தெய்வ கீதங்கள் ஒலிக்க, தேரில் ஏறி புறப்பட்டான். வழி நெடுகிலும் அவனைக் கண்ட மாந்தர் எல்லாம் வாழ்த்தி மகிழ்ந்தனர்.

இராமன் வருவதை அறிந்த கைகேயி, தயரதன் தன் வாயால் இராமனைக் காட்டிற்குப் போ எனச் சொல்ல மாட்டான் என உணர்ந்ததால், தானே சொல்ல முற்பட்டாள். வந்த இராமன் கைகேயியின் முன்னே விழுந்து வணங்கி எழுந்து, வாய் புதைத்து, பணிவுடன் நின்றான். அவனை நோக்கி, கூற்றம் என்ற பெயர் பூணாமலேயே கொடுமை பூண்டவளான, கைகேயி இராமனின் தந்தை அவனுக்கு உரைக்கும்படியாகச் சொன்ன செய்தி ஒன்று உண்டு என்றாள்.

தந்தையே கட்டளையிட, அதைத் தாயே சொல்லுவதானால் தான் மிகவும் பாக்கியம் பெற்றதாகவும், அது தன் தவப் பயன் என்றும், தனக்குத் தந்தையும் தாயுமான அவளே ஆணையிட, அதை நிறைவேற்றக் காத்திருப்பதாகவும் சொன்னான் இராமன்.

‘எந்தையெ ஏவ, நீரே உரைசெய இயைவது உண்டேல்,
உய்ந்தனென் அடியேன்; ....
வந்தது, என் தவத்தின் ஆய வருபவன்; ....
தந்தையும் தாயும், நீரே; தலைநின்றேன்; பணிமின்’... (270-110)

உடனே கைகேயி சொல்லத் தொடங்கினாள். ‘பரதனே நாட்டை ஆளவும், நீ போய் பதினான்கு ஆண்டுகள் காட்டில் தவம் மேற்கொண்டு புண்ணிய தீர்த்தங்களில் நீராடி வரவேண்டுமென் தயரதன் கட்டளை இட்டுள்ளான்’ என்றாள்.

‘ஆழிசூழ் உலகம் எல்லாம் பரதனே ஆள, நீ போய்,
தாழ்இருஞ் சடைகள் தாங்கி, தாங்க அருந் தவம்மேற் கொண்டு,
பூழிவெங் கானம் நண்ணி, புண்ணியப் புனல்கள் ஆடி -
ஏழ் - இரண்டு ஆண்டின் வா’ என்று ஏவினன் அரசன்’ (270-111)

என்றாள்.

(ஆழி -கடல்; பூழி - புழுதி)

இதைக் கேட்டதும் இராமனின் திருமுகம் அன்றலர்ந்த தாமரைப் பூவைவிட பொலிந்து அழகாக விளங்கியது.

இப்பொழுது எம்மனோரால் இயம்புதற்கு எளிதோ? யாரும்
செப்ப அருங் குணத்து இராமன் திருமுகச் செவ்வி நோக்கின்,
ஒப்பதே முன்பு பின்பு, அவ்வாசகம் உணரக் கேட்ட
அப்பொழுது, அலர்ந்த செந்தாமரையினை வென்றது அம்மா!
(270 -112)

தந்தை வேண்டியதால் தட்டமாட்டாமல் அரச பாரம் சுமக்க இசைந்த இராமன், இப்போது அரச பாரம் ஏற்க வேண்டியதில்லை எனக் கேட்டதும், வண்டியிற் பூட்டப்பெற்ற எருது அருள்நிரம்பிய ஒருவனால் அவிழ்த்து விடப்பட்டால் எவ்வித மகிழ்ச்சி அடையுமோ, அவ்விதம் மகிழ்ச்சி அடைந்தான்.

தெருளுடை மனத்து மன்னன் ஏவலின் திறம்ப அஞ்சி
இருளுடை உலகம் தாங்கும் இன்னலுக்கு இயைந்து நின்றான்,
உருளுடைச் சகடம் பூண்ட, உடையவன் உய்த்தகார் ஏறு
அருளுடை ஒருவன் நீக்க, அப்பிணி அவிழ்த்தது ஒத்தான்.
(270-113)

(தெருளுடை - தெளிவு உடைய; சகடம் - வண்டி; பிணி - கட்டு)

அவன் கைகேயியை நோக்கிச் சொன்னான். ‘அரசன் கட்டளையானால் என்ன, உங்கள் கட்டளையானால் என்ன, அதை

மறுப்பேனா? என் தம்பி பெற்ற செல்வம் நான் பெற்றதே, கட்டளையை சிரமேற்கொண்டு இன்றே கானகம் புறப்படுகிறேன். விடைகொடுங்கள்' என்று கூறி, கைகேயியை மீண்டும் வணங்கி, தந்தை இருந்த திசைநோக்கிப் பணிந்து வெளியேறி கோசலை அரண்மனையை நோக்கிச் சென்றான்.

மன்னவன் பணி அன்றாகின், நும்பணி மறுப்பெனோ?என்
பின்னவன் பெற்ற செல்வம் அடியனேன் பெற்றது அன்றோ?
என் இனி உறுதி அப்பால்? இப்பணி தலைமேல் கொண்டேன்;
மின்ஒளிர் கானம் இன்றே போகின்றேன்; விடையும் கொண்டேன்.
(270-114)

4. வனம் ஆளப் புறப்பட்டான் இராமன்

நின்னிலும் நல்லன்

இராமன் முடிசூடியதும், அரச மரபிற்குரிய சின்னங்களான வெண்சாமரமும், வெண் கொற்றக் குடையும் சூழ வருவான் என்று மனப் பூரிப்போடு எதிர்பார்த்துக் காத்துக் கொண்டிருந்த கோசலையின் முன்னே அப்படிப் பெற்ற சின்னங்கள் எதுவுமின்றி இராமன் தன்னந்தனியனாய் வரவும் கோசலை துணுக்குற்றாள்.

குழைக்கின்ற கவரி இன்றி, கொற்ற வெண்குடையும் இன்றி,
இழைக்கின்ற விதி முன்செல்ல, தருமம் பின்இரங்கி ஏக,
'மழைக்குன்றம் அனையான் மௌலி கவித்தனன் வரும் வரும்' என்று
தழைக்கின்ற உள்ளத்து அன்னாள்முன், ஒரு தமியன் சென்றான்.

(குழைக்கின்ற - வீசுகின்ற; மௌலி - முடி) (271-11)

இராமன் அவள் பாதங்களில் வணங்கியதும், முடிசூடுவதற்கு இடையூறு ஏதேனும் உண்டாயிற்றா என்று வினவினாள். உடனே இராமன் அவளுடைய அன்பு நிறை மகனும், குற்றமற்ற தன் தம்பியுமாகிய பரதன் முடிசூடுகிறான் என்று பதில் சொன்னான். அதைக் கேட்ட கோசலை, 'மூத்தவனிருக்க இளையவன் முடிசூடுதல் முறையல்ல என்ற ஒன்றைத் தவிர மற்றபடி சரியே, ஏனென்றால் பரதன் குணம் மிக்கவன்; குறை இல்லாதவன்; உன்னைவிட நல்லவன்; அது மட்டுமல்ல, அரசன் கட்டளையை மறுக்காமல் ஏற்பது அறம் என்பதோடு அரசை உன் தம்பிக்கு நீ மனமுவந்து அளித்து அவனுடன் ஒன்றுபட்டு பல்லாண்டு வாழ்வாயாக' என்றாள்.

'முறைமை அன்று என்பது ஒன்று உண்டு; மும்மையின்
நிறை குணத்தவன்; நின்னினும் நல்லனால்;
குறைவு இலன்' எனக் கூறினள் - நால்வர்க்கும்
மறுஇல் அன்பினில், வேற்றுமை மாற்றினாள்.' (271-4)

கோசலையின் சோகம்

அதற்குப் பிறகு இராமன் தயரதன் தன்னை நன்னெறியில் செலுத்துவதற்காக ஏவிய பணியும் ஒன்று உண்டு என்றான். அது என்ன என்று கோசலை கேட்டதற்கு இராமனைப் பதினான்கு ஆண்டுகள் காட்டில் கீர்த்தி மிக்க தவசியருடன் வாழ்ந்து திரும்புமாறு தயரதன் பணித்துள்ளதாகச் சொன்னான். அவ்வளவுதான்; கோசலை திகைத்தாள்; அழுதாள்; புரண்டாள். மன்னன் இராமனை நாட்டை அரசாளச் சொன்ன சொல் வஞ்சனையோ எனத் துயருற்றாள். இராமனைப் பிரிந்து தான் வாழ முடியுமா என்று கைகளை நெரித்தாள்; அவன் பிறந்த வயிற்றைப் பிசைந்தாள்; புழுங்கினாள்.

இராமன் கோசலையைத் தேற்றி, 'வாய்மையிற் சிறந்த நம் அரசரை வாய்மை தவறும்படி செய்யலாமா? சிறந்த தம்பியாகிய பரதன் நாடாளவும், தந்தை சொல்லை தலைமேற்கொண்டு வனத்தில் வாழ்ந்து திரும்பும் பேறும் பெற்றுள்ளேன். தந்தையின் கட்டளையை மீறலாமா? இதற்கு நீங்கள் வருந்தாதீர்கள்' என ஆறுதல் வார்த்தைகள் கூறினான்.

அதற்குக் கோசலை, 'அரசன் கட்டளையை மீறி காட்டிற்குப் போகாதே என்று நான் தடுக்கவில்லை. அப்படியானால் உன்னைப் பிரிந்து உயிர் வாழ முடியாத என்னையும் உடன் அழைத்துச் செல்' என்றாள்.

இராமன், 'தாயே! என்னைப் பிரிந்து வருந்தும் சக்கரவர்த்திக்கு ஆறுதலாக உடனிருக்காமல் என்னுடன் நீங்கள் கானகம் வருதல் தகுமோ? என் தம்பிக்கு முடிசூட்டிய பின், சக்கரவர்த்தி அரசச் செல்வத்தைத் துறந்து வனம் புகுந்து தவம் செய்யத் தொடங்கும் நாளில் தாங்கள் உடனிருந்து உற்றன செய்ய வேண்டாமா? இந்தப் பதினான்கு ஆண்டுகளைப் பதினான்கு நாட்கள்போலக் கழித்துத் திரும்பி வருவேன். முன்னே நான் விசுவாமித்திர முனிவரோடு கானகம் சென்றபோது அவர் வேள்வி காத்து நற்பெயரும், சிறந்த மந்திரங்களையும், வித்தைகளிற் தேர்ச்சியும் பெற்றேன். அவர் போன்ற பல முனிவர்களுக்கு இப்போது வழிபாடு செய்து, ஞானத்தையும், வித்தைகளையும் பெற்று, தேவர்களின் அன்பையும் பெற்றுத் திரும்புவேன். என் முன்னோரான சகரபுத்திரர்கள், மற்றும்

பரசுராமன் முதலானோர் தந்தை சொல்லைச் சிரமேற் கொண்டொழுகுதலே தருமம் என்று வாழ்ந்து புகழ் பெற வில்லையா?' என்று பலவாறாகக் கோசலைக்குச் சமாதானம் கூறினான்.

இதையெல்லாம் கேட்ட கோசலை இவன் காடு செல்வது நிச்சயம் என்று உணர்ந்து, பரதன் வேண்டுமானால் நாட்டை ஆளட்டும், ஆனால் இவன் வனம் செல்லாமல் இருக்கும்படி மன்னரை வேண்டிக் கொள்ளலாமென தயரதனை நாடிப் போனாள். அப்படிப் புறப்பட்ட தாயை இராமன் தொழுது, கோசலையின் துயரைத் தீர்க்கக் கூடியவள் சுமித்திரை என்று கருதி சுமித்திரையின் அரண்மனை நோக்கிச் சென்றான்.

வசிட்டர் முயற்சி

தயரதன் கைகேயியின் அரண்மனையில் இருத்தலை அறிந்து கோசலை அங்கே சென்று, அரசன் மூர்ச்சையுற்றுத் தரையில் கிடத்தலைக் கண்டு துயரம் தாங்காமல் தானும் தரையில் மயங்கிச் சாய்ந்தாள். சிறிது தெளிந்ததும் புலம்பினாள். அப்போது அவளுடைய அழுகுரல் கேட்டு நடப்பது என்ன அறிந்து வருமாறு வசிட்ட முனிவரை மற்ற மன்னர்கள், முனிவர்கள் வேண்ட, அதன்படி அங்கு வந்த வசிட்டரும் என்ன நடந்தது என்று அறியாது கைகேயியை வேண்ட, அவள் தன்னால் நிகழ்ந்ததை எல்லாம் தானே தெரியச் சொன்னாள்.

வசிட்டர் தயரதனை நீர் தெளித்து மயக்கம் தெளிவிக்க, அவன் இராமா, இராமா என்று மைந்தன் பெயரையே கூறக் கேட்டு, 'கவலைப்படாதே, மன்னா! கைகேயியே இராமனுக்கு அரசை அளிப்பாள். அவன் காடு செல்ல மாட்டான்' என்று ஆறுதல் கூறினார்.

தயரதன் வசிட்டரை நோக்கி எப்படியாவது தான் கைகேயிக்குக் கொடுத்த வரம் பொய்யாகாமலும், இராமன் கானகம் போகாமலும் அவர்தான் செய்ய வேண்டுமென இறைஞ்சினான்.

வசிட்டர் கைகேயியைப் பார்த்து அவள் இராமனுக்கு அரசை அளித்து அவள் கணவரின் உயிரைக் காப்பாற்ற வேண்டுமென்றார். அதற்குக் கைகேயி விம்மி அழுது அரசர் கொடுத்த வரத்தைத் தராது பொய்த்தார் என்றால் தான் உயிரைப் போக்கிக் கொள்வதாகச் சொன்னாள்.

கணவன் உயிர்விடுவான் என்று கூறியும் விடாது கொடுஞ் சொற்களைக் கூறிய கைகேயியை முனிவர் சினம் கொண்டு கோபித்தார். வசிட்டரின் வார்த்தைமூலம் கைகேயி ஏற்கனவே

இராமனை வனமாளப் போகச் சொல்லியதை அறிந்த தயரதன் மேலும் துயரமடைந்து முனிவரிடம் கைகேயி இனித் தன்மனைவி இல்லை என்றும், அவள் மகன் பரதன் தனக்கு மகனில்லை என்றும், தனக்கு ஈமக்கிரியை செய்யும் உரிமையும் அவனுக்கு இல்லை என்றும் கூறினான்.

தயரதன் படும் வேதனையைக் கண்டு கோசலை ஆறுதல் வார்த்தைகள் பல சொல்லித் தேற்றினாள். வசிட்டரும் இராமனைக் காடு செல்லாது தடுப்பதாகக் கூறினார். சிறிது சிந்தை தெளிந்த தயரதன் தான் முன்னால் பெற்ற சாபத்தினைக் கோசலைக்குச் சொன்னான்.

தயரதன் பெற்ற சாபம்

தயரதன் வேட்டையாடக் காடு சென்றபோது ஓர் ஆற்றின் கரையில் தண்ணீர் பருக வரும் விலங்குகளை வேட்டையாட எண்ணி ஒளிந்திருந்தான். காட்டில் தவஞ்செய்து கொண்டிருந்த கண்ணில்லாத தன் பெற்றோர்களுக்கு நீர் எடுத்துச்செல்ல ஆற்றிற்கு அவர்களின் ஒரே மகன் வந்தான். அவன் நீரை மொண்ட ஒலியைக் கேட்ட தயரதன் அது யானை நீர் அருந்தும் ஒலி என்று கருதி அம்பு எய்ய, அம்மைந்தன் அலறிக்கொண்டே இறந்து விழ, மனிதக் குரல் கேட்ட தயரதன் உண்மையறிந்து அப்பெற்றோர்களிடம் சென்று நீர் கொடுத்து, நடந்ததைக் கூறி மன்னிப்பை வேண்டினான்.

அப்பெற்றோர்கள் தங்கள் அருமைக் குமாரனைப் பிரிந்து உயிர்வாழ முடியாது என்று உயிர்விடத் துணிந்தனர். தங்களைப் போல புத்திரனைப் பிரிந்த சோகத்தில் தயரதனும் உயிர்விடுவான் என்று சாபம்கொடுத்து உயிர்விட்டனர். அவர்கள் சாபத்தின்படி மைந்தன் பிறப்பான் என்ற மகிழ்ச்சியால் தயரதன் அச்சமயம் அது பற்றி வருந்தாது மகிழ்ச்சியே கொண்டான். இப்போது அந்த வேளை வந்து விட்டதால், இராமன் பிரிவதும் தான் உயிர் விடுவதும் உறுதி என்றான்.

விதியின் பிழை

தயரதனின் பெருந்துயரம் கண்டு வருத்தமுற்ற வசிட்டர் இராமன் முடிசூடுவது தடைப்பட்டதை மற்றையோருக்கு அறிவிக்க வேண்டி மண்டபம் வந்தடைந்து காரணத்தை அறிவித்தார். மன்னர்கள் கலங்கி அழுதனர். சிறியவர், பெரியவர், மாதர் என்று எல்லாரும் துயரடைந்து கதறினர். செய்தி பரவியதும் நகர மாந்தர் அனைவருமே புலம்பத் தொடங்கினர். செய்தி அறிந்த இலக்குவன் சீற்றம் கொண்டான்.

கைகேயியின் செயலை இகழ்ந்து, போர்க்கோலம் பூண்டு வெஞ்சின உரை கூறினான். வில்நாண் ஒலிகேட்டு அங்கே இராமன் வந்தான். இலக்குவனுடன் உரையாடி அவன் சீற்றத்தைத் தணிவிக்க முயன்றான் இராமன்.

நதியின் பிழை அன்று நறும்புனல் இன்மை; அற்றே,
பதியின் பிழை அன்று; பயந்து நமைப் புரந்தாள்
மதியின் பிழை அன்று; மகன் பிழை அன்று; மைந்த!
விதியின் பிழை; நீ இதற்கு என் கொல் வெகுண்டது? (288-129)

இதைக் கேட்டும் சினம் தணியாத இலக்குவன் விதிக்கும் விதியாகும் தன் வில் தொழிலால் கைகேயியின் சூழ்ச்சியை மாற்றுவேன் என்றுரைக்க, இராமன் இலக்குவன் மறை ஓதும் தன் நாவால் வாய்க்கு வந்தன பேசக்கூடாது என்று பல சொல்லி அவன் சினத்தை தணி வித்தான். இருவரும் சுமித்திரையின் அரண்மனையை அடைந்தனர்.

முன்னம் முடி

இருவரையும் கண்ட சுமித்திரை நடந்ததை அறிந்து துயருற்று வருந்த, இராமன் அவளைத் தேற்றினான். அப்போது கைகேயியின் ஏவல் மகளிர் அவளனுப்பிய கானக வாழ்க்கைக்குரிய மரவுரியை எடுத்து வந்தனர். அப்போது இலக்குவன் இடைப்பட்டு அவைகளைப் பெற்றுக் கொண்டு, தன் தாயான சுமித்திரையிடம் இராமனுடன் தானும் வனம்செல்ல அனுமதி கேட்டான். உடனே சுமித்திரை, 'நீ இவன் தம்பி என்ற உரிமையில் செல்லாமல், இராமனின் அடியவன் என்று உடன் சென்று, தொண்டு செய்வாயாக! இராமன் இருக்குமிடமே அயோத்தி. உனக்குத் தாய் இனி சீதையென்றே கொள்வாயாக. பதினான்கு ஆண்டுகள் கழித்து இராமனுடன் திரும்பி வா. அப்படி இல்லையேல் அவனுக்கு முன்னே நீ உயிரைவிட்டு விடுவாயாக' என்று சொன்னாள்.

'ஆகாதது அன்றால் உனக்கு; அவ் வனம் இவ் அயோத்தி;
மாகாதல் இராமன் நம் மன்னவன்; வையம் ஈந்தும்
போகா உயிர்த் தாயர் நம் பூங்குழல் சீதை - என்றே
ஏகாய்; இனி இவ்வயின் நிற்றலும் ஏதம்' என்றாள். (290-146)

(ஏதம் - குற்றம்)

பின்னும் பகர்வாள், 'மகனே! இவன்பின் செல்; தம்பி
என்னும்படி அன்று, அடியாரின் ஏவல் செய்தி;
மன்னும் நகர்க்கே இவன் வந்திடின், வா; அது அன்றேல்
முன்னம் முடி' என்றனள், வார்விழி சோர நின்றாள். (291-147)

இராமனும் இலக்குவனும் தங்கள் ஆடைகளைக் களைந்து மரவுரியை அணிந்து சுமித்திரையை வணங்கி விடை பெற்றார்கள். தன்னுடன் மரவுரி பூண்ட இலக்குவனை நோக்கி இராமன், 'தாய்மார் அனைவரும், சக்கரவர்த்தியும் துன்பமடைந்துள்ளனர். நானும் பிரிந்து போகிறேன். இந்த நேரத்தில் அவர்கள் துயரைத் துடைக்க என் சார்பாக நீ இங்கேயே இருப்பாயாக' என்று சொல்லி இலக்குவன் காடு வருவதைத் தடுக்கிறான். 'இராமனுக்கே உரித்தானவைகளை விட்டுச் செல்லும் இராமன் தன்னையும் விட்டுச் செல்வது நியாயமாகுமா' என்று கேட்கிறான்.

'குளத்தில் நீர் இருந்தால்தான் மீன்களும் நீலோற்பல மலரும் உளவாகும்; பூமி இருந்தால்தான் எல்லாப் பொருள்களும் உளவாகும்; அதே போல இராமனுடன் இருந்தால்தான் தானும் சீதையும் உயிர் தரித்திருப்போம்' என்றான் இலக்குவன். இலக்குவனின் உணர்ச்சி மிகுந்த இந்தச் சொற்களைக் கேட்டதும் இலக்குவன் தன்னுடன் வருவதைத் தடுக்க முடியாது என்று உணருகிறான் இராமன். அப்போது அங்கே வசிட்டர் வந்தார். இருவருடைய தவவேடத்தையும் கண்டு வருத்தமடைந்து இராமன் காடு சென்றால் தயரதன் உயிர்வாழ மாட்டான் என்பதை எடுத்துக்கூறி இராமனை வனம் போகாது தடுக்கிறார். மன்னவன் பணியை முற்றுவித்தலே தன் கடமை என்றும், மன்னனுக்கு ஆறுதல் கூறித் தேற்றுதல் குருவாகிய அவர் கடன் என்றும் இராமன் கூறி, வசிட்டரை வணங்கி விடைபெற்றான்; தன் அரண்மனைக்குச் சென்றான். வழியில் இராமனைக் கண்டோரெல்லாம் அழுது புலம்பினர்.

பிரிவினும் சுடுமோ பெருங்காடு?

தன் கணவன் மரவுரி உடுத்தி வருவதைக் கண்ட சீதை துணுக்குற்றாள். அதன் காரணத்தை அறியாத சீதை மனங்கலங்கி ஏன் இந்த துயரக் கோலம், சக்கரவர்த்திக்கு ஏதேனும் தீங்கு நேர்ந்ததோ என்று வினவினாள். பரதன் நாடு ஆளவும், பெற்றோர் ஆணையின் வண்ணம் தான் இன்றே காடுசென்று மீண்டு வருவதாகவும், சீதை வருந்தாதிருக்க வேண்டும் என்றும் சுருங்கச் சொன்னான்.

.... இன்று போய், கருவிமாமழைக் கல் - தடம் கண்டு,
நான் வருவென் ஈண்டு; வருந்தல்நீ என்றான் (300-217)

(கருவி மாமழைக் கல்தடம் - உலகியல் நடத்தற்குக் காரணமாகிய பெருமையுடைய மேகங்கள் சூழ்ந்த வனம்)

தன் நாயகன் வனம் செல்வான் என்பதற்கோ, அரச செல்வம் இழந்தான் என்பதற்கோ துயர் உறாத சீதை, தன்னைப் பிரிந்து போகும்

இராமன் தன்னை வருத்தப் படாமலிருக்கச் சொல்வது கேட்டு தன் செவிகள் சுடுபட்டாள்.

நாயகன் வனம் நண்ணல் உற்றான் என்றும்
மேயமன் இழந்தான் என்றும், விம்மலள்;
'நீ வருந்தலை; நீங்குவென் யான்' என்ற
தீய வெஞ்சொல் செவிசுடத் தேம்புவாள். (300-218)

பின்னர் இராமனைப் பார்த்து அவன் தாய் தந்தையர் சொன்னதைச் செய்யத் துணிந்தது தூயதே ஆனாலும் தன்னைப் பிரிந்து இங்கே இருக்கும்படி சொன்னது ஏன் என்று கேட்டாள். அதற்கு இராமன் காட்டின் வெம்மை அவளுடைய மெல்லிய அடிகளைச் சுட்டெரிக்குமே, அதை அவள் தாங்கமாட்டாள் என்றும் சொன்னான்.

அதற்குச் சீதை 'என்பால் பற்றின்றி, இரக்கமின்றி என்னைப் பிரிந்து செல்கின்றீர்களே, பிரளய காலச் சூரியனும், நெருப்பும் கூட பிரிவை நோக்கச் சுடாதவையே! அப்படியிருக்க உங்களைப் பிரிந்து இங்கே இருப்பதைவிடவா, அந்தப் பெரிய காடு என்னைச் சுடும்?' என்று கேட்டுவிட்டு, உள்புகுந்து தானும் மரவுரி உடுத்து வந்து, அவன் கையைப் பற்றிக் கொண்டாள்.

'பரிவு இகந்த மனத்து ஒரு பற்று இலாது
ஒருவுகின்றனை; ஊழி அருக்கனும்
எரியும் என்பது யாண்டையது? ஈண்டு, நின்
பிரிவினும் சுடுமோ, பெருங்காடு?' என்றாள். (300-222)

(ஒருவுகின்றனை - பிரிந்து செல்கின்றாய்; ஊழி அருக்கன் - பிரளய காலச்சூரியன்; யாண்டைய - எங்குள்ளன)

அதைக் கேட்ட இராமன் சீதையை நோக்கி, 'நீ என்னுடன் காட்டிற்கு வருவதால் ஏற்படக்கூடிய பின் விளைவுகளைப் பற்றிச் சிந்திக்காது என்னுடன் வர முடிவுசெய்து விட்டாயே? இதனால் எனக்கு எல்லை அற்ற துன்பம் ஏற்படும்' என்றான்.

அதைக் கேட்டு மிக்க வருத்தமும் கோபமும் கொண்டாள் சீதை. 'நான் வருவதால்தான் துன்பம்போலும். என்னை விட்டுவிட்டுக் காடு சென்றால் இன்பம்போலும்' என்று இராமனிடம் சொல்லவும், அதற்குமேல் ஒன்றும் சொல்ல மாட்டாது, அவளையும் தம்பியுடன் அழைத்துக் கொண்டு புறப்பட்டான். மரவுரி உடுத்தி மூவரும் காட்டிற்குச் செல்வதைக் கண்ட நகர மாந்தர் எல்லாம் உடன் சென்றனர். இராமன் அரண்மனை வாயிலில் தாய்மார்களை வணங்கி விடைபெற்றான். பின்னர் தேரில் ஏறி நகருக்கு வெளியே சென்றான்.

5. தைலக்கடலில் சேர்ந்தான் தயரதன்!

அறம் துறவாத சூரன்

இராமன் தேரில் காட்டிற்குப் புறப்பட்டதும் நகரமாந்தர் எல்லாரும் தொடர்ந்து சென்றனர். மூர்ச்சித்துக் கிடந்த தயரதனைப் பிரியாத கோசலை முதலிய தேவிமார் தவிர அனைவரும் அவன்பின் சென்றனர். இரவில் ஒரு சோலையை அடைந்து இராமன் முனிவர்களுடன் தங்கினான். மக்கள் அனைவரும் சோலையைச் சுற்றியுள்ள வெளிகளில் உறங்கத் தொடங்கினர். அதன்பின் இராமன் தேரோட்டி வந்த அமைச்சர் சுமந்திரனை அழைத்து, பேரன்பு கொண்ட அம்மக்களை நகருக்கு அனுப்புவது கடினமானது என்பதால், தேரை நகரை நோக்கி ஓட்டிச் செல்லச் சொன்னான். அம்மக்கள் தேரின் சுவடைக் கண்டு இராமன் நாடு திரும்பி விட்டதாக அயோத்திக்குச் செல்வர் என்றும் சொன்னான்.

சுமந்திரன் 'வெறுந்தேருடன் சென்று என்ன கூறுவேன்?' என்று வருந்திச் சொன்னான். 'உங்களை விட்டுவிட்டு வெறுந் தேருடன் அயோத்தி செல்லும் நான், வரங்கேட்ட கைகேயியைவிட, வலிய விதியை விட கொடுமையானவன். அதனால்தான் உயிருக்கு ஊசலாடிக் கொண்டிருக்கும் சக்கரவர்த்தியிடம் சென்று 'உங்களைக் காட்டில் விட்டுவிட்டு வந்தேன்' என்று கூறி அவருடைய உயிரைப் போக்கப் போகிறேன். என் கொடிய சொல்லினால் அரசரைக் கொல்லப் போகிறேன்' என்றெல்லாம் கதறி அழுது பூமியில் விழுந்து புரண்டு துயர் உறும் சுமந்திரனை இராமன் எடுத்து அணைத்துக் கொண்டு சொன்னான்.

'பிறவி எடுத்த உயிர்களுக்கு எல்லாம் இன்பமும், துன்பமும் ஏற்படுவது இயற்கையே. அப்படியிருக்க, மறுமையிலும் நன்மையைத் தரவல்ல உயர்ந்த அறத்தைக் கடைப்பிடிக்கும்போது, இடையே துன்பங்கள் வருவதால், விட்டு விடலாமா? போரில் பகைவர் விடும் படைக்கலங்களை ஏற்று வெற்றி பெறுவது அல்ல சூரத்தனம்; உயிரே போவதானாலும் சரி, செல்வம் எல்லாவற்றையும் இழப்பதானாலும் சரி. அறத்தைக் கைவிடாமல் கடைப்பிடிப்ப வர்களே உண்மையான சூரர்களாவர்.

> இறப்பினும் திருஎலாம் இழப்ப எய்தினும்
> துறப்பிலர் அறம் எனல் சூரர் ஆவதே (306-29)

வாய்மை காத்த உறுதியால் தந்தை புகழ் பெறுவார்; அவர் சொற்காத்தலால் நானும் வனத்திலே முனிவர் முதலிய சான்றோரது தொடர்பு ஏற்பட்டு சிறப்பெய்துவேன்; ஆகவே நீ வருந்தாமல், வசிட்ட முனிவரிடம்போய் அவரை என் தந்தையைத் தேற்றச் செய். பரதன் என் பிரிவால் வருந்துவான்; அவனையும் தேற்றி, அரச நெறி வழுவாது நின்று அந்தணர்க்கும், தேவர்க்கும் உரியவற்றைச் செய்து வருமாறு அவனுக்கு உணர்த்தும் வண்ணம், முனிவரை நான் வேண்டிக் கொண்டதாகச் சொல்.'

சீதையைச் சுமந்திரன் நோக்க, அவள் அரசற்கும், அத்தைமாருக்கும் தன்னுடைய வணக்கத்தைக் கூறுமாறும், தான் வளர்த்த நாகணவாய்ப் பறவையையும், கிளியையும் பேணி வளர்க்குமாறு தன் தங்கைமாரிடம் சொல்லவும் வேண்டினாள்.

இலக்குவனை நோக்கி சுமந்திரன் அவன் சொல்ல வேண்டியவை களைக் கேட்க இலக்குவன் சொன்னான்: 'என் அண்ணனுக்கு அரசைத் தருவதாகக் கூறி, பிறகு அதை ஒரு பெண்ணுக்குக் கொடுத்து விட்ட ஒருவனை, மன்னனாகக் கருதி நான் சொல்ல வேண்டியது ஒன்றுமில்லை. பரதனிடம் எனக்கு அவன் உடன்பிறந்தோனில்லை; தனித்துப் பிறந்த நான் வலிமையுடையவன் என்று கூறுக.' உடனே இராமன் இலக்குவனை நோக்கி சீரிய அல்லன செப்பாதே என்றான். பிறகு சுமந்திரன் யாரும் அறியா வண்ணம் தேரை ஓட்டிக் கொண்டு புறப்பட்டான். இராமனும் இளவலுடனும், சீதையுடனும் இரவிலேயே புறப்பட்டு, காட்டிற்குள் போனான். சூரியன் உதிக்குமுன் அவர்கள் இரண்டு யோசனை தூரம் சென்றனர்.

தைலக் கடலில் தயரதன்

ஐந்து நாழிகைக்குள் சுமந்திரன் அயோத்தியை அடைந்து, முனிவரிடம் செய்தி சொன்னான். வசிட்டன் சுமந்திரனோடு தயரதனை அணுகினான். 'தேர் வந்தது' என்ற சேதி கேட்டதும், தயரதன் கண் விழித்து 'இராமன் வந்தானா?' என்றான். இராமன் வரவில்லை என்று சொல்லமாட்டாத வசிட்ட முனிவர் வாய் பேசாது அகல, சுமந்திரனை அழைத்து 'இராமன் வந்தானா?' என்று கேட்டான். இராமன் இலக்குவனுடனும், சீதையுடனும் காட்டிற்குள் சென்றான் என்ற செய்தியைக் கேட்டதும், தயரதன் உடலிலிருந்து உயிர் பிரிந்தது. தயரதன் இறந்ததை அறிந்த கோசலை புலம்பி அழுதாள். கோசலையும், சுமித்திரையும் புலம்புகையில், அறுபதினாயிரம் என்று சொல்லும் தேவிமாரும் வந்து கூடி வருந்தினர். சுமந்திரன் சென்று செய்தி சொல்ல, வசிட்டர் வந்து, ஈமக்கடன் செய்ய வேண்டிய மைந்தர் யாரும் இல்லாததால் தையற்

கடலிலிருந்து தயரத மன்னனை எடுத்துத் தைலக் கடலில் இட்டார். தேவிமார்களை அந்தப்புரத்திற்கு அனுப்பிவிட்டு, பரதனுக்கு கேகய நாட்டிற்கு ஓலை அனுப்பினார்.

இராமனுடன் சென்ற நகரமாந்தர் விடிந்ததும் விழித்து எழுந்தனர். இராமனைக் காணாது திகைத்தனர். பின்னர் தேர்ச் சுவடு நகரை நோக்கிச் செல்லக்கண்டு இராமன் நகருக்குச் சென்றிருக்கலாம் என மகிழ்ச்சியுடன் அயோத்தி வந்தடைந்தனர். நகரை அடைந்ததும்தான் அவர்களுக்கு இராமன் அவர்களை விட்டுவிட்டு வனம் போய் விட்டான் என்பதும், தயரதன் வானுலகம் அடைந்தான் என்பதும் தெரிய வந்தது.

6. கங்கையைக் கடந்தான் இராமன்

அழியா அழகு

இராமன் சீதையோடும் இலக்குவனோடும் வழியில் உள்ல நிலத்தின் இயற்கைக் காட்சிகளை எல்லாம் கண்டு, மகிழ்ந்து கங்கைக் கரையை அடைந்தான்.

வெய்யோன் ஒளி தன்மேனியின் விரிசோதியின் மறைய,
பொய்யோ என்னும் இடையாளொடும், இளையானொடும் போனான்
'மையோ, மரகதமோ, மறிகடலோ, மழை முகிலோ
ஐயோ, இவன் வடிவு!' என்பது ஓர் அழியா அழகு உடையான்.

(மையோ - அஞ்சனமோ; மறிகடலோ - அலை மடங்கும் நீலக்கடலோ) (315-1)

மா கந்தமும் மகரந்தமும், அளகம் தரும் மதியின்
பாகம் தரும் நுதலாளொடு, பவளம் தரும் இதழான்,
மேகம்தனி வருகின்றது மின்னோடு என, மிளிர்பூண்
நாகம்தனி வருகின்றது பிடியோடு என, நடவா.

(மா கந்தம் - மிக்க நறுமணம்; மகரந்தம் - பூந்துகள்; அளகம் - கூந்தல்; மதியின் பாகம்தரு - சந்திரனது துண்டம் ஒத்த; மிளிர்பூன் - விளங்குகின்ற ஆபரணங்களையணிந்த; நாகம் - ஆண் யானை; பிடி - பெண் யானை) (315-8)

கங்கைக் கரை சேர்ந்ததும், மூவரையும் முனிவர்கள் வந்து தம் தவப்பள்ளிக்கு அழைத்துச் சென்று உபசரித்தனர். இராமன் நீராடி, எரிஓம்பி, முனிவர் அளித்த விருந்தை ஏற்றான்.

தேனும் மீனும்

ஆயிரம் தோணிகளுக்குத் தலைவனும், கங்கை நதியில் படகுவிடுபவனும், சிருங்கிபேரவாசியும் சிறந்த வில் வீரனுமான குகன் இராமன் வந்திருப்பதை அறிந்து காணிக்கை ஏந்தி இராமனைக் காண வந்தான். இராமன் குகனை 'இரு' என, அவன் அமராது தான் கொணர்ந்த காணிக்கைப் பொருட்களான தேனையும் மீனையும் ஏற்க வேண்டி இராமனைக் கேட்டான்:

.... எல்லை நீத்த
அருத்தியன், 'தேனும் மீனும் அமுதினுக்கு அமைவது ஆகத்
திருத்தினென் கொணர்ந்தேன்; என்கொல் திருஉளம்?' என்ன வீரன்
விருத்த மாதவரை நோக்கி முறுவலன் விளம்பலுற்றான்;

(அருத்தி - அளவு கடந்த அன்பு; விருத்த மாதவர் - முதியோரான பெருந்தவசிகள்) (320-14)

'அரிய தாம் உவப்ப, உள்ளத்து அன்பினால் அமைந்த காதல்
தெரிதரக் கொணர்ந்த என்றால், அமிழ்தினும் சீர்த்த அன்றே?
பரிவினில் தழீஇய என்னின் பவித்திரம்; எம்மனோர்க்கும்
உரியன; இனிதின் நாமும் உண்டனெம் அன்றோ?' என்றான்.

(பவித்திரம் - தூய்மை) (320-15)

தேனும் மீனும் தவஒழுக்கம் பூண்டுள்ள தான் உண்ணுதற்கு ஏற்றன அல்ல என்பதை உணராமல், அன்பு மேலீட்டால் கொண்டு வந்த குகனின் உள்ளன்பைப் புரிந்து கொண்ட இராமன் அவற்றைப் பாராட்டி அங்கீகரித்துக் கொண்டான். அடுத்தநாள் காலையில் தாங்கள் கங்கையைக் கடப்பதற்கு ஏதுவாக படகுகளுடன் வரும்படி குகனிடம் இராமன் சொன்னான்.

கண்ணை ஈர்கிலாக் கள்வன்

உடனே குகன் 'அரசனாகிய தாங்கள் தவக்கோலம் பூண்டு இங்கே இப்படி இருப்பதைக் கண்டதும், கண்ட என் கண்களைத் தோண்டி எறியாமல் இன்னமும் அன்புடையவன் போல் நடிக்கிறேனே?' என அடக்கத்துடனும் அன்புடனும் கூறித் தான் அன்றிரவு அவனுடனேயே தங்கி அவனுக்கு அடிமை செய்ய அனுமதி வேண்டினான்.

குகனுடைய அத்தகைய கோட்பாட்டைக் கேட்டு அவன் தன்னிடத்து நீங்காது நிறைந்த அன்பு பூண்டவன் என்று கண்டு கொண்டு அவனை, சிறந்த நண்பனாக ஏற்று இரவு தங்கியிருக்கும்படி சொன்னான்.

குகன் இலக்குவனிடம் இராமன் அயோத்தியை விட்டு வந்த காரணத்தைக் கேட்டு அறிந்ததும் கண்ணீர் சோர, நிலமகள் தவம் இயற்றி இராமபிரானை அவதாரம் செய்யப் பெற்றும், அவன் அரசமுடி சூடி ஆளும் பேற்றினைப் பெறவில்லையே என்று வருந்தினான்.

இரவில் இராமனும், சீதையும் நாணற் புல்லைப் பரப்பிய நிலத்தில் உறங்க, இலக்குவன் கையில் வில் ஏந்திக் காத்து நின்றான். அதைக் கண்ட குகனும் உள்ளம் வெதும்பி, தானும் பூட்டிய வில்லுடன் இரவு முழுவதும் காவல் காத்து நின்றான்.

விடிந்ததும் படகுகள் கொண்டு வருமாறு இராமன் வேண்ட, குகன் மீண்டும் இராமனைத் தன் ஊரிலேயே தங்குமாறு வேண்டினான். இராமன் மீண்டுவரும்போது, குகனிடத்து வருவதாக கூறவும், குகன் படகு கொண்டு வந்தான். மூவரும் ஏறிக் கங்கையைக் கடந்தனர். பிறகு சித்திரக்கூடத்திற்குச் செல்லும் வழி எது என்று கேட்கவும் குகன் தன்னையும் இராமனுடன் அழைத்துச் செல்லும்படி கெஞ்சினான். இராமனைப் பிரிய மனமில்லாது மறுகினான்.

ஐவரானார்!

குகனின் அன்பின் ஆழத்தைக் கண்ட இராமன் அவனைத் தம்பியாக வரித்து அவன் தயரதனின் ஐந்தாவது மைந்தனாவான் என்று கூறினான். பிரிவாகிய துன்பத்தை அநுபவித்தால் தான் பின்னர் அது கூடும் போது இன்பம் பயக்கும் என்றான். ஆகவே, பரதன் அயோத்திச் சுற்றத்தாரையும் மக்களையும் காத்து இருப்பது போல், குகனும் காட்டில் உள்ள தன் சுற்றத்தாரையும் மக்களையும் தன் ஆணையின் வண்ணம் காக்க அங்கேயே தங்கியிருக்கும்படியும் சொன்னான்.

> துன்பு உளது எனின் அன்றோ சுகம் உளது? அது அன்றிப்
> பின்பு உளது; 'இடை, மன்னும் பிரிவு உளது' என உன்னேல்;
> முன்பு உளெம், ஒரு நால்வேம்; முடிவு உளது என உன்னா
> அன்பு உள, இனி, நாம் ஓர் ஐவர்கள் உளர் ஆனோம்; (324-43)

இராமனின் கட்டளையைக் கடவாத குகன் பிரிவுத் துயரோடு இராமனிடம் விடைபெற்றான். இராமன் சீதையோடும் இலக்குவனோடும் அடர்ந்த காட்டிற்குள் பிரவேசித்தான்.

பரத்துவாசர் பரிவு

பலகாத தூரம் அவர்கள் வழியிலுள்ள காட்சிகளை எல்லாம் ரசித்துக் கொண்டே மாலையில் சித்திரகூட மலையருகே வந்தனர். அப்போது

பரத்துவாச முனிவர் இராமனை எதிர்கொண்டு வரவேற்று, இராமன் வனம் வந்த காரணத்தைக் கேட்டு அறிந்து, வருந்தினார். முனிவர் இராமனைத் தன்னோடு தங்கியிருக்குமாறு வேண்ட, இராமன் தன் இயலாமையைத் தெரிவித்தான். பரத்துவாச முனிவர் அதனை ஏற்று, இராமனை சித்திரகூட மலைச்சாரலில் தங்குமாறு யோசனை சொன்னார்.

பாலை - கொதிப்பும், குளிர்ச்சியும்

முனிவரிடம் விடைபெற்று யமுனைக் கரையை அடைந்தனர். இலக்குவன் கொடிகளால் தெப்பம் அமைத்து இருவரையும் அக்கரை சேர்த்தான். பின்னர் அவர்கள் பாலை நிலத்தை அடைந்தனர். அதன் வெம்மையைச் சீதை பொறுக்கமாட்டாளே என இராமன் எண்ண, அந்நிலம் வெம்மை குறைந்து, மழைத் துளிகள் விழ அவர்கள் அதனைக் கடந்தனர்.

பந்த ஞாட்புறு பாசறை, பொருள்வயின், பருவம்
தந்த கேள்வரை உயிர் உறத் தழுவினர், பிரிந்த
கந்த ஓதியர் சிந்தையின் கொதிப்பது - அக்கழலோர்
வந்தபோது, அவர் மனம் எனக் குளிர்ந்தது - அவ்வனமே!

(ஞாட்பு உறு - போருக்குரிய; கந்த ஓதியர் - மணம் கமழும் கூந்தலை உடையவர்) (331-46)

போர் காரணமாகவேனும், பொருள் காரணமாகவேனும் பிரிந்து செல்லும் தலைவரைத் தழுவும் மங்கையரின் உள்ளம் போலக் கொதித்த பாலை, அவர்கள் திரும்பி வரக் கண்டதும் குளிர்ச்சி அடைந்த மங்கையரின் மனம்போலக் குளிர்ந்ததாம்.

என்று கற்றான் இலக்குவன்?

பாலையைக் கடந்ததும் சித்திரகூட மலையை அடைந்தனர். அவர்கள் தங்குவதற்காக இலக்குவன் மூங்கில், புல் இவற்றைக் கொண்டு பர்ணசாலை அமைத்தான். பர்ணசாலையின் அழகையும் அமைப்பையும் கண்ட இராமன் இலக்குவனை நோக்கி இதுபோன்ற சாலை அமைக்க அவன் எங்கே எப்போது கற்றான் எனக் கேட்டான். அத்தகைய பணியினை இலக்குவன் செய்ய நேர்ந்ததே என வருந்தினான். மிதிலாபுரி மன்னனின் மகளான சீதையின் பூவினும் மெல்லிய பாதம் இக்காட்டில் நடந்து வந்தன. 'ஏதும் அற்றவர்க்கு எய்த முடியாதவை என்ற எதுவும் உளதோ?' என்று வியந்தான்.

மேவு கானம், மிதிலையர்கோன் மகள்
பூவின் மெல்லிய பாதமும் போந்தன;

தாஇில் எம்பி கை சாலை சமைத்தன -
யாவை, யாதும் இலார்க்கு இயையாதவே? (339-50)

இராமன் இலக்குவனுக்குக் கொடுத்த சிரமத்திற்கு வருந்த, இலக்குவன் அதற்கு இராமனுக்குத் தொண்டு செய்வதே இன்பம் தரக்கூடியது என்றான். இராமன் நோன்பு நோற்று இருந்து வந்தான்.

7. வந்தான் பரதன்!

பரதன் துயரம்

வசிட்டரால் அனுப்பபெற்ற தூதர் கேகய நாடு அடைந்து பரதனைக் கண்டு வணங்கி ஓலையைக் கொடுத்தனர். பரதன் அவர்களிடம் தன் தந்தை 'தீதிலன் கொல்' (தீதின்றி நலமாக இருக்கிறாரா) என்று கேட்க, அவர்கள் 'வலியன்'(திடமாக இருக்கிறான்) என்றார். இராமன் இலக்குவனுடன் 'உலைவுஇல் செல்வத்தானா?' (கெடுதல் இல்லாத நலமாகிய செல்வத்துடன் இருக்கிறானா) என்று பரதன் கேட்க, அவர்கள் 'உண்டு' என்றார். ஓலையைப் பார்த்தும் தன் உயிருக்கு உயிரான இராமபிரானை உடனே காணலாம் என்ற ஆசையால் உடனே கேகய மன்னனிடம் விடைபெற்று சேனைகளுடனும், தம்பி சத்துருக்கனோடும் புறப்பட்டான். ஏழுநாள் பயணம் செய்து எட்டாவது நாள் அயோத்தியை அடைந்தான்.

நகரம் பொலிவிழந்து துயரமாகக் காட்சி தர சத்ருக்கனை நோக்கி, 'சக்கரவர்த்தி வசிக்கும் நகரமா இது?' என்று ஐயத்துடன் கேட்க, 'திருமகள் நகரை விட்டு நீங்கி விட்டாரோ?' என்றான்.

அரண்மனையை அடைந்து பரதன் தந்தையார் வாழும் இடத்தில் அவரைக் காணாது திகைக்க, அப்போது கைகேயியின் ஏவல் மகள் ஒருத்தி வந்து பரதனைத் தாய் அழைப்பதாகச் சொன்னாள். பரதன் கைகேயியை வணங்க, அவள் தன் தந்தை முதலியோர் நலத்தினை விசாரித்தாள். பரதன் தன் தந்தையை வணங்க வேண்டும் என்றும், 'அவர் எங்குளார்?' எனவும் கேட்க, கைகேயி 'சக்கரவர்த்தி வானுலகம் அடைந்தார், நீ வருந்தாதே' என்றாள்.

இதைக் கேட்ட பரதன் அடியற்ற நெடுமரம் போல் நிலத்தில் விழுந்து அழுது புலம்பினான். 'நெருப்பைக் காதில் வீசினாற் போன்ற இத்தீய சொற்களை இப்படி உன்னைத் தவிர வேறு யாரும் சொல்வரோ?' என்று கலங்கினான். தந்தையாரை நினைத்து புலம்பி வருந்தினான். இனி இராமனை வணங்கினால் அன்றித் துயர் போகாது என்றான்.

'எந்தையும், யாயும், எம்பிரானும், எம் முனும்
அந்தம் இல் பெருங் குணத்து இராமன்; ஆதலால்,
வந்தனை அவன் கழல் வைத்தபோது, அலால்
சிந்தை வெங் கொடுந்துயர் தீர்கலாது' (348-58)

என்றான். அதைக் கேட்ட கைகேயி இராமன் தன் தம்பியுடனும் மனைவியுடனும் காட்டிலிருப்பதாகச் சொன்னாள். இதைக் கேட்டதும் பரதன் நெருப்பையுண்டவன் போலத் துடித்து இன்னும் என்னென்ன துயரச் செய்திகளைக் கேட்க நேரிடுமோ என்று அஞ்சினான். 'இராமன் வனம் செல்லக் காரணம் என்ன? தீங்கிழைத்தானா? தெய்வத்தின் சீற்றத்தால் சென்றானா? விதியின் செயலா? இராமபிரான் பிறருக்குக் கேடு விளைவிக்கும் தீங்கு எதனையும் செய்யமாட்டானே! அப்படியே அவன் தீங்கு செய்தாலும் 'அது தாய் தன் குழந்தையை நல்வழிப்படுத்துவதற்காகச் செய்யும் தண்டனை போன்ற அன்புச் செயலே அல்லவா? அவன் வனம்போக அது காரணமாயிராது. தந்தை இறந்தபிறகு சென்றாரா? இல்லை உயிருடனிருக்கும் போதா?' என்றான்.

'இராமன் எந்தக் குற்றமும் செய்யவில்லை. அரசன் உயிருடனிருக்கும் போதுதான் வனம் சென்றான்' என்றாள் கைகேயி.

அதற்குப் பரதன் 'குற்றம் ஒன்றும் செய்யவில்லையென்றால், பெற்றவன் உயிரோடிருக்கும் போது ஏன் வனம் போனான்?' என்றான். கைகேயி தனது வரத்தினால் அவனைக் கானகம் அனுப்பியதும், பரதனுக்கு ஆட்சி பெற்றதும் அதனால் அரசன் உயிர் துறந்ததும் ஆகிய நிகழ்ச்சிகளைச் சொன்னாள்.

அத்தீய சொற்களைக் கேட்க விரும்பாத பரதன் தன் காதுகளை மூடிக் கொண்டான்; கண்கள் சிவந்தன; கைகள் ஒன்றோடொன்று அடித்துக் கொண்டன. இராமன் கோபிப்பானே என்று கைகேயியை ஒன்றும் செய்துவிடாது கடிந்து கூறினான். 'என்ன காரியம் செய்தாய்? என் அண்ணனைக் காட்டிற்கு அனுப்பி, தந்தையைக் கொன்றாய். நீ தாய் என்ற பெயர் மாத்திரமேயன்றித் தாய்மைப் பண்பு சிறிதும் இல்லாதவள்; உன்னைக் கொன்றிருப்பேன். எனக்குத் தாயைப் போன்ற இராமபிரான் கோபிப்பான் என்றஞ்சியே சும்மா விட்டேன். தந்தை வேறு வகையின்றி வரத்தைக் கொடுத்துவிட்டு, வாய்மையைக் காத்து தன் உயிரையும் நீத்தான். தமையனும் தந்தை சொல் காக்கும் கடமையை அறமாகக் கொண்டான். அவர்கள் செயல் அறமாயினும், உன் விருப்பப்படி நான் அரசேற்றால் அது அறமாகாது. உலகோர் ஒப்புக்கொள்ள மாட்டார். நானும் உயிரைப் பேணி பழியை மேற்கொள்ள மாட்டேன்.

தன்னை அன்போடு வளர்த்தவனையே கடித்துக்கொல்லும் பாம்பு போல் ஆனாய் நீ! இன்னும் என்னவெல்லாம் தீமை செய்யப் போகிறாயோ? உன் வயிற்றில் பிறந்ததால் உன் பாவம் என்னையும் தொடரும். நான் செய்யாத பிழையை செய்ததுபோல பிறருக்குத் தோன்றவும், அது குறித்து நான் வருந்தவும் இடமாயிற்று. இவையெல்லாம் தீர, இராமனுக்கு நீ கொடுத்த தவ வாழ்க்கையை நான் மேற்கொள்வேன். இதனை அறமே சாட்சியாகக் கூறுகின்றேன்' என்று சொல்லி வருந்தி, கோசலையின் அடி தொழச் சென்றான்.

நீ அறிந்திலை போலும்...

கோசலையின் பாதங்களில் விழுந்து பரதன் அழுது புலம்பினான். கோசலை பரதனது துயரத்தைக் கண்டு அவன களங்கமற்றவன் என்று உணர்ந்து, 'நின் தாய் கைகேயி இழைத்த சூழ்ச்சிகளை நீ அறியாதவன் என நினைக்கிறேன்' என்றாள்.

அவ்வளவுதான்! இதுவரை கோசலையின் பாதங்களைப் பற்றிக் கொண்டிருந்த பரதன் அச்சொற்களைக் கேட்டதும் பொறியில் அகப்பட்ட சிங்கம்போல மனம் குமைந்தான்; விம்மினான்; வெடித்தான். 'கைகேயியின் வஞ்சனையை நீ முன்பே அறியாயோ?' என்று கோசலை கேட்டது அவள் தன்னை சந்தேகப்பட்டதுபோல தொனிக்கவே, தன் உணமை நிலையினைத் தெரிவிக்கும் வகையில் பல சூளுரைகளைச் சொன்னான். 'கைகேயியின் சூழ்ச்சியை நான் முன்பு அறிந்திருப்பின், இன்ன இன்ன பாவங்கள் செய்தோர் அடையும் நரகமெல்லாம் எனக்கே ஆகுக' என்று பாவங்களைப் பட்டியல் போட்டாற்போல பிறர்மனை நயத்தல், வெகுளுதல், பெரியோரைப் பிழைத்தல் என்று அடுக்கிக் கொண்டே போனான். அதையெல்லாம் கேட்ட கோசலை மனம் உருகி, பரதனை வாழ்த்தி, மேற்கொண்டு செய்ய வேண்டிய கடமைகளைச் செய்யும்படி பணித்தாள்.

அன்னை தந்த செல்வம்!

வசிட்ட முனிவரோடு சென்று தன் தந்தையின் உடலைக் கண்டு அழுது தீர்த்தான். தயரதன் உடலை முறைப்படி யானைமேல் கொண்டு சரயு நதிக்கு எடுத்துச் சென்றனர். ஈமக்கடன் செய்ய எழுந்த பரதனைத் தடுத்து நிறுத்தி, வசிட்டர் தயரதன் பரதனை கைகேயியின் செயலால் 'மகன் அல்லன்' என்று துறந்ததைத் தெரிவித்தார். பரதன் துயரம் நெஞ்சில் துடிக்க அரற்றினான். 'இறுதிக் கடன் செய்ய உரிமையில்லாத எனக்கா, அரசாளும் தகுதி வந்தது? என் குலத்தில் என்னைப் போன்று இப்பேறு பெற்றார் யார் உளர்? என் அன்னை

எனக்குச் செய்துள்ள செயல் எவ்வளவு சிறப்பானது?' என்றெல்லாம் மனம் நொந்து தன்னைத் தானே பழித்துக் கொண்டான்.

பிறகு வசிட்டர் சத்ருக்கனை அழைத்து இறுதிக் கடன்களைச் செய்வித்தார். யாவரும் நகரை அடைந்து முறைப்படி பத்து நாட்கள் செய்ய வேண்டிய சடங்குகளை எல்லாம் செய்து முடித்தனர்.

8. காடு சென்றான் பரதன்!

நஞ்சினை நுகர்...

ஒரு நாடு அரசனின்றி இருக்க முடியாது என்பதை எண்ணி அமைச்சர்கள் சுமந்திரனுடன் வசிட்டரையும் அழைத்துக் கொண்டு பரதனிடம் வந்தனர். வசிட்டர் அவர்கள் யாவருடைய சார்பிலும் பரதனிடம் சொன்னார்: 'அரசனுடைய காப்பு இல்லாத நாடு என்பது சூரியனில்லாத பகற்போது, சந்திரன் இல்லாத இராப்போதும், உயிரற்ற உடம்பும் போன்றது. தேவர்கள் உலகமானாலும், அரக்கர் உலகமானாலும் தலைமை இல்லாத உலகம் இருக்க முடியாது. நீ இப்போது அரசை ஏற்காவிட்டால் மாலுமி அற்ற மரக்கலம் போல் நாடு தத்தளிக்கும். இவ்வரசாட்சி உன் தாய் வரத்தல் வந்ததாம், உன் முன்னவன் இல்லாததாலும் நீ குற்றமற்றவன் ஆவாய். அரசை ஏற்பதே தருமம். எங்கள் கருத்தும் அதுவே' என்றார்.

வசிட்டர் கூறுவதைக் கேட்ட பரதன் 'கொடிய நஞ்சை உட்கொள்' என்று கூறப்பட்டவர் அஞ்சி நடுங்குவதைக் காட்டிலும் மிகவும் அஞ்சிக் கண்கள் நீர் சொரிய, உடல் நடுங்க, நாத்தடுமாற, 'முன்னவன் இருக்கப் பின்னவன் முடிசூடுதல் முறையன்று. நான் அரசாட்சியை ஏற்றால் என்னைப் பெற்றவள் செய்கையைக் காட்டிலும் மிகக் கொடியதாகும். நானே வனம் சென்று இராமனை அழைத்து வருவேன்; அவருக்கே முடி சூட்டலாம்; அவர் வர மறுத்தால் நான் உயிரை விடுவேன்' என்றான். இதனைக் கேட்ட அனைவரும் பரதனை வாழ்த்தினார்கள். தாய், தந்தை இருவரும் தரவும், இராமன் இல்லாதிருக்கவும் இப்பெரும் செல்வ அரசாட்சியை வேண்டாவென்று சொன்ன பரதனைப் புகழ்ந்தனர்.

'ஆழியை உருட்டியும், அறங்கள் போற்றியும்
வேள்வியை இயற்றியும், வளர்க்க வேண்டுமோ?
ஏழினோடு ஏழ் எனும் உலகம் எஞ்சினும், வாழிய நின் புகழ்!'

(ஆழியை உருட்டியும் - ஆணைச் சக்கரத்தைச் செலுத்தியும்; எஞ்சினும் - அழிந்தாலும்) (363-20)

எழுக சேனை!

பிறகு பரதன் சத்துருக்கனை அழைத்து இராமனை அழைத்து வருதல் பற்றி முரசு அறைந்து தெரிவிக்கச் சொல்ல, அதைக் கேட்ட மக்கள் மகிழ்ச்சி அடைந்தனர். பரதனும், சத்ருக்கனும் மரவுரி உடுத்து பரிவாரங்களுடனும், சுற்றத்தாருடனும், நகர மாந்தருடனும் புறப்பட்டனர்.

இராமன் முனிவான் என்று....

அப்போது மற்ற மாந்தரோடு கூனியும் வருவதைக் கண்ட சத்துருக்கன் கோபம் கொண்டு, அவளை அடித்துத் துரத்த எண்ணிப் பற்றினான்; உடனே பரதன் அவனைத் தடுத்து 'முறைகேடாக அரசைப் பெற்ற பாவியான கைகேயியைச் சின்ன பின்னம் செய்து என்சினந் தீர்த்திருப்பேன்; ஆனால் அதை இராமன் விரும்பமாட்டான் என்பதால் தான் அவனை விட்டு வைத்திருக்கிறேனே தவிர, தாய் என்பதால் அல்ல. அவ்வாறே இந்தக் கூனி மீது கோபம் கொண்டாலும் இராமன் வெறுப்பான், ஆகவே போகலாம்' என்றான்.

இராமன் முதல் நாள் தங்கிய சோலையில் சேனையோடும், மக்களோடும் தங்கினான் பரதன். இராமன் படுத்த புற்படுக்கையின் அருகில் புழுதியில் தங்கினான். அங்கிருந்து இராமன் நடந்தே காட்டிற்குச் சென்றான் என்பதால் பரதனும் சேனைகள் பின் தொடர நடந்தே சென்றான்.

தோழமை என்ற சொல்

பரதன் சேனையோடு கங்கைக் கரையை அடைந்தான். கங்கையின் தென் கரையில் தன் படைகளுடன் நின்று கொண்டிருந்த குகன், எதிர்க்கரையில் சேனை, பரிவாரங்களுடன் வந்து நிற்கும் பரதன் முதலானோரைக் கண்டு, அவர்கள் இராமன் மீது போர் தொடுக்க வந்துள்ளார்கள் என்று தவறாகக் கணித்தான்.

குகன் அடைந்த கோபத்திற்கு அளவே இல்லை. தன் வீரர்களை அழைத்து, 'எதிர்க்கரையில் சேனைகளுடன் நிற்கிறவன் நம் துணைவரான இராமனின் தம்பிபோல் தோன்றுகிறான்.; இவன் இராமனுக்குத் தீமை செய்யவே வருகிறான். இவனைக் கொன்று அரசுரிமையை நாம் இராமனுக்கே உரிமையாக்கவேண்டும், போருக்குத் தயாராகுங்கள்' என்று கட்டளை இட்டான்.

‘என்னையும் ஒரு பொருளாக மதித்து, ‘நீ என்னுயிர்த் தோழன்’ என்று இராமபிரான் சொன்ன ஒரு வார்த்தையின் பொருட்டு உயிரைக் கொடுத்தேனும் இவர்களைத் தடுக்க வேண்டும்; அதை நான் செய்யா விடில் அறிவிலியாகிய இவ்வேடன் இறவாமல் உயிரோடு இருக்கிறானே என்று ஏசுவார்கள். என்னையும் மீறி இந்தக் கங்கை ஆற்றைக் கடந்து போகத்தான் முடியுமா?’ என்று வில்லோடு நின்றான்.

ஆழ நெடுந்திரை ஆறு கடந்து இவர் போவாரோ?
வேழ நெடும் படை கண்டு விலங்கிடும் வில்லாளோ?
‘தோழமை’ என்று, அவர் சொல்லிய சொல் ஒரு சொல் அன்றோ?
‘ஏழைமை வேடன் இறந்திலன்’ என்று எனை ஏசாரோ? (369-15)

(திரை - அலை; விலங்கிடும் - விலகி விடத்தக்க; ஏழைமை - இங்கே அறியாமை)

‘ஆடு கொடிப்படை சாடி, அறத்தவரே ஆள
வேடு கொடுத்தது பார்’ எனும் இப்புகழ் மேவீரோ?
நாடு கொடுத்த என் நாயகனுக்கு இவர், நாம் ஆளும்
காடு கொடுக்கிலர் ஆகி, எடுத்தது காணீரோ? (370-22)

கரை காணாக் காதலன்

தென்கரையில் குகன் நிற்பதைக் கண்ட சுமந்திரன் பரதனிடத்திலே அவனைச் சுட்டிக் காட்டி, ‘அவன் கங்கையிலே ஓடஞ் செலுத்துபவன்; குகன் என்ற பெயரினன்; இராமன் மீது மிக்க அன்புள்ளவன்; உங்களைக் காணும் ஆவலுடன் நிற்கிறான்’ என்றான். உடனே பரதன் ‘அப்படியானால் நானே சென்று அவனைக் காண்பேன்’ என்று சத்ருக்கனுடன் கங்கையின் கரையில் போய் நின்றான்.

அப்படி நின்ற பரதனைக் கண்ட குகன் துணுக்குற்றான். மரவுரி அணிந்து, புழுதி படிந்த உடம்புடனும், பொலிவிழந்த தோற்றத்துடனும் கல்லும் இளகும்படியான துயருடையவனாய் நின்ற பரதனைக் கண்ட குகன், அவனுடைய களங்கமற்ற தன்மையை உணர்ந்ததும் வில் கையினின்றும் கீழே விழ விம்மினான்.

‘இவன் என் தலைவன் இராமனைப் போலவே இருக்கிறான். தவவேடம் பூண்ட இவன் இராமன் இருக்குந்திசை நோக்கித் தொழுதகையனாய் இருக்கிறான். எம்பெருமானகிய இராம பிரானுக்குப் பின் பிறந்தவர்கள் தவறு இழைக்க முடியுமா, என்ன?’ என்றான்.

ஆயிரம் இராமரும் ஒரு பரதரும்

குகன் தன் படைகளை எல்லாம் நிறுத்திவிட்டு, அவர்களிடம் உண்மையை அறிந்து வருவதாகச் சொல்லித் தான் மட்டும் ஒரு படகில் ஏறி பரதனிடம் சென்றான். ஒருவரை ஒருவர் வணங்கித் தழுவினர்.

குகன் பரதனிடம் வந்த காரணத்தைக் கேட்டான். அதற்குப் பரதன் முறை தவறிய சக்கரவர்த்தியின் செய்கையைச் சீராக்க இராமனைத் திரும்ப அழைத்துச் செல்வதற்காக வந்திருப்பதாகச் சொன்னான்.

இதனைக் கேட்டதும் குகன் மகிழ்ச்சி மேலீட்டால் உளம் பூரித்து மீண்டும் பரதன் திருவடிகளில் விழுந்து வணங்கிச் சொன்னான்: 'தாய், தந்தையர் இருவரும் மனம் ஒப்பிக் கொடுத்த, அரச பாரத்தை ஏற்க மறுத்துத் துறந்து, துன்பம் உற்ற இராமனை அழைக்க நீயும் காட்டிற்கே வந்துவிட்டாய் என்பதைப் பார்த்தால், ஆயிரம் இராமர் சேர்ந்தாலும் உனக்கு ஒப்பாவார்களோ? உன் உயர் குணத்தால் நீ இராமபிரானையும் மிஞ்சிவிட்டாய்.'

> தாய் உரைகொண்டு தாதை உதவிய தரணி தன்னை,
> 'தீவினை' என்று நீத்து, சிந்தனை முகத்தில் தேக்கி
> போயினை என்ற போழ்து, புகழினோய்! தன்மை கண்டால்,
> ஆயிரம் இராமர் நின்கேழ் ஆவரோ, தெரியின் அம்மா! (372-35)

இமைப்பிலன் நயனம்

பிறகு பரதன் இராமன் சென்ற தென்திசையை நோக்கி வணங்கி இராமன் தங்கிய இடத்தைக் காட்டுமாறு கேட்டான். குகன் இராமன் இருந்த இடத்தையும், படுத்த புல் படுக்கையையும் காட்டினான். இலக்குவன் எங்கே இருந்தான் என கேட்க, குகன் 'இலக்குவன் இரவு முழுவதும் கண் உறங்காமல், கையில் வில்லோடு நின்று காவல் புரிந்தான்' என்றான்.

அதுகேட்ட பரதன் 'இராமன் தம்பியருள் நான் அவருக்குத் துன்பம் உண்டாவதற்குக் காரணமாய் இருந்தேன். ஆனால் இலக்குவனோ அதனைத் துடைப்பதற்கு உரியவனாய் இருக்கிறான்' என்று வருந்தி, அந்தப் புழுதியிலேயே உறங்கினான்.

ஐவரும் ஒருவராய்....

காலையில் குகனிடம் தன்னையும், மற்றையோரையும் படகில் ஏற்றி, கரை சேர்க்க வேண்டினான். அங்ஙனமே குகனும் எல்லாரையும் கரை

சேர்த்தான். பரிவாரங்கள் எல்லாம் சென்றபின் பரதன், தாய்மார் களோடு படகில் ஏற குகன் செலுத்தினான். அப்போது குகன் கோசலையைத் தொழுது 'இவர் யார்?' என்று கேட்க பரதன் அறிமுகம் செய்தான். 'தயரத சக்கரவர்த்தியின் மூத்த மனைவி; இராமனை மகனாகப் பெற்றதால் அடைந்த அரச செல்வத்தை யான் பிறந்ததால் துறந்த பெரியவள்.' உடனே குகன் கோசலையின் பாதங்களில் விழுந்து வணங்கி அழுதான். அவனை யார் என்று கோசலை கேட்க, பரதன் 'இராமனுக்கு இனிய நண்பன். எனக்கும் இலக்குவனுக்கும் சத்ருக்கனுக்கும் தமையன், இவன் பெயர் குகன்' என்றான்.

அதைக் கேட்ட கோசலை 'இனி நீங்கள் துயரால் வருந்தாதீர்கள்! இராமன் காடு வந்ததும் நல்லதாயிற்று; அதனால் தானே இத்தகைய நல்லவனைப் பெற முடிந்தது; இனி நீங்கள் ஐவரும் சகோதரர்களாய் ஒற்றுமையுடன் இவ்வுலகை நெடுங்காலம் காப்பீர்களாக' என்றாள்.

அடுத்து சுமித்திரையை நோக்கி யார் என்று குகன் வினவப் பரதன் 'சக்கரவர்த்தியின் இளந்தேவி; இராமனுடன் பிறந்த தம்பியும் ஒருவன் உண்டு என்று எல்லோரும் அறியுமாறு அவனை விட்டு அகலாத இலக்குவனைப் பெற்ற பெரியவள்' என்றான்.

சுடு மயானத்திடை தன் துணைஏக,
 தோன்றல் துயர்க் கடலின் ஏக,
கடுமை ஆர் கானகத்துக் கருணை ஆர்கலி
 ஏக, கழல் கால் மாயன்
நெடுமையால் அன்று அளந்த உலகு எல்லாம்
 தன் மனத்தே நினைந்து செய்யும்
கொடுமையால், அளந்தாளை, 'ஆர் இவர்?'
 என்று உரை என்ன, குரிசில் கூறும்.

(கருணை ஆர்கலி - அருட்கடல்; மாயன் - திருமால்; நெடுமையால் - திரிவிக்ரம உருவத்தால்) (378-68)

பிறகு கைகேயியைச் சுட்டிக் காட்டி குகன் இவர் யார் என்று கேட்கப் பரதன் 'துன்பங்களை எல்லாம் உண்டாக்கியவளும், பழியைச் செவிலித்தாயாக இருந்து வளர்ப்பவளும், எல்லாரும் துயருற்றதால் உயிரற்றவர் போலிருக்க, தான் மட்டும் துன்பமில்லாத முகத்துடனுருப்பவளுமான இவளே என்னைப் பெற்றவள்' என்று சொல்ல, அவளையும் குகன் வணங்கினான்.

கரையை அடைந்ததும் தாயர் சிவிகையில் வர, பரதன் நடந்தே சென்றான்.

9. பாதுகை சூடினான் பரதன்

தாயார் சிவிகையில் ஏறிவர, பரதன் குகனுடனும் மற்றையோருடனும் நடந்து சென்றான். பரத்துவாச முனிவர் அவனை எதிர்கொள்ளவே, பரதன் அவரை வணங்கி ஆசி பெற்றான். பரதன் வந்த காரணத்தை அறிந்து பரத்துவாசர் மகிழ்ந்து, அவனது சேனைக்கு விருந்து செய்தார். பரதன் மட்டும் காய் கிழங்கு உண்டு புழுதியில் உறங்கினான்.

இலக்குவனின் போர்க்கோலம்

சித்திரக்கூடத்தை நெருங்கிய படைகளைக் கண்டு இலக்குவன் சீற்றம் கொண்டான். நாடு பெற்ற பரதன் உரிய பதினான்கு ஆண்டுகள் கழித்து இராமன் வந்து ஆட்சியை மீண்டும் பெறுவானோ என்று ஐயுற்று, தவவேடம் பூண்டு விரதம் கொண்டுள்ள இராமன்மேல் படையெடுத்து வருகிறான் என்று இலக்குவன் தவறாக எண்ணி, இராமனிடம் சென்று பரதன் படையெடுத்து வருவதாகக் கூறினான். உடைவாளையும் காலில் வீரக்கழலையும் கட்டிக் கொண்டு போருக்குத் தயாராக நின்று வீரவுரை பகர்ந்தான்.

இலக்குவனுடைய உரையைக் கேட்ட இராமன் சொன்னான்: 'இலக்குவ, உன்பெரும் ஆற்றல் எனக்குத் தெரியாதா. என்ன? நீ கருதியது முடித்தே தீருவாய்! ஆனாலும் நான் சொல்ல வேண்டியது ஒன்றுண்டு. என்பால் வைத்த அன்பு மிகுதியால் பரதனது இயல்பை உணராமல் பேசுகிறாய். அவன் செயல்கள் எல்லாம் வேதநெறியை விட்டு மாறாதவை. நம் குலத்தில் உதித்தவர்கள் யாரும் அறந் தவறினவர்கள் அல்லர். அரசை என்னிடம் தரவே அவன் வருகிறான் என்பதை விட வேறு விதமாக நினைப்பது அறிவுடைமையாகாது.'

> 'பெருமகன் என்வயின் பிறந்த காதலின்
> வரும் என நினைகையும் மண்ணை என்வயின்
> தரும் என நினைகையும்' தவிர, 'தானையால்
> பொரும்' என நினைகையும் புலமைப் பாலதோ? (385-45)

பரதன் கோலம்

அப்போது பரதன் படைகளைப் பின்னே நிறுத்திவிட்டு சத்ருக்கனுடன் இராமனை நோக்கி அருகில் வந்தான். தலைக்குமேல் கூப்பிய கைகளுடன், துவண்ட மேனியுடன், அழுத கண்களுடன்

துயரத்தின் வடிவம் இதுதான் என்று எழுதிக் காட்டினாற் போன்ற வடிவத்துடன் வந்தான் பரதன். அதைக் கண்ட இராமன் உடனே இலக்குவனை நோக்கி, 'பரதன் படையுடன் போர் புரிய வருங்கோலத்தைப் பார்த்தாயா?' என்றான். பரதனைப் பார்த்த இலக்குவன் தான் பரதனைத் தவறாகப் புரிந்துகொண்டு பேசியதற்காக வருந்திக் கண்ணீர் பெருக, வில் கீழே விழ நின்றான்.

இராமன் துயரம்

தன்னை வணங்கிய பரதனை இராமன் தழுவினான். பிறகு பரதனது தவவேடத்தைக் கூர்ந்து நோக்கிய இராமன் தந்தையர் நலத்தைக் கேட்டான். அதற்குப் பரதன் 'உன் பிரிவு என்ற நோயினாலும், கைகேயியின் வரம் என்ற எமனாலும் சக்கரவர்த்தி வாய்மையைக் காத்து வானுலகம் போய்விட்டார்' என்றான்.

அதைக் கேட்டதும் புண்ணில் வேல் பட்டாற்போல துன்பமடைந்த இராமன் மண்ணின்மேல் விழுந்தான்; அழுதான்; புலம்பினான்: 'உலகத்தார்க்கே தந்தை போன்றிருந்தவனே! அறத்தினை தாயாக இருந்து காத்தவனே! உண்மைக்கு உண்மையான உறவு உன்னைப்போல் யார் இருக்கிறார்கள்? தவத்துறையில் புகழ்மிக்க கலைக்கோட்டு முனிவனைக் கொண்டு வேள்வி இயற்றி என்னைப் பெற்றது உன் உயிர் போவதற்கா? என்னைப் பிரிந்ததால் தாங்கள் தாங்காது உயிரை விட்டீர்கள். ஆனால் நீங்கள் பிரிந்ததைக் கேட்டும் உயிர் விடாதிருக்கிறேனா?' வசிட்டர் இராமனைத் தேற்றி, தந்தைக்கு நீர்க்கடன் செய்யுமாறு சொன்னார். அங்ஙனமே செய்தான் இராமன். பரதன் சீதையின் பாதங்களில் விழுந்து அரற்ற, இராமன் தந்தையின் மறைவைக் கூறக்கேட்ட சீதை, துணுக்குற்றாள். தாய்மாரைக் கண்டு அழுதாள்.

பரதன் வேண்டுகோள்

மறுநாள் யாவரும் தன்னைச் சூழ்ந்திருக்க இராமன் பரதனை நோக்கி அவன் விரத வேடம் பூண்டது ஏன் என்று கேட்டான்.

'உலகத்திற்கே பெருந்துன்பத்தை விளைவித்த பாவியின் மகனாகிய நான் இறக்கவும் துணியவில்லை. தவஞ் செய்யவுமில்லை. இனி என்ன செய்துதான் இப்பழியினின்று நீங்குவேன்? கற்பில்லாத மகளிரின் குணமும், பொறுமையற்ற தவமும், அருள் நெறியில் நீங்கிய அறமும் ஆகியவற்றையெல்லாம் விடக் கொடியது மரபு முறையினின்று மாறுபட்ட அரசாட்சி. நீ அரசைத் துறப்பதும், நான் அதை ஏற்பதும் தவறு.

‘நீ முறையின்றி அரசைக் கைவிட்டுக் காட்டுக்கு வரவும், அதனால் தந்தை இறக்கவும், அத்தருணம் பார்த்து நான் அரசைக் கைக் கொண்டு ஆள்வதென்றால், பகைவனுக்கும் எனக்கும் எந்த வேறுபாடுமில்லை. ஆகவே நீ திரும்ப வந்து அரசு ஏற்கவேண்டும்’ என்று இராமனிடம் பலவாறாகக் கேட்டுக் கொண்டான் பரதன்.

‘நிறையின் நீங்கிய மகளிர் நீர்மையும்,
பொறையின் நீங்கிய தவமும், பொங்கு அருள்
துறையின் நீங்கிய அறமும், தொல்லையோர்
முறையின் நீங்கிய அரசின் முந்துமோ?’ (392-100)

இராமன் மறுப்பு

பரதன் வேண்டுகோளை இராமன் ஏற்க மறுத்துச் சொன்னான்: ‘தேவரினும் சிறந்த தாய் தந்தையர் ஆணையால் அவர்கள் சொற்களைக் கடவாமல், நான் காட்டில் வசிக்கிறேன். அதை இப்போது மீறலாமோ? வரத்தினால் தந்தை உனக்களித்த அரசு முறைப்படி உன்னுடையதே; ஆள்வாயாக!’

அரசு உன்னுடையது என்ற இராமனுக்கு உடனே பரதன், ‘அவ்வாறாயின் யான் தர, நீ முடி சூடு’ என்றான். அதற்கு இராமன் உடனே, ‘என்மேல் வைத்த அன்பால் உனக்கு நியாயமாகக் கிடைத்த அரசை நீ எனக்கே தர முயல்வது அறமாகுமா? நான் தந்தை ஆணையால் காட்டில் வாழும்போது, நீ என் ஆணையால் நாட்டை ஆள்வாயாக’ என்றான்.

இதற்குப் பதில் சொல்லத் தொடங்கிய பரதனை விலக்கி வசிட்டர் இராமனை அரசேற்குமாறு சொன்னார். இராமன் முனிவரை வணங்கி ‘ஆணையை ஏற்றுக்கொண்ட பிறகு, இடையே அதை மற்றவர் பொருட்டுத் தள்ள முடியுமா?’ என்றான்.

இராமனின் உறுதியைக் கண்ட பரதன் தானும் காட்டில் வசிப்பதாகக் கூறினான். அதைக் கேட்ட தேவர்கள் பரதனின் பிடிவாதத்திற்கு இரங்கி இராமன் நாட்டுக்குத் திரும்பிவிட்டால், தங்களுடைய நோக்கமான அரக்கரை அழித்தல் நிறைவேறாது எனக் கருதி, பரதனை அரசு ஏற்குமாறு வேண்டினார்கள். இதற்கு ஒருப்பட்டு பரதன் இராமன் வேண்டுகோளை ஏற்றான். ஆனால் குறித்தபடி பதினான்கு ஆண்டுகள் முடிந்ததும் இராமன் நாடு திரும்ப வில்லையானால் தான் தீயில் பாய்ந்து இறப்பதாகவும் தெரிவித்தான்.

சேவடி சூடிய சென்னியன்

பரதன் இராமனுடைய திருவடிகளைத் தருமாறு வேண்ட, இராமனும் அவ்வாறே அவைகளைக் கொடுத்தான். அந்தத் திருவடிகளையே தன் முடியாகக் கருதித் தலையில் சூட்டிக் கொண்டான்.

> 'செம்மையின் திருவடித் தலம் தந்தீக, என,
> எம்மையும் தருவன இரண்டும் நல்கினான் (397-135)
> 'அடித்தலம் இரண்டையும் அழுத கண்ணினான்,
> 'முடித்தலம் இவை' என, முறையின் சூடினான்.' (397-136)

இராமனிடம் விடைபெற்று அனைவரும் புறப்பட்டனர். பாதுகையுடன் வந்த பரதன் அயோத்திக்குச் செல்லாமல், பக்கத்திலே உள்ள நந்திக் கிராமத்தை அடைந்து, அங்கே பாதுகைகளை சிங்காசனத்தின் மேல் வைத்து, அவை செங்கோல் செலுத்த, ஐம்புலன்களையும் அடக்கி வாழ்த்து வந்தான்.

இராமன் சித்திரக்கூடத்தில் இருப்பதை அறிந்த அயோத்தி மக்கள் அன்பால் அடிக்கடி வரலாம் என்று கருதி, இராமன் அங்கிருந்து புறப்பட்டுத் தென்திசை நோக்கிச் சென்றான்.

அயோத்தியா காண்டம் முற்றிற்று.

பெரியவாச்சான் பிள்ளை அருளிய திவ்யப் பிரபந்தப் பாசுரப்படி ஸ்ரீமத் ராமாயணம்

அயோத்தியா காண்டம்

கொங்கை வன் கூனி சொல் கொண்டு
கொடிய கைகேயி வரம் வேண்ட,
அக் கடிய சொல் கேட்டு மலக்கிய மா
மனத்தனன் ஆய்,
மன்னவனும் மாறாது ஒழிய,
'குலக்குமரா! காடு உறையப் போ'
என்று விடை கொடுப்ப, இந் நிலத்தை வேண்டாது;
ஈன்று எடுத்த தாயரையும்
இராச்சியமும் ஆங்கு ஒழிந்து;
மா ஒழிந்து; தேர் ஒழிந்து; கலன் அணியாதே;
காமர் எழில் விழல் உடுத்து
அங்கங்கள் அழகு மாறி;
மான் அமரும் மென் நோக்கி வைதேவி இன் துணையா;
இளங்கோவும் வாளும் வில்லும் கொண்டு பின் செல்ல;
கலையும் கரியும் பரிமாவும் திரியும் கானம் கடந்து போய்;
பத்தி உடைக் குகன் கடத்த கங்கைதன்னைக் கடந்து;
வனம் போய்ப் புக்கு;
காயோடு நீடு கனி உண்டு;
வியன் கான மரத்தின் நீழல்,
கல் அணைமேல், கண் துயின்று,
சித்திரக்கூடத்து இருப்ப;
தயரதன் - தான், 'நின் மகன் மேல் பழி விளைத்திட்டு,
என்னையும் நீள் வானில் போக்க.
என் பெற்றாய்? கைகேசி!
நானும் வானகமே போகின்றேன்'

என்று, வான் ஏற,

தேன் அமரும் பொழில் சாரல் சித்திரக்கூடத்து, ஆனை, புரவி தேரொடு

கால் - ஆள் அணிகொண்ட சேனை,

சுமந்திரன் வசிட்டருடன் பரத நம்பி பணிய,

தம்பிக்கு மரவடியை வான்பணையம் வைத்து;

குவலயத் துங்கக் கரியும், பரியும்,

இராச்சியமும் எங்கும் பரதற்கு அருளி; விடை கொடுத்து;

திரு உடைய திசைக் கருமம் திருத்தப் போய்;

தண்டகாரணியம் புகுந்து:

•

துதிப்பாடல்

கடவுள் வாழ்த்து

வான்நின்று இழிந்து, வரம்பு இகந்த
 மா பூதத்தின் வைப்பு எங்கும்,
ஊனும் உயிரும் உணர்வும்போல்,
 உள்ளும் புறத்தும் உளன் என்ப-
கூனும் சிறிய கோத்தாயும் கொடுமை
 இழைப்ப, கோல் துறந்து,
கானும் கடலும் கடந்து, இமையோர்
 இடுக்கண் தீர்த்த கழல் வேந்தன்.

ஆரணிய காண்டம்

ஆரணிய காண்டச் சுருக்கம்

(13 படலங்கள் - 1191 பாடல்கள்)

ஆரணியம் என்றால் காடு. இக்காண்டத்தில் கதையின் பெரும்பகுதி தண்டக வனம், பஞ்சவடி, கவந்தவனம் போன்ற காட்டுப் பகுதிகளில் நிகழ்வதால் ஆரணிய காண்டம் என்று பெயர் வழங்கலாயிற்று.

தென்திசை நோக்கிப் பயணப்பட்ட இராமன், இலக்குவன், சீதை மூவரும் முதலில் அத்திரி முனிவரின் குடிலை அடைந்தனர். அவர் உபசரிப்பை ஏற்று அன்று அங்கே தங்கினர். அவர் மனைவி அனுசூயை சீதைக்கு ஆபரணங்களை அணிவித்தாள். அவர்களிடம் விடைபெற்று மூவரும் தண்டக வனம் நோக்கிப் புறப்பட்டனர்.

அப்போது விராதன் என்ற அரக்கன் எதிரே வந்து சீதையைத் தூக்கிக்கொண்டு ஓட முயல, இராம இலக்குவர் போர் தொடுத்தனர். விராதன் தோள்மீது ஏறி வெட்டி வீழ்த்தி அவனைக் காலால் உதைத்து குழியில் தள்ளி புதைத்தனர்.

இராமன் திருவடி பட்டதனால் சாபம் நீங்கிய விராதன், தும்புரு என்ற தன் பண்டைக் கந்தர்வ உருவம் பெற்று விண்ணில் தோன்றி இராமனைத் துதித்தான். குபேரனிடம் பணிசெய்த போது காமவயப்பட்டதால், சாபம் பெற்று அரக்கனாகி வாழ்ந்ததாகத் தன் வரலாறு கூறி விடைபெற்றுப் போனான்.

பிறகு சரபங்கர் என்ற முனிவருடைய ஆசிரமத்தை அடைந்தார்கள். பிரம்மன் அவருடைய தவத்தை மெச்சி இந்திரனை அனுப்பி அவரை பிரம்மலோகத்திற்கு அவரை அழைத்துவரச் சொன்னார். முனிவர் அதை மறுக்க, அச்சமயம் இராமன் அங்கு வர, இந்திரன் இராமனைத் துதித்து விடை பெற்றான். சரபங்கர் இராமனை வணங்கி தனக்கு வீடுபேறு அளிக்க வேண்டி தீப்புகுந்தார்.

மூவரையும் தண்டக வனத்தில் இருந்த முனிவர்கள் வரவேற்று அவர்களுக்கு ஆசி வழங்கினார்கள். முனிவர்கள் அரக்கர்களின் தொல்லையால் தாங்கள் தவஞ் செய்ய முடியாதிருப்பதைக் கூறி, இராமனிடம் அபயம் வேண்டினார்கள். உடனே இராமன்

அவர்களுக்கு ஆறுதல் கூறி, அவர்கள் துயர் துடைக்க அங்கேயே தங்குவதாகக் கூறி பத்து ஆண்டுகள் தங்கியிருந்தான். அங்கு அமைதி நிலவவே முனிவர்கள் இராமனை அகத்திய முனிவரைச் சந்திக்க வழி கூறி அனுப்பி வைத்தனர். வழியில் சுதீக்கண முனிவரைச் சந்தித்து அவர் ஆசியையும் பெற்று அகத்தியர் குடிலை அடைந்தார்கள்.

அகத்திய முனிவர் இராமனை வரவேற்று, படைக்கலங்கள் வழங்கி அருகில் உள்ள பஞ்சவடியில் தங்கியிருக்கும்படி ஆசிகூறி அனுப்பினார்.

அப்போது சடாயு என்ற கழுகரசன் அவர்களைச் சந்தித்தான். தயரதனின் நண்பனான சடாயு, தயரதன் மறைவுக்கு வருந்தி, அவர்களைப் பஞ்சவடியில் தான் பாதுகாப்பதாகக் கூறி அனுப்பி வைத்தான்.

பஞ்சவடியில் இலக்குவன் அமைத்த பர்ணசாலையில் அவர்கள் வசித்து வரும்போது, அங்கு வந்த இலங்கை அதிபதி இராவணன் என்ற அரக்கனின் தங்கை சூர்ப்பணகை இராமனைக் கண்டு காதல் கொண்டு, தன் உருவத்தை அழகாக மாற்றிக்கொண்டு இராமனை தன்னைத் திருமணம் செய்துகொள்ள வேண்டினாள். இராமன் மறுக்கவே, சீதையை அகற்றினால் தான் இராமன் தன்னை மணப்பான் என்று கருதி அவளைத் தூக்கிச் செல்ல முயன்றாள். இதைக் கண்ட இலக்குவன் சூர்ப்பணகையின் மூக்கை அறுத்து விரட்டினான்.

சூர்ப்பணகை கரன் என்ற அரக்க வீரனிடம் சென்று முறையிட அவன் தம்பியர் திரிசிரா, தூடணன் ஆகியோரை அனுப்ப, அவர்கள் இராமனுடன் போரிட்டு இறந்தார்கள்.

சூர்ப்பணகை உடனே இராவணனிடம் சென்று முறையிட, அவன் அவள் செய்த குற்றம் என்ன என்று கேட்க, சீதையின் பேரழகை இராவணன் காதல் கொள்ளும்படி வருணித்து, அப்பேர்ப்பட்ட அழகியை இராவணனுக்கு அளிப்பதற்காக எடுத்துவர முயன்ற தாகவும், அதனால் இராமன் தம்பியால் மூக்கறுபட்டதாகவும் பொய் சொன்னாள்.

சூர்ப்பணகையின் சொல்லால், சீதையைக் காணாமலேயே காதல்வெறி மூண்ட இராவணன் தன் மாமனான, மாரீசன் எனும் அரக்கனை அணுகி, சீதையைக் கவர்ந்துவர உதவிகேட்டான். மாரீசன் எவ்வளவோ மறுத்தும், இராவணன் அவனை அச்சுறுத்தி மாயமானாக சீதை முன் அனுப்பினான்.

மாயமானின் அழகில் மயங்கிய சீதை இராமனை அதனைப் பிடித்து தர வேண்டினாள். இலக்குவன் அது மாயமான் என்று தடுத்தும் கேளாது, இராமன் மானைப் பிடித்து வரச் சென்றான். விரைந்து போக்குக் காட்டி வெகுதூரம் ஓடிய மானைப் பிடிக்க இயலாது, இராமன் அம்பு தொடுக்க மான் உரு நீங்கி மாரீசன் பெருங்கூச்சலிட்டுக் கொண்டு கீழே விழுந்து இறந்தான்.

இலக்குவன் எவ்வளவோ மறுத்தும் அக்கூக்குரல் கேட்ட சீதை இராமனுக்கு ஏதோ ஆபத்து என்று இலக்குவனை போய் பார்த்துவர, அனுப்பினாள். உடனே அங்கே கபட சந்நியாசி வேடம் கொண்டு இராவணன் வந்து பர்ண சாலையோடு சீதையைத் தூக்கிச் சென்றான்.

சீதையின் அலறல் கேட்டு அங்கு வந்த சடாயு இராவணனுடன் போரிட்டு இராவணன் எறிந்த தெய்வவாளால் உயிர் குலைந்து கீழே விழுந்தான். சீதையை இலங்கை கொண்டுபோய் அசோக வனத்தில் இராவணன் சிறை வைத்தான்.

இராம இலக்குவர் சீதையைக் காணாது தேடி வர, வழியில் குற்றுயிராய்க் கிடந்த சடாயு நிகழ்ந்ததைக் கூறி உயிர் விட்டான். சடாயுவுக்கு ஈமக்கடன் செய்த பிறகு இராமன் இலக்குவனுடன் ஒரு மலையில் தங்கினான்.

நீர் தேடி இராமனை விட்டு வந்த இலக்குவனைக் கண்டு அயோமுகி என்ற அரக்கி காமுற்று அவனைத் தூக்கிச் சென்றாள். இலக்குவனைக் காணாது துயரடைந்த இராமன் தேடி வர, அப்போது இலக்குவன் அயோமுகியை அங்க பங்கம் செய்யவே, அவள் ஓடினாள். பிறகு இருவரும் கவந்தவனத்துள் செல்ல கவந்தன் என்ற பூதம் அவர்களைத் தின்பதற்காகப் பிடிக்க, பூதத்தின் தோள்களை வெட்டி வீழ்த்த, இராமன் கை தீண்டியதனால் சாப விமோசனம் பெற்று கவந்தன் தன் முன்னைய தனு என்ற கந்தர்வ உருப்பெற்று, இராமனைத் துதித்து, சவரியைக் கேட்டு, சுக்ரீவனின் நட்பைப் பெற்று சீதையை அடையும்படி சொல்லிப் போனான்.

அவன் யோசனைப்படி மதங்க முனிவரது ஆசிரமத்தை அடைந்து சவரியைக் கண்டார்கள். சவரி அவர்கட்கு விருந்தளித்து சுக்ரீவன் இருக்கும் இரலை மலைக்கு வழியைக் கூறி, தன் தவத்தின் பெற்றியால் இராமனைக் கண்டதால் உடல் துறந்து. வீடுபேறு எய்தினாள். பிறகு சுக்ரீவனைத் தேடி இருவரும் இரலை மலை நோக்கிச் சென்றார்கள்.

●

கடவுள் வாழ்த்து

பேதியாது நிமிர்பேத உருவம் பிறழ்கிலா,
ஓதிஓதி உணரும் தொறும் உணர்ச்சிஉதவும்
வேதம், வேதியர்,விரிஞ்சன், முதலோர் தெரிகிலா,
ஆதிதேவர்; அவர் எம் அறிவினுக்கு அறிவு அரோ.

(பேதியாது - வேறுபடாமல்; நிமிர் -வளர்கின்ற; உணர்ச்சி - மெய்யுணர்வு; வேதியர் - மறைவலாளர்; விரிஞ்சன் - பிரமன்; ஆதிதேவர் - ஆதிப் பரம்பொருள்)

நெருப்பிற்குரிய வெம்மை, நீருக்குரிய குளிர்ச்சி போன்ற தத்தம் தன்மை வேறுபடாமல் தோன்றி வளருகின்ற தாவரம், நீர்வாழ்வன, ஊர்வன, பறப்பன, விலங்கு, மனிதர் என்ற பலவேறு வகைப்பட்ட வடிவங்களினின்றும் வேறாகாமல் எல்லாவற்றுக்குள்ளும் உளதாகியதும்.

ஓதி ஓதி உணர உணர மெய்யுணர்வை மேன்மேலும் கொடுக்கின்ற வேதம், அவ்வேதங்களை பழுதறக் கற்று அதற்குத் தக நின்று ஒழுகக்கூடியவர்கள், பிரமன் முதலான தேவர்கள் என்று யாவராலும் ஆராய்ந்து அறியப்படாததும்; ஆகிய ஆதியாகிய பரம்பொருள் எம் அறிவால் அறியப்படு பொருளாகுமோ?

1. விராதன் சாப விமோசனம்

அனுசூயை அளித்த அணிகலன்கள்

தெற்குத் திசையில் இலக்குவனோடும், சீதையோடும் நடந்த இராமன் அத்திரி முனிவரின் ஆசிரமத்தை அடைய அவர் மூவரையும் வரவேற்று உபசரித்தார். அன்று அங்கே தங்கினார்கள். முனிவரின் மனைவி அனுசூயை சீதைக்கு அணிகலன்கள், ஆபரணங்களைக் கொடுத்தாள். பிறகு, தண்டகவனம் அடைந்தார்கள்.

தின்று, தீயதே நாடிய விராதன்

அப்போது எதிர்ப்பட்டான் விராதன் என்ற அரக்கன். பூதம் அத்தனையும் ஓர் வடிவம் எடுத்தாற் போன்றிருந்தான். பிரம்மனிடம் ஒன்றேகால் இலட்சம் ஆண்டு சாகாவரம் பெற்றவன். நல்லது கெட்டது அறியாது, எல்லாவற்றையும் தின்று, தீயதே நாடிச் செய்தவன். மாமிசம் உண்ட வாயொடு நில்லும் நில்லும் என்று சொல்லிக் கொண்டே வந்து சீதையை ஒரு கையால் எடுத்து ஆகாயத்தில் நின்றான்.

இராம இலக்குவர் தடுக்கவும் 'நான் பிரமனிடம் வரம் பெற்றவன்; யாராலும் அழிக்க முடியாதவன். உங்களுக்கு உயிர்ப்பிச்சை தந்தேன். போய் விடுங்கள்' என்றான். உடனே இராமன் அம்பு தொடுத்தான். சீதையை விட்டுவிட்டு, விராதன் இராம இலக்குவரோடு போரிட்டான். அவன் கைகளை வெட்டுவதற்காக அவன் தோள் மேல் ஏறிய இராம இலக்குவரை தூக்கிக் கொண்டு ஆகாயத்தில் செல்லத் தொடங்கிய விராதனைக் கண்டு பயந்த சீதை 'அவர்களை விட்டுவிடு - என்னை உணவாக எடுத்துக் கொள்' என்று அழுதுகொண்டே கீழே விழுந்தாள். இனியும் தாமதிக்கலாகாது என்று வாளால் அவன் தோளை வெட்டி வீழ்த்தி, காலால் உதைத்து குழியில் தள்ளிப் புதைத்தனர்.

விராதன் துதி

இராமன் திருவடி பட்டதும் விராதன் தன் சாபம் நீங்கப் பெற்று, தன் பழைய, தும்புரு என்ற கந்தர்வனின் உருவம் பெற்று ஆகாயத்தில் எழுந்தான். யாருக்கும் கிடைக்காத பெரும் பேறாகிய, இராமனின் திருவடி தீண்டப் பெற்ற தீட்சையால், விராதன் ஞானம் கைவரப் பெற்று இராமனை உணர்ந்து, துதிக்க ஆரம்பித்தான்.

பதினான்கு பாடல்களில் கம்பன் விராதன் துதிப்பதைக் காட்டுகிறான். ஒவ்வொன்றும் அப்படியே உபநிஷதங்களின் சாரம்.

உலகம் தோன்றிய நாள் முதல் கொண்டு இதுவரை விடை காண முடியாத இரண்டு கேள்விகளைக் கேட்கும் இரண்டு பாடல்களை மட்டும் இங்கே பார்ப்போம்.

> 'நீ ஆதி பரம்பரமும்; நின்னவே உலகங்கள்;
> ஆயாத சமயமும் நின் அடியவே; அயல் இல்லை;
> தீயாரின் ஒளித்தியால்; வெளிநின்றால் தீங்கு உண்டோ?
> வீயாத பெருமாய விளையாட்டும் வேண்டுமோ?' (416-53)

(பரம் - இறைவன்; பரம்பரம் - மேலான இறைவன்; வீயாத - ஓயாத)

'நீதானே மேலான இறைவன்; நீ படைத்ததுவே இவ்வுலகங்கள்; உன்னைக் காரணமாகப் பற்றியவையே சமயங்கள் எல்லாம்; ஆனால் இவ்வளவையும் செய்த நீ ஏன் தீயவரைப்போல உன்னை வெளிக்காட்டாது ஒளிந்து கொண்டுள்ளாய்? வெளியில் வந்து உன் உண்மை சொரூபத்தைக் காட்ட வேண்டியது தானே? உன்னை மறைக்கும் மாயையை உண்டாக்கி ஏன் இந்தக் கண்ணாமூச்சி விளையாட்டு விளையாடுகிறாய்?' என்று இராமனாக அவதரித்து வந்து நிற்கின்ற பரம்பொருளைப் பார்த்து ஞானத்தால் உணர்ந்து கொண்டு விராதன் கேள்விக் கணை தொடுத்தான். இதுவரை இதற்கு உலகத்தில் யாரும் விடை கண்டதில்லை. இதுமட்டுமா? இன்னும் ஒரு படி மேலே போய்க் கேட்டான்:

'தாய் தன்னை அறியாத கன்று இல்லை; தன் கன்றை
ஆயும் அறியும்; உலகின் தாய் ஆகின், ஐய!
நீ அறிதி எப் பொருளும்; அவை உன்னை நிலை அறியா;
மாயை இது என் கொலோ? - வாராதே வர வல்லாய்!' (416-54)

(ஆ - தாய்ப்பசு)

'தன் தாயை அறியாத கன்றுக்குட்டியும் இல்லை; தன் கன்றை அறியாத தாயும் இல்லை. இந்த உலகத்தை படைத்த தாயாகிய நீ, நீ படைத்த எல்லாவற்றையும் அறிவாய்; ஆனால் உன்னால் படைக்கப்பெற்ற நாங்கள் எங்கள் தாயாகிய உன்னை மட்டுமல்ல உன் நிலையைக் கூட அறிய முடியவில்லையே! ஏன் இந்த மயக்கத்தை எங்களுக்குப் படைத்தாய்? ஆனாலும் எங்களுக் குள்ளேயே இருக்கும் நீ, உன் எளிவந்த தன்மையால், உள்ளே பார்வையைத் திருப்பி பார்ப்பவர்களுக்கு, வெளியிலிருந்து வராமல் உள்ளே இருந்தபடியே அருள்செய்ய வல்லவனே!' என்று விராதன் இறைவனின் உலகை எல்லாம் படைக்கும் மகோன்னதத்தையும், ஆனால் அதே சமயம் வாராதே வந்ததுபோல் உள்ளிருந்தேஅருள் செய்யும் எளிமையையும் ஒரு சேர உணர தாய்-கன்று என்ற ஓர் உதாரணத்தைக் காட்டிச் சிந்திக்க வைக்கிறான்.

விராதன் தன் வரலாறையும் கூறுகிறான்:

தும்புரு என்ற பேரோடு கந்தர்வனாக குபேரனிடம் இருந்தவன், கூடாத காமநோய் வயப்பட்டதால் கடமையில் தவறவே, அரக்கனாகும்படி சாபம் பெற்றதையும், இப்போது இராமனின் திருவடி தீண்டப்பெற்றதால் சாப விமோசனம் அடைந்து இனிப் பிறவா வரம்பெற்ற பேற்றையும் கூறி வணங்கிப் போனான். பிறகு மூவரும் சரபங்க முனிவரது ஆசிரமத்தை அடைந்தார்கள்.

௨. சரபங்கர் வீடுபேறு

அற்பம் கருதா அருந்தவன்

சரபங்கர் என்றால் மன்மதனுடைய சரங்களை, அம்புகளை அழித்து வென்றவர் என்று பொருள்படும். ஐம்புலன்களை வென்று, ஆயிரம் யுகங்கள் உயர் தவம்புரிந்த மாமுனிவரான சரபங்கருடைய குடிலை சீதையோடும் இலக்குவனோடும் இராமன் சென்றடைந்தபோது, அங்கே இந்திரன் வந்திருப்பதை இந்திரன் யானை நிற்பதை அறிந்து உய்த்துணர்ந்த இராமன், சீதையையும் இலக்குவனையும் வெளியில் நிறுத்திவிட்டு தான் மட்டும் உள்ளே போனான்.

..........தார்
மேனித் திரு நாரதன் வீணை இசைத்
தேனில் படியும் செவி வண்டு உடையான்: (419-4)

(தார் - மாலை)

என்று கம்பன் நயம்பட வருணிக்கும் இந்திரன் சரபங்கருடைய பெருந்தவத்தை மெச்சி பிரம்மன் அவரை பிரம்மலோகத்திற்கு அழைத்துள்ளதை தெரிவித்து கூட்டிப்போக வந்ததாகச் சொன்னான். பிரம்மலோகப் பதவியைவிட மிக உயர்ந்த நெறியான வீடுபேறு பெறுதலே தன் கருத்து என்று சரபங்கர் இந்திரனின் அழைப்பை மறுத்தார்.

இந்திரன் துதி

அப்போது இராமன் உள்ளேவர, பரம்பொருள் இராமனாக அவதரித்து வந்திருப்பதை அறிந்த இந்திரன் இராமனித் துதித்தான்.

'தோய்ந்தும், பொருள் அனைத்தும் தோயாத நின்ற
சுடரே! தொடக்கு அறுத்தோர் சுற்றமே! பற்றி
நீந்த அரிய நெடுங் கருணைக்கு எல்லாம்
நிலயமே! வேதம் நெறிமுறையின் நேடி
ஆய்ந்த உணர்வின் உணர்வே! பகையால்
அலைப்புண்டு அடியேம் அடிபோற்ற, அந்நாள்
ஈந்த வரம் உதவ எய்தினையே? எந்தாய்!
இரு நிலத்தவோ, நின் இணை அடித் தாமரைதாம்?' (422-27)

(தொடக்கு - பற்று; தேடி - தேடி)

இராமாவதார ரகசியத்தை அறிந்த இந்திரன் தன் துதியில் முதலாவதாக அதை வெளிப்படுத்தி, அரக்கர்களோடு ஏற்ற பகைமையால் தேவர்கள் அல்லற்பட்டு பரம்பொருளை வேண்ட, அவர்கள் துயர் துடைப்பதாக திருமால் தந்த வரத்தை நிலைநிறுத்த, இம்மண்ணில் இராமனாக அவதரித்ததை நினைவுகூர்ந்து வணங்கி இராமனிடம் விடைபெற்றுப் போனான்.

அந்தம் இல் உயர் பதம் அடைந்தான்

பிறகு இராமன் சீதையையும், இலக்குவனையும் உள்ளே அழைக்க, இராமனை சரபங்கர் வணங்கி தான் வீடுபேறு பெற அருள வேண்டுமெனப் பிரார்த்தித்து தன் மனைவியொடும் தீப்புகுந்து உய்ந்தார். இப்பெறற்கரிய பேற்றினை முனிவர் அடைந்ததை நயமாகக் கம்பன் சொல்கிறான்:

அண்டமும் அகிலமும் அறிவு அரு நெறியால்
உண்டவன் ஒரு பெயர் உணர்குநர் உறுபேறு
எண்தவ நெடிது எனின், இறுதியில் அவனைக்
கண்டவர் உறுபொருள் கருதுவது எளிதோ? (425-44)

(உணர்குநர் - இறை நாமத்தை உணர்ந்தவர்கள்; எண் தவ நெடிது - நினைப்பிற்கும் எட்டாத மிகப் பெரிய)

3. அகத்தியர் அருள்

அரக்கரால் அலைப்புண்ட அருந்தவசிகள்

சரபங்கர் குடிலைவிட்டு தண்டக வனத்திற்கு இராம இலக்குவர் சீதையொடும் வந்தார்கள். அரக்கர் என்ற கடலில் மூழ்கிக் கொண்டிருந்த தவமுனிவர்கள், தங்கட்குப் பற்றிக் கரை சேர ஒரு மரக்கலம் கிடைத்ததுபோல இராமன் வரவைக் கருதி மகிழ்ந்து ஆசிகூறி வாழ்த்தினார்கள்.

பெருந்தவம் செய்து ஆற்றல்பெற்ற முனிவர்களே அரக்கர்களை அழிக்காதது ஏன் என்ற கேள்வியைக் கேட்டு விடையும் பகர்வான் கம்பன்.

'வேண்டின வேண்டினர்க்கு அளிக்கும் மெய்த்தவம்
பூண்டுளர் ஆயினும், பொறையின் ஆற்றலால்

மூண்டு எழு வெகுளியை முதலின் நீக்கினார்;
ஆண்டு உறை அரக்கரால் அலைப் புண்டார் ஆரோ' (426 - 8)

மெய்யான தவம் இயற்றி, உயர் ஞானம் கைவரப் பெற்றதால், 'உயிர்க்கு உறுகண் செய்யாமை'தான் தவத்திற்கு உரு என்று தெளிவு பெற்றதால், பொறுமையில் தலை நின்றதால், தமக்கு இன்னல் விளைவித்த அரக்கர்மீது கோபம் எழாததால், அரக்கர்கள் விளைவித்த துன்பங்களை பொறுமையுடன் சகித்திருந்தனர் என்றாலும், அதனால் எரிஓம்பி, மறை ஓதி, முறைப்படி தவம் இயற்றி ஒழுக இயல வில்லை.

அபயம் அளித்தான் இராமன்

இரக்கம் என்ற ஒரு பொருள் இலாத நெஞ்சினராகிய அரக்கர்கள் ஆணையை தலைமேற் கொண்டு தேவர்தம் தலைவனாகிய இந்திரனே செயற்பட்டதால், இராமனிடம் தங்கள் குறையை முறையிட்டு, அபயம் வேண்டினார்கள் முனிவர்கள்.

'ஆர் அறத்தினொடு அன்றி நின்றார் அவர்
வேர் அறுப் பென்; வெருவன்மின், நீர்'

என்று இராமனும் அவர்கட்கு அபயம் நல்கி அங்கேயே பத்து ஆண்டுகள் தங்கி இருந்தான். அதனால் அங்கு அமைதி நிலவவே, முனிவர்கள் இராமனை அகத்திய முனிவரிடம் ஆசி பெற அனுப்பி வைத்தார்கள். வழியில் பெருந்தவமியற்றியவரான சுதீக்கண முனிவரை சந்தித்து ஆசி பெற்றான் இராமன். அவரும் அகத்தியர் இருப்பிடத்திற்கு வழி கூறி அனுப்பி வைத்தார்.

அகத்தியர் அருமை

அகத்தியர் பெருமை அளவிட முடியாதது. தேவர்கள் முறையிட கடலை எல்லாம் ஒரு கையினால் வாரி உண்டு, பிறகு உமிழ்ந்து அவர்கள் குறை நீக்கினார். மாயாவியான அரக்கன் வாதாபியை உயிரோடு விழுங்கி உலகோர் துயர் துடைத்தார். வடதிசை தாழ, சிவபெருமானே தெற்கே போய் சீர்செய்க என தென்திசையை அமிழ்த்தி வடதிசை உயரச்செய்து சமநிலை ஏற்படுத்தினார். 'நீண்ட தமிழால் உலகை நேமியின் அளந்தான்' எனக் கம்பன் அவர் தமிழுக்குச் செய்த தொண்டினைப் புகழ்வான்.

'உழக்கும் மறை நாலினும், உயர்ந்து உலகம் ஓதும்
வழக்கினும், மதிக்கவியினும், மரபின் நாடி-

நிழல்பொலி கணிச்சி மணி நெற்றி உமிழ் செங்கண்
தழல்புரை சுடர்க் கடவுள்தந்த தமிழ்- தந்தான்' (431-41)

(உழக்கும் மறை- வருந்திப் பயிலவேண்டிய வேதம்)

இறைவனே அருளிய தமிழ்மொழிக்கு இலக்கணம் சமைத்து தமிழை வளப்படுத்தினார் அகத்தியர். அவ்வளவு ஆற்றல்பெற்ற அகத்தியர் இராமனை கண்களில் நீர் பொழிய வரவேற்று ஆசி வழங்கியதைக் கம்பன் காட்டுவான்;

'நன்று வரவு என்றுபல நல் உரை பகர்ந்தான் -
என்றும் உள தென்தமிழ் இயம்பி இசை கொண்டான்' (432-47)

ஆயுதங்கள் வழங்கினார் அகத்தியர்

பிறகு திருமாலிடமிருந்து தனக்குக் கிடைத்த வில்லையும், அம்புகளையும், படைக்கலங்களையும் அகத்தியர் இராமனிடம் கொடுத்தார். அரக்கர் வரும் திசையில் உள்ள பஞ்சவடி என்ற இடமே இராமன் தங்குவதற்கு ஏதுவாக, கனிதரும் மரங்களும், செந்நெல் தரும் வயல்களும், தேன் தரும் சோலைகளும், இனிய நீர்தரும் காவிரி போன்ற ஆறும் உள்ள இடம் என்று வழிகூறி அங்கு அனுப்பி வைத்தார்.

4. சடாயு நட்பு

கண்டனர் கழுகின் வேந்தனை

பஞ்சவடியை நோக்கி பலகாத தூரம் நடந்த பின், இராம இலக்குவர் வழியில் ஒரு மலை முகட்டில் அமர்ந்திருந்த சடாயு என்ற கழுகுகளுக்கு அரசனைக் கண்டார்கள். இவன் அரக்கனாக இருப்பானோ அல்லது திருமாலின் வாகனமான கருடனாக இருக்கலாமோ என்று நினைத்தார்கள். சடாயுவும் அவர்களை சடாமுடி மரவுரியுடன் இருந்ததால் தவசிகளோ என்றும், ஆனால் வில்லேந்தி வருவதால் தேவரோ எனவும் நினைத்தான். 'நீங்கள் யார்?' என்று கேட்டதும், தயரதன் புதல்வர் என்று பதில் சொன்னார்கள். 'தயரதன் நலமா?' என்று உடனே கேட்ட சடாயுவிற்கு வாய்மை காத்து அவன் இறந்தான் என்று பதில் சொன்னதும், சடாயு உணர்வு நீங்கி மயக்கம் அடைந்தான். இராம இலக்குவர் தங்கள் கைகளால் சடாயுவை எடுத்து தங்கள் கண்ணீரால் கழுவவும், உணர்வு பெற்ற சடாயு தயரதன் மறைவுக்கு வருந்திப் புலம்பினான்.

தயரதனுக்காக வருந்திய நண்பன்

தயரதன் சம்பராசுரனை வென்ற யுத்தத்தில் உதவிய சடாயுவிற்கு, 'நீ உடல், நான் ஆவி' என்று கூறி தயரதன் சடாயுவுடன் சகோதர நட்புக் கொண்டதைக் கூறினான். சூரியனின் தேரோட்டியான அருணனின் மகன், சம்பாதியின் தம்பி என்றும் தன்னைப்பற்றியும் கூறினான். தன் உயிர்த் துணைவன் ஆன தயரதன் இறந்தபிறகு, உடல் இறந்தபிறகு, தயரதனால் உயிர் என்று போற்றப்பெற்ற தான் இறப்பதே மேல் என்று தீக்குளிக்கத் துணிந்து, தனக்கும் இராம இலக்குவர் ஈமக்கடன்களைச் செய்யுமாறு வேண்டினான். பெற்ற தந்தையான தயரதன் போய் விட்டதால், உற்ற தந்தையான சடாயுவையும் தாங்கள் இழக்கலாகாது என்று இராம இலக்குவர் மன்றாட, அப்படியானால் அவர்கள் அயோத்தி சென்றதும் தான் இறப்பதாகக் கூறினான் சடாயு.

காக்கும் கரம் நீட்டிய சடாயு

தயரதன் இறந்ததும் கோசல நாட்டை ஆளாது காட்டுக்கு வந்தது ஏன் என்று சடாயு கேட்க, இலக்குவன் கைகேயியின் வரம்பற்றி நிகழ்ந்ததை எல்லாம் கூறினான். தயரதனின் வாய்மையைக் காப்பாற்றி, சிற்றன்னை சொல்லைத் தலைமேற்கொண்டு, தம்பிக்கு நாட்டை அளித்த செயலையும் பாராட்டி தயரதனுக்கும், தனக்கும் புகழ் கூட்டியதாக சடாயு நெகிழ்ந்து சொன்னான். பிறகு சீதையைப் பார்த்து யார் என்று கேட்க, இலக்குவன் தாடகை வதம் தொடங்கி வில்லொடித்து சீதையை மணந்தது வரை நிகழ்ந்ததை எல்லாம் சொன்னான். அதுகேட்டு மகிழ்ந்த சடாயு அவர்களை அகத்தியர் கூறிய பஞ்சவடியில் தங்கியிருக்குமாறும், தான் அவர்களைப் பாதுகாப்பதாகவும், கூறிப் போனான். அவர்களும் பஞ்சவடியை அடைந்தார்கள். கூட்டில் இருக்கும் குஞ்சுகளைக் கவனமாகப் பார்த்துக் கொள்வது போலே, அரக்கர்களின் தன்மையை அறிந்து சடாயுவும் அவர்கள் மூவரையும் விழிப்புடன் காத்து வந்தான்.

5. சூர்ப்பணகை காமம்

வந்தாள் வஞ்சமகள்

நிலத்திற்கு அணிகலனைப்போல் குளிர்ந்த நீரோட்டமுடைய கோதாவரி ஆற்றின் கரையில் உள்ள பஞ்சவடியில் இலக்குவன் அமைத்த பர்ண சாலையுள் சீதை இருக்க, வெளியில் அமர்ந்திருந்த

இராமனை, அங்கே வந்த இலங்கை அரசன் இராவணனின் தங்கையான சூர்ப்பணகை கண்டாள். இராமனின் அழகில் சூர்ப்பணகை மயங்கி அவனை அடைய நினைத்தாள். அப்படியே அரக்கி உருவில் சென்றால், அத்தகைய பேரழகன் தன்னை ஏற்கமாட்டான் எனக் கருதி திருமகளை மனதில் பாவித்து, தனக்குக் கைவந்த மந்திரத்தை ஓதி, மானின் விழி பெற்று மயில் வந்தது போன்ற அழகிய உருவத்தை அடைந்தாள்.

புறத்தே அழகில் மயிலையும் அன்னத்தையும் போன்று உருவெடுத்தாலும், மனத்தே வஞ்சத்தை நஞ்சாகக் கொண்டு வந்தாள்.

'பஞ்சி ஒளிர், விஞ்சு குளிர் பல்லவம் அனுங்க,
செஞ்செவிய கஞ்சம் நிகர் சீறடியள் ஆகி,
அம்சொல் இளமஞ்ஞை என, அன்னம் என மின்னும்
வஞ்சிஎன, நஞ்சம் என, வஞ்சமகள் வந்தாள்.' (445-31)

- என்று சூர்ப்பணகையின் நடையழகை வருணிக்கும் கம்பனின் இந்தப் பாடல் வல்லோசையே இல்லாது, மெல்லோசைகளே மிகுந்த ஒப்பற்ற சந்தம் சிந்தும் அழகோவியமாகும்.

அப்படி நடந்துவந்த சூர்ப்பணகை இராமன் முன்வந்து அவனை வணங்கி நாணி நின்றாள். அவள் அழகைக்கண்ட இராமனும் வானுலகிலும், நாகலோகத்திலும், மற்ற லோகங்களிலும் காண இயலாத இவ்வழகி யாராயிருக்கும் என நினைத்து 'உன்வரவு தீதற்றதாக இருக்குமாக. உன் பெயர் என்ன, ஊர் எது, உறவினர் யார்?' என்று கேட்டான்.

கெஞ்சினாள் காமவல்லி

அதற்கு சூர்ப்பணகை, 'பிரம்மாவின் பேரனின் மகள்; குபேரனின் தங்கைமுறை, இராவணனுக்குப் பின் பிறந்தவள்; பெயர் காமவல்லி, இன்னும் திருமணம் ஆகாதவள்' என்று தன்னை அறிமுகப்படுத்திக் கொண்டாள்.

அதனைக் கேட்டு சந்தேகப்பட்ட இராமன், இராவணின் தங்கை எனில் இவ்வழகிய உருவம் எப்படி வந்தது என்று கேட்டான். அதற்கு சூர்ப்பணகை 'மாயம் வல்ல தீயவர்களான அரக்கர்களோடு சேர்ந்து வாழப் பிடிக்காமல், அறந்தலை நிற்க விரும்பி தவம் செய்து பெற்றது இவ்வுரு' என்று பொய் சொன்னாள். 'அப்படியானால் துணையின்றி இவ்வளவு செல்வமுடைய நீ தனியாளாக இங்கு வந்தது ஏன்?' என்று மீண்டும் சந்தேகத்தோடு கேட்டான் இராமன்.

அது கேட்ட சூர்ப்பணகை சீரியரல்லாத அரக்கரோடு சேர மாட்டேன் என்றும் தேவர், முனிவரோடும் இருப்பதாகவும், ஒரு காரியமாக அவனைக் காண வந்ததாகவும் மறுபடியும் பொய் சொன்னாள். அதை உணர்ந்த இராமன் என்ன காரியம் அது எனக் கேட்டான்.

'என் உடலை வருத்தும் நோய்க்கு நீங்கள்தான் மருந்தாக வேண்டும். மன்மதன் செய்யும் துன்பத்திலிருந்து காக்க வேண்டும்' என்று கொஞ்சமும் நாணமில்லாமல் சொல்லியதும், இராமன் அவள் நாணமில்லாதவள் மட்டுமன்று, நல்லவளுமில்லை எனத் தெளிந்து பேசாது இருந்தான். சூர்ப்பணகை விடவில்லை. தொடர்ந்து 'நீங்கள் வந்ததை முன்னமேயே அறியாதிருந்து விட்டேன். என் பெண்மையும், உங்கள் இளமையும் பயனில்லாது பொழுதும் நாளும் வீணாகக் கழிந்து விட்டதே' என்றாள்.

அதைக்கேட்ட இராமன் அவள் நீதிநெறி இல்லாதவள் என்று கருதி அந்தணப் பெண்ணாகிய அவளுக்கும், அரசரில் வந்த தனக்கும் மரபிற்குப் பொருந்தாது என்றான். விடாது தொடர்ந்து அவள் தன் விருப்பத்தை மீண்டும் மீண்டும் வலியுறுத்தவே, எப்படியாவது அவளை அனுப்பிவிட வேண்டுமெனக் கருதிய இராமன் கிண்டலாக அவள் தமையனார்களான இராவணனும், குபேரனும் முறைப்படி தருவரேல் தகும்; இல்லையேல் அவள் வேறிடம் செல்லலாம் என்றான்.

அதற்கும் தயாராய் உடனே சூர்ப்பணகை 'அப்படியானால் வேதங்களே வகுத்துள்ள காந்தர்வ மணம் செய்து கொள்ளலாம். அதனால் முனிவர்களுக்கும், அரக்கர்களுக்கும் உள்ள பகையும் ஒழியும்' என்றாள்.

ஆசை ஓயாத அரக்கியின் அடாத செயல்

அப்போது பர்ணசாலையுள் இருந்து சீதை வெளியே வந்தாள். அவள் பேரழகைக் கண்ட சூர்ப்பணகை தடுமாறிப் போனாள். 'அழகிற்கு எல்லை இல்லை போலும். பெண்ணாகப் பிறந்த நானே கண்ணும் கருத்தும் பிறபொருளில் செலுத்த முடியாது தடுமாறினால், ஆடவர் என்ன ஆவர்' என்று நினைக்கத் தொடங்கி சீதையை அரக்கி, மாயம் வல்லவள், விட்டு விடு என்று இராமனிடம் சொன்னாள்.

அதைக் கேட்ட சீதை மருண்டு அஞ்சி இராமனைத் தழுவி பயந்து நின்றாள். அதைக்கண்ட இராமன் இனி விளையாட்டாக சூர்ப்பணகையிடம் பேசுவதுகூட தீமையை விளைவிக்கும் என்று உணர்ந்து, 'உன் கருத்தை என் தம்பி இலக்குவன் அறிந்தால் கோபங்

கொள்வான். நீ உடனே போய் விடு' என்று சொல்லி சீதையோடு பர்ணசாலைக்குள் சென்றான்.

அன்றிரவெல்லாம் சூர்ப்பணகை காமவெறியால் புலம்பித் தவித்தாள். ஆவி ஓயினும், ஆசையின் ஓய்வு இலாதவளானாள். அவன் ஏறெடுத்தும் பாரான் என்று கருதி வஞ்சனை செய்யத் திட்டமிட்டாள். சீதையைத் தூக்கி வந்து ஒளித்து வைத்து விட்டு, அவள் வடிவில் இராமனுடன் தான் வாழ்வதே தன் கருத்தை முடிக்கும் வழியாகும் என்று விடியற்காலையில் சந்தியா வந்தனம் செய்ய சீதையை விட்டுப்பிரிந்து தனியே இராமன் அமர்ந்திருக்கும் வேளையில் சீதையைக் கவர்ந்து வர வந்தாள்.

ஆனால் இலக்குவன் காவல் செய்வதைக் கவனிக்கவில்லை. சூர்ப்பணகையின் செயலைக் கண்ட இலக்குவன் ஓடிவந்து அவளைப் பெண் என்பதால் கொல்லாது, மூக்கையும் காதையும் முலைக் கண்களையும் அறுத்து அவளை ஓடிவிட எச்சரித்தான்.

அங்கம் பங்கமுற்ற அரக்கி

குருதி வழிய சூர்ப்பணகை அலறிய ஓசை திக்கனைத்தும் கேட்டது. இராவணன் உள்ளிட்ட தன் உறவினர்களை எல்லாம் கூவியழைத்து கூக்குரலிட்டாள். அப்போது சந்தி முடித்து அங்கு வந்த இராமனிடமும் முறையிட்டாள். இராமன் இலக்குவனிடம் வினவ, அவன் சூர்ப்பணகை சீதையைத் தூக்கிச்செல்ல முற்பட்டதையும், அதனால்தான், தான் அவளை அங்கபங்கம் செய்ததையும் சொன்னான்.

இராமன் சூர்ப்பணகையிடம் தாங்கள் காடு வந்த காரணம் கூறி அரக்கரை வேரொடும் அழித்து முனிவர்கள் துயர்துடைத்த பிறகே அயோத்தி செல்வோம் எனக் கூறினான். உடனே சூர்ப்பணகை 'பாம்பின்கால் பாம்பறியும்' என்ற பழமொழிப்படி அரக்கர்கள் மாயங்களை எல்லாம் தானே அவர்களுக்குக் காட்டிக் கொடுத்து உதவுவதாகவும், அதற்காகவாவது அவன் தன்னை மணந்து கொள்ள வேண்டும் என ஆசை காட்டி வற்புறுத்தினாள்.

இலக்குவன் இராமனிடம் அவளைக் கொன்றால் ஒழிய அவள் போகமாட்டாள் என்று சொல்ல, இராமனும் அவள் போகாமல் தொடர்ந்து துன்புறுத்தினால் அப்படியே செய்க எனப் பதிலளிக்க, இனி அங்கு நின்றால் உயிர் இழக்க நேரிடும் என்று சூர்ப்பணகை அவர்களைக் கொல்ல தங்கள்குல அரக்கன் கொடிய கரனை கொண்டு வருவதாகக் கூறி கோபத்தோடு போனாள்.

6. கர தூடணர் வதை

அரக்கியின் ஆசையால் அழிந்தனர் அரக்க வீரர்கள்

சூர்ப்பணகை கரனிடம் சென்று விழுந்து புரண்டு அழுதாள். அவளை இந்நிலைக்கு ஆளாக்கியது யார் என்று கரன் கேட்க தயரத குமாரர்களாகிய மானிடர் இருவரில் இராமனின் மனைவியான சீதை என்ற பேரழகியை இராவணனுக்கு அளிப்பதற்காக எடுக்கப் போக, இராமன் தம்பி இலக்குவன் தன்னை இந்நிலைக்கு ஆளாக்கினான் என்று பொய் சொன்னாள்.

கொதித்து எழுந்த கரனை விலக்கி, போரிடச் சென்ற பதினான்கு வீரர்களும் இராமனால் இறக்கவே, கரன் பெரும் படையுடன் போருக்கு எழுந்தான். கரனின் அமைச்சனான அகம்பன் தீய குறிகளைக் கண்டதாகக் கூறி, இராம இலக்குவரை மனிதர் என்று எளிதாக நினைத்து வெல்லுதல் இயலாது என்று அறிவுரை சொன்னான். மானிடர் என்றால் கேவலமாகக் கருதும் ஆணவத்தின் உச்சத்தில் இருந்த அரக்கர்களில் வீரனான கரன் கோபங்கொண்டு தம்பியரான திரிசிரா, தூடணன் ஆகியோரோடு பெரும் படையையும், பதினான்கு படைத்தலைவர்களையும் அனுப்பினான். அவர்கள் அனைவரும் இராமனுடன் போரிட்டு இறந்தார்கள். அதனால் கோபங்கொண்டு கரன் இராமனுடன் போரிட்டான். அப்போது இராமனின் வில்லொடிந்தது. உடனே வருணனிடம் கொடுத்து வைத்திருந்த பரசுராமன் கொடுத்த வில்லை வருணன் கொண்டு தரப் பெற்று, போரினைத் தொடர்ந்து பெருவரங்கள் பெற்றிருந்த கரனை அழித்தான்.

'என் மூக்கை இழந்தது மட்டுமல்லாது, உங்கள் வாழ்வையும் போக்கினேன்' என்று கர தூடணர் அழிவுக்கு வருந்திய சூர்ப்பணகை இராவணனிடம் முறையிட இலங்கை நோக்கிப் போனாள்.

7. சூர்ப்பணகை சூழ்ச்சி

ஊடற் காலத்தும் வணங்காத இராவணேஸ்வரன்!

இலங்கை வேந்தனாகிய இராவணன் அருந்தவம் இயற்றி அளவில் ஆற்றல் பெற்றான். மூன்று உலகங்களிலும் தன்னுடைய ஆளுகையை நிறுவி இனிதே அரசாண்டிருந்தான். தும்புரு என்ற

இசைக் கலையில் வல்ல கந்தருவன் நல்லிசை வழங்கினான். பழுதில்லாத பண்ணிசையை வீணையில் நாரதன் மீட்டினான். அக்னிதேவன் நெய் அளாவி நந்தா விளக்கும், மென்மையான பஞ்சினால் திரியிட்டுக் கர்ப்பூரம் கமழ, பொய்கைகளில் தாமரை பூத்தது போன்ற ஒளியுடன் கூடிய விளக்குகளை ஏற்றுவான். இந்திரனுக்கு உரிய அதிசயங்களை தோற்றுவிக்கும் கற்பகத் தருவும், சிந்தாமணியும், காமதேனுவும், நிதிக் குவியல்களை வேண்டும் போதெல்லாம் முறை முறையாக நீட்டின. வாயுதேவன் வண்டுகள் தேனை நுகரா முன்னம் பறித்த அன்றலர்ந்த மலர்களை வழங்கினான். காலன் நாள், கிழமை, மணி கூறுவான். கங்கை முதலிய கடவுட் கன்னி ஆசி மொழி கூறினார்கள். வானுலக மங்கையர் நடனமாடி மகிழ்வித்தார்கள்.

இராவணன் எப்போது எந்தப் பக்கம் நோக்குவான் என்பதறியாத அரசர்கள் எப்போதும் தலைமீது கூப்பிய கையுடனேயே இருப்பார்கள்.

'இன்னபோது இன்ன வழி நோக்கும் என்பதை
உன்னலர் கரதலம் சுமந்த உச்சியர்
மின் அவிர் மணி முடி விஞ்சை வேந்தர்கள்'. (489-8)

அது மட்டுமா?

'மங்கையர் திறத்து ஒரு மாற்றம் கூறினும்
தங்களை ஆம் எனத் தாழும் சென்னியர்
அங்கையும் உள்ளமும் குவிந்த ஆக்கையர்' (489-9)

அப்படிப்பட்ட புகழாண்டிருந்த இராவணனின் சபையில் சூர்ப்பணகை நுழையுமுன்னர், இலங்கையில் திருவோலக்கம் இருந்த இராவணன் எப்படிப்பட்டவன் என்று கம்பன் கடைசியாகக் காட்டுவான்.

'மெலியும் இடை, தடிக்கும் முலை, வேய் இளந்
    தோள் சேயரிக்கண், வென்றி மாதர்
வலிய நெடும் புலவியினும் வணங்காத
    மகுடநிரை வயங்க மன்னோ' (488-3)

மாதர்களோடு ஊடற் காலத்திலும் பணிந்தறியாத இராவணன், அதுவரை அரசாண்டிருந்த இராவணன் என்பான் கம்பன்.

குறைபட்ட உறுப்புகளோடும் குருதி வழிய இராவணன் காலடியில் விழுந்து அழுதாள், புரண்டாள் சூர்ப்பணகை. அவள் நிலைகண்டு கோபத்தின் உச்சிக்கே சென்று இடிபோன்ற குரலில், 'யாவர் செயல்?'

என்றான் இராவணன். காட்டிலிருந்து காவல் செய்யும் மானிடர் இருவர் தங்கள் வாளால் இவ்வாறு செய்தனர் என்றாள். 'மானிடர் செய்தார்' என்பதை நம்பாத இராவணன் 'பொய் தவிர்; பயத்தை ஒழி; நடந்ததைச் சொல்' என்றான்.

'மன்மதனை நிகர்த்த அழகானவர்கள்; விற்கலை கற்றவர்; வேதம் பயின்றவர்; மரவுரி தரித்தவர்; தவம் நிரம்பியவர்; முனிவர்களை வணங்குபவர்; அவர்கள் அரக்கரால் வரும் துன்பத்திலிருந்து தம்மைக் காக்குமாறு வேண்ட, அரக்கர் குலத்தை வேரோடும் அழிக்கவும் சபதம் பூண்டவர்; தயரத மன்னன் புதல்வர்; இராமன், இலக்குவன் என்ற பெயருடையோர்' என்று சூர்ப்பணகை சொன்னதும், அவர்களைக் காட்டிலிருந்த கரன் முதலியோர் கொல்ல வில்லையா என்று இராவணன் கேட்டான். கரன், திரிசிரா, தூடணன் ஆகியோர் இராமனுடன் போரிட்டு மாண்டனர் என்றாள் சூர்ப்பணகை.

கோபமும், தொடர்ந்து வருத்தமும் ஏற்பட இராவணன் சுதாரித்துக் கொண்டு நியாயமான ஒரு கேள்வியை சூர்ப்பணகையிடம் கேட்டான். 'அவர்கள் இப்படி உன்னை அங்கபங்கம் செய்யுமளவுக்கு நீ செய்த குற்றம் என்ன?'

உடனே சூர்ப்பணனை கரனிடம் சொல்லிய அதே பொய்யை மீண்டும் சொன்னாள். 'யாராலும் எழுதரிய அழகான இராமனுடன் வந்த கொடியிடையாள், மென்தோள் கொண்ட பொன்னிறத்தாள் ஆகிய அழகிய பெண்ணால் நேர்ந்தது தான் என் குற்றம்' என்றாள். யார் அவள் என்று இராவணன் கேட்பதற்காகவே காத்திருந்தவள் போல சூர்ப்பணகை சீதையின் அழகைப்பற்றி பெரிய காவியமே பாடினாள்.

இதயச்சிறையில் வைத்தான் இலங்கேஸ்வரன்

'அவள்பேர் சீதை. பார் அவள் பாதம் தீண்டப் பாக்கியம் படைத்தது. கூந்தல் மழை ஒக்கும். அடிகள் பஞ்சு ஒக்கும்; விரல்கள் பவளத்தை ஒக்கும்; கண்கள் கடலினும் பெரியன.'

> 'வில் ஒக்கும் நுதல் என்றாலும், வேல் ஒக்கும் விழி என்றாலும்,
> பல் ஒக்கும் முத்து என்றாலும், பவளத்தை இதழ் என்றாலும்,
> சொல் ஒக்கும்; பொருள் ஒவ்வாதால்; சொல்லல் ஆம்
> உவமை உண்டோ?
> 'நெல் ஒக்கும் புல்' என்றாலும், நேர் உரைத்து ஆகவற்றோ!'

(498-74)

சிவனோ உமையைத் தன் உடலில் ஒருபாகமாக வைத்தான். திருமாலோ திருமகளைத் தன் மார்பில் வைத்தான். பிரம்மனோ சரஸ்வதியைத் தன் நாவினில் வைத்தான். மின்னலைப் போன்ற இடையுடைய சீதையை நீ பெற்றால் எவ்விடத்தில் வைத்து வாழ்வாய் என்று இராவணனின் மனதில் சீதையைப் பெற்று விட்டதாகவே பதிய வைத்தாள்.

'பாகத்தில் ஒருவன் வைத்தான்; பங்கயத்து இருந்த பொன்னை
ஆகத்தில் ஒருவன் வைத்தான்; அந்தணன் நாவில் வைத்தான்;
மேகத்தில் பிறந்த மின்னை வென்ற நுண் இடையினாளை
மாகத்தோள் வீர! - பெற்றால், எங்ஙனம் வைத்து வாழ்தி?' (498-76)

'இந்திரன் சசியைப் பெற்றான்; இருமூன்று வதனத்தோன் தன்
தந்தையும் உமையைப் பெற்றான்; தாமரைச் செங்கணானும்
செந்திருமகளைப் பெற்றான்; சீதையைப் பெற்றாய் நீயும்;
அந்தரம் பார்க்கின் நன்மை அவர்க்கு இலை உனக்கே; ஐயா!'(498-75)

(இருமூன்று வதனத்தோன் - ஆறுமுகன்)

'கிளி மொழியாளான சீதையை பெற்று உன் பெருஞ்செல்வத்தை எல்லாம் அவளுக்கே தந்தால், உனக்கு நான் நல்லவள் ஆவேன்; ஆனால் உன் மற்ற மனைவிமார்களுக்கு எல்லாம் கேடு செய்தவளாவேன்.

அப்படிப்பட்ட சீதையை எடுத்துக்கொண்டு நீ இன்பமாக இரு; உன் வாள்வலி உலகம் காணும் வண்ணம் அந்த இராமனை எனக்குத் தா.

அந்தச் சீதையை உன்னிடம் கொண்டு வந்து சேர்க்கும் பொருட்டு அவளை எடுக்கப்போன என்னை, அந்த இராமன் தம்பி இடையிலே வந்து என் மூக்கை அறுத்துவிட்டான். அங்கஹீனமாக வாழ விரும்பாத நான் உயிரை விடுவதற்கு முன் இந்தச் செய்தியைச் சொல்லவே வந்தேன்' என்றாள்.

சூர்ப்பணனக் எதிர்பார்த்த விளைவை அவள் சொற்கள் இராவணனிடம் ஏற்படுத்திவிட்டன. இறந்த கரன், தங்கை மூக்கையரிந்தவன் வலிமை, காமத்தினால் முன்பு பெற்ற சாபம் இத்தனையையும் மறந்த இராவணன் சீதையை மட்டும் மறக்கவில்லை.

'கரனையும் மறந்தான்; தங்கை மூக்கினைக் கடிந்து நின்றான்
உரனையும் மறந்தான்; உற்ற பழியையும் மறந்தான்; வெற்றி
அரனையும் கொண்ட காமன் அம்பினால், முன்னைப் பெற்ற
வரனையும் மறந்தான்; கேட்ட மங்கையை மறந்திலாதான்' (499-83)

அதனால் என்ன நிகழ்ந்தது?

'மயிலுடைச் சாயலாளை வஞ்சியா முன்னம், நீண்ட
எயிலுடை இலங்கை நாதன், இதயம் ஆம் சிறையில் வைத்தான்;
அயிலுடை அரக்கன் உள்ளம், அவ்வழி மெல்ல, மெல்ல,
வெயிலுடை நாளில் உற்ற வெண்ணெய்போல், வெதும்பிற்று
அன்றே.' (499 -85)

(எயில் - அரண்)

சூர்ப்பணகை சீதையையும் அவள் அழகையும் வருணித்த விதம், அந்த வலிமையான சொற்கள் இராவணன் மனத்தில் காமத்தீயை மூட்டியதோடு மட்டுமல்லாது, அதனை விசிறி அவனைக் காமவெறியனாகவே ஆக்கிவிட்டன. சீதையைப் பாராமலேயே அவள்மேல் ஆசை கொண்ட இராவணனும், இராமன் மேல் ஆசை கொண்ட சூர்ப்பணகையும் காம நோய் முதிர்ந்து அவரவர் இச்சை கொண்டவர்களைஉருவெளித் தோற்றத்தில் காம மயக்கத்தால் கண்டார்கள். 'மயில்வந்து நிற்பதுபோல என்முன் நிற்பவள் தான் நீ சொன்ன சீதையா?' என்று இராவணன் சூர்ப்பணகையைப் பார்த்துக் கேட்க, அவளோ 'செந்தாமரைக் கண்ணோடும், செங்கனி வாயினோடும் அஞ்சனக் குன்றம் போன்று நிற்கும் இவன்தான் அவ்வல்வில் இராமன்' என்று பதில் சொல்லுமளவுக்கு இருவருக்கும் காமம் தலைக்கேறி தடுமாறினர்; தவித்தனர்.

இந்த வேதனை தாங்காது, 'சிந்தையில் நினைந்த செய்யும் செங்கையன்' ஆன இராவணன் அமைச்சர்களைக் கூட்டி இதற்கு யோசனை கேட்கும் அளவிற்குச் சென்றான். அவர்கள் மாரீசனை உதவி கேட்க அவனை நாடி, இந்திரியங்களை அடக்கி தனிமையில் மாரீசன் இருந்துவரும் இடத்திற்கு விமானத்தில் ஏறித் தனியே சென்றான்.

8. மாரீசன் வதை

செவிடன் காதில் சங்கு ஊதிய மாரீசன்

இராவணனைக் கண்ட மாரீசன் தனியே வனத்தில் இருக்கும் இடம்தேடி இராவணன் வந்த காரணத்தைக் கேட்டான். அதற்கு இராவணன் மாரீசனின் மருகர்களான கர தூடணர் திரிசிரா ஆகியோரைக் கொன்றவர்களும், சூர்ப்பணகை மூக்கை

அரிந்தவர்களுமான அற்ப மானிடரோடு தான் போரிடுவது தன் பெருமைக்கு இழுக்கு என்றும், அதனால் அந்த மானிடரோடு வாழும் பெண்ணைத் தூக்கி வந்து அடைய மாரீசன் உதவியை நாடி வந்ததாகவும் சொன்னான்.

அதைக்கேட்ட மாரீசன் தகாத வார்த்தைகளைக் காது கேட்டதுபோல் 'சீச்சீ' என்று தன் இரு காதுகளை மூடிக்கொண்டு கோபத்தோடு சொன்னான்: 'உன் வாழ்நாளை நீயே முடித்துக் கொள்ளும் செயல் அது. உன் ஊழ்வினை தான் உன்னை இப்படி அறிவற்றுப் பேசச் செய்கிறது. உனக்குப் பிடிக்காது என்றாலும், உன் நல்லதுக்காக நான் சிலவற்றை உன்னிடம் சொல்லித்தான் ஆக வேண்டும்' என்று தொடர்ந்தான்.

'இவ்வளவு புகழும் பேறும் நீ பெற்றது மறத்தினாலா?அறத்தினால் அல்லவோ பெற்றாய். தம்மிடம் அன்பு கொண்டவரின் நாட்டைக் கவர்ந்தவர், உலகநீதி நடைக்கு மாறான வழியில் பொருள் கொண்டார், மாற்றான் மனைவியை கவர்ந்தார் இவர்களை எல்லாம் அறம் கொல்லும். இக்குற்றங்களைச் செய்து தண்டனையிலிருந்து தப்பிப் பிழைத்தவர்கள் இல்லை. இந்திரன் அகலிகையினால் இழுக்குற்றான். அதுபோல் அழிந்தவர்கள் இதுவரை எத்தனையோ பேர். திருமகள் போன்ற மனைவியர் உனக்கிருக்க, ஆராய்ந்து ஆலோசியாது நீ நினைத்தபடி செய்யத் தொடங்கிவிட்டாய். அறத்தைச் சிதைத்த மன்னர்கள் பலர் மாண்டனர்.'

> 'நாரம் கொண்டார் நாடு கவர்ந்தார், நடை அல்லா
> வாரம் கொண்டார், மற்று ஒருவற்காய் மனை வாழும்
> தாரம் கொண்டார், என்ற இவர்தம்மைத் தருமம்தான்
> ஈரும் கண்டாய்; கண்டகர் உய்ந்தார் எவர்? ஐயா!' (512-11)
>
> *(நாரம் - அன்பு; வாரம் - இறைப்பொருள்; ஈரும் - அழிக்கும்)*

இவ்வளவும் சொன்னபிறகு கடைசியாக தங்கள் வாழ்க்கையைச் சுட்டிக்காட்டி, அரக்கர் குலத்தவரான கர, தூடணர், விராதன் போன்றவர்களை அழித்தவன் இராமன். தன் தம்பி சுபாகு, அன்னை தாடகை ஆகியோரையுஅம் அழித்தவன் இராமன் என்று சொல்லி இராவணன் வஞ்சனையைக் கைவிட மாரீசன் மன்றாடினான். காமத்தால் கொண்டது விடாத மூர்க்கனான இராவணன் காதில் இது ஏதும் ஏறவில்லை. ஒரே பிடிவாதமாக மாரீசன் உதவாவிட்டால் அவனையே கொன்றுவிடுவதாக அச்சுறுத்தினான்.

'வஞ்சனை செய்யாது, இராமனுடன் போர் புரிந்துவெல்ல என் படைகள் கூட வேண்டாம்; என் கைவாள் ஒன்றே போதும்; ஆனால்

நான் இராமனைக் கொன்றுவிட்டால், தனியளான சீதையும் இறந்துவிடுவாளே, அதனால்தான் வஞ்சனையால் அவளைத் தூக்கி வரவேண்டும்' என்று நொண்டிச் சமாதானமும் இராவணன் சொல்லி தன் செயலுக்கு நியாயம் கற்பித்துக் கொண்டான்.

'நன்மையும் தீமை அன்றே நாசம் வந்துற்றபோது' என்பதனை நன்கு உணர்ந்துவிட்டவனான மாரீசன் வேறு வழியின்றி இராவணன் மிரட்டலுக்குப் பணிந்தான். மாரீசனைப் பொன் மானாக உருவெடுத்து சீதை முன் மாயம் செய்யப் பணித்தான்.

மாயமானுக்கு மா யமனானான் இராமன்

மாரீசன் சீதை இருந்த இடத்தை அடைந்து மாயப் பொன்மான் உருக்கொண்டு மேய்வதைப் போல பாசாங்கு காட்டினான். உடல் பொன்னிறமாகவும், கால், செவி, வால் இவை மாணிக்க நிறத்துடனும் இருந்த அம்மானைப் பார்த்து ஆசை கொண்ட சீதை, தான் அதனுடன் விளையாட அதனைப் பிடித்துத் தருமாறு இராமனை வேண்டினாள். இராமனும் அதன் அழகில் ஈடுபட்டு இசைந்தான். இலக்குவன் இடைப்புகுந்து இப்படிப்பட்ட வேறு நிறமுடைய மான் உண்மையானதாக இருக்க முடியாது என்றும், அது மாயமானாக இருக்கலாம் என்றும் தடுத்தான்.

இப்படித்தான் இருக்க வேண்டும் என்ற முறைமையும், எல்லையும் அளவும் பிராணிகளுக்கு இல்லை. எனவே இம்மான் இயல்பான தாகவும் இருக்கலாம் என்று இராமன் சமாதானம் சொன்னான். இலக்குவன் விடாது, அது மாயம் வல்ல அரக்கர் வஞ்சனையாகவும் இருக்கலாம் , ஆகவே அடுத்தது எண்ணிச் செய வேண்டுமென்றான். இராமனோ மாய மானானால் என்ன தன் அம்பால் அவர் இறப்பர், அரக்கரை அழிக்கத் தானே விரதம் பூண்டுளம் என்று மானைப் பிடிக்க புறப்பட்டான். இராமனைத் தடுக்க இனி முடியாது என்றுணர்ந்த இலக்குவன் அப்படியானால் தானே பிடித்து வருவதாகச் சொன்னான்.

இதற்குள் பொறுமையிழந்த சீதை தன் கிள்ளை மொழியில் ஊடலுடன் 'நாயக! நீயே பற்றி நல்க மாட்டாயா?' என்று கோபங்கொண்டு உள்ளே போனாள். அதைத் தாங்காத இராமன் சீதை விரும்பியதனை அவள் விரும்பியபடி தானே பிடித்து வருவதாகவும், அதுவரை சீதையைக் காத்து இலக்குவன் இருக்கும்படியும் சொல்லிவிட்டு வில்லையும் அம்பையும் எடுத்துக்கொண்டு போனான். அப்போதும் இலக்குவன் தெளிவாக அது தங்களிடம் இருந்து தாடகை வதத்தின்போது தப்பியோடிய மாரீசன் செயலாக

இருக்கலாம் என்ற தன் சந்தேகத்தை வெளியிட்டான். சீதையின் ஊடற் கோப முகத்தையே மனதில் பதித்திருந்த இராமன் செவிகளில் அச்சொற்கள் ஏறவில்லை.

மாயமான் பின்னே சென்ற இராமனை அம்மான் மிகுந்த போக்குக் காட்டி காட்டிற்குள் நீண்ட தூரம் இட்டுச்சென்றது; பிடிபடுவதுபோல் நிற்கும், உடனே தாவும், தப்பி ஓடும். அப்போது தான் இராமனுக்கு அது இலக்குவன் சொன்னதுபோன்று அரக்கர் மாயமாக இருக்குமோ என்ற ஐயம் வர, அதை உணர்ந்த மாரீசன் இனி தாமதித்தால் தான் உயிர் இழக்க நேரிடும் என்று வானில் தப்பிச்செல்ல முயன்றான். உடனே இராமன் அம்புதொடுக்க வஞ்சனையாய் இராமனின் குரலில் கூக்குரலிட்ட படி கீழே விழுந்து இறந்தான். அதனைக் கண்ட இராமன் அவன் மாரீசன் என உணர்ந்ததும், தன் குரலில் அவன் கூவியதைக் கேட்டு சீதை ஐயப்படுவாள் என்று பர்ணசாலையை நோக்கித் திரும்பினான்.

9. இராவணன் வஞ்சனை

இலக்குவனை விலக்கிய விதி

மாயமானாக வந்த மாரீசன் இராமன் அம்பால் இறந்து விழும்போது வஞ்சமாக இராமன் குரலைல் கூவியதைக் கேட்ட சீதை துடிதுடித்துப் போனாள். 'மானைப் பிடித்துத் தரச் சொல்லி என் வாழ்வையே முடித்துக் கொண்டேனே. அரக்கன் மாயையால் இராமன் வீழ்ந்தது அறிந்தும் இன்னும் இங்கு நிற்கிறாயே இலக்குவா' என்று இலக்குவனைக் கடிந்தாள்.

'கார் எனக் கரிய அக்கமலக் கண்ணனை
யார் எனக் கருதி, இவ் இடரின் ஆழ்கின்றீர்?'

என்று இலக்குவன் இராமனின் ஒப்பற்ற பெரு வீரத்தை எடுத்துச் சொன்னான். இலக்குவன் எவ்வளவு சொல்லியும் கேட்காது சீதை கொதிக்கும் உள்ளத்தோடும் கோபத்தோடும் பேசினாள்.

'ஒரு பகல் பழகினார் உயிரை ஈவரால்;
பெரு மகன் உலைவுறு பெற்றி கேட்டும், நீ
வெருவலை நின்றனை; வேறு ஏன்? யான், இனி
எரியிடைக் கடிது வீழ்ந்து இறப்பென், ஈண்டு' (524-13)

தீப்புகுந்து உயிரை விடுவேன் என்ற சீதையின் சொற்களைக் கேட்ட இலக்குவன், அவளை விழுந்து வணங்கி 'நீங்கள் சொல்லிய சொல்லிற்கு அஞ்சினேன். இராமன் என்னை இங்கு இருந்து உங்களைக் காவல் காக்கச் சொன்ன ஆணையை மீறி என்னைப் போகச் சொல்கின்றீர்கள். உங்கள் ஆணையை ஏற்றுப் போகிறேன். நீங்கள் தனியே இருக்கின்றீர்கள். வெஞ்சின விதியை வெல்ல வல்லமோ?' என்று கூறிப் புறப்பட்டான். காவல் செய்யும் சடாயு எப்படியும் சீதையைக் காப்பான் என்று நம்பிப் புறப்பட்டான்.

பொய்த் தவவேடம் பூண்ட இராவணன்

இலக்குவன் அங்கிருந்து அகன்றதும் இராவணன் தவவேடம் பூண்டு அங்கே வந்தான். பர்ணசாலையின் வாயிலில் நின்று 'இங்கிருப்பவர் யார்?' என்று குரல் கொடுத்தான். இராவணின் தவ வேடத்தை உள்ளிருந்து நோக்கிய சீதை ஒழுக்கம் மிகுந்த தவசி என்று கருதி அவனை வருக என்று கூறி வெளியில் வந்தாள். சீதையின் பேரழகைக் கண்ட இராவணன் மனம், பூவில் மது உண்டு களித்து இசைபாடும் வண்டின் மனம் போல, களித்தான். அவள் அழகைக் காண இருபது கண்கள் தானே தன்னிடம் இருக்கின்றன என்றும், ஆயிரம் கண் இல்லையே என்றும் வருந்தினான். துன்பத்தில் இருக்கும் அவள் முக ஒளி இப்படி என்றால், முத்துப் பற்கள் தெரிய முறுவல் செய்தால் அம்முகக் காந்தி எப்படி இருக்கும் என்று கற்பனை செய்தான். இப்படிப்பட்ட அழகியை தனக்காகக் கொண்டு தந்த தன் தங்கைக்கு தன் அரசையே பரிசாக அளிக்கலாம் என்றும் எண்ணினான்.

இராவணனையும், அவன் சிந்தனை ஓட்டங்களையும் அறியாத சீதை பெருந்தவசி என்று கருதி அவனுக்கு இருக்கை அளித்து அமரச் செய்தாள். உடனே இராவணன் அங்கு இருப்பது யார், அவள் யார் என்று ஒன்றும் தெரியாதவன் போலக் கேட்டான்.

தயரதன் மைந்தன், சிற்றன்னையின் சொல் தலைமேற் கொண்டு தம்பியொடும் கானகம் வந்ததாகவும், தான் சனக மன்னனின் மகளான சானகி, காகுத்தன் மனைவி என்றும் சீதை பதில் சொன்னாள். தொடர்ந்து சீதை, முனிவன் வேடத்திலிருந்தவனை 'எங்கிருந்து வந்துள்ளீர்?' என்று கேட்டாள்.

இராவணன் பிரதாபம்

அவ்வளவுதான், உடனே இராவணன் தன் பெருமையைத் தானே பறை சாற்ற ஆரம்பித்தான். 'பிரம்மனின் குலத்தில் பிறந்தவன்; எழுத முடியாத சுந்தரன்; மூவுலகையும் ஆள்பவன்; வேத மந்திரங்களை

நாவில் கொண்டவன்; ஈசன் இருக்கும் கயிலை மலையை வேரொடும் எடுத்தவன்; திசை யானைகளை வென்றவன்; தேவர்களைப் பணியாட்களாகக் கொண்டவன்; கற்பகம் கொட்டிக் குவிக்கும் செல்வமுடையவன்; இலங்கைக்கு அதிபதி; சங்கரன் கொடுத்த வாளும், முக்கோடி வாழ்நாளும் பெற்றவன்; கிரகங்களைச் சிறை வைத்தவன்; நற்குணங்களும், நல்லொழுக்கமும் நிரம்பியவன்; எம்போன்ற முனிவர்களை தெய்வமாகப் போற்றுபவன்; அழகிய மங்கையர் பலர் அவனை விரும்பியும் அவர்களை விரும்பாதவன்; தன் மனத்துக்கினிய ஒரு மங்கையை நாடுபவன்; அப்படிப்பட்டவன் வேண்ட சில காலம் அங்கு இருந்த நான், அவனைப் பிரிய முடியாமல் பிரிந்து வந்தவன்' என்று நீண்ட உரை ஆற்றினான்.

அதைக் கேட்ட சீதை அவனைப் போன்ற தவசி அரக்கர் ஊரில் அரக்கருடன் வாழ்ந்தது ஏன் என்றாள். அதற்கு அவன் தேவர்களைக் காட்டிலும் அரக்கர்கள் தீயவர்கள் அல்லர் என்றான். தீயவரோடு சேர்ந்தவர் தூயவர் அல்லர் என்று கருதிய சீதை தன் கணவர் அக்கானகத்தில் விரதம் பூண்டு முடிப்பதற்குள் தீமை புரியும் அரக்கரை குலத்தொடும் அழிப்பார் என்றாள்.

உடனே இராவணன் மானிடர் அரக்கர்களை வெல்வர் என்பது யானையின் இனத்தை எல்லாம் ஒரு சிறு முயல் கொல்லும் என்பது போலவும், கூரிய நகங்களை உடைய சிங்கத்தை ஒரு மான் கொல்லும் என்பதைப் போலவும் உள்ளது என்றான்.

சீதை உடனே மறுமொழியாக அரக்கர் வீரனான விராதனும், கரனும் அவன் அரக்கப் படையினரும் தன் கணவனால் அழிந்ததை அறிந்ததில்லையா என்று கேட்க, மேலும் வரும் நாட்களில் தன் கணவனால் அரக்கர்கள் அனைவரும் சுற்றத்தொடும் மாள்வர், வானவர் மகிழ்வர் என்பதால், 'மீள அருந் தருமம் தன்னை வெல்லுமோ பாவம்?' என்றாள்.

'மானிடர் வலியர்' என்ற சீதையின் பதிலால் சீற்றமடைந்தவன் தொடர்ந்தான்:

'மேருவைப் பறிக்க வேண்டின், விண்ணினை இடிக்க வேண்டின்,
நீரினைக் கலக்க வேண்டின், நெருப்பினை அவிக்க வேண்டின்,
பாரினை எடுக்க வேண்டின், பலவினை சிலசொல் எழாய்!
யார் எனக் கருதிச் சொன்னாய்? - இராவணற்கு அரிது என்?' (531-60)

சீதையும் விடவில்லை; பொட்டிலடித்தாற்போல உடனே 'இருபது தோள்கள் உடைய இராவணனைச் சிறையில் வைத்த ஆயிரம் தோள்கள் உடைய கார்த்த வீரியனை, இளம் வயதில் இரண்டு

தோள்களை உடைய பரசுராமன் மழுவாயுதத்தினால் வீழ்த்தினான்; அந்தப் பரசுராமனை வென்றவன் தன் கணவன் என்றாள்.

வேடம் கலைந்தவன் வஞ்சனை

உடனே இராவணன் கோபம் அளவு கடந்தது; அதனால் அவன் கபட வேடம் கலைந்தது. 'மானிடரை வலியர் என்றாய்; பெண் என்பதால் பிழைத்தாய்; இல்லையென்றால் உன்னைப் பிசைந்து தின்றிருப்பேன். இதுவரை யாரையும் கும்பிட்டு வாழாத என் தலைமீது மகுடம் போன்று, தேவமாதர் உனக்கு அடிமை செய்ய பதினாலு உலகங்களையும் ஆளும் செல்வம் பெற்று வாழ்வாய்' என்றான்.

அது கேட்ட சீதை தன் காதுகளை கரங்களால் மூடி காகுத்தன் மனைவியான தன்னை அவன் விரும்புவது வேள்வித் தீயில் இடும் அவிர் பாகத்தை ஒரு நாய் விரும்புவதைப் போல என்றும், தன் கணவனின் அம்புக்கு இரையாகாமல் உயிர் பிழைக்க வேண்டின் உடனே ஓடி விடும்படியும் சீற்றத்துடன் செப்பினாள்.

இனிப் பேசுவதில் பயனில்லை என இராவணன் அவளை எடுத்துச் செல்ல முற்பட்டான். தன்னை விரும்பாத பெண்டிரைத் தொடின், அவன் தலை வெடிக்கும் என்று பிரம்மன் தனக்கிட்ட சாபத்தை நினைத்து, யோசனை கீழாக உடைய இராவணன் சீதையைத் தீண்டித் தூக்காது, அவள் இருந்த பர்ண சாலையைப் பூமியொடும் பேர்த்து எடுத்துத் தன் தேரில் வைத்து, விண் வழியே சென்றான்.

தேரை நிறுத்து, நிறுத்து என்று சீதை கூக்குரலிட்டாள். தீயில் வெந்தழியும் கொடி போல் துவண்டாள்; துடித்தாள்; அழுதாள்; அரற்றினாள். 'அறமே என்னைக் காப்பாற்ற வா' என்றழைத்தாள். 'அரக்கர் குலம் வேர் அற சர மழை பெய்வித்த மேகம் போன்ற வரதா' என்று இராமனையும், 'இளையோய்' என இலக்குவனையும், 'மறுஏதுமிலாப் பரதா' என்று பரதனையும் கூவி அழைத்து 'என்னால் பழியடைவீரோ, என்னைக் காப்பாற்ற வரமாட்டீங்களா' என்று அழுதாள்.

மலைகளே, மரங்களே, மயிலே, குயிலே, யானைகளே, கோதாவரியே என்றழைத்து இராவணன் சிறை எடுத்துச் செல்லும் தன் நிலையை இராமனுக்குச் சொல்லுங்கள் என மன்றாடினாள். 'குகைகளில் வாழும் சிங்கங்களே, சுனை நீர் அருந்த முந்தும் விலங்குகளே! என்னை இந்நிலத்தொடும் எடுத்த இவன் தலைபத்தும், இருபது கரங்களும் என் நாயகனின் அம்பால் சிந்திச் சிதறுவதைக் கண்டு சிரித்திடுவீர்' என்று வேண்டினாள்.

போரில் தன்னை வென்று மானிடர் இவளை மீட்டால் மீட்கட்டுமே என இராவணன் நக்கலாகச் சொல்ல, மாயத்தால் மானை அனுப்பித் தன் கணவரைத் தன்னிடமிருந்து பிரித்து வஞ்சித்தது சூர்ப்பணகை மூக்கை அரிந்தும், கரதூடணர் படைகளை அழித்த மானிடர் மீது ஏற்பட்ட பயத்தினால் தானே என்று பதிலடி கொடுத்தாள் சீதை. அந்நிலையிலும் விடுவானா இராவணன்? மனிதரோடே போர் புரிந்தால், முக்கண் ஈசன் இருந்த கயிலை மலையையே எடுத்த தோள்களுக்குப் பழி தரும்; அதைவிட வஞ்சிப்பதே பலன் தரவல்லது என்றான்.

10. சடாயு தெய்வ மரணம்

உதவிக்கு ஓடிவந்த சடாயு

அச்சமயம் 'நில், நில், எங்கடா போவது?' என்று சடாயு வந்து விண்ணில் வழி மறித்தான். 'அஞ்சாதே' என்று சீதையிடம் அபயம் கூறி, இராவணனுக்கு நீதி கூற ஆரம்பித்தான் சடாயு. 'நீயும் உன் குலமும் உயிர்வாழ வேண்டின் சீதையை விட்டுவிடு. கற்புக்கரசி சீதையை யார் என நினைத்தாய்? கரன் முதலானோரைக் கொன்று எமனாருக்குப் புதியதாக இராமன் விருந்து படைத்ததை மறந்துவிட்டாயா?' என்றான்.

'எல்லா உலகங்களும், இந்திரனும்,
அல்லாதவர் மூவரும், அந்தகனும்
புல்வாய் புலி கண்டது போல்வர் அலால்;
வில்லாளனை வெல்லும் மிடுக்கு உளரோ?' (536-12)

(மூவர் - சிவன், திருமால், பிரம்மன்; அந்தகன் - யமன்; புல்வாய் - மான்)

இராவணன் கொஞ்சமும் சட்டை செய்யாது சடாயுவைக் கொல்வதாகக்கூறி போர் தொடங்கினான். சடயு உடனே தன் சிறகுகளை வீசி தேரில் பறந்த இராவணனின் வீணைக் கொடியைப் பற்றி ஒடித்து இராம இராவண யுத்தத்திற்கு பிள்ளையார் சுழி போட்டான்; வானவர்கள் ஆசி கொண்டான். சடாயு இராவணனை தன் மூக்கால் கொத்தி, நகத்தால் குடைந்து, சிறகுகளால் புடைத்து, மார்புக் கவசத்தை மூட்டறுத்தான். இராவணனின் வில்லைப் பல்லால் பறித்து எடுத்தான். உடனே இராவணன் தன் சூலத்தை எடுத்து எறிந்தான். சடாயுவின் மார்பில் பட்ட அவ்வேல் மார்பைத் துளைக்க முடியாது மீண்டது.

பொருளில்லாத வறியவர்கள் ஆசைப்பட்டு வேசையர் வீட்டுக்குச் சென்றால் உள்நுழையவே முடியாமல் திரும்புவது போலவும், செல்வத்தோடு கல்விவளமும் நிரம்பிய மகளிர் இல்லாத மனைக்குச் சென்ற விருந்தினர் ஆடவர்களால் உபசரிக்கப் பெறாது திரும்புவது போலவும், தன்னை அறிந்த தெளிவுடைய யோகப் பயிற்சி உடையவர்கள் மேல் அழகியரின் பார்வை உட்சென்று வசீகரிக்க இயலாமல் திரும்புவது போலவும், இராவணனின் முத்தலை வேல் மீண்டது என்பான் கம்பன்.

'பொன் நோக்கியர்தம் புலன் நோக்கிய புண்கணோரும்,
இன் நோக்கியர் இல் வழி எய்திய நல் விருந்தும்
தன் நோக்கிய நெஞ்சுடை யோகியர் தம்மைச் சார்ந்த
மென் நோக்கியர் நோக்கமும், ஆம் என மீண்டது, அவ்வேல்'
(539-33)

(பொன் நோக்கியர் - பொருட் பெண்டிர்; புலன் - ஐம்புல இன்பம்; புண் கணோர் - வறுமையாளர்)

அடுத்த படையை இராவணன் எடுக்கு முன், தேர்ப்பாகன் தலையைப் பறித்து இராவணன் முகத்தில் சடாயு அடித்தான். மூர்க்கமாகப் போரிடும் சடாயுவின் நெஞ்சின் ஆற்றலைக் கண்ட இராவணன் வேறு படை காணாது, சிவன் கொடுத்த தெய்வ வாளை எடுத்து சடாயுவின் இறக்கைகளை வெட்டி வீழ்த்தினான். தெய்வ வாளால் ஆகாதது இல்லை என்பதாலும், வாழ்நாள் முடியும் தறுவாயானதாலும், சிறகுகளற்ற சடாயு குற்றுயிராய்க் குலைந்து பூமியில் விழுந்தான். துணைக்கு வந்தவனும் வீழ, சீதை நிலைகுலைந்தாள். 'அல்லல் உற்றவளை வந்து அஞ்சல் என்ற நல்லவன் தோற்பதோ? நரகன் வெல்வதோ? பாவம் வெல்லுமோ? வேதம் பொய்க்குமோ? அறம் இல்லையோ?' என்று அலமலந்து மயங்கினாள். சீதையைத் தீண்ட அஞ்சி இராவணன் விமானத்தை இலங்கையை நோக்கிச் செலுத்தி, அங்கு அசோகவனத்தில் பர்ணசாலையோடும் சீதையை சிறைவைத்தான்.

திரும்பி வந்து திகைத்த இராம-இலக்குவர்

மாயமானாக வந்த மாரீசனைக் கொன்று மீண்டு வந்த இராமன், வழியில் இலக்குவன் எதிர்ப்பட சீதையை விட்டுத் தனியே விட்டு வந்ததேன் என வினவினான். சீதை மாரீசனின் பொய்யான அபயக்குரல் கேட்டு நடுங்கியது முதல் இலக்குவன் போகாவிட்டால் தீப்புகுந்து உயிர் துறப்பேன் என்ற வரை நிகழ்ந்ததை எல்லாம் இராமனிடம் இலக்குவன் சொன்னான்.

அதற்கு இராமன் இலக்குவன் வந்தது அவன் குற்றமன்று; அவன் சொல்லியும் கேளாது அரக்கர் மாயம் அறியாது தான் எடுத்த முடிவே குற்றம் என்று கூறி, இலக்குவனுடன் பர்ணசாலை இருந்த சோலையை நோக்கி விரைந்தான். அங்கு சீதையையும், பர்ணசாலையையும் காணாது திகைத்தனர்.

இந்த இடத்தில் கம்பன் அற்புதமான ஒரு உண்மையை உணர்த்துவான். ஒருவன் தான் ஈட்டிய மாநிதியை பூமியில் புதைத்து வைத்து விட்டு, பின்பு தன்னிடம் செலவழிக்கப் பொருள் இல்லாதபோது தோண்டிப் பார்க்க, அதனை வேறொருவன் திருடன் கொண்டு போயிருக்க திகைத்து நின்றதைப் போல இராமன் திகைத்து நின்றான் என்பான்.

> 'கைத்த சிந்தையன், கனங்குழை அணங்கினைக் காணான்
> உய்த்து வாழ்வுதர வேறு ஒரு பொருள் இலான்; உதவ
> வைத்த மாநிதி, மண்ணொடும் மறைந்தன, வாங்கிப்
> பொய்த்துளோர் கொள, திகைத்து நின்றானையும்' (545-72)
>
> *(உய்த்து - செலவழித்து; வாங்கி - நோண்டி)*

சடாயுவைக் கண்டனர்

அப்போது தேர்த்தடம் மண்ணில் புதைந்திருப்பதைக் கண்டவர்கள், அதைப் பின்பற்றி சென்றனர். தேரில் சென்றவன் சீதையைப் பர்ணசாலையோடும் அகழ்ந்தெடுத்துத் தேரில் சென்றிருக்க வேண்டும் என்று உய்த்துணர்ந்து செல்லும் வழியில் மகுடமும், கொடிகளும், வில்லும், அம்பும் ஆயுங்களும் சிதறிக் கிடப்பதைக் கண்டு சடாயுவோடு போர் நிகழ்ந்திருக்க வேண்டுமென எண்ணி மேலும் சென்றனர்.

வழியில் சடாயு குருதிவழிய குற்றுயிராய்க் கிடப்பதைக் கண்டு, சடாயுவைத் தூக்கி உச்சி மோந்து மூர்ச்சை தெளிவித்தனர். தன்னால் தன் தந்தையனைய சடாயுவுக்கு இங்ஙனம் முடிவு ஏற்பட்டதே என்று இராமன் புலம்பினான்.

உணர்வு வந்த சடாயு 'நல்ல காலம், என் உயிர் போவதற்குள் உங்களைக் கண்டேன். சீதையைத் தனியே விட்டு எங்கே சென்றீர்' என்று கேட்டான். இலக்குவன் மாயமான் வந்தது முதல் நடந்ததை எல்லாம் சொன்னான்.

அதுகேட்ட சடாயு 'மதிவலியால் விதியை வெல்ல வல்லமோ? விதிவழிதான் மதி செல்லும். அதனால்தான் சீதையை இராவணன்

பர்ணசாலையுடன் பேர்த்தெடுத்துச் செல்லும்போது என் வலிமையால் போரிட்டுத் தடுக்கப் பார்த்தேன். ஆனால் சிவன் கொடுத்த வாளால் வீழ்ந்தேன்' என்றான்.

அச்சொற்கள் இராமன் காதில் விழு முன்னர் இராவணன் மீதும், அவ்வக்கிரமத்தைக் கண்டு வாளாவிருந்த உலகனைத்தையும் களைவேன் என்று கோபத்தோடு இராமன் சொன்னான்.

உம் பிழையா, உலகப் பிழையா?

இராமனின் கட்டுகடங்காத சீற்றத்தைத் தணிக்காவிட்டால் வேண்டாத விளைவுகள் நிகழும் என்று உணர்ந்த சடாயு இராமனை ஓர் அதட்டல் போடுவது போல் சமாதானப்படுத்துகிறான்:

> 'வம்பு இழை கொங்கை வஞ்சி வனத்திடைத் தமியள் வைக,
> கொம்பு இழை மானின் பின்னே போய் குலப்பழி கூட்டிக் கொண்டீர்;
> அம்பு இழை வரிவில் செங்கை ஐயன்மீர்! ஆயுங்காலை,
> உம்பிழை என்பதல்லால் உலகம் செய் பிழையும் உண்டோ?'
> (552-124)

'இராம! நீ கோபமடைவதில் பயனில்லை. தேவர்களும் இராவணனுக்கு ஆட்பட்டு ஏவல் புரிகின்றனரே தவிர, அறம் செய்வார் யாருளர்? உன்னால் அரக்கர்கள் அழிவார்கள்; நாம் உய்வோம் என்றிருக்கும் தேவர்கள் எப்படி இராவணனை எதிர்க்க முடியும்? சீதையைத் தன்னந் தனியளாக வனத்தில் விட்டு மானின் பின்னே போனது யோசிக்குங்காலை உங்கள் பிழையே தவிர, உலகம் செய்த பிழையாகாது; ஆகவே நீ செய்த காரியத்திற்கு பிறர் மீது குற்றம் காண்பதும் கோபப்படுவதும் வேண்டாம். ஆகவே சீதையைத் தேடி, அவள் துயரம் போக்கி, தீயன போக்கி, அறந்தலை நிறுத்துவாயாக' என்றான் சடாயு. சடாயுவின் சொல்லை தயரதன் பணி என்று தலைமேற் கொண்டு, 'அரக்கரை வருக்கம் தீர்க்கும் செயல் இனிச்செயல்' என்று எண்ணி சீற்றம் தீர்ந்தான்.

பறவைக்கும் பரிந்து கடன் செய்த பரமன்

பிறகு இராமன் சடாயுவிடம் 'இராவணன் எங்கே சென்றான்?' என்று கேட்கும்போதே சடாயு உணர்விழந்து பதில் சொல்லமாட்டாது உயிர் துறந்தான்.

சடாயு உயிர் நீத்தமை அறிந்து இராம இலக்குவர் அழுதனர். தேவர், இந்திரன், பிரம்மன், நாக லோகத்தவர்கள் எல்லோரும் கரம் சிரம் சேர்த்து வணங்கினார்கள். பின்னர் இராமன் இலக்குவனிடம்

‘என்னால் எந்தை இறந்தான். அறந்தலை நில்லாத அரக்கனால் பழியுண்ட நான் தவம் செய்வோனா? உயிரைத் துறப்பதா? அரக்கரை அழிப்பதா?’ என்று தளர்ந்து உரை செய்ய, இலக்குவன் ‘சீதையின் பொருட்டு அரக்கரை அழிப்பது தவிர்ந்தாலும், நம் தந்தையாம் சடாயுவைக் கொன்றவனை அழியாது தவம் செய்வது மேலானதா? அரக்கரை அழிப்பதே இப்போது வேண்டுவது. எப்போதும் வெற்றி காண்பவன் நீயே!’ என்று இராமனைத் தேற்றி தெளிவித்தான்.

இராம இலக்குவர் பிறகு தெய்வ மரணம் எய்திய சடாயுவிற்கு முறைப்படி மந்திரவிதிப்படி எரிமூட்டி ஈமக்கடன் செய்து முடித்தார்கள்; பெற்ற தந்தையாம் தயரதற்குச் செய்யமுடியாத கடனை இராமன் சடாயுவாம் பறவைக்குச் செய்து உயர்ந்தான்.

11. அயோமுகி அங்கபங்கம்

அரக்கியின் அடங்காத ஆசை

சீதையைத் தேடும் முயற்சியில் இராம இலக்குவர் தென்திசை நோக்கிச் செல்லும் வழியில் காட்டில் இரவில் தங்கினர். தூக்கம் இன்றி இராமன் சீதை பிரிவால் துயரடைந்து நலிந்தான். அரக்கன் அவளைத் தூக்க முயன்றபோது என்ன நினைத்தாளோ, எப்படி அரற்றினாளோ சீதை என்று உருகினான். அரக்கர் வஞ்சனை கருதி அவருக்கு அஞ்சி இன்னும் வந்து காப்பாற்றாது இருக்கிறானோ என்று தன்னை ஐயுறுவாளோ என்று நைந்தான். கட்டிய மனைவியைக் காப்பாற்ற முடியாத தனக்கு வில் இன்னமும் வேண்டுமோ என்று வெதும்பினான்.

இதைக் கண்ட இலக்குவன் அக்காட்டில் இருப்பதில் பயன் ஏதுமில்லை. எப்படியாவது அந்த அரக்கன் இருக்கும் இடத்தைத் துருவி அறிவோம் என்று இராமனை அழைத்துக் கொண்டு புறப்பட்டான். அச்சமயம் தாகம் எடுத்ததால் நீர் கொண்டு வரும்படி இராமன் இலக்குவனை ஏவினான்.

நீர்நிலை தேடி அலைந்த இலக்குவனை அயோமுகி என்ற அவ்வனத்தில் உறையும் அரக்கி கண்டாள். இலக்குவன் அழகைக் கண்டதும் அவன்மீது காமுற்றாள். அவன் முன்னே வந்து ‘நின்பால் ஆசையின் வந்த அயோமுகி’ என்று அறிமுகப்படுத்திக் கொண்டாள். இவள் தாடகை போன்று, காட்டில் வழிச் செல்வோரைத் தடுத்து

வருத்தும் கொடிய அரக்கி என்று உணர்ந்தான் இலக்குவன். கொஞ்சமும் நாணம் இன்றி அயோமுகி தன்னைத் தழுவி தனக்கு உயிர் தரும்படி வேண்டினாள். தன்னை 'அஞ்சலை' என்று அணைத்துக் கொண்டால், கங்கை நீரையே தருவேன் என்றாள். அவள் காதையும் மூக்கையும் அறுப்பதன் முன்னம் அகன்று செல்லும்படி இலக்குவன் எச்சரித்தான்.

அதுகேட்ட அயோமுகி அவனை எடுத்துக் கொண்டுபோய் தன்னுடைய குகைக்குள் அடைத்து வைத்து, அவன் கோபம் தணிந்த பிறகு அவனை அடையலாம் என்று எண்ணி, தூக்கிச் சென்றாள்.

அரக்கியின் அவலம்

நெடுநேரமாகியும் இலக்குவன் திரும்பவில்லையே என்று கவலைப்பட்டான் இராமன். தண்ணீர் கொண்டுவர இவ்வளவு நாழிகை ஆகாதே, ஒருவேளை சீதையை வஞ்சித்த இராவணன் இலக்குவனையும் பிடித்துக் கொண்டு போய்விட்டானோ? சீதை பிரியத் தான் காரணமாயினோம் என்று உயிர்விடத் துணிந்தானோ? எத்தனையோ துன்பங்களில் துணை நின்றவனும், இப்போது தன்னைவிட்டுப் போய் விட்டானோ? இவ்வாறெல்லாம் எண்ணித் துயரடைந்த இராமன் தம்பியின்றித் தரணிமேல் வாழவிரும்பாது உயிர் விட எண்ணியபோது, ஒரு பெண் அரற்றிய குரல் கேட்டது. அது அரக்கியர் குரல் போலிருக்கவே, அக்னி அம்பைத் திருகி ஒளி உண்டாக்கி ஒலி வந்த திசையை நோக்கிப் போனான்.

அப்போது இலக்குவன் எதிர்ப்பட்டு நிகழ்ந்ததை எல்லாம் சொன்னான். அரக்கி தூக்கிச் செல்லும்போது அவள் மூக்கையும், காதுகளையும் அறுத்து அங்க பங்கம் செய்ய, அவள் அலறிக் கொண்டே ஓடிவிட்டதையும் கூறினான். பிறகு வருண மந்திரத்தை ஓதி வானநீர் பருகி அன்றிரவை மலையில் கழித்தனர்.

12. கவந்தன் சாப விமோசனம்

பூதத்தின் பிடியில்

சீதையைத் தேடி விடிந்ததும் புறப்பட்ட இராம இலக்குவர் வழியில் கவந்தன் வனத்துள் நுழைந்தனர். கவந்தன் வயிற்றிடை வாயன் என்றழைக்கப்பெறும் பெரு வாயுடைய கோர உருவ அரக்கன்.

அவ்வனத்தினுள் நுழைந்த இருவரும் அவன் கையில் அகப்பட்டுக் கொண்டனர். வயிறும் வாயுமே கொண்ட அகண்ட வடிவைக் கொண்ட அப்பூத அரக்கனிடமிருந்து தப்புவது அரிது, அவனுக்கு உணவாகப் போகிறோம் என்று கருதி இராமன் சீதையை இழந்து பழி சுமந்து வாழ்ந்து இப்பூதத்திடம் இறப்பதினும் உயிர் விடுவதே மேல் என்று கூறினான்.

நினைப்புப் பிழையா தாயும் சேயும்

இலக்குவனோ இராமனுடன் காடேகும் போதே தன் தாய் சுமித்திரை 'மன்னும் நகர்க்கே அவன் வந்திடில் வா; அஃதன்றேல் முன்னம் முடி' என்று கூறியனுப்பிய படி தான் முன்னரே இறப்பேன் என்றான்.

என்தாய், 'உன் முன் ஏவிய யாவும் இசை; இன்னல்
பின்றாது எய்தி, பேர் இசையாளர்க்கு அழிவு உண்டேல்
பொன்றா முன்னம் பொன்றுதி' என்றாள்; உரை பொய்யா
நின்றால் அன்றோ நிற்பது வாய்மை நிலை அம்மா! (573 - 29)

(பொன்றுதல் - இறத்தல்)

என்று தன் தாய் கூறியதை நினைவு கொண்டு சொல்லியதோடு மேலும் ஒருபடி சென்று சொல்லுவான்:

'என் - பெற்றாளும், யானும், எனைத்து ஓர் வகையாலும்
நின் - பெற்றாட்கும், நிற்கும், நினைப்புப் பிழையாமல்,
நல் பொன் தோழாய்! நல்லவர் பேண நனி நிற்கும்
சொல் பெற்றால், மற்று ஆர் உயிர் பேணி, துறவேமால்' (573 - 30)

உலக இலக்கியங்களிலேயே அண்ணன் - தம்பி பாசத்திற்கு இதைவிடப் பெரிய, காவியமான இலக்கணக் கூற்று காண்பது அரிது. 'நினைப்புப் பிழையாமல்' என்ற தொடர் எண்ணி எண்ணி மகிழ்தற்கு உரியதாகும்.

கவந்தன் சாப விமோசனம்

பெரு வீரனான இராமன் ஒரு பூதம் கொல்ல இறந்தான் என்ற சொல்லும், சீதையை மீட்டான் எனும் பேர்கொண்டு புகழடையாது, போர் புரிய மாட்டாது மாண்டான் என்ற சொல்லும் பெரிய வசையன்றோ? ஆகவே பூதத்தின் வாயையும், கையையும் துணிப்பதே உடனே செய்யத்தக்கது என்று இலக்குவன் கூறவே,

இருவரும் வாளால் அவன் தோள்களை வெட்டி வீழ்த்தினர். உடனே சாப விமோசனம் பெற்ற கவந்தன் தன்னுடைய பண்டைய கந்தருவ உருவம் பெற்று விண்ணில் எழுந்து இராமனைத் துதித்தான்.

கம்பன் ஒன்பது பாடல்களில் இந்தத் துதியை அமைத்து, அவற்றில் அப்படியே உபநிடதங்களின் சாரங்களைப் பிழித்தெடுத்துத் தருகிறான்.

'ஈன்றவனோ எப் பொருளும்? எல்லை தீர் நல் அறத்தின்
சான்றவனோ? தேவர் தவத்தின் தனிப் பயனோ?
மூன்று கவடு ஆய் முளைத்து எழுந்த மூலமோ?' (575 - 40)

(கவடு - கிளை)

என்று இராமனை விளித்து, பரம்பொருள் இறைத் தன்மையைத் துதித்தான்.

'மூலமே இல்லா முதல்வனே! நீ முயலும்
கோலமோ, யார்க்கும் தெரிவு அரிய கொள்கையவால்;'(41)

'– எரி ஓங்கும் நல்வேள்வி
உண்பாய் நீ; ஊட்டுவாய் நீ; இரண்டும் ஒக்கின்ற
பண்பு ஆர் அறிவார்? பகராய், பரமேட்டி!' (45)

இராம இலக்குவர் கேட்க, தன் பேர் தனு என்ற கந்தர்வன் என்றும் இராமன் கை தீண்டி தோளை வெட்டியதால் சாப விமோசனம் பெற்றுய்ந்ததாகவும் சொன்னான்.

மேலும் புணை இல்லாமல் கடலைக் கடப்பது அரிது என்பதுபோல், சீதையைத் தேடி அரக்கரை அழிக்க அவர்கட்குத் துணை அவசியம் என்றும், பிரம்மன் படைத்த உயிர்களை அழிப்பதற்குரிய ருத்ரனும் பல்பூத கணங்களைத் துணை கொண்டுள்ளதை நினைவூட்டி, தாயினும் இனிய சவரி ஆசிரமம் அடைந்து அவளைக் கேட்டு, இரலைமலையில் இருக்கும் கதிரவன் மைந்தனான சுக்ரீவனின் நட்பைப் பெற்று அவன் துணையால் சீதையை அடைவது விழுமியது என்று இன்னலில் சிக்கி உழன்று கொண்டிருந்த இராம இலக்குவர்க்கு வழிகாட்டும் கைவிளக்குப் போன்று ஆலோசனை வழங்கி, அவர்களை வணங்கி விண்ணில் சென்றான் தனு.

13. சவரி வீடுபேறு

தாயினும் நல்ல சவரி

புண்ணியம் புரிந்தோர் வைகும் சொர்க்கம் போன்றிருந்த மதங்க முனிவரது ஆசிரமத்தில் வாழும் அவருடைய மூத்த சிஷ்யை ஆன சவரியை இராம இலக்குவர் அடைந்தனர். அவளோ இராமன் வரவையே எதிர்நோக்கி, அவனை எண்ணியே தவம் செய்து கொண்டிருந்தாள். தன் தவத்தின் பயன் வந்தது என்று மகிழ்ந்து வரவேற்று அவள் அவர்களுக்கு விருந்து அளித்தாள்.

மதங்க முனிவர்க்கு முக்தியளிக்க வந்த முத்தேவரும் சவரியின் தவத்தை மெச்சி தன் தவத்திற்கு எல்லை அணுகிவிட்டது; விரைவில் இராமனுக்கு விருந்தளித்து தம்பால் வந்தடைவாய் என்றதைக் கூறி இராமன் வரவால் தன் புண்ணியம் பூத்தது என்றாள்.

பிறகு சுக்ரீவன் இருக்கும் இரலை மலையைச் சென்றடைவதற்கான வழியை எல்லாம் விளக்கினாள். அப்படி அவள் சொன்னதை முக்தியளிக்கும் மெய்ந்நெறி காட்டும் அறிஞர் கூற்றுப் போன்று கேட்டான் இராமன்.

> 'வீட்டினுக்கு அமைவது ஆன மெய்ந்நெறி வெளியிற்று ஆகக்
> காட்டுறும் அறிஞர் என்ன, அன்னவள் கழறிற்று எல்லாம்
> கேட்டனன் என்ப மன்னோ - கேள்வியால் செவிகள் முற்றும்
> தோட்டவர் உணர்வின் உண்ணும் அமுதத்தின் சுவையாய் நின்றான்'.
> (578 - 7)

சவரி தன் தவபலத்தால் பெற்ற வெற்றியால் தன் பூத உடல் துறந்து, யோகத்தினால் முக்தியடைந்தாள்; பரவெளியில் இரண்டறக் கலந்தாள்.

அதைக் கண்ட இராம இலக்குவர் அதிசயம் அடைந்து, அவ்வாசிரமத்தை விட்டு நீங்கி, அவள் கூறிய வழிப்படி இரலை மலை நோக்கிச் சென்று, பம்பை ஆற்றை அடைந்தார்கள்.

ஆரணிய காண்டம் முற்றிற்று.

பெரியவாச்சான் பிள்ளை அருளிய திவ்யப் பிரபந்தப் பாசுரப்படி ஸ்ரீமத் ராமாயணம்

ஆரணிய காண்டம்

மறை முனிவர்க்கு அஞ்சேல்மின் என்று அருள் கொடுத்து;
வெங் கண் விறல் விராதன் உக, வில் குனித்து;
வண்தமிழ் மா முனி கொடுத்த வரி வில் வாங்கி;
புலர்ந்து எழுந்த காமத்தால்,
சீதைக்கு நேர் ஆவன் என்ன,
பொன் நிறம் கொண்ட சுடு சினத்த
சூர்ப்பணகி கொடி மூக்கும் காது இரண்டும்
கூர் ஆர்ந்த வாளால் ஈரா விடுத்து;
கரனோடு தூடணன் - தன் உயிரை வாங்கி;
அவள் கதறி, தலையில் அம் கை வைத்து;
மலை இலங்கை ஓடிப் புக;
கொடுமையின் கடு விசை அரக்கன்,
அலை மலி வேல்கணாளை அகல்விப்பான்,
ஓர் உரு ஆய மானை அமைத்து,
செங்கல் பொடிக் கூறை, சிற்றெயிற்று,
முற்றல் மூங்கில் மூன்று தண்டத்தன் ஆய், வஞ்சித்து,
இலைக் குரம்பில் தனி இருப்பில்
கனி வாய்த் திருவினைப் பிரித்து,
நீள் கடல் சூழ் இலங்கையில்
அரக்கர் குடிக்கு நஞ்சு ஆக கொடு போய்,
வம்பு உலாம் கடி காவில் சிறையாய் வைக்க;
அயோத்தியர்கோன் மாய மான் மாயச் செற்று;
அலை மலி வேல் - கண்ணாளை அகன்று, தளர்வு எய்தி;
சடாயுவை வைகுந்தத்து ஏற்றி;
கங்குலும் பகலும் கண் துயில் இல்லாக்
கானகம் படி உலாவி உலாவி;
கணை ஒன்றினால் கவந்தனை மடித்துச்;
சவரி தந்த கனி உவந்து.

•

துதிப் பாடல்கள்

கடவுள் வாழ்த்து

பேதியாது நிமிர் பேத உருவம் பிறழ்கிலா
ஓதி ஓதி உணரும்தொறும் உணர்ச்சி உதவும்
வேதம், வேதியர், விரிஞ்சன் முதலோர் தெரிகிலா
ஆதி தேவர், அவர் எம்அறிவினுக்கு அறிவுஅரோ

விராதன் துதி

‘வேதங்கள் அறைகின்ற உலகு எங்கும் விரிந்தன உன்
பாதங்கள் இவை என்னின், படிவங்கள் எப்படியோ?
ஓதம் கொள் கடல் அன்றி, ஒன்றினோடு ஒன்று ஒவ்வாப்
பூதங்கள்தொறும் உறைந்தால், அவை உன்னைப் பொறுக்குமோ?
(ப.415/ பா.47)

‘கடுத்த கராம் கதுவ, நிமிர் கை எடுத்து, மெய் கலங்கி,
உடுத்ததிசை அனைத்தினும் சென்று ஒலிகொள்ள உறுதுயரால்,
‘அடுத்த பெருந் தனிமூலத்து அரும் பரமே! பரமே!’ என்று
எடுத்து ஒரு வாரணம் அழைப்ப, நீயோ அன்று ‘ஏன்?’ என்றாய்?’
(ப.415/ பா.48)

‘புறம் காண, அகம் காணப்பொது முகத்தின் அருள் நோக்கம்
இறங்காத தாமரைக் கண் எம்பெருமாஅன்! இயம்புதியால்;
அறம் காத்தற்கு, உனக்கு ஒருவர் ஆரும் ஒரு துணை இன்றி,
கறங்கு ஆகும் எனத் திரிய, நீயேயோ கடவாய்தான்?’
(ப.416/பா.49)

‘துறப்பதே தொழிலாகத் தோன்றினோர் தோன்றியக் கால்,
மறப்பரோ தம்மை அது அன்றாகில், மற்று அவர் போல்
பிறப்பரோ? எவர்க்கும் தாம் பெற்ற பதம் பெறல் அரிதோ!
இறப்பதே, பிறப்பதே எனும் விளையாட்டு இனிது உகந்தோய்!’
(ப.416/பா.50)

‘பனி நின்ற பெரும் பிறவிக் கடல் கடக்கும் புணை பற்றி,
நனி நின்ற சமயத்தோர் எல்லாரும், ‘நன்று’ என்ன,
தனி நின்ற தத்துவத்தின் தகை மூர்த்தி நீ ஆகின்,
இனி, நின்ற முதல் தேவர் என்கொண்டு, என் செய்வாரே?’
(ப.416/பா.51)

‘ஓயாத மலர் அயனே முதல் ஆக உளர் ஆகி,
மாயாத வானவர்க்கும், மற்று ஒழிந்த மன்னுயிர்க்கும்,
நீ ஆதி முதல் தாதை, நெறி முறையால் ஈன்று எடுத்த
தாய் ஆவார் யாவரே? - தருமத்தின் தனி மூர்த்தி!’ (ப.416/பா.52)

‘நீ ஆதி பரம்பரமும்; நின்னவே உலகங்கள்;
ஆயாத சமயமும் நின் அடியவே; அயல் இல்லை;
தீயாரின் ஒளித்தியால்; வெளி நின்றால் தீங்கு உண்டோ?
வீயாத பெரு மாய விளையாட்டும் வேண்டுமோ?’ (ப.416/பா.53)

‘தாய்தன்னை அறியாத கன்று இல்லை; தன் கன்றை
ஆயும் அறியும்; உலகின் தாய் ஆகின், ஐய!
நீஅறிதி எப் பொருளும்; அவை உன்னை நிலை அறியா;
மாயை இது என்கொலோ? - வாராதே வர வல்லாய்! (ப.416/பா.54)

‘பன்னல் ஆம்’ என்ற உலகம் பலபலவும் நினையு மால்;
உன் அலால் பெருந் தெய்வம் உயர்ந்துளோர் ஒழுக்கு அன்றே;
அன்ன ஊர்தியை முதல் ஆம் அந்தணர்மாட்டு அருந்தெய்வம்
நின் அலால் இல்லாமை நெறிநின்றார் நினையாரோ?’
(ப.416/பா.55)

‘பொரு அரிய சமயங்கள் புகல்கின்ற புத்தேளிர்,
இருவினையும் உடையார்போல், அருந்தவம்நின்று இயற்றுவார்;
திரு உறையும் மணிமார்ப! நினக்கு என்னை செயற் பால?
ஒரு வினையும் இல்லார்போல் உறங்குதியால் - உறங்காதாய்’
(ப.417/பா.56)

‘அரவு ஆகிச் சுமத்தியால், அயில் எயிற்றின் ஏந்துதியால்,
ஒரு வாயில் விழுங்குதியால், ஓர் அடியால் ஒளித்தியால்-
திரு ஆன நிலமகளை, இஃது அறிந்தால் சீறாளோ,
மரு ஆரும் துழாய் அலங்கல் மணி மார்பில் வைகுவாள்?’
(ப.417/பா.57)

‘மெய்யைத் தான் சிறிது உணர்ந்து, நீ விதித்த மன்னுயிர்கள்,
உய்யத்தான் ஆகாதோ? உனக்கு என்ன குறை உண்டோ?
வையத்தார், வானத்தார், மழுவாளிக்கு அன்று அளித்த
ஐயத்தால், சிறிது ஐயம் தவிர்ந்தாரும் உளர்; ஐயா!’ (ப.417/பா.58)

‘அன்னம் ஆய் அருமறைகள் அறைந்தாய்நீ; அவை உன்னை
முன்னம் ஓர் ஓதுவித்தார்? எல்லாரும் முடிந்தாரோ?
பின்னம் ஆய் ஒன்று ஆதல், பிரிந்தேயோ? பிரியாதோ?
என்ன மா மாயம் இவை? - ஏனம் ஆய் மண் இடந்தாய்!’
(ப.417/பா.59)

இந்திரன் துதி

'தோய்ந்தும், பொருள் அனைத்தும் தோயாது நின்ற
சுடரே! தொடக்கு அறுத்தோர் சுற்றமே! பற்றி
நீந்த அரிய நெடுங் கருணைக்கு எல்லாம்
நிலையமே! வேதம் நெறி முறையின் நேடி
ஆய்ந்த உணர்வின் உணர்வே! பகையால்
அலைப்புண்டு அடியேம் அடி போற்ற, அந்நாள்
ஈந்த வரம் உதவ எய்தினையே? எந்தாய்!
இரு நிலத்தவோ, நின் இணை அடித் தாமரைதாம்?
(ப.422/பா.27)

'மேவாதவர் இல்லை, மேவினரும் இல்லை;
வெளியோடு இருள் இல்லை; மேல் கீழும் இல்லை
மூவாதமை இல்லை, மூத்தமையும் இல்லை
முதல் இடையோடு ஈறு இல்லை, முன்னொடு பின் இல்லை;
தேவா! இங்கு இவ்வோ நின் தொன்று நிலை என்றால்
சிலை ஏந்தி வந்து, எம்மைச் சேவடிகள் நோவ,
காவாது ஒழியின், பழி பெரிதோ? அன்றே;
கருங் கடலில் கண்வளராய்! கைம்மாறும் உண்டோ?'
(ப.423/பா.28)

'நாழி, நவை தீர் உலகு எலாம் ஆக,
நளினத்து நீ தந்த நான்முகனார் தாமே
ஊழி பலபலவும் நின்று அளந்தால், என்றும்
உலவாப் பெருங் குணத்து எம் உத்தமனே! மேல்நாள்,
தாழி தரை ஆக, தண் தயிர் நீர் ஆக,
தட வரையே மத்து ஆக, தாமரைக் கை நோவ
ஆழி கடைந்து, அமுதம் எங்களுக்கே ஈந்தாய்;
அவுணர்கள்தாம் நின்அடிமை அல்லாமை உண்டோ?'
(ப.423/பா.29)

'ஒன்று ஆகி, மூலத்து உருவம் பல ஆகி,
உணர்வும் உயிரும் பிறிது ஆகி, ஊழி
சென்று ஆசறும் காலத்து அந் நிலையது ஆகி,
திறத்து உலகம்தான் ஆகி, செஞ்செவே நின்ற
நன்று ஆய ஞானத் தனிக் கொழுந்தே! எங்கள்
நவை தீர்க்கும் நாயகமே! நல் வினையே நோக்கி
நின்றாரைக் காத்தி; அயலாரைக் காய்தி;
நிலை இல்லாத் தீவினையும் நீ தந்தது அன்றே?' (ப.423/பா.30)

'வல்லை வரம்பு இல்லாத மாய வினை தன்னால்
மயங்கினரோடு எய்தி, மதி மயங்கி மேல்நாள்
'அல்லை இறையவன் நீ ஆதி' என, பேதுற்று
அலமருவேம்; முன்னை அறப் பயன் உண்டாக,
'எல்லை வலயங்கள் நின்னுழை' என்று, அந் நாள்
எரியோனைத் தீண்டி, எழுவர் என நின்ற
தொல்லை முதல் முனிவர், சூளுற்ற போதே,
தொகை நின்ற ஐயம் துடைத்திலையோ? எந்தாய்!
(ப.423/பா.31)

கவந்தன் துதி

'ஈன்றவனோ எப் பொருளும்? எல்லை தீர்நல் அறத்தின்
சான்றவனோ? தேவர் தவத்தின் தனிப் பயனோ?
மூன்று கவடு ஆய் முளைத்து எழுந்த மூலமோ?
தோன்றி, அரு வினையேன் சாபத் துயர் துடைத்தாய்!'
(ப.575/பா.40)

மூலமே இல்லா முதல்வனே! நீ முயலும்
கோலமோ, யார்க்கும் தெரிவு அரிய கொள்கையவால்;
ஆலமோ? ஆலின் அடையோ? அடைக் கிடந்த
பாலனோ? வேலைப் பரப்போ? பகராயே! (ப.575/பா.41)

காண்பார்க்கும் காணப்படு பொருட்கும் கண் ஆகி,
பூண்பாய்போல் நிற்றியால், யாது ஒன்றும் பூணாதாய்;
மாண்பால் உலகை வயிற்று ஒளித்து வாங்குதியால்;
ஆண்பாலோ? பெண்பாலோ? அப்பாலோ? எப்பாலோ?
(ப.575/பா.42)

'ஆதிப் பிரமனும் நீ! ஆதிப் பரமனும் நீ!
ஆதி எனும் பொருளுக்கு அப்பால் உண்டாகிலும் நீ!
'சோதிச் சுடர்ப் பிழம்பு நீ!' என்று சொல்லுகின்ற
வேதம் உரைசெய்தால், வெள்காரோ வேறு உள்ளார்?
(ப.575/பா.43)

எண் திசையும் திண் சுவரா, ஏழ் ஏழ் நிலை வகுத்த
அண்டப் பெருங் கோயிற்கு எல்லாம் அழகுடைய
மண்டலங்கள் மூன்றின்மேல் என்றும் மலராத
புண்டரிக மொட்டின் பொகுட்டே புரை; அம்மா! (ப.575/பா.44)

'மண்பால் - அமரர் வரம்பு ஆரும் காணாத,
எண்பால் உயர்ந்த, எரி ஓங்கும் நல் வேள்வி
உண்பாய் நீ; ஊட்டுவாய் நீ; இரண்டும் ஒக்கின்ற
பண்பு ஆர் அறிவார்? பகராய், பரமேட்டி! (ப.575/பா.45)

நிற்கும் நெடு நீத்த நீரில் முளைத்தெழுந்த
மொக்குளே போல, முரண் இற்ற அண்டங்கள்,
ஒக்க உயர்ந்து, உன்னுளே தோன்றி ஒளிக்கின்ற
பக்கம் அறிதற்கு, எளிதோ? பரம்பரனே! (ப.575/பா.46)

நின்செய்கை கண்டு நினைந்தனவோ, நீள் மறைகள்?
உன்செய்கை அன்னவைதான் சொன்ன ஒழுக்கினவோ?
என் செய்தேன் முன்னம்? மறம் செய்கை எய்தினார்
பின்செல்வது இல்லாப் பெருஞ் செல்வம் நீ தந்தாய்! (ப.576/பா.47)

மாயப் பிறவி மயல் நீக்கி, மாசு இலாக்
காயத்தை நல்கி, துயரின் கரை ஏற்றி,
பேய் ஒத்தேன் பேதைப் பிணக்கு அறுத்த எம் பெருமான்!
நாய் ஒத்தேன்! என்ன நலன் இழைத்தேன் நான்?' என்றான்.
(ப.576/பா.48)

•

கிஷ்கிந்தா காண்டம்

கிஷ்கிந்தா காண்டச் சுருக்கம்

(16 படலங்கள் - 1031 பாடல்கள்)

சபரி சொல்லிய வழியில் சுக்ரீவனைத் தேடி அவன் இருக்கும் ரிஷ்ய முகபர்வதம் என்ற இரலை மலை நோக்கிச் சென்ற இராம-இலக்குவர் வழியில் பம்பையாற்றில் நீராடி வணங்கி இரலை மலையை அடைந்தனர். அவர்களைக் கண்ட சுக்ரீவன் வாலியால் அவனைத் தேடி அனுப்பப் பெற்றவர்தான் வருகின்றனர் என்று நினைத்து குகைக்குள் வானரர்களுடன் ஓடி ஒளிந்தான். பிரம்மச்சாரி உரு எடுத்து மறைந்து நின்று அவர்களைக் கண்ட அனுமன் அவர்கள் தவக்கோலத்தினர், மானிடர், அவர்களே தருமம் என்று துணிந்தான். அவனையும் அறியாது அன்பினால் என்பு நெக்குருக அவர்களை நெருங்கி அவர்கள் வரவு நல்வரவாகுக என்று வரவேற்றான். அவர்கள் அவனை யாரெனக் கேட்க வாயுதேவனுக்கு அஞ்சனை வயிற்றில் பிறந்தவன், அனுமன் என்பது பெயர், சுக்ரீவனின் ஏவலாளன் என்றான்.

அனுமனை உணர்ந்துகொண்ட இராமன் இலக்குவனிடம் அனுமன் சொல்லின் செல்வன், நிறைந்த கல்வியறிவும், ஆற்றலும் உடையவன் என்றான். சுக்ரீவனைக் காட்டுமாறு அவர்கள் வேண்ட, அனுமன் அவர்களை தன் தலைவனுக்கு யாரெனச் சொல்வது என்று கேட்க இலக்குவன், இராமன் காடேகிய காரணத்தைச் சொன்னான்.

அனுமன் சென்று சுக்ரீவனிடம் இராமனின் சிறப்புக்களைச் சொல்லி அழைத்துவர, சுக்ரீவன் வரவேற்று, இராமனைச் சரணடைந்தான். அவனைத் தம்பியாக ஏற்று இராமன் அவன் துயர் துடைப்பதாக உறுதி சொன்னான். அனுமன் சுக்ரீவனின் அண்ணனான வாலியின் அளவில் ஆற்றலும், எதிரே போர் புரிபவரின் பலத்தில் பாதியை அடையக்கூடிய நிலையையும், மாயாவி அரக்கனை விரட்டி பிலத்துனுள் சென்ற வாலி வராததால் சுக்ரீவன் மற்றையோர் யோசனைப்படி அரசாட்சி செய்ய, மாயாவியைக் கொன்று மீண்டு வந்த வாலி சுக்ரீவன்மீது கோபங் கொண்டு அவனை விரட்டி அவன்

மனைவி ருமையையும் வௌவினான் என்று நிகழ்ந்ததை எல்லாம் சொன்னான்.

பிறன் தாரம் கொண்டான் என்பதைப் பொறுக்காத இராமன் வாலியைக் கொல்வதாகச் சூளுரைத்தான்.

இராமனின் ஆற்றலைக் காண விரும்பிய சுக்ரீவன், அனுமன் வேண்ட ஏழு மாமரங்களையும் இராமன் ஒரு அம்பினால் துளைத்தான். இராவணன் விமானத்தில் சீதையை சிறை எடுத்துச் சென்றபோது, அடையாளம் காட்டு முகமாக சீதை கீழே போட்ட அணிகலன்களை எடுத்து வைத்திருந்த வானர வீரர்கள் அவற்றை இராமனிடம் கொடுத்தனர். சீதையின் பிரிவை நினைத்து இராமன் வருந்த, அப்போது அனுமன் 'வாலியைக் கொன்று, சுக்ரீவன் மன்னனானால் படைகளை எல்லாம் திரட்டி அரக்கரை அழித்து சீதையை மீட்கலாம்' என்று யோசனை சொன்னான்.

அதன்படி, சுக்ரீவன் வாலியைப் போருக்கு அழைக்க, வாலியின் மனைவி தாரை தடுத்தும் கேளாது, வாலி போர் புரிய, மறைவில் நின்று அம்பு எய்து வாலியைக் கொன்றான் இராமன். அம்பில் இராமநாமத்தைக் கண்ட வாலி, அரக்கர் தவறிழைக்கத் தன்னைக் கொன்றது ஏன் எனக் கேட்க, பிறன் மனை கொண்டது குற்றம் என்றான் இராமன். தங்கள் இனத்தில் அது முறையே என்றான் வாலி. ஆனால் வேதம் பயின்று, மனுநெறி அரசு செய்தால் விலங்கும் உயர்ந்தவரே, எனவே வாலி செய்கை தவறு என்று இராமன் எடுத்துக்காட்ட, வாலி விடாது, மறைந்து நின்று கொன்றது ஏன் என்றான்.

அதற்கு இலக்குவன் சுக்ரீவன் முன்னமேயே சரணடைந்துவிட அவனுக்கு வாக்குக் கொடுத்த பிறகு, வாலியுடன் போரிட இராமன் நேரில் வந்தால் வாலியும் சரணடைந்தால் இராமன் ஒன்றும் செய்ய இயலாது என்பதாலேயே மறைந்து நின்று அம்பு எய்தது என்று விளக்கினான்.

உண்மை உணர்ந்த வாலி இராமனைத் துதித்து சுக்ரீவன், அனுமன் முதலியோரைக் கொண்டு சீதையை மீட்கும்படி சொல்லித் தன் மைந்தன் அங்கதனையும் அவனிடம் அடைக்கலம் கொடுத்து, வீடு பேறடைந்தான்.

சுக்ரீவனுக்கு இலக்குவனைக் கொண்டு முடிசூட்டி, அறிவுரை கூறிய இராமன், நான்கு மாதத்தில் படையுடன் வரும்படி கூறி வேறு ஓர் மலையை அடைந்து இருந்தான்.

கார் காலம், கூதிர்காலம் முடிந்ததும் சுக்ரீவன் வராததால் இராமன் சினந்து இலக்குவனை கிட்கிந்தைக்கு அனுப்பினான். மது அருந்தி மயங்கியதால் சொன்னபடி செய்யாத சுக்ரீவனைக் காப்பாற்ற வாலியின் மனைவி தாரை வேண்ட, இலக்குவன் சீற்றம் தணிய, சுக்ரீவன் தன் தவறையுணர்ந்து வருந்தி அனுமனைப் படைகளுடன் வரும்படி சொல்லி இலக்குவனுடன் சென்று இராமனிடம் மன்னிக்க வேண்டினான்.

பெரும் வானரப் படையுடன் அனுமன்வர, படைகளைப் பார்வையிட்டான் இராமன்; சுக்ரீவன் திசைக்கு ஒவ்வொருவராக வீரர்களை அனுப்பி ஒரு மாதத்திற்குள் தேடித் திரும்ப உத்தர விட்டான். தென்திசை நோக்கி அனுமனையும், அங்கதனையும் அனுப்பினான். அனுமனுக்கு இராமன் சீதையின் அங்க அடையாளங்களைக் கூறி, தன் மோதிரத்தையும் அடையாளமாகக் கொடுத்தனுப்பினான்.

அவர்கள் விந்தியமலை, நருமதை ஆற்றங்கரை, ஏமகூடமலை, தசநவ நாடு, விதர்ப்ப நாடு, தண்டக வனம், கோதாவரி, பாண்டிய நாடு இவைகளில் எல்லாம்தேடி தென்திசை நில எல்லையில் இருந்த மயேந்திர மலையை அடைந்தனர். கடலை எப்படிக் கடந்து இலங்கையை அடைவது என்ற கேள்வி எழுந்ததும், வானரர்கள் 'சீதையைத் தேடிக் காணாது சென்றால் சுக்ரீவன் கோபமடைவான்; இராமன் உயிர் துறப்பான்; அதைவிட நாம் இறப்பதே மேல்' என்றனர். அங்கதன் 'நாம் எல்லோரும் இறந்தால் சுக்ரீவன், இராமர், இலக்குவர் யாவரும் உயிர் துறப்பர், அது அயோத்திக்குத் தெரிந்தால் பரதன் முதலியோரும் இறப்பர், என் செய்வது?' என்றான். அப்போது அனுமன் இறப்பதைக் காட்டிலும், துணிந்து சென்று சீதையைத் தேடும் பணியில் சடாயுவைப் போல் போரிட்டு மாளுதலே நலம்; உயிர்விடத் துணிவது பழியுடையது என்றான்.

அப்போது அங்கு சிறகற்று வீழ்ந்து கிடந்த சடாயுவின் அண்ணனான சம்பாதி என்ற கழுகு சடாயு இறந்தான் என்பது காதில் விழ, வானரர்களை நெருங்கி சடாயு எப்படி இறந்தான் என்று கேட்க, இராவணனுடன் சீதையைக் காப்பாற்றும் போரில் இறந்தான் என்றனர்.

சம்பாதி தானும் சடாயுவும் சூரியனின் தேரோட்டி அருணனின் புதல்வர் என்றும், தேவரைக் காண விரும்பி விண்ணில் மிக உயரப் பறந்தபோது சூரியன் அருகில் வர சடாயு சூரியனின் வெப்பத்தைத் தாங்காது தன்னைக் காப்பாற்றுமாறு வேண்ட, தன் சிறகால் பொத்தி அவனைக் காப்பாற்றப் போய் தன் சிறகுகள் தீயில் தீய்ந்து

சிறகுகளற்று கீழே விழுந்ததாகவும், சம்பாதி மீது கருணை கொண்ட சூரியன், இராமன் மனைவியைத் தேடி வரும் வானர வீரர் இராமன் பெயரைச் சொல்ல, அதனால் சிறகுகள் வளரப் பெற்று வாழ்வாய் என்றருளியது வரை தன் வரலாறு கூறினான்.

அதன்படி வானர வீரர்கள் யாவரும் ஒன்றாய் இராம நாமம் சொல்ல, சிறகுகள் வளரப்பெற்ற சம்பாதி எழுந்தான். பிறகு சம்பாதி வானரரிடம் இலங்கை காவல் மிகுந்தது என்றும், எல்லோரும் கடல் தாண்டி அங்கே போவது இயலாது என்பதால் யாராவது ஒருவர் மறைந்து சென்று சீதையைக் கண்டு சேதி சொல்லி மீளலாம் என்று தெரிவித்து, காக்குநர் இல்லாது வருந்தும் கழுகுகளைக் காப்பாற்ற பறந்து போனான்.

கடலைக் கடந்து சென்று தீங்கின்றி மீள வல்லவன் அனுமன் ஒருவனே என எல்லோரும் அனுமனுக்கு உற்சாகம் ஊட்ட, அனுமன் பெரு வடிவு எடுத்து மயேந்திர மலையினின்று கடலைத் தாண்டிச் செல்லப் புறப்பட்டான். வானளாவ வடிவெடுத்து வானில் சென்றதால், மற்றையோர் அவன் திருவடிகளை மட்டுமே காண முடிந்தது. அனுமன் 'திருவடி' என்ற தன்மைப் பெயர் பெற்றான்.

•

கடவுள் வாழ்த்து

மூன்று உரு எனக் குணம் மும்மை ஆம் முதல்
தோன்று உரு எவையும் அம்முதலைச் சொல்லுதற்கு
ஏன்று உரு அமைந்தவும், இடையில் நின்றவும்,
சான்று உரு உணர்வினுக்கு உணர்வும், ஆயினான்.

(முதல் - மூலப்பொருள்; தோன்றுரு - தோன்றிய தத்துவங்கள்; உரு அமைந்த - வடிவு அமைந்த பிரபஞ்சங்கள்; இடையில் நின்ற - உலகிடைப் பிறந்து நின்ற உயிர்கள்)

காண்பவர் கேட்பவர் நல்லறிவு உணர்விற்கு உயிராக ஆகியவனுக்கு, மூன்று நிறம் மூன்று குணங்களை உடைய மூலப் பொருளும், அதிலிருந்து தோன்றிய தத்துவங்கள், அந்த மூலப் பொருளை நிரூபிக்குமாறு வடிவமைந்த பிரபஞ்சங்கள், அப்பிரபஞ்சத்தின் இடையே பிறந்த உயிர்கள் - இவை உடலாகும்.

1. அனுமப் படலம்

மங்கையை நினைவூட்டிய மலர்கள்

சவரி சொல்லிய வழியில் சுக்ரீவனைத் தேடி அவன் இருக்கும் ரிஷ்யமுக பர்வதம் என்ற இரலை மலைக்குச் செல்லும் வழியில் இராம இலக்குவர் பம்பை ஆற்றை அடைந்தனர். வளம் நிறைந்த பம்பை ஆற்றையும் அதில் மிதக்கும் பல வண்ண மலர்களையும் கண்டதும் இராமனுக்கு சீதையின் நினைவு வந்து வாட்டியது.

'வண்ண நறுந் தாமரை மலரும்,
  வாசக் குவளை நாள் மலரும்,
புண்ணின் எரியும் ஒரு நெஞ்சும்
  பொதியும் மருந்தின், தரும் பொய்காய்!

கண்ணும் முகமும் காட்டுவாய்;
வடிவும் ஒருகால் காட்டாயோ?
ஒண்ணும் என்னின், அஃது உதவாது,
உலோவினாரும் உயர்ந்தாரோ?' (594-24)

(தாமரை - முகம்; குவளை - கண்; ஒண்ணும் - இயலும்; உலோவினார் - ஒளித்தவர்)

விரிந்த குவளை, சேதாம்பல், விரைமென் கமலம், கொடிவள்ளை,
தரங்கம், கெண்டை, வரால், ஆமை என்று இத்தகையதமை நோக்கி
'மருந்தின் அனையாள் அவயவங்கள் அவை நிற்கண்டேன்;
வல்அரக்கன்
அருந்தி அகல்வான் சிந்தனவோ? ஆவி! உரைத்தி ஆம் அன்றே!'
(594-25)

(குவளை மலர் - கண்; ஆம்பல் மலர் - வாய்; தாமரை மலர் - முகம்; வள்ளைக் கொடி - காது; தரங்கம் (தண்ணீர்சுழிப்பு) - வயிற்று மடிப்பு; கெண்டை மீன் - கண்; வரால் மீன் - கணைக்கால்; ஆமை - புறவடிவு ஆகியவற்றை நினைவூட்டின; ஆவி - பொய்கை)

பம்பையாற்றில் நீராடி, முனிவர்களை வணங்கி, தங்கள் பயணத்தைத் தொடர்ந்து இரலை மலையை அடைந்தனர். மலை மேலிருந்த சுக்ரீவன் மலையேறி வரும் இராம இலக்குவர்களைக் கண்டதும் அவர்கள் வாலியினால் ஏவப்பட்டு வருகின்றனர் என்று கருதி, உடனே குகைக்குள் வானரர்களுடன் ஓடி ஒளிந்தான். தன் அமைச்சனான அனுமனைக் கூப்பிட்டு அவர்கள் யாரென்று பார்க்கச் சொன்னான்.

சொல்லின் செல்வன் அனுமன்

அனுமன் பிரம்மச்சாரி உருவெடுத்து மறைந்து நின்று பார்த்தான். அவர்கள் மானிடர், தவக்கோலத்தினர், ஆனாலும் வில்லுடன் வருகின்றனர், ஏதோ ஒரு பொருளைத் தொலைத்துவிட்டு தேடி வரும் நிலையில் உள்ளவர்கள், அழகிய வடிவுடைய அவர்கள் தருமமே என்று துணிந்தான்.

அவனையும் அறியாது அன்பினால் என்பு நெக்குருக அவர்கள் வரவு நல்வரவாகுக என்று வரவேற்றான்.

'என்பு எனக்கு உருகுகின்றது; இவர்கின்றது அளவுஇல்காதல்;
அன்பினுக்கு அவதிஇல்லை; அடைவு என்கொல்?
அறிதல் தோற்றேன்' (599-13)

இராம இலக்குவர் அவனை யாரெனக் கேட்க வாயுதேவனுக்கு அஞ்சனை வயிற்றில் பிறந்தவன், அனுமன் என்பது பெயர், சுக்ரீவனின் ஏவலாளன் என்றான்.

'மஞ்சு எனத் திரண்ட கோல மேனிய! மகளிர்க்கு எல்லாம்
நஞ்சு எனத்தகைய ஆகி, நளிர் இரும் பனிக்குத் தேம்பாக்
கஞ்சம் ஒத்து அலர்ந்த செய்ய கண்ண! யான் காற்றின் வேந்தற்கு
அஞ்சனை வயிற்றில் வந்தேன்; நாமமும் அனுமன் என்பேன்.'
(599-15)

இந்த பதிலுரையைக் கேட்டதுமே இராமன் அனுமனை நிறைந்த கல்வி அறிவும், ஆற்றலும் உடையவன் என உணர்ந்து கொண்டு இலக்குவனிடம் அனுமனைப் பற்றிச் சொன்னான்:

'இல்லாத உலகத்து எங்கும், இங்கு இவன் இசைகள் கூரக்
கல்லாத கலையும், வேதக் கடலுமே' என்னும் காட்சி
சொல்லாலே தோன்றிற்று அன்றோ? யார்கொல் இச்
சொல்லின் செல்வன்?
வில்ஆர் தோள் இளையவீர! - விரிஞ்சனோ? விடை வலானோ?'
(600-18)

(இசை - புகழ்; காட்சி - அறிவு; விரிஞ்சன் - பிரமன்; விடைவலான் - சிவன்)

அனுமனது மிகச் சுருக்கமான பதிலுரையை மட்டும் கேட்டதுமே அனுமனின் கல்வி, கலை அறிவை உய்த்து உணர்ந்து இராமன் அவனை சொல்லின் செல்வன் என்றே கணித்துக் கூறினான். அது மட்டுமன்று; அவன் வடிவம் வேறு, இப்பிரமச்சரிய வடிவம் அன்று என்றும் அவன் பெருமையை ஐயமின்றித் தெளிந்ததாகவும், பிற்பாடு அதனைக் காணுவோம் என்றும் இராமன் இலக்குவனிடம் சொன்னான்.

இராம இலக்குவர் அனுமனிடம் சுக்ரீவனைக் காட்டுமாறு வேண்ட, அனுமன் அவர்களைத் தன் தலைவனுக்கு யாரெனச் சொல்வது என்று வினயமாகக் கேட்க, இலக்குவன் இராமன் காடு வந்த காரணத்தைச் சொன்னான்.

அனுமன் உடனே இராமனின் திருவடிகளை விழுந்து வணங்கினான். அது கண்ட இராமன் அனுமனை மறைவல்லனாகிய அந்தண பிரம்மச்சாரி தன்னை வணங்குவது தருமமன்று என்ன, உடனே அனுமன் தன் குலத்தைச் சொல்லி தன் பெரிய வானர உருவுடன் நின்றான். அது கண்ட இராமன் இலக்குவனிடம் அனுமனை,

'நாட்பட மறைகளாலும், நவைபடா ஞானத்தாலும்
கோட்படாப்பதமே, ஐய! குரக்கு உருக் கொண்டது' (602-35)

என்றான்.

(நாட்படா மறை - கால வரையறைக்கு உட்படா வேதங்கள்; நவைபடா - குறைபடா; கோட்படா - அறிந்து கொள்ள இயலாத)

2. நட்புக்கோட் படலம்

மானுடம் வென்றது

அனுமன் சுக்ரீவனை அழைத்து வரச் சென்றான். இராமனின் சிறப்புக்களைச் சொல்லி சுக்ரீவனை இராமனிடம் அழைத்துவர, சுக்ரீவன் இராமனைக் கண்டதுமே இராமனின் புற அழகு வடிவம்தான் கண்ணில் முதலில் பட்டது. உலகத்தில் தோன்றியதெல்லாம் புரிந்த பாக்கியத்தால் இரண்டு வீரர்களாக வந்துள்ளதாக நோக்கித் தெரிந்து கொண்டான். தேவர்களுக்கெல்லாம் தேவரே மானிடராகப் பிறவி எடுத்து அவதரித்து வந்துள்ளதாகவும், அதனால் மானுடம் மற்ற பிறவிகளைவிட உயர்ந்ததாகி வென்றுவிட்டது என்றும் தெளிந்தான்.

'தேறினேன் -'அமரர்க்கு எல்லாம் தேவர் ஆம் தேவர் அன்றே,
மாறி, இப்பிறப்பில் வந்தார் மானிடர் ஆகி மன்னோ;
ஆறுகொள் சடிலத்தானும், அயனும் என்று இவர்கள் ஆதி
வேறுஉளகுழுவை எல்லாம், மானுடம் வென்றது' அன்றே!' (605-19)

(ஆறுகொள் சடிலத்தான் - கங்கையை சடையில் ஏற்ற சிவன்; அயன் - பிரம்மன்)

சரண் அடைந்த சுக்ரீவன் சகோதரனானான்

சுக்ரீவன் இராமனை வரவேற்றதும், இராமன் சவரி சொல்லி உதவியபடி, அவனைக் காண வந்ததாகவும், தாங்கள் அப்போது ஆட்பட்டிருக்கும் துன்பத்திலிருந்து அவன் துணையால் கடக்கக் கருதி வந்துள்ளதாகச் சொன்னான். அதற்கு சுக்ரீவன் தன் அண்ணனான வாலியின் துன்புறுத்தல் தாங்க இயலாது, அவன் இம்மலைக்கு வர முடியாத காரணத்தினால், தான் இங்கு வந்து உயிர் பிழைத்து இருப்பதாகவும், தன் துயர் துடைக்க வேண்டி இராமனைச்

சரணடைந்தான். அடைக்கலம் என்றவரைக் காக்கும் இராமன் தன் உடன் பிறவாத தம்பியாக ஏற்று, அவன் துயரம் துடைப்பதாக வாக்களித்தான்.

'மற்று, இனி உரைப்பது என்னே? 'வானிடை, மண்ணில், நின்னைச்
செற்றவர் என்னைச் செற்றார்; தீயரே எனினும், உன்னோடு
உற்றவர் எனக்கும் உற்றார்; உன் கிளை எனது; என் காதல்
சுற்றம், உன் சுற்றம்; நீ என் இன்உயிர்த் துணைவன்' என்றான்.'
(606-27)

பிறகு இராமன் தங்குவதற்கான சோலை ஒன்றினை அடைந்து நீராடி விருந்துண்டனர். அப்போது இராமன் சுக்ரீவனைப் பார்த்து 'நீயும் உன் மனைவியைப் பிரிந்துளாயோ?' என்று விருந்து பரிமாற பெண்டிர் இல்லாததைக் கண்டு கேட்க, அனுமன் இடைப்புகுந்து சுக்ரீவனின் துயரக் கதையைச் சொன்னான்.

வாலி வலி

சுக்ரீவனின் அண்ணனான வாலி நான்கு வேதங்களும் நவையறக் கற்றவன்; வரம்பில் ஆற்றலான்; எதிரே போரிடுபவரின் பலத்தில் செம்பாகம் எய்தும் தன்மை பெற்றவன்; கயிலை மலை உறை சிவனின் அருள் நிரம்பப் பெற்றவன்; அமுதம் வேண்டித் தேவர்கள் பாற்கடலைக் கடைந்தபோது அவர்களுக்கு உதவி அமுதம் கிடைக்கச் செய்தவன்; இந்திரனின் புதல்வன்; தன் தவ வலியால் இராவணனைக் கட்டிய ஆற்றலான்; கந்தவேள் வேலும் செலாத வலிமைமிக்க மார்புடையவன்.

(கம்பன் இந்த இடத்தைப் பயன்படுத்திக் கொண்டு தசாவதாரங்களில் மூன்றைப் பற்றிய குறிப்பை வெளியிடுகிறான்.)

'பார் கிடந்த வெம் பன்றி, பண்டை நாள்
நீர் கடைந்த பேர் ஆமை, நேர் உளான்;
மார்பு இடந்த மா எனினும், மற்றவன்
தார் கிடந்த தோள் தகைய வல்லதோ!' (609-43)

பூமியைத் தன் கொம்பில் தாங்கிக் காப்பாற்றிய வராக அவதாரம், தேவர்கள் பாற்கடலைக் கடைய மந்தார மலையை மத்தாக நட்டபோது மலை கடையப் படும்போது கீழே போகாமல் தாங்கிய கூர்மாவதாரம், இரணியன் மார்பைப் பிளந்த நரசிம்மாவதாரம் ஆகியவற்றின் ஆற்றலைவிட தோள் வலி நிரம்பியவன் வாலி என்றான் அனுமன்.

அப்பேர்ப்பட்ட ஆற்றல்கொண்ட வாலி தன் பகைவனான மாயாவி என்ற அரக்கன் வலிய போருக்கு வந்தவனை விரட்டிக் கொண்டு நிலச்சுரங்கத்திற்குள் (பிலத்தினுள்) செல்லும்போது தான் திரும்பி வரும்வரை இளவரசனான சுக்ரீவனை அரசைக் காவல் செய்யும்படி சொல்லிச் சென்றான். நெடுநாள் வாலி வராததால் கலங்கிய சுக்ரீவன் தானும் பிலத்தினுள் சென்று வாலியைத் தேடுவேன், அப்படி முடியாவிட்டால் அம்மாயாவி அரக்கனைக் கொல்வேன் அல்லது போரிட்டு மடிவேன் என்று இறங்க முற்பட்டபோது மற்ற வானரர்கள் அவனும் போய்விட்டால் யார் அரசாள்வது என்பதனால் சுக்ரீவனைச் சமாதானப்படுத்தித் தடுத்து தொடர்ந்து அரசாட்சி செய்யச் சொன்னார்; ஒருவேளை மாயாவி திரும்ப வந்துவிட்டால் சுக்ரீவன் என்னாவான் என்பதால் பிலத் துவாரத்தை குன்றுகளை அடுக்கி மூடிவிட்டனர்.

அரக்கனைக் கொன்று மீண்ட வாலி கூப்பிட்டும் பிலத்துவாரத்திற்கு வெளியே இருந்து திறக்காததால் பிலத் துவாரத்தை உடைத்துக் கொண்டு வெளியில் வந்து, சுக்ரீவன் அரசனானதால் கடுங்கோபம் கொண்டான். சுக்ரீவன் எவ்வளவோ மன்றாடி உண்மையில் நடந்ததை விளக்கியும் கேளாத வாலி தன்னைக் கொன்று விடுவான் என்றஞ்சி அவன் சாபத்தினால் வரமுடியாத இரலை மலையில் வந்து தங்கினான். அது மட்டுமன்று; சுக்ரீவனின் மனைவியான ருமையையும் அபகரித்தான்.

> ‘ஈரம் நீங்கிய சிற்றவை சொற்றனள் என்ன,
> ஆரம் வீங்குதோள் தம்பிக்குத் தன் அரசு உரிமைப்
> பாரம் ஈந்தவன், ‘பரிவு இலன், ஒருவன்தன் இளையோன்
> தாரம் வெளவினன்’ என்ற சொல் தரிக்குமாறு உளதோ?’ (612-69)
>
> (ஈரம் - அன்பு)

பிறன் தாரம் கொண்டான் வாலி என்பதைப் பொறுக்காத இராமன் வாலியைக் கொன்று, அரசும், அவன் தாரமும் சுக்ரீவனுக்கு அளிப்பதாக வாக்குக் கொடுத்து, வாலி இருக்கும் இடத்தைக் காட்டும்படி சொன்னான்.

இராம சரம் துளைத்த மராமரம்

அதுகேட்ட வானர வீரர் யாவரும் மகிழ்ந்தனர் எனினும் சுக்ரீவன் அனுமனைத் தனியே அழைத்து வாலியைக் கொல்லும் ஆற்றல் இராமனுக்கு உளதா? என்ற ஐயத்தைத் தெரிவித்தான். அனுமன் சுக்ரீவனின் சந்தேகத்தைப் போக்க எண்ணிப் பேசினான்.

‘இராமன் கையிலும் காலிலும் சங்கு சக்கர குறி உள்ளது. இந்த இலக்கணம் வேறு யாருக்கும் இராது. திருமால்தான் இப்படி அவதரிக்க முடியும். மேலும் என் தந்தை வாயுதேவன், அனுமன் திருமாலுக்கு அடிமை செய்வதே அவனுக்குரிய தவப்பேறு என்றதும், அவனை அறிவது எப்படி என்று கேட்டான். அதற்கு வாயுதேவன் அவன் தோன்றும்பொழுது அவனுக்குத் தானே அன்பு உண்டாகும்; அதுதான் சான்று என்றான். அதே போல இராமனைக் கண்டதும் அவன் என்பு உருகியது. அதனால் இவனே திருமாலின் அவதாரம். அதற்கு மேலும் சுக்ரீவன் இராமனின் வலிமைமீது ஐயப்பட்டால், வலிமை மிக்க மராமரங்கள் ஏழையும் ஒரு அம்பினால் துளைக்கச் சொல்லிப் பார்க்கலாம்’ என்று ஓர் உபாயத்தையும் சொன்னான்.

'துன்பு தோன்றிய பொழுது, உடன் தோன்றுவன்; ‘எவர்க்கும்
முன்பு தோன்றலை அறிதற்கு முடிவு என்?’ என்று இயம்ப,
‘அன்பு சான்று’ என உரைத்தனன்; ஐய! என் ஆக்கை,
என்பு தோன்றல உருகின எனின், பிறிது எவனோ?’ (613-77)

(முடிவு - வழி; என்புதோன்றல - என்பும் உருக்காணப்படாது)

சுக்ரீவன் இராமனை அணுகி தன் மனத்திலுள்ள துன்பம் நீங்க ஏழு மராமரங்களையும் ஒரு அம்பினால் இராமன் துளைத்தால் நல்லது என்று தெரிவிக்க, அதுகேட்ட இராமனும் புன்முறுவலுடன் சுக்ரீவன் காட்டிய மராமரங்களை நோக்கி தன் வில்லில் நாணேற்றி அம்பு தொடுத்தான்.

இராமன் விட்ட அம்பு மராமரங்கள் ஏழினையும் துளைத்து ஊடுருவிச் சென்று பாதாள உலகம் என கூறப்படும் ஏழு உலகங்களிலும் புகுந்து, ஏழு என்ற எண்ணிக்கையில் எவை இன்னமும் எங்குளது என்று தேடியபடி இராமனிடம் மீண்டது. ஏழு என்ற எண்ணிக்கையில் அடங்கிய ஏழு கடல்கள், ஏழு மலைகள், சப்த ரிஷிகள், சப்த கன்னியர், ஏழு குதிரைகள் இராமனது அம்பு தங்களையும் ஊடுருவுமோ என்று என்றஞ்சினர்.

அதைக் கண்டதும் சுக்ரீவன் உள்ளிட்ட வானர வீரர்கள் மகிழ்ந்து இராமனை வணங்கினர்.

இலக்குவன் தூக்கியறிந்த துந்துபி

இராம இலக்குவர் அப்போது அங்கு கிடந்த துந்துபியின் உடலைக் கண்டு அது யமதர்மனின் வாகனமோ, திசை யானைகளில் ஒன்றோ அல்லது மகர மீனின் எலும்புக் கூடோ என்று அதிசயித்தனர்.

சுக்ரீவன் துந்துபியின் வரலாற்றைச் சொன்னான். பேரிகை போல முழக்கம் செய்த அரக்கன் அதனாலேயே துந்துபி என்று பேர் பெற்றான். அவன் மந்திர கிரியைப் போன்ற பெரிய உருவமும், நீண்ட இரு பெருங் கொம்புகளைத் தலையில் உடையவனுமாவான். தன் வலிமைச் செருக்கால் வலியச் சென்று போருக்கு அழைத்தான. அவரோ உன் வலிமைக்கு கங்கையைத் தலையில் சூடிய சிவனே தகுதியானவன் என்றார். சிவனோ அவனைத் தேவர்களே பொருத்த மானவர்கள் என்று அனுப்பினர். ஆனால் தேவர்களோ வாலிதான் அவன் வலிமைக்கு ஏற்றவன் என்றனுப்பினர். வாலியிடம் போர் செய்து இறந்த துந்துபியின் எலும்புக்கூடு தான் அது என்று சொன்னான்.

இராமன் இலக்குவனிடம் அவ்வெலும்புக்கூட்டுக் குன்றை தூக்கி எறிக என்றதும், இலக்குவன் தன் காலால் உந்தித் தள்ள அது பிரம்ம லோகம் சென்று மீண்டும் கீழே விழுந்தது. வானர வீரர்கள் ஆரவாரம் செய்து மகிழ இராம இலக்குவர் தம் இருப்பிடமான சோலைக்குத் திரும்பினர்.

வானரங்கள் கொடுத்த ஆபரணங்கள்

அப்போது சுக்ரீவன் இராமனிடம் ‘முன்பொரு நாள் இந்த இடத்தில் இருந்தபோது வானில் விமானத்தில் இராவணன் ஒரு பெண்ணைக் கொண்டு சென்றான். அது உங்கள் மனைவியாக இருக்கலாம். அழுது கொண்டே சென்ற அவள் எங்களைப் பார்க்க நேர்ந்தபொழுது, தன் அணிகலன்களை கழட்டி ஒரு முடிச்சாக கீழே எறிந்தாள். நீங்கள் ஒருக்கால் இவ்வழியில் வந்தால் தரலாம் என்று எடுத்து வைத்திருந்தோம்’ என்று சொல்லி, அந்த அணிகலன்களைக் கொண்டு வந்து இராமனிடம் கொடுத்தான். அவற்றைக் கண்டு சீதையின் ஆபரணங்களே என்று தெளிந்த இராமன் நெருப்பில் இட்ட மெழுகைப் போல உருகி, கண்களில் நீர் பெருக வருந்தினான்.

சுக்ரீவன் வேண்டிய உதவி

இராமனைத் தேற்றத் தொடங்கிய சுக்ரீவன் இராமனிடம் தன்னுடைய சிறிய குறையை இராமன் அப்போதே முடித்து விட்டால், அடுத்து உடனே சீதையைக் கண்டு மீட்டு வருவோம் என்றான்.

சிறிது தெளிந்த இராமன் மீண்டும் சுக்ரீவனிடம் வருந்தினான். ‘நான் உயிருடன் வில் தாங்கி இருக்கும்போதே சீதை தன்னுடைய அணிகலன்களை களைந்துவிட்டாலே, இதுபோல கற்பிற் சிறந்த

மகளிரில், இவ்வாறு செய்தவர்கள் யாருமுண்டோ? பயணம் செய்யும்போது தம் மனைவியரை வழியில் யாரேனும் துன்பஞ் செய்யின், அவர்களுடன் போர்புரிந்து தம்முரையிரையும் கொடுப்பர்; ஆனால் நானோ என் மனைவியின் துயரத்தை நீக்க முடியாதவனாகி நிற்கிறேன்.

என்னுடைய முன்னோர்களில் சாகரர் என்பவர் கடலையே உண்டாக்கினார்; பகீரதர் கங்கையையே கொண்டு வந்தார்; மாந்தாதா புலியையும் மானையு ஒரு துறையில் நீருண்ணும்படி வலியவர் எளியவரை வருத்தாதபடி ஆட்சி செய்தார். என் தந்தை தயரதரோ யமனும் அஞ்சும்படியான சம்பாசுரனை அழித்து இந்திரனுக்கு அரசு மீட்டுக் கொடுத்தார். அவர்கள் வழி வந்த நான் என் தந்தையின் வாய்மையைக் காத்து, முடிசூடினால் பழி வரும் என்று முடி துறந்தேன். ஆனால் இப்போது என் மனைவியை இராவணன் கொண்டு செல்ல பெரும் பழியைத் தாங்கி இன்னமும் நிற்கிறேன்.'

சுக்ரீவன் மீண்டும் ஆறுதல் கூறவும், அனுமன் அப்போது இராமனிடம் 'வாலியைக் கொன்று சுக்ரீவனினை மன்னனாக்கினால், வானரப் பெரும் படைகளைத் திரட்டி அரக்கன் இருக்குமிடம் தெரிந்து சீதையை மீட்கலாம்' என்றான். இராமனுக்கு அது சரியெனப் படவே, வாலி இருக்குமிடம் செல்லலாம் என்று புறப்பட, அனைவரும் உடன் சென்றனர்.

௩. வாலி வதைப் படலம்

தாரை தடுத்தாள்

பல மலைக் குன்றுகளைத் தாண்டி யாவரும் வாலியின் இருப்பிடம் சென்று என்ன செய்வது என்று யோசித்தனர். அப்போது இராமன் சுக்ரீவனைப் போய் வாலியைப் போருக்கு அழை என்றும், போரின்போது தான் வேறிடத்திருந்து அம்பு விடுவதாகவும் சொன்னான். அப்படியே சுக்ரீவனும் உடன்பட்டு உரத்த குரலில் வாலியைப் போருக்கு அழைத்தான். உறங்கிக் கொண்டிருந்த வாலி அக்குரல் கேட்டு எழுந்து 'வந்தேன், வந்தேன்' என்று பெருங் குரலிட்டுக் கொண்டு யுத்தத்திற்கு ஆயத்தமாகிப் புறப்பட்டான்.

அந்த நேரத்தில் வாலியின் மனைவி தாரை வந்து வாலியைப் போரிடச் செல்ல வேண்டாமென்று தடுத்தாள். 'என்னைத் தடுக்காதே, சுக்ரீவன்

உயிரைக் குடித்து சீக்கிரம் வருவேன்' என்றான் வாலி. அப்போது தாரை பேசினாள்: 'இத்தனை நாள் உன் தோள் வலிக்கு ஆற்ற மாட்டாது சும்மா இருந்த சுக்ரீவன், இப்போது உன்னை வலியப் போருக்கு அழைக்கிறான் என்றால் அவனுக்கு ஏதோ ஒரு பெரிய துணை கிடைத்திருக்கிறது.'

வாலி அதற்குப் பதில் சொன்னான்: 'மந்தர மலையை மத்தாக, வாசுகியை கடை கயிறு ஆக அமுதம் கடைந்தபோது, அதை எளிதாக தயிர் கடைவதுபோல் கடைந்து தேவர்களுக்கு அமுதம் ஈந்தது நானல்லவா? என் ஆற்றலுக்கு எதிர் தேவர்களும், அரக்கர்களும் தோற்றனர் என்றால் மற்றவர்களைப் பற்றிச் சொல்ல வேண்டுமா? காலனும் என் பெயரைச் சொன்னால் நடுங்குவான். அப்படியே பேதையர் யாராவது வந்து என் எதிர் நிற்பரேல், அவர்கள் பெற்ற வரங்கள், ஆற்றல் இவற்றில் பாதி என்னை அடையும் என்கிறபோது என்னைப் பகைப்பது எப்படி முடியும்? கவலைப்படாதே.'

தாரைக்கு ஒற்றர்கள் அல்லது வேலையாட்கள் மூலம் எல்லாம் தெரிந்திருக்க வேண்டும். எனவே மெதுவாக அடுத்த அஸ்திரத்தைப் பிரயோகித்து வாலியைத் தடுக்கப் பார்த்தாள்: 'சுக்ரீவனுக்குத் துணையாக அவனுடன் நட்புக் கொண்டை இராமன் என்பவன் உன் உயிரைக் கொல்வதற்கு என்றே கூட வந்துள்ளான் என்று எனக்கு நெருங்கிய அன்புடையார் சிலர் சொன்னார்கள்.'

வாலி பாடிய இராமன் புகழ்

இராமன் என்ற பேரைக் கேட்டதுமே வாலிக்கு இராமன் வாழ்வில் நிகழ்ந்தன எல்லாம் ஞாபகத்திற்கு வர தாரையைக் கண்டிக்கிறான்.

'உன் பெண் புத்தியாலும் அறியாமையாலும் இராமனைப் பற்றி பிழைபடச் சொன்னாய். அவரவர் செய்த நல்வினை, தீவினைக்கேற்ப இன்ப துன்பமாகிய பயனை அனுபவித்து அயரும் உலகத்தவர்க்கு அறவழியை நிறுவிக் காட்டியவன் இராமன். தன் மாற்றாந்தாய் சொன்னாள் என்பதற்காக அவள் பெற்ற மகனுக்கு அரசாட்சியை உவந்து அளித்த இராமனைப் போற்றாது, இப்படிச் சொல்லலாமா? உலகமே எதிர்த்தாலும் அவன் வில் ஒன்றே அவனுக்குப் போதுமே? அவனாவது, குரங்குகளோடு நட்புக் கொண்டு சுக்ரீவனுக்குத் துணையாக வருவதாவது! தம்பியரைத் தவிர தனக்கு வேறு உயிர் இல்லை என்று கருதும் அவனா, நானும் என் தம்பியும் எதிரும் போரில் இடைவந்து அம்பு விடுப்பான்? அவன் கருணைக் கடல். சிறிது பொறுமையாக இரு. வலிய என்னை அழைத்தவன் உயிரைக் கொன்று வருகிறேன்.'

'ஏற்றபேர் உலகு எலாம் எய்தி, ஈன்றவள்
மாற்றவள் ஏவ, மற்று, அவள் தன் மைந்தனுக்கு
ஆற்ற அரும் உவகையால் அளித்த ஐயனைப்
போற்றலை, இன்னன புகரல் பாலையோ?' (629-33)

'தன் துணை ஒருவரும், தன்னில் வேறு இலான்
புன்தொழில் குரங்கொடு புணரும் நட்பனோ?' (629-34)

'தம்பியர் அல்லது தனக்கு வேறுஉயிர்
இம்பரின் இலது என எண்ணி ஏய்ந்தவன்,
எம்பியும், யானும் உற்று எதிர்ந்த போரினில்
அம்பு இடை தொடுக்குமோ, அருளின் ஆழியான்?' (629-35)

தாரையிடம் இராமனைப் பற்றி அவ்வளவு உயர்வாகச் சொல்லிவிட்டு வாலி வெளியே வந்து, இரணியன் குறித்துத் தட்டிய தூணிலிருந்து தோன்றிய நரசிங்கம் போன்று குன்றின்மீது ஏறி போருக்குத் தயாராய் நின்றான். வாலி சுக்ரீவப் போர் மூண்டது.

ஒத்துப்போகாத ஒருதாய் வயிற்றுப் பிறந்தவர்

அப்போது இலக்குவனும் இராமனும் வேறிடத்தே மறைந்து நின்றிருந்தார்கள். இலக்குவனுக்கு ஒருசந்தேகம் எழவே இராமனைப் பார்த்துக் கேட்டான்:

தன் உடன் பிறந்தவனைக் கொல்வதற்காக நம்மைக் கூட்டிக்கொண்டு வந்துள்ளானே, இச் சுக்ரீவன்! கூடப் பிறந்தவன் என்ற உணர்வு அற்றுப் போய்விட்டானா? அறத்தை மீறியவர்களைத் தண்டிக்கத்தான் வேண்டும் என்றாலும், யாரோ மாற்றான் போன்று தன் அண்ணனைப் பாவித்துக் கொண்டு கொல்ல வந்துள்ள சுக்ரீவனை, மற்றவர்களுக்குத் துணை என்று நாம் எப்படிக் கொள்வது? நம்மிடமும் இப்படி நடந்துகொள்ள மாட்டான் என்பது என்ன நிச்சயம் என்ற கருத்துப்படப் பேசினான் இலக்குவன்.

இராமன் உடனே 'பகுத்தறிவு அற்ற இக்குரங்கின் ஒழுகுதலைப் பற்றி சொல்ல முடியுமா? தம்பியர்கள் எல்லாம் ஒருமாதிரித்தான் என்றால் பரதன் போன்று பெரிய உத்தமனாகி விட முடியுமா, என்ன? உண்மையை அறிந்து நற்பண்போட ஒழுகுபவர் சிலரே; அப்படி அல்லாதவரே பலர்' என்றான்.

' 'அத்தா! இதுகேள்' என ஆரியன் கூறுவான், இப்
பித்துஆய விலங்கின் ஒழுக்கினைப் பேசல் ஆமோ?
எத்தாயர் வயிற்றினும், பின் பிறந்தார்கள் எல்லாம்

ஒத்தால், பரதன் பெரிது உத்தமன் ஆதல் உண்டோ?' (630 - 43)

(அத்தா - அப்பா; ஆரியன் - இராமன்; பித்து ஆய - பகுத்தறிவு அற்ற)

இரண்டு திசை யானைகள் போர் புரிவதைப்போல வாலியும் சுக்ரீவனும் போரிட்டனர். திலோத்தமையின் பால்கொண்ட காதலால் சுந்தன், உப சுந்தன் என்று பெயருடைய ஒரு தாய் மக்களான அசுரர்கள் தங்களுக்குள் போரிட்டுக் கொண்டது போல, ருமை என்ற சுக்ரீவனின் மனைவியின் பொருட்டு ஒரு தாய் மக்களான வாலியும், சுக்ரீவனும் மிக உக்கிரமாகப் போர் புரிந்தனர். இரண்டு கடல் மோதுவது போலவும், கோபம் என்ற உடல் இரண்டாகி ஒன்றோடு ஒன்று பொருதுவது போலவும் போர் செய்தனர். தேவர்களும் பயந்தனர். ஒரு சிங்கம் யானையைக் கொல்வது போல, வாலி நகங்களினால், கைகளினால் குத்திக் குலைத்தான். சோர்ந்த சுக்ரீவன் இளைப்பாறுவது போல இராமனிருக்குமிடத்திற்கு ஓடி வந்து வணங்க, இராமன் இருவருக்கும் வேற்றுமை தெரியாததால் காலந்தாழ்ந்தது என்றும் சுக்ரீவனை அடையாளம் தெரிய கொடிப்பூ அணிந்து செல்லும்படியாகவும் சொன்னான். அப்படியே பூ அணிந்து சென்று சுக்ரீவன் மீண்டும் போரிட்டான்.

வாலி வதம்

சுக்ரீவனை உயிர்த் தலம்தொறும் நையப்புடைத்து, அடித்து, உதைத்து வாலி தன் கைகளால் தலைமேல் தூக்கி எடுத்துச் சுழற்றி மண்ணில் வீழ்த்தப் போகும்போது இராமன் வாலியை நோக்கி அம்பு தொடுத்தான். வாலியின் மார்பில் அம்பு புக, மலை உருள்வதுபோல வாலி தரைமேல் வீழ்ந்தான்.

தன்மீது அம்பு போட்டவன் யாராக இருக்கக்கூடும் என்று வாலியின் சிந்தனை ஓடியது. தன் உரத்தால் அந்த அம்பினைக் கைகளாலும் வாலினாலும் காலினாலும் பற்றி வெளியே எடுத்து அம்பில் பொறித்திருந்த பெயரை உற்று நோக்கினான்.

மூன்று உலகங்களுக்கும் மூலமான தாரக மந்திரமாம், தன்னை உகப்பாருக்கு தன்னையே முழுதும் அளிக்கும் தனிப்பெரும் பதமாம், இம்மைக்கும் இனி வரும் பிறவி நோய்க்கும் மருந்தாம், அண்டினவர்க்குச் செம்மை சேர்க்கும் 'இராமா' என்ற நாமத்தினை கண்களால் கண்டான் வாலி.

'மும்மை சால் உலகுக்கு எல்லாம் மூலமந்திரத்தை, முற்றும்
தம்மையே தமர்க்கு நல்கும் தனிப் பெரும் பதத்தை, தானே
இம்மையே, எழுமை நோய்க்கும் மருந்தினை, 'இராமன்' என்னும்

செம்மைசேர் நாமம்தன்னை, கண்களில் தெரியக் கண்டான்.'
(635 - 79)

தாரையிடம் அவ்வளவு தூரம் இராமனின் பெருமையைப் பேசிவிட்டு வந்த வாலி, இப்போது அம்பில் இராமன் பெயரைப் பார்த்ததும் சிரிப்பு வர வெட்கப்பட்டான். வேதங்கள் கூறும் அறம் துறந்திடாத சூரியகுல மரபினில் வந்துதித்த இராமன் இல்லறத்தைத் துறந்ததோடு, வில்லறத்தையும் எங்களுக்காகத் துறந்து, அறத்தைக் கைவிட்டானே என்ற எண்ணம் மேலிட தனக்குத் தானே சிரித்தான்; வெட்கப்பட்டான். யானையைப் பிடிக்க அமைத்த பெருங்குழியில் விழுந்த யானையைப்போல விழுந்து, புரண்டு, இதுதான் அறம் ஓங்குவதாகும் செயலா? என்று வருந்திச் சோர்ந்தான்.

வாலி வாதம்

தன் பொருட்டு இராமன்முறை தவற நேர்ந்து விட்டதே என்று வருந்திய வாலி முன்னே இராமன் வந்தான். அவ்வளவுதான்; வாலி இராமனைப் பார்த்து ஏசத் தொடங்கினான்:

'சூரியகுல மரபையும் அதே சமயத்தில் தான் கொடுத்த வாக்கையும் காப்பாற்றுவதற்காகத் தன் உயிரையே கொடுத்த வள்ளல் தயரதனின் மகனாகவும், பிறருக்கு உரிமையான பொருள் தனக்கு வேண்டாம் என அரசாட்சி ஏற்க மறுத்த பரதனுக்கு அண்ணனாகவும் தோன்றிய நீ, பிறரைக் காப்பதற்காக தீங்கு செய்தால் தவறில்லையா?

உன் குலம் என்ன? கல்வி என்ன? கொற்றம் என்ன? மூவுலகங் களுக்கும் நாயகன் நீ; நல்லது, தீயது என அறிந்த நீயே, அறியாதார் போல தீமை செய்யலாமா? சனக மன்னன் மகளான உன் தேவியைப் பிரிந்ததினாலே செய்வது இன்னதெனத் தெரியாமல் மயங்கிச் செய்தாயா? அரக்கர்கள் ஒரு தீமை செய்தால், அதற்காகக் குரங்கு இனத்து அரசனான என்னைக் கொல் என்று மனுநெறி கூறியதா? ஏன் இரக்கத்தைத் துறந்தாய்? என்பால் என்ன பிழை கண்டாய்? புகழை சுமக்கத் தகுதி வாய்ந்த நீயே, இப்படிப் பழி சுமந்தால், இனி புகழ் சுமப்பவர் யார்?

துன்பத்திற்குக் காரணமாகச் சொல்லப்படும் கலிகாலம் இப்போதே வந்துவிட்டதோ? வலியவர் தவறு செய்தாலும், அதற்கும் ஒரு காரணம் காட்டி உலகம் அவர்களைப் புகழவே செய்யும்; அதனால் தான் நீயும், மெலியவர்களுக்குத்தான் ஒழுக்கமும், புகழும் கருதிச் செய்தாயோ இப்படி?

உன் தந்தை உனக்குத் தந்த அரசை நீ உன் தம்பிக்கு ஈந்து நாட்டிலே ஒரு காரியம் செய்தாய்; இப்போது காட்டிலே என் தம்பிக்கு இந்த அரசை நல்கி வேறொரு காரியம் செய்துள்ளாய்; கூட்டு ஒருவரையும் வேண்டாத வீரன் நீ! இலங்கை வேந்தன் முறையற்ற செயல் செய்தான் என்னும் நீ, என்னைக் கொன்றது முறையான செயல்தானா? இருவர் போரிடும்போது, மறைந்திருந்து அம்பு விடுவதுதான் தருமமா? நான் உனக்குப் பகைவன் அல்லவே. அப்படியிருக்க, கொஞ்சமும் கருணையின்றி இப்படிச் செய்யலாமா?'

இரண்டு பக்கங்களிலும் உள்ள நியாயத்தையும் செய்கையையும் ஆராய்ந்து எல்லோரும் ஒப்புக்கொள்ளும் வண்ணம் நடுநிலையாகச் செயல்படுவது தானே, அறம் காக்கின்ற பெருமை என்பது. அப்படியிருக்க, நீ ஒரு பக்க நியாயத்தை மட்டும் கேட்டுவிட்டு ஒருவருக்கு மட்டும் உதவியாகச் செயல்படுவது தான் பெருமையா?

'வாய்மையும், மரபும் காத்து மன்உயிர் துறந்த வள்ளல்,
தூயவன் மைந்தனே! நீ, பரதன் முன் தோன்றினாயே!
தீமைதான், பிறரைக் காத்து, தான் செய்தால் தீங்கு அன்று ஆமோ?
(636 - 84)

'கூட்டு ஒருவரையும் வேண்டாக் கொற்றவ! பெற்ற தாதை
பூட்டிய செல்வம் ஆங்கே தம்பிக்குக் கொடுத்துப் போந்து,
நாட்டு ஒருகருமம் செய்தாய்; எம்பிக்கு, இவ் அரசை நல்கி,
காட்டு ஒரு கருமம் செய்தாய்; கருமம்தான் இதன் மேல் உண்டோ?
(637 - 89)

'இருமை நோக்கி நின்று, யாவர்க்கும் ஒக்கின்ற
அருமை ஆற்றல் அன்றோ, அறம் காக்கின்ற
பெருமை என்பது? இது ஏன்? பிழை பேணல் விட்டு,
ஒருமை நோக்கி ஒருவற்கு உதவலோ?' (637 - 93)

விலங்கும் தேவராவார்

அவ்வளவையும் பொறுமையாகக் கேட்ட இராமன் தன் செய்கை முறையானதே என்று காரணங்களை எடுத்துக் காட்டிச் சொன்னான்:

'உன் எதிரியை விரட்டிக்கொண்டு குகைக்குள் சென்ற நீ பல காலம் வராததால், உங்கள் குல முதியோர்கள் அரசை ஏற்க சுக்ரீவனைக் கேட்டதும், அவன் உன் வழியே சென்று உயிரைப் போக்கி கொள்வேன் என்றான். அவர்கள் வற்புறுத்தலால் அரசை ஏற்றான். நீ வந்ததும் உன்னை வணங்கி நிகழ்ந்ததைக் கூறி அரசை உன்னை ஏற்றுக்கொள் என்றான். ஆனால் நீயோ சுக்ரீவன் மீது, நடந்தது

அறிந்தும், கோபங்கொண்டு கொல்லப் பார்த்தாய். எனவே நீ சாபத்தால் வர முடியாத மலையிலே சென்று தங்கினான். தருமம் எது என்று தெரிந்த நீ அவன் தாரமாம் ருமையையும் எடுத்துக் கொண்டாய்; பழி கொண்டாய். சுக்ரீவன் என் ஆருயிர்த் தோழன் என்பதாலும், முன்பின் தெரியாதவர் ஆனாலும், எளியவர் ஆனாலும் அவர்கள் துன்பத்தைப் போக்குவதே என் கடமை எனக் கருதுவதால் உன்னை அழிக்க நேர்ந்தது.'

உடனே வாலி தன் செயல் நியாயமானதே என்று வாதிட்டான்: உங்கள் குலத்திற்கு உரிய கற்புநெறி எல்லாம் எங்கள் குரங்கு இனத்திற்கு இறைவன் வகுக்கவில்லை. எங்களுக்கு திருமணம் என்பதும், வேத விதி என்பதும் கிடையாது. உணர்வுசென்ற வழியே ஒழுகுவது தான் எங்கள் குலத்திற்கே உரிய இயற்கை. அதனால் எங்கள் வழக்கப்படி இயங்கிய நான் குற்றமற்றவன்.'

வாலியின் இந்த வாதத்தை ஏற்காது இராமன் கூறினான்:

அறநெறி அறிந்து தெரிந்து, தவம் செய்து உணர்ந்த நீ விலங்கு இனத்தவன் என்று சொல்லிக் கொள்ளலாமா? முதலைக் காலைப் பிடித்துக் கவ்வ, திருமாலைக் கூவியழைத்து தன் துயரம் தீர்க்கப் பெற்ற கஜேந்திரன் என்ற யானையை விலங்கு என்று கூறமுடியுமா? என் மனைவியைக் காப்பாற்ற போரிட்டு மாண்ட என் தந்தை கழுகரசனான சடாயுவை விலங்கு என்று கூறமுடியுமா? நல்லது, தீயது எது என்று தெரியும் நல்லறிவு இல்லாத - ஆறாவது அறிவு - இல்லாமல் வாழ்வது தான் விலங்குகளின் இயல்பு. நீ அறியாத நல்நெறி ஒன்றும் இல்லை என்பதை உன் வாய்ச்சொற்களே உணர்த்தி விட்டன.

தக்கது இது, தகாதது இது என்று தெரிந்து மனுநீதியின் படி ஒழுகாதவர் மக்களே ஆனாலும் அவர்கள் விலங்குகளே; ஆனால் அப்படித் தெரிந்து மனுநெறிப்படி வாழ்ந்தால் அவ்விலங்குகளும் தேவரே ஆவார்.

'தக்க இன்ன, தகாதன இன்ன, என்று
ஒக்க உன்னலர் ஆயின், உயர்ந்துள
மக்களும் விலங்கே; மனுவின் நெறி
புக்கவேல், அவ்விலங்கும் புத்தேளிரே' (641-120)

சிவபெருமானிடம் அளவுகடந்த பக்தி கொண்ட நீ, அதன் பயனாக வலிமை மிக்க பூதங்களையும் வென்று பெருமை பெற்ற நீ, இழி செயல் செய்யலாமோ? தருமம் செய்த பலரிலும் குற்றம் புரிந்தவர் உண்டு; தேவர்களிலும் தீமை செய்தவர் உண்டு. எனவே எக்குலம்

ஆயினும், யாவராயினும், அவரவர் செய்கைகளினால் வருவதே உயர்வும் தாழ்வும். அவ்வளவும் தெரிந்திருந்தும் நீ மனையின் மாட்சியை அழித்தாய். அதுதான் நீ செய்த பெருங்குற்றம்.'

மறைந்திருந்து கொன்ற மர்மம்

அவ்வளவையும் கேட்ட வாலி ஒருவாறு தன் குற்றத்தை உணர்ந்தான். இருந்தாலும் தன்னை மறைந்திருந்து கொன்றதை மட்டும் ஏற்க இயலாது, அவ்வாறு செய்தது ஏன் என்று கேட்டான். அப்போது இலக்குவன் அதற்குரிய காரணத்தை எடுத்துச் சொன்னான்:

'சுக்ரீவன் முன்னமேயே இராமனிடம் சரணடைந்துவிட, முறை திறம்பிய உன்னைக் கொல்வதாக வாக்கு கொடுத்துவிட்டான். உன்னோடு நேரில் போரிட்டால், நீயும் உயிர் காக்க வேண்டி அடைக்கலம் அடைந்தால், என்ன செய்வது என்று கருதியே நேரில் வராது, மறைந்திருந்து அம்பு எய்தது' என்ற இலக்குவனின் கூற்றையும் மனத்தில் கொண்டு, இராமனைப் பற்றி ஏற்கனவே கேள்விப்பட்டிருந்ததால், அறத்திறன் அழியுமாறு இராமன் செயல்பட மாட்டான் என்று சிந்தை தெளிந்து, மனமாற்றம் அடைந்தான் வாலி.

வாலி வேண்டிய வரம்

மனமாற்றம் அடைந்த வாலி இராமனைத் துதித்து தீயன பொறுத்தி என வேண்டியதோடு வரம் ஒன்றும் வேண்டினான்.

'என் ஆவி போகின்ற வேளையில் வந்து நீ எனக்கு அறிவு தெளிவித்து அருளினாய். நான் இவ்வளவு நேரம் கூறியதையெல்லாம் மனத்தில் கொள்ளாது, அறிவிலாக் குரங்கு சொன்னது எனப் பொறுத் தருள்வாய். பிறவி நோய்க்கு மருந்தனையவனே! தருமமே உருவமான உன்னைக் கண்ட எனக்கு இனிக்காண வேண்டுவது எதுவும் இல்லை. என் பூர்வஜென்ம பலனே எனக்கு இப்போது வீடுபேறு கிட்டியது. உன்னால் என் தம்பி சுக்ரீவன் பயனற்ற இவ்வரசைப் பெற்று, எனக்கு வீட்டரசைத் தந்தான். உன்னிடம் நான் வேண்டுவது ஒன்று உண்டு. என் தம்பி ஒருவேளை மது அருந்தி மயங்கி தீயது ஏதும் செய்யினும், என் மீது செலுத்தியது போன்று அவன்மீது அம்பினைச் செலுத்த வேண்டாம். மேலும் உன் தம்பிமார்கள் என் தம்பியைப் பார்த்து 'அண்ணனைக் கொல்வித்தவன்' என்று இகழ்ந்து பேசினால் தயை செய்து தடுத்தருள்க.

மாயம் வல்ல அரக்கனான இராவணனை என்னுடைய வாலினால் பிடித்துக் கட்டி உன் முன்னே கொண்டு வந்து நிறுத்தி, குரங்காகிய என் தன்மையைக் காட்டும் பேறு பெற்றிலேன். நடந்து போனதைப் பற்றி பேசுவதில் பயனில்லை. ஆனால் அதே போன்று ஒரு காரியத்தைச் செய்ய வல்லவன் இந்த அனுமன். அவனை உன் கை வில் போன்றே நினை. என் தம்பியை உன் தம்பியாக நினை. அவர்களின் துணையால் நீ உன் மனைவியைத் தேடி அடைவாய்.' என்று இராமனிடம் கூறி முடித்ததும் தன் தம்பி சுக்ரீவனை அழைத்து அவனுக்கு அறிவுரை சொன்னான்.

'வேதங்களும், முனிவர்களும், பிரமனும், மற்ற துறைகளின் அறுதிப் பிரமாணமும் சுட்டிக்காட்டக் கூடிய பரம்பொருளே, வில்லும் அம்பும் தாங்கி, அறநெறியை நிலை நிறுத்துவதற்காக, இராமனாக அவதரித்து வந்துளது என்பதனை எந்த சந்தேகமும் இல்லாமல் உணர்ந்து கொள். நெறியில் நிற்கும் பொருள்கள் யாவும் நிலைபேறுடைய செல்வம் வேண்டிக் கற்பது இவனுடைய நாமமே; கருதுவது இவனுடைய வடிவமே. இவனுடைய ஆற்றலுக்குச் சான்று என்னைக் கொன்ற ஒரு செயலே போதும்!

'நிற்கின்ற செல்வம் வேண்டி நெறி நின்ற பொருள்கள் எல்லாம்
கற்கின்றது இவன்தன் நாமம்; கருதுவது இவனைக் கண்டாய்'
(644-140)

கணக்கற்ற வகையில் தீமைகள் புரிந்துள்ளவர்கள்கூட இவனை அடைந்தால், உயர்ந்த நிலையை அடையும் பேறு பெறுவர் என்றால், இவனுடைய திருவடிகளை வணங்கி, இவனுக்கு ஏவல் செய்பவர்கள் பெறும் பேற்றைச் சொல்ல முடியுமோ?

'கைதவம் இயற்றி, யாண்டும் கழிப்ப அரும் கணக்கு இல் தீமை
வைகலும் புரிந்துளாரும், வான் உயர்நிலையை, வள்ளல்
எய்தவர் பெறுவர் என்றால், இணை அடி இறைஞ்சி, ஏவல்
செய்தவர் பெறுவது, ஐயா! செப்பல் ஆம் சீர்மைத்து ஆமோ?'
(644-141)

(கைதவம் - வஞ்சனை; எய்தவர் - கொல்லப்பட்டவர்)

குரங்குகளுக்கே உரிய மயங்கும் தன்மை மாற்றி, இராமன் உனக்கு செய்துள்ள உதவியை நினைத்து, அவன் திருவடிகளைப் பணிந்து, அவன் பணிப்பன செய்து உய்வு பெறுவாயாக. அகலாதும் அணுகாதும் தீக்காய்வது போல, மன்னரை நெருப்பு என நினைத்துப் பணி செய்; சிறியோர் புரியும் குற்றம் பொறுப்பர் என்று எண்ணாதே' என்று தன் வாழ்க்கை அனுபவத்தில் தான் பெற்ற படிப்பினைகளைத்

தம்பி சுக்ரீவனுக்கு எடுத்துச் சொல்லி தன் மகன் அங்கதனை அழைத்து வரச் சொன்னான்.

அங்கதன் அடைக்கலம்

அங்கதன் வந்து தன் தந்தை நிலையைக் கண்டதும் கண்களில் நீர் பெருக வீழ்ந்து அழுது, அரற்றத் தொடங்கினான். 'எந்தையே! இந்த உலகில் யாருக்கும் சிந்தையாலும் சரி, செய்கையாலும் சரி, யாதொரு தீவினையும் செய்ததில்லையே. அப்படிப்பட்ட உன்னை நோக்கி யமன் எப்படி வர முடிந்தது? இராவணனுடைய நெஞ்சம் உன்னுடைய வாலை நினைக்குந்தொறும் பறை அடிக்கின்றாற்போல அடிக்கின்ற பயம் அற்றுப் போய்விட்டதே. இனி பாற்கடலை கடைய வேண்டின் அமுதம் ஈந்த நீ இப்படி வீழ்ந்து கிடக்கிறாய்; அவர்களோ உன்னால் அமுதம் பருகி உயிரோடு உள்ளனர். உன்னுடைய வள்ளன்மைக்கும், உமையொரு பாகனைத் தவிர வேறு யாரையும் வணங்கி அறியாத உன் பக்திக்கும், இதுதான் முடிவா?'

அழுதுபுரண்ட மகனை இனி வருந்த வேண்டாம் என்பது போல அணைத்து தேறுதல் சொன்னான்: 'பிறப்பதும் இறப்பதும் உலகத்தில் பிறந்த யாவர்க்கும் முன்னமேயே எழுதப்பட்ட முடிவு தானே? தன் தவ பலத்தால் இராமன் உருவில் தெய்வம் வந்து எனக்கு வீடுபேறு தந்துள்ளது. உலகில் உள்ள எல்லாவற்றுக்கும் மேலான, தனக்கு மேல் வேறொரு பொருளும் இல்லாத, மெய்ப் பொருளே கால்கள் தரையில் நடக்க, கைகளில் வில்லைத் தாங்கி நம் கட்புலனுக்குத் தெரிகிறாற்போல வந்து, நம் பிறவி எனும் நோய்க்கு மருந்தாக அமைந்தது. என் உயிர்க்கு இறுதி செய்தான் என்று கொஞ்சங்கூட நீ நினைக்காது, இராமனை வணங்கி, உன் உயிர்க்கு உறுதி தேடிக் கொள்ளப் பணி செய்' என்று கூறி அங்கதனை இராமனிடம் பிடித்து அடைக்கலமாகக் கொடுத்தான்.

> 'பாலமை தவிர் நீ! என் சொல் பற்றுதி ஆயின், தன்னில்
> மேல் ஒரு பொருளும் இல்லாத மெய்ப் பொருள், வில்லும் தாங்கி
> கால்தரை தோய நின்று, கட்புலக்கு உற்றது அம்மா!
> 'மால் தரும் பிறவி நோய்க்கு மருந்து' என வணங்குமைந்த!'
>
> (646-155)

(கட்புலக்கு - கண்ணுக்கு; மால் - மயக்கம்)

தன் அடியை வணங்கிய அங்கதனிடம் இராமன் தன்னுடைய பொன் உடைவாளை நீட்டி, 'நீ இது பொறுத்தி' என்றான். அது கண்ட உலகம் இராமனை ஏத்தியது. வாலியும் தன் உயிர் துறந்து, மேலுலகத்திற்கு அப்பாலான பரமபத நிலை அடைந்தான்.

பொய்யுரையாத புண்ணியன்

வாலி இறந்ததைக் கேட்டதும், அவன் மனைவி தாரை ஓடி வந்து அவன் மேனியில் விழுந்து புரண்டு அழுதாள்.

'ஒரு நாளும் துன்பம் என்றால் என்ன என்று என்னை அறியவிடாது வாழ்ந்த நீ இப்போது என்னைத் துன்பக் கடலில் ஆழ்த்திவிட்டுப் போய் விட்டாயே. உயிர் போனால் உடல் உதவாது என்பார்கள். நீ எனது உயிர் என்றாய். உயிரான நீ போன பிறகு உடலான நான் இன்னும் இருப்பது பொய்யுரையாத உன் வாக்கைப் பொய்யாக்கி விட்டதே!

'நையா நின்றனென்; நான் இருந்து இங்ஙன்;
மெய் வானோர் திரு நாடு மேவினாய்;
ஐயா! நீ எனது ஆவி என்பதும்,
பொய்யோ? பொய் உரையாத புண்ணியா' (648-169)

நீ அமுதம் கொடுத்ததால் உய்வடைந்த தேவர்கள் அந்நன்றிக்காக நட்புடன் வந்து உன்னை எதிர்கொண்டு அழைத்துச் சென்றார்களோ? அமுதத்தையே பிறருக்காக வழங்கிய உன்னிடம், இராமன் வாயால் கேட்டிருந்தால் எல்லாவற்றையும் வழங்கக் கூடிய உன்னை மறைந்திருந்து அல்லவா அம்பு எய்து விட்டான். முன்பே அவனைப் பற்றி உன்னிடம் சொன்னேன். அவன் அப்படிச் செய்ய மாட்டான் என்று என் சொல் கேளாது போனாயே. உமையை ஒரு பாகம் உடைய சிவபெருமானை அப்போது அப்போது அலர்ந்த மலர் கொண்டு மூன்று காலமும் உளம் நிறைந்த பக்தியோடு வணங்கிய நீ, இப்படி கிடக்கின்றாயே.

'அணங்கு ஆர் பாகனை ஆசைதோறும் உற்று,
உணங்கா நாள் மலர்தூய், உள் அன்பினால்
இணங்கா, காலம் இரண்டொடு ஒன்றினும்
வணங்காது, இத்துணை வைக வல்லையோ?' (647-167)

(உணங்கா - வாடாத)

தருமத்தைத் துணைக் கொண்டு வாழ்பவர்க்கு எல்லாம் அவரவர் வினைக்கேற்ப கருமம் கட்டளைக்கல் என்ற வாக்கும் பொய்யோ?' என்றெல்லாம் புலம்பி உணர்வு அற்று மயங்கினாள்.

அனுமன் வானர மகளிரை ஏவி, தாரையை மாளிகைக்கு எடுத்துச் செல்லப் பணித்து, வாலிக்கான இறுதிக் கடன்களை செய்ய ஏற்பாடு செய்தான்.

4. கிட்கிந்தைப் படலம்

இராம உபதேசம்

இராமன் இலக்குவனிடம் சுக்ரீவனுக்கு விதிமுறைப்படி முடிசூட்டும்படி சொன்னான். இலக்குவன் அனுமனிடம் முடி சூட்டுவதற்கான ஏற்பாடுகளைச் செய்யச் சொல்லி, வேதியர் ஆசி வழங்க, தேவர் மலர் மாரி பொழிய, சுக்ரீவனுக்கு முறைப்படி முடி சூட்டி, கிஷ்கிந்தை அரசன் ஆக்கினான்.

முடிசூடிய சுக்ரீவன் இராமனை வணங்க, இராமன் அவனைத் தழுவி அவனுக்கு அறிவுரை கூறினான்:

'வாய்மை மிக்க அறிவிற் சிறந்த அமைச்சர்கள், அறிஞர்கள் ஆகியோரோடும், தீயது விலக்கி ஒழுகும் மறத்தொழில் வல்லாரோடும் தூய்மையான நட்புடன், அவர்களுடன் ரொம்பவும் நெருங்காமலும், விலகாமலும் இருந்து ஆட்சி செய்வாயாக. பகைமையான, எதிரான சிந்தனை கொண்டவர்க்கும் பண்பு தவறாது சிரித்த முகத்தோடு, இனிய சொற்களையே பேசுவாயாக. செய்ய வேண்டியவற்றை மட்டுமே செய்தல், எப்போதுமே தீயனவற்றை சிந்தியாமல் இருத்தல், வைகின்றவர்களுக்கும் திரும்ப வசை கூறாது இனியன கூறல், இவற்றை உவப்போடு செய்வாயாக.

சிறியவர்கள் என்று யாரையுமே இகழ்ந்து, அவர்கள் துன்பப்படும்படி எதுவும் செய்யாதே. இதனை மீறி, நான் ஒரு துன்பம் விளைவித்ததால் தான் நான் கூனியால் தற்போது துன்பங்களை அநுபவிக்கிறேன்.

மங்கையர் பொருட்டாக ஆடவர்க்கு மரணமும் ஏற்படும் என்பதை சந்தேகத்துக்கு இடமின்றி அறிந்து கொள். வாலியின் வாழ்க்கையே இதற்கு ஓர் உதாரணமாகும். பெண்களின் செய்கையால் ஆண்களுக்கு அல்லலும் பழியும் நேரும் என்பதனை எங்கள் அநுபவத்தைக் கொண்டு உணர்ந்து கொள்வாயாக.

தாங்கி உதவ வேண்டியவர்களுக்கு, இவன் அரசன் அல்லன், நம்மைச் சீராட்டி வளர்க்கும் தாய் என்று சொல்லுகிறாற் போல் நடந்து கொள்வாயாக; அப்படி ஒருவேளை, அவர்கள் தீமை செய்தால் அறநெறிமுறை தவறாது, தீயவர்களை தண்டிப்பாயாக.

'நாயகன் அல்லன்; நம்மை நனியயந்து எடுத்து நல்கும்
தாய் என, இனிது பேணி, தாங்குதி தாங்குவாரை;

ஆயது தன்மையேனும், அறவரம்பு இகவா வண்ணம்,
தீயன வந்தபோது, சுடுதியால் தீமையோரை.' (651-14)

இறப்பதும் பிறப்பதும் அவரவர் செய்த வினைகளின் பயனால்தான்; அதனால் யாராக இருந்தாலும், அறத்திற்கு இறுதி செய்தவர்களுக்கு அதுவே வாழ்நாளுக்கும் இறுதி என்பது உறுதி என்று தெரிந்து கொள்வாயாக.

இவைகளை எல்லாம் மனத்தில் கொண்டு இயல்பாகவும் முறைப்படியும் உன் நாட்டவர்க்கு நன்மை செய்து, வருகின்ற மாரிக்காலம் கழிந்ததும் உன்னுடைய கடல் போன்ற பெரிய சேனையுடன் வருவாயாக' என்று உறுதிப் பொருள்களை சுக்ரீவனுக்கு இராமன் எடுத்துரைத்தான்.

சுக்ரீவன் இராமனை கிஷ்கிந்தையில் தன் இடத்திற்கு வந்து அதுவரை தங்குமாறு அழைத்ததற்கு இராமன் மறுத்துவிட்டான். 'அரச மாளிகையில் விரதம் பூண்டுள்ள நான் இருப்பது முறையல்ல' என்றும், 'பதினான்கு ஆண்டுகள் நான் காட்டில் வசிக்க வேண்டியவன். ஆகையினாலே அரசர் இருக்கும் வளநகரில் வசிக்க முடியாது. மேலும் என் தேவி அரக்கன் சிறையில் வாட, நான் உன்னோடு தங்கி இன்பம் துய்த்தேன் என்ற பழிச் சொல்லும் ஏற்படும்' என்று இராமன் கூறி சுக்ரீவனுக்கு விடை கொடுத்தான்.

அங்கதனையும், அனுமனையும் அழைத்து அவர்களை சுக்ரீவனுக்குத் துணையாக இருந்து அரசாட்சிக்கு உதவுக என்றான். அனுமன் தான் மட்டும் இராமனுடன் இருந்து அவனுக்குப் பணிவிடை செய்வேன் என்று கூற, அதற்கு இராமன் வலிமைமிக்க வீரமும் ஆற்றலும் நிரம்பிய ஒருவன் காத்து ஓம்பி வந்த அரசாட்சியை, இன்னொருவன் திடீரென வலிய ஆட்கொண்டால் எப்போதும் நல்லதும், கூடவே கெட்டதும் தலை எடுக்கும்; ஆகையினால் அனுமனைப் போன்ற பொறுமையும் அறிவும் கொண்டோர் அரசனுடன் கூடவே இருந்து உதவி, அரசை நிலைபெறச் செய்ய வேண்டும் என்றும்கூறி அவனையும் அனுப்பி வைத்தான்.

அங்கதன் இளவரசனாக இருந்து உதவ, வாலியின் மனைவி தாரையை தாயைப்போல் வணங்கிப் போற்றி, சுக்ரீவன் இனிது அரசாண்டான்.

நிலை கலங்கிய இராமன்

இலக்குவனோடு இராமன் தென்திசை நோக்கிச் சென்று வேறு ஓர் மலை இடத்தே இருந்தான். மழைக்காலத்தில் ஊதைக் காற்று வீசி, பருவ மழை பெய்யவும், மலை அருவியில் வெள்ளம் வரவும்,

காட்டாறு பெருகவும் மலர்கள் நிறையப் பூக்கவும், பசும் புல் எழும்பவும் நிகழ்கின்ற ஒவ்வொன்றிலும் சீதையின் நினைவு வரவே இராமன் புலம்பினான். இலக்குவன் அவனுக்குக் கூடவே இருந்து ஆறுதல் கூறினான். எந்த நிலையிலும் இராமன் நிலை கலங்கக்கூடாது என்றும், அனுமனின் ஆற்றலை அறிந்தாலும் அங்கதன் போன்றோரின் ஆற்றலின் அளவு அறியோம்; மேலும் எழுபது வெள்ளம் சேனைகள் வர உள்ளன. முனிவர்களுக்கு அவர்கள் துயர் துடைப்பேன் என்று கொடுத்த வாக்கை நிறைவேற்றும் நாள் நெருங்கி விட்டது என்றும் இராமனை மனக்கலக்கம், தவிர்ந்து ஊக்கமும் உரமும் ஊட்டினான்.

'மறை துளங்கினும், மதிதுளங்கினும்
வானும் ஆழ்கடல் வையமும்
நிறை துளங்கினும், நிலை துளங்குறு
நிலைமை நின் வயின் நிற்குமோ?
பிறை துளங்குவ அனைய பேர் எயிறு
உடைய பேதையர் பெருமை, நின்
இறை துளங்குறு புருவ வெஞ்சிலை
இடை துளங்குற, இசையுமோ?' (664-66)

(துளங்குதல் - கலங்குதல்; நிலை - இயற்கை நிலை; பேர் எயிறு - பெரிய பற்கள்; பேதையர் - இங்கு, அரக்கர்; இறை - தெய்வத்தன்மை; சிலை - வில்)

மழைக்காலம் முடிந்து, கூதிர் காலமும் வந்தது. குளிர் காலத்தில் பறவைகள், விலங்குகள் என்று எக்காலமும் வெளியே தலை காட்டாது சுருண்டு, அடங்கி, குளிருக்கு இதமாகக் கூடியிருந்த சூழலைக் கண்ட இராமன் சீதையைப் பிரிந்த விரக தாபம் ஏற்பட தன்னைத் தானே நொந்து கொண்டு மேலும் வருந்தினான். இலக்குவனும் விடாது அவனைத் தேற்றி ஆறுதல் வார்த்தைகளை மொழிந்தான்.

இலக்குவன் தூது

கார் காலம் முடிந்ததும், சொன்ன காலக்கெடு முடிந்து சேனைகளுடன் சுக்ரீவன் வரவில்லை. அதனால் இராமன் சுக்ரீவன்மீது கோபங் கொண்டு, இலக்குவனை கிஷ்கிந்தைக்குச் சென்று பார்த்துவர அனுப்பினான். நன்றியும் நட்பும் கொன்று சுக்ரீவன் செய்வது நியாயமன்று என்றும், உடன் வராவிட்டால் அவனும், சுற்றமும் அழிய நேரிடும் என்று கூறிவரும்படி அனுப்பினான்.

அதன்படி, இலக்குவன் கிஷ்கிந்தை சென்றான். பெருங்கோபத்துடன் இலக்குவன் வருவதைக் கண்ட வானரர் அங்கதனிடம் ஓடிச் சென்று தெரிவித்தனர். அங்கதன் சுக்ரீவனுக்குத் தெரிவிக்கச் சென்றான். சுக்ரீவனோ மதுவினை நிறைய அருந்தி மயங்கிக் கிடந்தான். அங்கதன் எவ்வளவு முயன்றும் சுக்ரீவன் உணர்வு வரப் பெறாததால் அனுமனிடம் சென்று கூறி, அவனையும் அழைத்துக் கொண்டு அவன் தாயாம் தாரையின் மாளிகையை அடைந்து நடந்தவற்றைக் கூறினான். தாரை அவர்களைக் கடிந்து கூற, அதற்குள் வானர வீரர்கள் செய்வதறியாது கோட்டை வாயிலைத் தாளிட்டு போரிடத் தயாராயினர்.

அதுகண்டு மேலும் வெகுண்ட இலக்குவன் காலால் உதைக்க கதவு முதலியன உடைந்தன; குரங்குகள் அஞ்சி ஓடின.

தாயரை நினைந்து நைந்த இலக்குவன்

அந்நிலையில் என்ன செய்வது என்று தாரை உள்பட எல்லோரும் எண்ணினர். அப்போது அனுமன் தாரையிடம் அவள் சென்று வழியில் நின்று தடுத்தால், இலக்குவன் சினம் தணியும் என்று உபாயம் கூற, அப்படியே தாரை தன் சேடிப் பெண்களோடும் வாயிலை நோக்கிச் சென்று வழியில் இலக்குவனைத் தடுத்தாள்.

பெண்களைப் பார்க்க அஞ்சி நின்றான் இலக்குவன். தலையை நிமிர்த்திப் பார்க்காது நிலத்தைப் பார்த்து, வில்லைத் தரையில் ஊன்றி மாமியர் குழுவிடை நிற்பவன் போல இலக்குவன் வெட்கப்பட்டு நின்றான். அவனைப் பார்த்து தாரை மெல்லப் பேசினாள்:

'மகனே! உன் பாதம் எம்மனையில் பட உய்ந்தனம். இராமனை விட்டு எப்போதும் பிரியாத நீ, இப்போது தனியே வந்த கருத்து அறியோம்; உன் திருவுளம் தெரிவிக்க வேணும்.'

அக்குரலைக் கேட்ட இலக்குவன், கருணை வர, சீற்றந் தணிய யார் பேசுவது என்று நிமிர்ந்து பார்த்து, பகலில் வந்த முழுநிலவு போல் கைம்மைக் கோலத்தில் நிற்கும் தாரையைக் கண்டதும், கைம்மைக் கோலத்தில் இருக்கும் தம் தாய்மார்கள் நினைவுக்கு வர உள்ளம் நைந்தான்.

'ஆர்கொலோ உரை செய்தார்? என்று அருள்வர, சீற்றம் அஃக
பார் குலாம் முழு வெண் திங்கள், பால் வந்த படிவம் போலும்
ஏர் குலாம் முகத்தினாளை, இறை முகம் எடுத்து நோக்கி
தார் குலாம் அலங்கல் மார்பன், தாயரை நினைந்து நைந்தான்.'

(679-51)

மங்கல அணி நீக்கி, அணி மணிகள் துறந்து, திலகம் இடாது, கழுத்தொடு மறையப் போர்த்தி நின்ற தாரையின் கோலம் இலக்குவனை தன் தாயர் நிலையும் தற்போது இப்படித் தானே என்று நினைக்கச் செய்து, நெகிழச் செய்துவிட்டது. அவள் கேள்விக்கு பதில் சொல்ல வேண்டுமெனக் கருதிப் பேசினான். சேனையுடன் வந்து தேவியைத் தேடி தருவதாக இராமனுக்குக் கொடுத்த வாக்கை மறந்து விட்ட சுக்ரீவன் நிலை என்ன என்று அறிந்துவர இராமன் அனுப்பியதாகச் சொன்னான் இலக்குவன்.

தாரை அவனைச் சமாதானப்படுத்தும் முகமாக இலக்குவனிடம் கோபங் கொள்ள வேண்டாம் என்றும், படைகளைத் திரட்டிவர தூதர் சென்றுள்ளார் என்றும், அவர்கள் வரும் நாளும் நெருங்கி விட்டது என்றும் செய்தி கூறி, அவர்கள் செய்த நன்றியை மறக்க மாட்டோம் என்றாலும், வாலியையே கொன்ற அவர்களுக்கு வில்லைவிட வேறு துணை வேண்டாமென்பது தான் உண்மை ஆயினும், தேவியைத் தேடும் அவர்களின் பணியில் நிற்பது தங்கள் கடமை என்றும் எடுத்துச் சொன்னாள்.

இலக்குவனின் கோபம் முற்றும் நீங்கியது அறிந்ததும் அனுமன் அவன் அருகில் வந்தான். அறிவுடைய அனுமனும் இப்படி அயர்ந்திருக்கலாமா என்று இலக்குவன் கேட்டான். உடனே அனுமன் பதிலுரைத்தான்: 'ஒருவன் தன் பெற்றோரையோ, குருவையோ, அந்தணரையோ, சிறுபிள்ளைகளையோ, பெண் களையோ கொலை செய்தவன் ஆனாலும் அந்தப் பாவத்திலிருந்து விடுபட மாற்றம் உண்டு; ஆனால் செய்ந்நன்றி கொன்றவர்க்கு உய்வுண்டோ? உங்களுடன் சுக்ரீவன் நட்புக் கொண்டது சிதையும் வகையில் நடந்தால் உய்வகைதான் உண்டோ? சுக்ரீவன் மறக்க வில்லை; படைகளைத் திரட்டி அவை வரக் காத்துள்ளோம்' என்றான்.

> 'சிதைவு அகல் காதல் தாயை, தந்தையை, குருவை, தெய்வப்
> பதவி அந்தணரை, ஆவை, பாலரை, பாவைமாரை
> வதை புரிகுநர்க்கும் உண்டாம் மாற்றல் ஆம் ஆற்றல்; மாயா
> உதவி கொன்றார்க்கு ஒன்றானும் ஒழிக்கலாம் உபாயம் உண்டோ?'
> (680-62)

(சிதைவு - குற்றம்; ஆ - பசு)

இராமன் உண்ட மிச்சமே இலக்குவன் உணவு

தாரை திரும்பிச் செல்ல, அனுமன் சுக்ரீவனிடம் இலக்குவனை அழைத்துச் சென்றான். அதற்குள் அங்கதன் சுக்ரீவனிடம் சென்று

அவனைத் தெளிவித்து நடந்ததைக் கூறினான். மதுவுண்டு மயங்கியதற்கு வருந்தி சுக்ரீவன் இலக்குவனைச் சென்று தழுவி வரவேற்றான். சுக்ரீவனைக் கண்டதும் எழுந்த கோபத்தை இலக்குவன் தன் தெளிந்த சிந்தையால் அடக்கிக் கொண்டான்.

அரியணையில் அமரும்படி இலக்குவனை வேண்ட, அதற்கு இலக்குவன் இசையாது, கல் தரையில் அமர்ந்தான். இராமன் புல்லணையில் இருக்கவே, தான் அரியணையில் அமர்வது முறையல்ல என்றான்.

'கல் அணை மனத்தினை உடைக் கைகேசியால்
எல் அணை மணிமுடிதுறந்த எம்பிரான்
புல் அணை வைக, யான் பொன் செய்பூத் தொடர்
மெல் அணை வைகவும் வேண்டுமோ? என்றான். (687-108)

(எல் அணை - எழில் நிரம்பிய)

அமுதுண்ணும்படி சுக்ரீவன் வேண்ட அதனையும் இலக்குவன் மறுத்தான். இராமன் உண்ட பச்சிலை, கிழங்கு, காய் இவற்றில் மிஞ்சியதே தான் உண்பது எனவும், வேறு எதுவும் உண்பதில்லை என்றும் சொன்னான்.

'பச்சிலை, கிழங்கு, காய், பரமன் நுங்கிய
மிச்சிலே நுகர்வது; வேறு நான் ஒன்றும்
நச்சிலேன்; நச்சினேன் ஆயின், நாய் உண்ட
எச்சிலே அது; இதற்கு ஐயம் இல்லையால்'

(பரமன் - இங்கு இராமன்; நுங்கிய - உண்ட)

அதுமட்டுமன்று காரணம்; தான் திரும்பிச் சென்று இராமன் அருந்த இலை, கீரை, காய் முதலியன திருத்திக் கொடுக்க வேண்டும். ஆகவே உடனே போகவேண்டும்' என்றான். அதைக் கேட்ட யாவரும் அழுத கண்ணினராய் வருத்தமுற, சுக்ரீவன் இனியும் காலந்தாழ்த்தக் கூடாது என்று தான் இலக்குவனுடன் செல்வதாகவும், அனுமனைச் சேனைகளுடன் வரும்படியும் கூறிப் புறப்பட்டான்.

இலக்குவனுடன் இராமனை அடைந்த சுக்ரீவன் அவனை வணங்கினான். இராமன் கோபம் அகன்று, சுக்ரீவனுக்கு இருக்கை அளித்து, அவன் நலம் விசாரித்தான். சுக்ரீவன் தன் பிழைக்கு வருந்தினான். இராமன் அவன் குற்றம் பொறுத்து பரதன் போன்று அவனும் தனக்குத் தம்பியே என்று கூறி, அனுமன் எங்கே என்று கேட்டான். அனுமன் படைகளுடன் பின்னே வருவான் என்றான் சுக்ரீவன்.

5. நாடவிட்ட படலம்

கடலளவு படை

மறுநாள் வானர சேனைகளும், சேனைத் தலைவர்களும் அங்கு வந்தடைந்தனர். படைத்தலைவர்களான சதவலி, சுசேடணன், தாரன், கேசரி, கவாட்சன், பனசன், நீலன், தரீமுகன், அக்கயன், சாம்பன், துன்முகன், மயிந்தன், துமிந்தன், குமுதன், பதுமுகன், இடபன், தீர்க்க பாதன், வினதன், சரபன், கரடித் தலைவன் தூமிரன், இவர்களுடன் அனுமன் ஆகிய ஒவ்வொருவரும் படை வீரர்களுடனும், சிறந்த வீரர்களான நளன், கும்பன், சங்கன் முதலியோரும் எண்ண முடியாத அளவில் பெரும் படைகளுடன் வந்தனர். அவர்களின் ஆற்றலோ அளவிட முடியாதது.

'ஓடிக்குமேல், வடமேருவை வேரொடும் ஓடிக்கும்;
இடிக்குமேல், நெடு வானக முகட்டையும் இடிக்கும்;
பிடிக்குமேல், பெருங்காற்றையும் கூற்றையும் பிடிக்கும்;
குடிக்குமேல், கடல் ஏழையும் குடங்கையின் குடிக்கும்.' (695 - 25)

(குடங்கை - உள்ளங்கை)

சுக்ரீவன் இராமனுக்கு படைகளை வரன் முறைப்படி காட்டினான். படையைக் கண்ட இராம இலக்குவர் தமக்குள் படையின் பெருக்கத்தையும் சிறப்பையும் வியந்தனர். 'படையின் உடலைத் தான் இங்கே பார்த்தோம். படையின் கடைசியைக் காண இயல வில்லை. கடல் கண்டோம் என்று சொல்பவர்களில் யார் கடலினை முழுதும் கண்டவர்கள்? இறைவன் மேனியை, பத்துத் திசைகளை, ஐம்பெரும் பூதங்களை, அறிவை, பேசும் பேச்சினை, சமயங்கள் வாதிட்டுக் கொள்ளும் பிணக்கை, இவற்றோடு இப்பெருஞ் சேனையையும் யாரால் முழுக்க எண்ணிப் பார்க்க முடியும்?'

'– மண்ணிடை மாக்கள்,
'கடல் கண்டோம்' என்பர்; யாவரே முடிவு உறக் கண்டார்?'(696-35)

'ஈசன் மேனியை, ஈர்-ஐந்து திசைகளை, ஈண்டு இவ்
ஆசு இல் சேனையை, ஐம்பெரும் பூதத்தை, அறிவை,
பேசும் பேச்சினை, சமயங்கள் பிணக்குறும் பிணக்கை
வாச மாலையாய்! - யாவரே முடிவு எண்ண வல்லார்?' (696 - 36)

இப்படிப்பட்ட படையை முடிவுற எண்ணித் தான் காரியம் பிறகு செய்ய வேண்டும் என்னின், பல நாட்கள் கூடப் போதாது என்று

இராமன் கூற, இலக்குவன் இனிக் காலந் தாழ்த்துவது வேண்டாம், எட்டுத் திசைகளிலும் தேவியைத் தேட அனுப்பலாம் என்றான்.

படையின் அளவு பற்றி சுக்ரீவனிடம் இராமன் கேட்க, எழுபது வெள்ளம் என்று ஆன்றோர் சொல்லுவர், அதுதவிர முற்றுந் தெரியாது என்றான். இராமன் நடக்க வேண்டுவன குறித்து சிந்தனை செய்க என்றான்.

தென்திசை வழி

சுக்ரீவன் அனுமனிடம் 'தென்திசையில் தான் இராவணனின் நகர் இருக்கவேண்டும் என்று என் உள்ளம் சொல்கிறது. ஏனென்றால் தேவியைக் கொண்டு செல்லும்போது தென்திசையில் தான் அவன் விமானம் சென்றது. ஆகவே அங்கதன், சாம்பன், இரண்டு வெள்ளம் சேனையுடனும் நீ தென்திசை செல்க' என்றான். மேற்கு திசையில் சுசேடணன், வடதிசையில் சதவலி, கிழக்கு திசையில் வினதன் ஆகியோரையும் படைகளுடன் அனுப்பினான். எல்லோரும் ஒரு மாதத்திற்குள் திரும்பி வரவேண்டும் என்றும் ஆணையிட்டான்.

தென் திசை செல்லும் வானர வீரர்களுக்கு சுக்ரீவனே வழி கூறினான். விந்த மலை, நருமதை ஆறு, ஏமகூடமலை, தண்டக வனம், பாண்டு மலை, கோதாவரி ஆறு, சுவணநதி, சுரநதி, அருந்ததி மலை, மரகத மலை, வேங்கடமலை, தொண்டைநாடு, சோழநாடு, தென் தமிழ்நாடு, பொதிகை மலை, பொருநை ஆறு, மயேந்திர மலை, பின் தென் எல்லையான கடல் என்று வழித் தடத்தை மிக விளக்கமாகக் கூறினான்.

> 'அரன் அதிகன்; உலகு அளந்த அரி அதிகன்'
> என்று உரைக்கும் அறிவிலோர்க்குப்
> பரகதி சென்று அடைவு அரிய பரிசேபோல்
> புகழ் அரிய பண்பிற்று ஆமால்;' (701-24)

(அரன் - சிவன்; அரி - திருமால்; அதிகன் - பெரியவன்; பரகதி - வீடுபேறு)

சிவன் பெரியவனா, திருமால் பெரியவனா என்று தங்களுக்குள் வாதிடும் அறிவிலிகள் பரம்பொருளை அடைவது, அடைய அரிய பரிசாவது போல், சொல்லமுடியாத பண்புடையது தொழுவோர்க்கு எல்லாம் வரன் அதிகம் தரும் அருந்ததி ஆம் மலை என்பான்.

> 'வட சொற்கும் தென் சொற்கும் வரம்பு ஆகி
>   நான் மறையும், மற்றை நூலும்,

இடைசொற்ற பொருட்கு எல்லாம் எல்லைஆய்,
நல்அறிவுக்கு ஈறுஆய், வேறு
புடைசுற்றும் துணைஇன்றி, புகழ் பொதிந்த
மெய்யே போல் பூத்து நின்ற
அடைசுற்றும் தண் சாரல் ஓங்கிய
வேங்கடத்தில் சென்று அடைதிர் மாதோ' (701 - 26)

(வேங்கடம் - தன்னை அடைந்தோர் பாவங்களை ஒழிப்பது; வேம் - பாவம்; கடம் - எரித்தல்; வேம் என்பது அழிவின்மை, கடம் என்பது ஐசுவரியம்; ஆகவே அழிவில்லாத ஐசுவரியத்தை தருதலால் வேங்கடமலை எனப் பெயர் பெற்றது என்னும் வராக புராணம்.)

அனுமனுக்குக் கூறிய அடையாளச் செய்தி

இராமன் அனுமனைத் தனியே அழைத்து சீதையின் அங்க அடையாளங்களை பாதாதி கேசம் எடுத்துரைத்தான். பிறகு சில அடையாளச் செய்திகளையும் கூறினான். சீதையை கன்னிமாடத்தில் கண்டது, வில் ஒடித்தவன் மாமுனிவனோடு கன்னிமாடத்தில் நின்றபோது கண்டவன் அல்லனேல் உயிர்விடுவேன் என்று சீதை கூறியது, காட்டிற்கு உடன்வருவேன் என்ற சீதையிடம் இராமன் அவன் ஆருயிர்க்கு இனியவளானவள் 'இனித் துன்பமாய் முடிதியோ?' என்றது, அதற்கு சீதை 'நான் இல்லாவிட்டால் எல்லாம் இன்பமோ' என்று பதிலடி கொடுத்தது, அயோத்தி நகர் துறந்து கோட்டை வாயிலைக் கடக்குமுன் 'எல்லையற்ற பெருங்காடு எங்குளதோ என்றது' என்று சில அடையாளச் செய்திகளைச் சொன்ன பிறகு, தன் கை மோதிரத்தையும் அனுமனிடம் அடையாளச் சின்னமாகச் சீதையிடம் காட்ட வேண்டிக் கொடுத்து அனுப்பினான். அனுமன் விடை பெற்று அங்கதன் முதலியோரோடு புறப்பட்டான்.

சுயம்பிரபைக்கு உதவிய அனுமன்

முதலில் விந்தமலைப் பக்கம், பிறகு நருமதைக் கரை, ஏமகூட மலைப் பக்கம் எனத் தேடினர்; சீதையைக் காண முடியாது தவித்த அவர்களை அங்கதன் பல பகுதியாகப் பிரித்து, தேடி வரப் பணிந்து, கடைசியில் மயேந்திர மலையை வந்து அடையுங்கள் என்றான்.

அங்கிருந்து புறப்பட்டவர்களில் அனுமன் கோஷ்டியினர் ஒரு சுரத்தை அடைந்தனர். அக்காடு மிகமிக வெப்பமுடையதாக, கல்லும் தீய்ந்து உருகும் அளவில் உஷ்ணமாக இருந்தது. மரம், புல் எதுவும் இல்லை. தரையில் காலை வைக்க முடியாத கொடுமையான வெய்யில். அங்கே ஒரு குகைத் துவாரத்தைக் கண்டவர்கள்,

வெப்பத்திலிருந்து தப்பிக்க அதற்குள் போய்ப் பார்க்கலாம் என்று நுழைந்தனர். உள்ளே ஒரு கும்மிருட்டு. எதுவும் தெரியவில்லை. அனுமன் தட்டுத் தடுமாறி தடவித் தடவி அவர்களை அழைத்துச் செல்ல திடீரென அந்நிலச் சுரங்கத்துள் ஒரு அழகிய நகரைக் கண்டனர். அத்தனை வசதிகளும் நிரம்பியிருந்த நகருக்குள் மனிதர்களே இல்லை. சாம்பன் இதுவும் நம்மைச் சிக்க வைக்க இராவணன் அமைத்த பொறியாக, மாயமாக இருக்குமோ எனக் கலங்கி தன் எண்ணத்தை வெளியிட, அனுமன் தேற்றினான்.

அப்போது அந்நகரின் நடுவில் அழகிய பெண் ஒருத்தியைக் கண்டனர். தவம் செய்பவளைப் போல அமர்ந்திருந்த அவளை சீதையோ என சந்தேகித்தனர். அவர்கள் பேச்சரவம் கேட்டு அறிவுற்ற அவள் அவர்களை யாரெனக் கேட்க, அனுமன் சீதையை வஞ்சனையால் அரக்கன் எடுத்துச் சென்றதினால் இராமன் ஆசைப்படி அவளைத் தேடி வந்த தூதர் என்றான். அதைக் கேட்டதும் அவள் மகிழ்ச்சியோடு எழுந்து நின்று, 'உங்கள் வரவு நல்வரவாகுக' என்று ஆனந்தக் கண்ணீர் வடிய இராமன் எங்குளான் என்றான். அனுமன் ஆதியொடு அந்தமாக நடந்ததை எல்லாம் சொல்ல, 'என்னுடைய தவம் பலித்தது; எனக்கு இனி வீடுகிட்டும்' என்று அவர்கள் எல்லோருக்கும் இன்சுவை அடிசில் அன்போடு அளித்தாள். அனுமனும் அவளை வணங்கி அவள் யார், அந்நகரம் யாருடையது எனக் கேட்க, அவள் தன் வரலாறு சொன்னாள்:

'அசுர சிற்பியான மயன் தான் செய்த தவத்தால், பிரமனால் அளிக்கப்பெற்ற நகரம் இது. அவன் தேவலோக அரம்பையருள் ஒருத்தியைக் காதலித்தான். அவள் என் உற்ற தோழி. என் பெயர் சுயம்பிரபை. அவன் என்னிடம் கேட்டுக்கொண்டு இறைஞ்சியதால், அந்த அரம்பையை அங்கிருந்து கொண்டு வந்து, இந்நகரத்தில் சேர்த்தேன். மயனும் அவளும் பலகாலம் இங்கு போகம் துய்த்திருந்தனர். அவளைத் தேடி வந்த இந்திரன் கோபமடைந்து மயனை அழித்தான். அவளை பிழைத்துப்போ என்றும், எப்படி இங்கு வந்தாள் என்றும் கேட்டான். அவள் என்னைக் காட்ட, இந்திரன் என்னை இந்நகர்க்காவல் உனது, இனி இங்கேயே இரு என்றான். இங்கிருந்து விடுதலை அடைவது எப்போது என்று நான் கேட்க, இராமன் ஆணையால் வானரர் தேடி வரும்போது விடுதலை கிட்டும் என்றான். அதனால் நான் இங்கேயே பலகாலம் தவம் இருந்தேன். நூறு யோசனை தூரம் அமைந்த சுரங்கம் இதனின்று வெளியே செல்லும் வழி அறியேன்' என்றாள்.

அனுமனும் புலன்களை வென்று தவமிருந்த சுயம்பிரபையை வணங்கி அவளுக்கு மேலுலகம் செல்ல உதவுவோம் என்று

பேருருக்கொண்டு (விஸ்வரூபம்) பிலத்தைப் பிளந்து, வானுற ஓங்கி நின்றான். பிலத்தின் உடைந்த மேற்பகுதியை மேலைக்கடலில் எறிந்தான். அதன் வழியே சுயம்பிரபை பொன்னுலகம் செல்ல, வானர வீரர்கள் பொய்கைக் கரையை அடைந்தனர்.

வானர வீரர் சீதையைத் தேடி தங்கள் பயணத்தைத் தொடர்ந்தனர். ஒவ்வொரு ஊராகத் தேடிக்கொண்டே தெற்கே சென்றனர். தசநவநாடு, விதர்ப்ப நாடு, தண்டக வனம், பாண்டு மலை, கோதாவரிக் கரை, சுவணநதிக் கரை, அருந்ததி மலை, வேங்கட மலை, தொண்டைநாடு, சோழ நாடு, பாண்டிய நாடு என சுக்ரீவன் சொன்ன வழித் தடப்படி நடந்து தென் தமிழ்நாட்டின் கடலோர எல்லையில் உள்ள மயேந்திர மலையை அடைந்தனர்.

6. சம்பாதிப் படலம்

‘இராமன் பணியில் இறப்பதே மேல்’

ஏம கூடத்தில் பிரிந்த வானர வீரர் யாவரும் மயேந்திர மலையில் ஒன்று கூடினர். யாவரும் சீதையைக் காண முடியவில்லையே என்று வருந்தினர். இனி நாம் என்ன செய்வது? கடுந்தவம் புரியலாமா? அல்லது விஷமருந்தி உயிரை விடலாமா? தலைவன் கெடு வைத்த தவணை நாளும் நெருங்குகின்றது. சீதையைக் கண்டுபிடியாது சென்றால் சுக்ரீவன் கோபத்திற்கு ஆளாவோம். இராமன் உயிர் துறப்பான் என்று பலவாறு மன உளைச்சலுடன் பேசினர்.

அங்கதனும் அவ்வாறே எண்ணினான். சாம்பனும் தான் முன்னே இறப்பேன் என்றான். அப்போது அனுமன் அப்படியெல்லாம் இறப்பதைக் காட்டிலும், சீதையைக் தேடும் பொருட்டு ஏற்படும் போரினில் சடாயுவைப் போல நமக்கு மரணம் நேருமாயின் அதுவே பெருமையுடையது; பழியற்றது என்றான்.

இராமநாம மகிமை

அப்போது அங்கு அருகிலே சிறகுகளற்ற மலைபோலக் கிடந்த சம்பாதி என்ற கழுகரசன் ‘சடாயு மாண்டான்’ என்ற சொல் காதில் விழுந்ததும், மெல்ல எழுந்து கால்களினால் தத்தித் தத்தி கண்ணீர் வழிய வானரர்கள் அருகில் வந்து ‘தாக்க அரிதான சடாயுவைக் கொன்றவர் யார்? சொல்லுங்கள்’ என்றான்.

அனுமன் சம்பாதியை யார் என வினவ, அவன் தான் சடாயுவின் அண்ணன் என்று கூறவே, அனுமன் இராவணனுடன் நிகழ்ந்த போரில் இராவணன் எறிந்த தெய்வ வாளால் சடாயு கொல்லப்பட்டான் என்றான். சடாயுவின் மறைவுக்கு வருந்திப் புலம்பிய சம்பாதி நீர்க்கடன் செய்து பிறகு வானர வீரர்களைப் பார்த்து 'எல்லோரும் இராமநாமத்தைச் சொல்லுங்கள். அதனால் எனக்கு சிறகுகள் வளரும்' என்றான்.

'எல்லீரும் அவ் இராம நாமமே
சொல்வீர்; சொல்ல, எனக்கு ஓர் சோர்வு இலா
நல்ஈரப் பயன் நண்ணும்; - நல்ல சொல்
வல்லீர்! வாய்மை வளர்க்கும் மாண்பினீர்!' (734 -48)

அவ்வாறே வானர வீரர்கள் யாவரும் ஒன்றாகச் சேர்ந்து இராம நாமத்தைக் கூறவே, சம்பாதியின் சிறகுகள் தானாக வளர்ந்தன. அது கண்டு சிந்தை வியந்து விம்மினர்; வாழ்த்தினர் வானர வீரர். இராம நாமத்தின் மகிமையைக் கண்கூடாகக் கண்டவர்கள் அவனை வணங்கி, அவன் வரலாற்றைக் கேட்க, சம்பாதி சொன்னான்:

சம்பாதி - சடாயு வரலாறு

சம்பாதி, சடாயு என்ற இரண்டு கழுகுகளும் சூரியனின் தேரோட்டியான அருணனின் புதல்வர்; கழுகுகளுக்கு அரசராக இருந்தனர். தேவர்களைக் காணும் ஆவலால் வானில் மிக உயரப் பறந்து சென்றனர்; அப்போது சூரியன் தேரில் எதிரே வர, அதனின் உஷ்ணம் தாங்காது சடாயு தன்னைக் காப்பாற்றும்படி அண்ணன் சம்பாதியிடம் வேண்ட, தன் சிறகுகளை விரித்து சடாயுவைப் பொத்தி மூடினான். அதனால் சம்பாதியின் சிறகுகள் தீயினால் கருகவே, சிறகுகள் இற்று விழ, கீழே விழுந்தான். அதற்குள் அவர்களைத் தாண்டிய சூரியன் சம்பாதியின் மேல் கொண்ட கருணையினால் 'சனகன் மகள் சீதையைத் தேடி வரும் வானரர் இராமன் பேரைச் சொல்ல, இறகு பெற்று எழுவாய்' என்று விமோசனம் அருளினான்.

அதனால் சடாயு கழுகரசனாக இருந்து கழுகுகளைக் காப்பாற்றினான். சம்பாதி வானர வீரர் வரவை எதிர்பார்த்து அங்குக் கிடந்தான்.

அந்த வரலாற்றைக் கேட்ட வானர வீரர் சீதையை இராவணன் தென்திசை எடுத்துச் சென்றான் என்பதனால் அங்கு வந்ததாகச் சொல்ல, சம்பாதியும் அக்காட்சியைத் தானும் கண்டதாகவும், இலங்கைக்கு எடுத்துச் சென்று சிறை வைத்துள்ளதாகவும், அங்கிருந்து ஒரு நூறு யோசனை தூரத்தில் இலங்கைத் தீவு

இருப்பதாகவும், இலங்கையில் காவல் மிகவும் கடுமையானது, எனவே அதனைக் கடந்து எல்லோரும் உள்ளே செல்வது முடியாத காரியம் என்றும், யாராவது ஒருவர் மறைந்து சென்று, தேவிக்கு ஆறுதல் கூறி வருவதே மீளும் வழி என்றும் விளக்கமாக எடுத்துரைத்தான்.

கழுகுகள் காக்குநர் இன்மையால் அல்லல் படும் என்பதனால் தான் விடைபெறுவதாக வானரர்களை வாழ்த்தி விடை பெற்றான்.

சிறிய திருவடி

சம்பாதி சொல்லியபடி ஒருவரே சென்று வருவது நன்மை பயக்கும் என்றும், யார் அப்படிக் கடல் கடந்து மீள்வது என்றும் வானரர்கள் தமக்குள் பேசினர். நீலன், அங்கதன், சாம்பன் தம் இயலாமையைக் கூறினர்.

அனுமனது ஆற்றலை சாம்பன் புகழ்ந்து அவனே கடல் கடந்து சென்று தீதின்றி மீள வல்லவன் என்றான்.

'நல்லவும் ஒன்றோ, தீயவும் நாடி, நவைதீரச்
சொல்லவும் வல்லீர்; காரியம் நீரே துணிவுற்றீர்;
வெல்லவும் வல்லீர்; மீளவும் வல்லீர்; மிடல் உண்டே;
கொல்லவும் வல்லீர்; தோள்வலி என்றும் குறையாதீர்;' (738 - 11)

சாம்பன் இயம்ப, தன் பெருமை தான் அறியா அனுமனும், ஊக்கமுற்று இலங்கை செல்ல உடன்பட்டான்.

மயேந்திர மலையின் உச்சிக்குச் சென்று கடல் தாவ ஏதுவாக, அனுமன் பெரு வடிவம் எடுத்தான். திருமால் திருவிக்ரம அவதாரம் எடுத்து உலகளந்த பெருமான் ஆனது போல் வளர்ந்த அனுமனின் பாதத்தைத்தான் யாவரும் கண்டனரே ஒழிய, மற்ற உறுப்புகளைக் காண முடியவில்லை. அத்தன்மையால் 'திருவடி' என்னும் தன்மைப் பெயர் கொண்டான் அனுமன்.

'பொரு அரு வேலை தாவும் புந்தியான், புவனம் தாய
பெரு வடிவு உயர்ந்த மாயோன் மேக்குஉறப் பெயர்ந்த தாள்போல்
உரு அறி வடிவின் உம்பர் ஓங்கினன்; உவமையாலும்
திருவடி என்னும் தன்மை யாவர்க்கும் தெரிய நின்றான்'. (740 - 26)

(தாய - தாவி அளந்த; உம்பர் - வானம்)

கிஷ்கிந்தா காண்டம் முற்றிற்று.

பெரியவாச்சான் பிள்ளை அருளிய திவ்யப் பிரபந்தப் பாசுரப்படி ஸ்ரீமத் ராமாயணம்

கிஷ்கிந்தா காண்டம்

வன மருவு கவி யரசன் காதல் கொண்டு
மரா மரங்கள் ஏழ் எய்து;
உருத்தெழு வாலி மார்பில் ஒரு கணை உருவ ஒட்டி;
கருத்துடைத் தம்பிக்கு இன்பக் கதிர் முடி அரசளித்து
வானரக் கோனுடனிருந்து,
வைதேவி தனைத் தேட விடுத்த திசைக் கருமம் திருத்த
திறல் விளங்கும் மாருதியும் மாயோன் தூதுரைத்தல் செப்ப!

•

துதிப் பாடல்கள்

வாழ்த்து

மூன்று உரு எனக் குணம் மும்மை ஆம் முதல்,
தோன்று உரு எவையும், அம் முதலைச் சொல்லுதற்கு
ஏன்று உரு அமைந்தனவும், இடையில் நின்றவும்,
சான்று உரு உணர்வினுக்கு உணர்வும், ஆயினான்
(பா.3708)

வாலி செயலும் - சொல்லும்

மும்மை சால் உலகுக்கு எல்லாம் மூல மந்திரத்தை, முற்றும்
தம்மையே தமர்க்கு நல்கும் தனிப் பெரும் பதத்தை, தானே
இம்மையே, எழுமை நோய்க்கும் மருந்தினை, 'இராமன்' என்னும்
செம்மை சேர் நாமம்தன்னை, கண்களின் தெரியக் கண்டான்.
(ப.635/பா.79)

யாவரும் எவையும் ஆய், இருதுவும் பயனும் ஆய்,
பூவும் நல் நெறியும் ஒத்து; ஒருவ அரும் பொதுமையாய்

ஆவ நீ ஆவது என்று அறிவினார் அருளினார்;
தா அரும் பதம் எனக்கு அருமையோ? தனிமையோய்!
(ப.642/பா.131)

கைதவம் இயற்றி, யாண்டும் கழிப்ப அருங் கணக்கு இல் தீமை
வைகலும் புரிந்துளாரும், வான் உயர் நிலையை, வள்ளல்
எய்தவர் பெறுவர்என்றால், இணை அடி இறைஞ்சி, ஏவல்
செய்தவர் பெறுவது, ஐயா! செப்பல் ஆம் சீர்மைத்து ஆமோ?
(ப.644/பா.141)

•

சுந்தர காண்டம்

சுந்தர காண்டச் சுருக்கம்

(14 படலங்கள் - 1319 பாடல்கள்)

பெரிய உருவம் எடுத்த அனுமன் மயேந்திர மலை உச்சியிலிருந்து கிளம்பி வானில் கடல்மீது இலங்கை நோக்கிப் புறப்பட்டான். வழியில் கடலிலிருந்து உயர கிளம்பி வழியடைத்த மைந்நாக மலை, பிறகு சுரசை என்ற அரக்கியும், அங்கார தாரை என்ற அரக்கியும் எதிர்ப்பட, ஒவ்வொருவருடனும் போரிட்டு அவர்களை வென்று பயணத்தை இராம நாமத்தைச் சொல்லிக் கொண்டே தொடர்ந்தான்.

இலங்கையின் காவலைக் கருத்தில் கொண்டு, வெளிப்புறத்தே அமைந்த பவளக்குன்றில் இறங்கி தன் உருவை மிகச் சிறியதாக்கிக் கொண்டு மலையைக் கடக்க முயன்றபோது, இலங்கை மாநகரைக் காவல் காத்த இலங்காதேவி அவனைத் தடுத்தாள். அவளுடன் போரிட்டுக் கீழே தள்ளியதும், அவள் எழுந்து பிரமன் ஆணையால் இந்நகரை அவள் காத்து வருவதாகவும், குரங்கு ஒன்றினால் தான் அடிபடும் போது பிரமனைத் திரும்ப அடையலாம் என்றும், அதன் பின் இலங்கை நகரம் சிதையும் என்று தன் வரலாறு கூறி அனுமனை உள்ளே அனுப்பினாள்.

வளம் மலிந்த இலங்கை நகரைக் கண்ட அனுமன் அங்கு எல்லோருமே இன்பத்துடன் இருப்பதையும், கவலைப்படுபவர் யாரையும் காணாதும் திகைத்தான். கும்பகருணன், வீடணன், இந்திரசித்தன், மண்டோதரி, இராவணன் மாளிகை என்று ஒவ்வொன்றாகத் தேடி வந்த அனுமன் கடைசியாக அசோக வனத்துள் அரக்கியர் கூட்டத்திடையே அழுது அழுது சோர்ந்துபோய் துயரத்தில் ஆழ்ந்திருந்த சீதையைக் கண்டான்.

அப்போது இராவணன் அங்கே வந்து சீதையை வணங்கி இரங்கி நின்றதையும், சீதை அஞ்சாது அவனை ஏசியதையும் கண்டான். தன் வேண்டுதலுக்கு இசையாத சீதையை அச்சுறுத்தி இராவணன் அங்கிருந்து சென்றான். அனுமனின் செயலால் அரக்கியர் உறங்கவே, சீதை உயிர் விடத் துணிந்து மாதவிக்கொடியை

அடையவும், அனுமன் அவள் முன்னே போய் இராமன் பெயரைச் சொல்லிக் கொண்டு வணங்கி நின்றான். அனுமன் தன்னை இராம தூதன் என்று சொன்னாலும், இதுவும் அரக்கர் மாயமாக இருக்குமோ என்று முதலில் சந்தேகப்பட்ட சீதை பிறகு தெளிந்தாள்.

அனுமன் சீதையிடம், சீதை இராமனைப் பிரிந்த பிறகு நிகழ்ந்ததை எல்லாம் சொல்ல, சீதை இராமன் எப்படி இருக்கிறான் என்று கேட்டாள். அனுமன் இராமன் படும் பிரிவுத் துயரத்தை எடுத்துச் சொல்லி அவன் கூறியனுப்பிய அடையாளச் செய்திகளையும் சொல்லி, அவன் கொடுத்தனுப்பிய மோதிரத்தையும் கொடுத்தான். கணையாழி பெற்ற சீதை அனுமனை வாழ்த்தினாள்.

அனுமன் எப்படிக் கடல் கடந்தான் என்று கேட்க, அனுமன் தன் பேருருவைக் காட்டினான். அனுமன் சீதையைத் தன் தோள்மீது ஏறிக் கொள்ளும்படியும், இராமனிடம் அவளைக் கொண்டு சேர்ப்ப தாகவும் சொன்னான். ஆனால் சீதையோ இராவணன் செய்தது போன்றே திருட்டுத்தனமாக இலங்கையிலிருந்து மீள்வது தவறு என்றும், அது இராமனின் வில்லாற்றலுக்கு இழுக்கு என்றும், அனுமன் என்னதான் பிரம்மசார்ய விரதம் பூண்ட குரங்கானாலும் அவன் ஆண் என்பதால் அவனைத் தீண்டுவது தகாது என்றும் விளக்கி, அவன் வேண்டுகோளை மறுத்தாள்.

பிறகு இராமனிடம் சொல்லும்படி சில அடையாளச் செய்திகளைச் சொல்லி, தன் சூடாமணியையும் அனுமனிடம் கொடுத்து இன்னும் ஒரு மாதம் தான் உயிரோடு இருப்பேன் என்றும் அதற்குள் இராமன் வந்து போரிட்டு வென்று அவளை மீட்டுச் செல்லும்படியும் செய்தி சொல்லும்படி சொன்னாள்.

பிறகு அரக்கருக்கு ஒரு பாடம் கற்பிக்க வேண்டும் என்ற நோக்கத்துடன் அசோக வனத்தை அனுமன் அழித்து, சின்னாபின்னமாக்கினான். அதுகண்ட காவலர் இராவணனிடம் ஓடிச் செய்தி தெரிவிக்கக் கிங்கரர்களை ஏவி அனுமனைப் பிடித்துவர ஆணையிட்டான். அரக்கவீரர்கள் அனுமனுடன் போரிட்டு மடியவே சம்புமாலியை இராவணன் அனுப்பினான். அவனும் போரிட்டு இறக்கவே, படைத்தலைவர் ஐவர் சென்றனர்.

அவர்களும் போரில் உயிர்விடவே, இந்திரசித்தனின் தம்பியும் இராவணனுக்கும் மண்டோதரிக்கும் பிறந்தவனான அக்ககுமாரன் தான் சென்று அனுமனைப் பிடித்து வருவதாகப் புறப்பட்டான். அவனும் போரிட்டு மாளவே, மண்டோதரி முதலியோர் அழுது புலம்பினர். அப்போது இந்திரசித்தன் தானே சென்று

பிடித்துவருவதாகப் போருக்குப் புறப்பட்டான். அவனுக்கும் அனுமனுக்கும் பெரும் போர் நடந்தது. இந்திரசித்து அயன்படையை (பிரம்மன் படை) விடவே அதற்கு அடங்கிய அனுமனை இராவணன் முன்னே கொண்டு வந்து நிறுத்தினான் இந்திரசித்தன்.

இராவணன் அனுமனை யாரெனக் கேட்க, தான் இராம தூதன் என்றான் அனுமன். அனுமனைக் கொல்ல இராவணன் ஆணையிட்டும், வீடணன் தூதரைக் கொல்வது நீதியன்று என்று தடுத்தான். அதனால் இராவணன் அனுமன் வாலில் தீக்கொளுத்தி அவனை விரட்டும்படி சொல்ல, அரக்கர் அங்ஙனமே செய்தனர். அதைக் கேள்விப்பட்ட சீதை அக்னியை அனுமனைச் சுடக்கூடாது என்று வேண்டினாள். அனல் குளிர்ந்து அவனைச் சுடவில்லை.

அனுமன் தன் வாலை இலங்கை நகர்மீது நீட்ட, மாளிகைகள் தீப்பற்றி எரிய ஆரம்பித்தன. இராவணன் உட்பட எல்லோரும் மாளிகைகளை விட்டு வெளியேறினர். சீதையின் பாதங்களை வணங்கி அனுமன் இராமன் இருக்குமிடம் நோக்கி வானில் பறந்து வந்து மயேந்திர மலையில் குதித்து அங்கதன் முதலிய வீரர்களிடம் செய்தி தெரிவித்துவிட்டு இராமனிடம் வந்தான்.

இராமனின் எதிரே வந்ததும், அனுமன் தென்திசை நோக்கி தலையை வைத்து நிலத்தில் வீழ்ந்து வணங்கவே, இராமன் அக்குறிப்பினால் சீதை நலமாக இருக்கிறாள் என்பதை உணர்ந்தான். பிறகு அனுமன் சீதை பத்திரமாகவும் கற்போடும் இருப்பதைச் சொல்லி, அவள் கூறி அனுப்பிய அடையாளச் செய்திகளையும் சொல்லி, அவள் கொடுத்தனுப்பிய சூடாமணியையும் இராமனிடம் கொடுத்தான். சீதை சொல்லியனுப்பிய ஒரு மாதத் தவணையையும் கேட்ட இராமன் இனியும் காலந்தாழ்த்தக் கூடாது என்று படைகளை இலங்கை நோக்கிப் புறப்படும்படி ஆணையிட்டான். பன்னிரண்டு நாட்களில் அனைவரும் கடற்கரையை அடைந்தனர்.

அனுமனுக்கு மாருதி(மாருதமாகிய காற்றின் மைந்தன்) ஆஞ்சநேயன் (அஞ்சனையின் வயிற்றில் பிறந்தோன்) என்ற பெயர்களோடு சுந்தரன் எனவும் ஒரு சிறப்புப் பெயர் உண்டு. இக்காண்டம் முழுவதும் அனுமனின் செயல்களே மிகுந்திருப்பதாலும் இக்காண்டம் முழுவதிலும் அவனாலேயே கதை நிகழ்வதாலேயும் இக்காண்டத்திற்கு ‘சுந்தர காண்டம்’ என்பது காரணப் பெயராக இடப்பெற்றது என்பர் ஆன்றோர்கள்.

•

கடவுள் வாழ்த்து

அலங்கலில் தோன்றும் பொய்ம்மை அரவு என பூதம் ஐந்தும்
விலங்கிய விகாரப் பாட்டின் வேறுபாடு உற்ற வீக்கம்,
கலங்குவது எவரைக் கண்டால்? அவர், என்பர் - கைவில் எந்தி,
இலங்கையில் பொருநர் அன்றே, மறைகளுக்கு இறுதி ஆவார்!'

(அலங்கல் - இருள்; அரவு - பாம்பு; விலங்கிய - பஞ்ச பூதங்களும் தனித்தனியே இருக்கும் தன்மையை விட்டு ஊடுருவிக் கலந்த; விகாரப்பாடு - இருத்தல், பிறத்தல், பருத்தல், வளர்தல், தேய்தல், அழிதல் என்னும் அறுவகை மாற்றங்கள்; வீக்கம் - கட்புலனாகத் தோன்றும் உடல், இங்கு பிறவி; கலங்குவது - நீங்குதல்)

ஐம்பூதங்களும் தனித்தனியே உள்ள தன்மையை விட்டு ஊடுருவிக் கலந்ததனால் ஆனதும் - அறுவகையான மாற்றங்களை உடையதும், தேவர் , மனிதர், விலங்கு, தாவரம் என்ற வேறுபாடு பொருந்தியதும் - ஆகிய பிறவிகள் வேத, வேதாந்தங்களில் இறுதி முடிவாகக் கூறப்படும் பொருளாயிருப்பவரும், கைவில் ஏந்தி இலங்கையில் அரக்கர்களுடன் போரிட்டு வென்றவரும் ஆனவரைப் பார்த்த மாத்திரத்தில் ஒழிந்துவிடும் என்பர் - மலர் மாலையை இருளில் பார்க்கும்போது தோன்றும் பாம்பு என்ற பொய்மையான எண்ணம் நீங்குதல் போல.

1. கடல் தாண்டினான் அனுமன்

பேருருவம் எடுத்து வளர்ந்து நின்ற அனுமன் விண்ணுலகம் கண்ணில் பட, அது இலங்கையாக இருக்குமோ என சந்தேகப்பட்டான். பிறகு அது தேவர்கள் வாழும் விண்ணுலகம் என்று தெளிந்து தூரத்தே தெரிந்த இலங்கையைக் கண்டான். பிறகு வாலைத் தூக்கி, கால்களை மடக்கி, மார்பு ஒடுக்கி, கழுத்தினைச் சுருக்கி, தோள்கள் பொங்கி, மயேந்திரமலை உச்சியை உதைத்து வானில் எழுந்து கடல்மீது பறக்க ஆரம்பித்தான்.

நாலினொடு உலகம் மூன்றும் நடுக்குற, அடுக்கு நாகர்
மேலின் நின்றகாறும் சென்ற கூலத்தன், 'விண்டு
காலினால் அளந்த வானமுகட்டையும் கடக்கக் கால
வாலினால் அளந்தான்' என்று வானவர் மருள, சென்றான். (757-32)

(கூலம் - வால்; விண்டு - திருமால் - (விஷ்ணு); காலவால் - காலபாசத்தை ஒத்த வால்)

அப்போது கடலிலிருந்து மைந்நாகமலை மேலே வளர்ந்து அவன் செல்லும் பாதையில் தடுத்து எழுந்தது. உடனே அதைக் கீழே தள்ளி அமுக்கினான் அனுமன். மைந்நாகம் உடனே சிறுமானிட வேடம் எடுத்து அனுமனிடம் 'முன்பொரு சமயம் இந்திரனால் கோபிக்கப் பெற்று மலைகளின் சிறகுகள் அறுக்கப்பட்ட சமயம், அனுமனின் தந்தையான வாயுதேவனால் காப்பாற்ற பெற்று, கடலில் மூழ்கித் தப்பியதாகவும், அதனால் நன்றி மறவாது, அனுமனுக்கு உதவுவதற்காகவே கடலிலிருந்து எழும்பியதாகவும், அனுமன் அங்கு சிறிது இளைப்பாறி விருந்துண்டு செல்லவேண்டும்' எனவும் வேண்டியது.

அதனை மறுத்த அனுமன் தான் செல்லும் காரியம் முடியும் வரை ஓய்வெடுக்கவோ, உணவருந்தவோ நேரமில்லை என்றும், அன்புக்கு நன்றி என்றும் கூறி இலங்கை நோக்கிப் பயணத்தைத் தொடர்ந்தான்.

சுரசையின் நிராசை

கொஞ்ச தூரம் சென்றதும், சுரசை என்ற அரக்கி எதிர்ப்பட்டாள். அவள் தன் பெரிய வாயைத் திறந்து தனக்குப் பசியாக இருப்பதாகவும், அனுமனை ஆகாரமாக விழுங்கப் போவதாகவும் கூறினாள். அனுமன் அவளுக்குப் பசி என்பதால் ஆகாரமாக சம்மதிப்பதாகவும், ஆனால் இராமனின் கட்டளையை முடித்துத் திரும்பும்போது ஆகாரமாவதாகவும் சொன்னான். அரக்கியோ அவனை விழுங்கி விடுவது போன்று பெரிய வாயைத் திறந்தாள். ஆனால் அவள் வாய் கொள்ளாத அளவுக்கு தன் உருவத்தைப் பெரிதாக்கி முடியுமானால் தின்றிடுக என்றான். உடனே சுரசை தன் வாயை இன்னும் பெரிதாக்கினாள். அனுமன் உடனே தன் உருவை சிறியதாக்கி, அரக்கியின் வாயில் புகுந்து வயிற்றின் வழியாக வெளியே வந்தான். அரக்கி தன் சுய உருப்பெற்று அனுமனை வணங்கினாள். அவனும் ஆசிகூறிப் பயணத்தைத் தொடர்ந்தான்.

தேவர்கள் அனுமன் வலிமையை வியந்து மலர் தூவி வாழ்த்தினார்கள்.

இடையூறுகளை நீக்கும் இராமநாமம்

அப்போது அங்கார தாரை என்ற மற்றொரு அரக்கி அனுமனை எதிர்த்து நின்றாள். அவளும் அனுமனை உண்பதற்காக தன் வாயைத் திறக்க, அனுமன் அவள் வாயிலும் புகுந்து அவள் வயிற்றைக் கிழித்துக்கொண்டு வெளியே வந்தான்.

தான் புறப்பட்டதிலிருந்துதொடர்ந்து இடையூறுகளைச் சந்தித்த அனுமன், அத்தகைய துன்பங்களிலிருந்து நீங்க ஒரே வழி இராம நாமத்தைச் சொல்லுவதுதான் என்று தெளிந்து இராம நாமத்தைச் சொல்லிக்கொண்டே வேறு இடையூறு எதுவும் எதிர்ப்படாது இலங்கையின் புறத்தே உள்ள பவளமலையில் இறங்கினான்.

'ஊறு, கடிது ஊறுவன; ஊறுஇல் அறம் உன்னா
தேறல்இல் அரக்கர் புரி தீமை அவை தீர,
ஏறும்வகை எங்கு உளது? 'இராம!' என எல்லாம்
மாறும்; அதின் மாறுபிறிது இல் என வலித்தான். (766-88)

(கடிது ஊறுவன ஊறு - விரைந்து மிகும் இடையூறு; ஏறும் வகை - கரையேறும் வழி)

உ. ஊர் தேடினான் அனுமன்

இராவணனின் தவப்பயனாய் தழைத்த இலங்கை

பவளக்குன்றில் நின்று இலங்கை மாநகரைக் கண்ட அனுமன் அதிசயித்து வியந்தான். இலங்கையின் செல்வ வளமும், பொலிவும் வருணிக்க இயலாதது எனத் தெளிந்தான்.

'பொன்கொண்டு இழைத்த? மணியைக்கொடு பொதிந்த?
மின்கொண்டு அமைத்த? வெயிலைக் கொடு சமைத்த?
என்கொண்டு இயற்றிய? எனத் தெரிவு இலாத
வன்கொண்டல் விட்டு மதி முட்டுவன மாடம்.' (767-1)

பொன்னாலா, மணியாலா எதனால் அமைக்கப்பெற்றன எனத் தெரிய முடியாத அளவுக்கு ஒளிவீசி விண்ணைத் தொடும் அளவு உயர்ந்த மாட மாளிகைகள் நிரம்பியிருந்தன.

மரங்கள் அனைத்தும் கற்பக மரங்களாகவும், இல்லங்கள் எல்லாம் பொன்னால் ஆனவையாகவும் பொலிந்தன; தேவ மகளிர்

அரக்கியர்க்கு அடிமைபோல் பணிசெய்தனர். அரக்கர்களுக்கு தேவர்கள் குற்றேவல் புரிந்தனர்; இது இயல்பாக அமையக் கூடியதல்ல; இராவணனின் கடுந்தவத்தின் பயனால் விளைந்தது என்று தெளிந்தான் அனுமன்.

'மரம் அடங்கலும் கற்பகம்; மனை எலாம் கனகம்;
அரமடந்தையர் சிலதியர், அரக்கியர்க்கு; அமரர்
உரம் மடங்கி வந்து உழையராய் உழல்குவர்; ஒருவர்
தரம் அடங்குவது அன்று இது; தவம் செய்த தவமால்' (768-9)

(அர மடந்தையர் - தேவருலக மகளிர்; சிலதியர் - குற்றேவல் செய்யும் மகளிர்; உழையர் - குற்றேவல் செய்பவர்; ஒருவர் தரம் அடங்குவது - ஒருவருக்கு இயல்பாகக் கூடுவது)

இலங்காதேவி

இலங்கையை வியந்த அனுமன், கடலையே அகழியாகக் கொண்ட இலங்கையின் உயர்ந்த மதிலை எப்படிக் கடப்பது எனத் திகைத்தான். மதில் வாயிலில் யமனும் நுழைய முடியாத அளவு பலமான காவலுடன் அரக்கர் வெள்ளம் பற்பல ஆயுதங்களுடன் காத்து நின்றது. இவ்வளவு அரக்கருடன் போர் புரிந்து மதிலைக் கடக்கக் காலம் அதிகமாகும் எனக் கருதிய அனுமன், வேறொருபுறத்தே சென்று யாரும் அறியாதவாறு மதிலைத் தாவ முயற்சித்தான்.

அப்போது இலங்கையைக் காவல் செய்து வந்த நான்கு முகங்களையும், எட்டுத் தோள்களையும் உடைய இலங்காதேவி அனுமனைத் தடுத்து நின்றாள். பல்வகை ஆயுதங்களுடனும், வாயில் புகைவர, காலனுக்கும் மிஞ்சிய கோபத்தளாய், அனுமனை அதட்டி உயிர் பிழைக்க வேண்டுமானால் ஓடிப்போய்விடு என்றாள். அனுமன் நகருக்குள் செல்லாமல் திரும்ப மாட்டேன் என்றதும், அவனுடன் இலங்காதேவி போரிட்டாள். அவளுடைய ஆயுதங்கள் அனைத்தையும் பிரயோகித்தும் பயனில்லாது போகவே, அனுமனை அடிக்கத் துணிந்து கையை ஓங்கினாள். ஒரு கையால் அவள் கரங்களைப் பிடித்துக் கொண்டு, மறுகையால் அனுமன் அவளை ஓங்கிக் குத்தினான். அனுமனின் இடிபோன்ற அடிபட்டு இரத்த வெள்ளத்தில் வீழ்ந்தாள்.

பிரமன் கொடுத்த வரத்தினால் எழுந்து நின்று அனுமனை வணங்கித் தன் வரலாறு கூறினாள்.

'பிரம்மன் ஆணையால் இலங்கை நகரைக் காவல் செய்து வந்தேன். அவரிடம் எவ்வளவு காலம் நான் இந்நகரைக் காப்பது என்று

கேட்டபோது அவர் வலிமையான குரங்கு ஒன்று தன் கரத்தால் அடித்திடும்போது எம்மிடம் வருவாய். அதன்பிறகு இந்நகரம் அழிவது உறுதி. எனவே நீ எண்ணியது எல்லாம் முடியும். அறம் வெல்லும்; பாவந்தோற்கும்' என்று அவனை நகருக்குள் புக அனுமதித்து வணங்கிப் போனாள்.

> அன்னதே முடிந்தது, ஐய, 'அறம் வெல்லும்; பாவந் தோற்கும்'
> என்னும் ஈது இயம்ப வேண்டும் தகையதோ? இனி மற்று உன்னால்
> உன்னிய எல்லாம் முற்றும்; உனக்கும் முற்றாதது உண்டோ?
> (780-95)

மனைகள் தோறும் மங்கையைத் தேடிய மாருதி

அனுமன் தன் உருவத்தைச் சுருக்கி சிறியதாக்கி பல வீதிகளின் வழியாகச் சென்று மாட மாளிகைகள் முதல் எல்லா இடங்களிலும் சீதையைத் தேடிக்கொண்டே சென்றான். கும்பகருணனது மாளிகையில் அவன்தான் இராவணனோ என சந்தேகப்பட்டு பத்துத் தலையும் இருபது தோள்களும் இல்லாததால் அவன் அல்லன் என்று தெளிந்தான்.

அரக்கர்களிடத்தே ஒளிந்து வாழ்கின்ற தருமம் போன்ற வீடணன் மாளிகையில் அவனைக் கண்டு, குற்றமற்ற குணத்தினன் என்று தெளிந்து மேலே போனான்.

> உறங்கும் இந்திரசித்தனின் வீரப் பொலிவைக் கண்ட அனுமன்,
> 'இவனை இன்துணை உடைய போர் இராவணன், என்னே
> புவனம் மூன்றையும் வென்றது ஒருபொருள் எனப் புகறல்?' (787-142)

இடைநகர் அகழியைக் கடந்து அகநகரினுள் சென்ற அனுமன் மண்டோதரியைக் கண்டு அவள் வாய் பெருகுவது கண்டு அவளுக்கு அண்மையில் துன்பம் நேரும், அவள் கணவனுக்கு அழிவு நேரும் என்று மனத்துள் கொண்டான்.

பிறகு இராவணன் மனையுள் புக தீக்குறி (அப சகுனங்கள்) கண்டான். சீதையைச் சிறை வைத்தவன் என்ற எண்ணம் மேலிட அவனை அப்போதே கொன்று தன் ஆற்றலைக் காட்டி சீதையை மீட்க வேண்டும் என்று நினைக்கத் தொடங்கினான். சிறிது நேரம் சிந்தித்த அனுமன் ஒன்றை நினைந்து வந்து மற்றொன்றைச் செய்வது பிழையாய் முடியும் என்றும், இராவணனை ஒரு குரங்கு முடித்தது என்றால் அது இராமனின் வில்லாற்றலுக்கு இழுக்கு உண்டாக்கும் என்று அந்நினைவையும் சீற்றத்தையும் ஒழித்தான்.

'இற்றைப் போர்ப் பெருஞ்சீற்றம் என்னோடும் முடிந்திடுக;
கற்றைப் பூங்குழலாளைச் சிறைவைத்த கண்டகனை
முற்றப் போர்முடித்தது, ஒரு குரங்கு என்றால், முனைவீரன்
கொற்றப் போர்ச் சிலைத் தொழிற்குக் குறை உண்டாம் என,
குறைந்தான்' (800-223)

(கண்டகன் - கொடியவன்; சிலை - வில்; குறைந்தான் - நினைவை ஒழித்தான்)

எங்கே தேடியும் சீதையைக் காணாது செய்வதறியாது திகைத்தான்.

'கண்டு வரும்' என்று இருக்கும் காகுத்தன்; கவிகுலக்கோன்
'கொண்டு வரும்' என்று இருக்கும்; யான் இழைத்த கோள் இதுவால்.'
(801-207)

'தூதனுப்பிய இராமன் சீதையைக் கண்டு சேதி கொண்டுவருவான் அனுமன் என்றிருப்பான். குரங்கரசனாகிய சுக்ரீவனோ சீதையைத் தூக்கிக் கொண்டு வந்துவிடுவான் என்றிருப்பான். இரண்டும் இயலாது நிற்குமாறு என் நிலை இப்படியாயிற்றே என துயரப்பட்டான்.

தேவர்களைக் கேட்டாலோ, இராவணனுக்கு அஞ்சி வாயையே திறக்க மாட்டார்கள். இராவணன் அவளைக் கொன்றிருப்பானோ அல்லது தின்றிருப்பானோ; வேறெங்கும் ரகசியமாய் சிறை வைத்திருப்பானோ? இலங்கையையும் அழித்து, இராவணனையும் கொன்று தானும் உயிர் விட்டு விடலாமோ? என்றெல்லாம் பலவாறாக சிந்தனை செய்த அனுமன், அப்போது வானில் பறந்த பறவைகளைப் பார்க்க அண்ணாந்தவன் பக்கத்தே ஒரு மலர்ச் சோலையைக் கண்டான்.

௩. சீதையைக் கண்டான் அனுமன்

புகையுண்ட ஓவியம் - சீதை

அசோக வனமாகிய அம்மலர்ச் சோலைக்குள் அனுமன் நுழைந்தான்.

அங்கே அரக்கியர் கூட்டத்திடையே சீதை இடையைப் போலவே எல்லா அங்கங்களும் மெலிந்து துவண்டிருந்தாள். தூங்காததால் கண் இமைகள் மூடாமல் துயரத்துடன் இருந்தாள். வெய்யிலில் ஏற்றிய விளக்கைப்போல் ஒளியற்ற தேகத்துடன் கீழே விழுந்து விம்முவாள்;

உடல் வெதும்பியதும் வெறுப்பேற்பட்டு எழுவாள்; இராமனை நினைத்து ஏங்கி, இரங்குவாள்; தொழுவாள்; அப்படியே சோர்ந்து கலங்குவாள்; அத்துயரால் பெருமூச்சு விட்டு வருந்துவாள்; அழுவாள். இப்படி பிரிவு என்ற துயரம் ஓர் உருவம் எடுத்ததுபோல வேறொன்றும் தெரியாத நிலையில் இருந்தாள்.

'விழுதல், விம்முதல், மெய்உற வெதும்புதல், வெருவல்
எழுதல், ஏங்குதல், இரங்குதல், இராமனை எண்ணித்
தொழுதல், சோருதல், துளங்குதல், துயர்உழந்து உயிர்த்தல்,
அழுதல், அன்றி, மற்ற அயல் ஒன்றும் செய்குவது அறியாள்.'
(803-5)

இராமன் வந்து விடுவான் வந்து விடுவான் என்று எல்லாப் பக்கங்களிலும் ஏக்கத்துடன் பார்த்துக் கொண்டிருந்தாள். தென்கடல் அமிழ்தம் கொண்டு மன்மதன் செய்த அருமையான ஓவியம் புகை படிந்து கிடப்பது போல இருந்தாள்.

பழைய நினைவுகள் அவளைக் கொல்லாது கொன்றன. இலக்குவனைத் தான் சொன்ன வார்த்தை கேட்டு இராமன் அறிவற்றவள் என்று தன்னைத் துறந்திருப்பானோ? தன்னைப் பார்த்த செய்தியைச் சொல்லு முன்னரே சடாயு இறந்து போயிருப்பானோ? மாயம் வல்ல அரக்கர் இத்துணை காலம் தன்னை வைத்திருக்க மாட்டார்கள், தின்றிருப்பார்கள் என்று இராமன் இனிச் செய்வது என்ன என்று தளர்ந்திருப்பானோ? தாய்மார்களும் தம்பியரும் மீண்டும் வந்து அழைக்க அயோத்தி சென்றிருப்பானோ? சொன்ன காலக்கெடுவான பதினான்கு ஆண்டுகள் முடியாமல் இராமன் அயோத்தி செல்லமாட்டானே? இராமனுக்கு காட்டில் இப்போது யார் பரிமாற உண்பான்? விருந்தினர் வந்தபோது என்ன செய்வான்?

'அருந்தும் மெல் அடகு ஆர்இட அருந்தும்? ' என்று அழுங்கும்;
'விருந்து கண்டபோது என் உறுமோ?' என்று விம்மும்;
மருந்தும் உண்டுகொல் யான் கொண்ட நோய்க்கு? என்று மயங்கும்
இருந்த மாநிலம் செல்லரித்திடவும் ஆண்டு எழாதாள்' (804-15)

தயரதன் இராமனிடம் கோசல நாட்டு அரசாட்சியை ஏற்றுக்கொள் என்றபோதும் சரி, பிறகு அதனைத் துறந்து கானகம் செல் என்றபோதும் சரி, மலரவும் செய்யாது, வாடவும் செய்யாது சித்திரத்தில் அலர்ந்த செந்தாமரை போன்றிருந்த இராமனின் திருமுகச் செவ்வியை நினைந்து ஏங்குவாள்.

'மெய்த்திருப்பதம் மேவு' என்ற போதினும்,
'இத்திருத் துறந்து ஏகு' என்ற போதினும்

சித்திரத்தின் அலர்ந்த செந்தாமரை
ஒத்திருக்கும் முகத்தினை உன்னுவாள். (805-20)

(திருப்பதம் - அரசாட்சி; உன்னுவாள் - எண்ணுவாள்)

கங்கையைக் கடந்தபோது வேடனாகிய குகனிடம் அவன் தன் தோழன் என்றும், தன் தம்பி அவன் தம்பி என்றும், தன்னைக் கொழுந்தி என்றும் உறவு சொல்லி நட்புக்கொண்ட பெருந் தகைமையை எண்ணி மயங்குவாள்.

'ஆழநீர்க் கங்கை அம்பி கடாவிய
ஏழை வேடனுக்கு, 'எம்பி நின்தம்பி; நீ
தோழன்; மங்கை கொழுந்தி' எனச் சொன்ன
வாழி நண்பினை உன்னி, மயங்குவாள்.' (805-23)

(அம்பி - ஓடம்)

கனாக் கண்டு சொன்ன தோழி திரிசடை

அப்போது அவளுடன் இருந்த வீடணன் மகளாகிய திரிசடையிடம் சீதை தன் இடக்கண்ணின் புருவங்கள் துடித்தன; அதன் விளைவு என்ன நேருமோ என்று தெரியவில்லை என்றும், முன்பு அவள் திருமணத்திற்கு முன் விசுவாமித்திர முனிவருடன் இராமன் மிதிலைக்கு வந்தபோது தனது தோள்களும் கண்ணும் இப்போது போலவே இடம் துடித்தன என்றாள். மேலும் இராமன் பரதனுக்கு நாடு தந்து, காடு புகுந்த நாள் வலப் பக்கம் துடித்தது; இராவணன் காட்டில் வஞ்சம் செய்த நாளிலும் வலம் துடித்தது என்று சொன்னாள்.

சீதையிடம் தாயைவிட மேலான அன்பு செலுத்திய திரிசடை, சீதை சொன்னபடி இடம் துடித்தால் நன்மையே விளையும் என்றும் அதனால் இராமனை அடைதலும் உண்மையாகும் என்றும் கூறி, தொடர்ந்து தனக்குத் தோன்றிய அறிகுறிகளைச் சொன்னாள். பொன்னிறமான வண்டு ஒன்று வந்து தேனினும் இனிய ரீங்கார இசையுடன் சீதையின் காதில் மென்மையாக ஒலித்துச் சென்றது. அதனால் அவள் கணவனின் தூதுவன் ஒருவன் வந்து அவளைக் காண்பான் என்றாள்.

திரிசடை தான் கண்ட கனவு ஒன்றினையும் சீதையிடம் சொன்னாள். 'இராவணன் தன்னுடைய பத்துத் தலைகளும் எண்ணெய் தேய்க்கப் பெற்று ஒழுக, கழுதைகளும் பேய்களும் பூட்டிய தேரின்மீது தென்திசை நோக்கிச் சென்றான். மக்களும் சுற்றத்தாரும் அவன் சென்ற திசை நோக்கியே சென்றனர். அவர்களில் ஒருவரும்

திரும்பவில்லை. வாலுடைய குரங்கு ஒன்று விளக்கின் தீயினால் இலங்கையின் அரண்மனைகளை எல்லாம் எரித்தது. வானத்து நட்சத்திரங்கள் பூமியில் விழுந்தன. தோரணங்கள் எறிந்தன. வேதம் வல்ல அறிஞர்கள் வைத்த பூரண கலசங்களிலிருந்து நீர் மதுவைப்போல குடத்தை விட்டு மேலெழுந்து பொங்கின. வானிலிருந்து இரத்த மழை பெய்தது. மங்கையரின் மங்கலத் தாலிகளை வேறு பலர் தங்கள் கரங்களால் வாங்கினர். இராவணன் மனைவி மண்டோதரியின் கூந்தலும் அவிழ்ந்து விழுந்தது.

வலிமையான இரண்டு சிங்கங்கள் குன்றுகளின் மத்தியிலிருந்து வந்து, யானைகள் வசிக்கும் காட்டில் புகுந்து, யானைகளை அடித்துக் கொன்றன. பிறகு அச்சிங்கங்கள் அக்காட்டிலிருந்து வெளியேறும் போது அக்காட்டிலிருந்து ஒரு மயிலும் கூடவே சென்றது. ஆயிரம் விளக்குகளின் பேரொளி பொருந்திய ஒரு விளக்கினைக் கையில் ஏந்தி திருமகள் இராவணன் அரண்மனையிலிருந்து வீடணன் அரண்மனைக்குள் புகுந்தாள். இப்படித் தான் கனவு கண்டு கொண்டிருந்தபோது தான் நீ என்னை எழுப்பினாய்.'

அதைக் கேட்ட சீதை திரிசடையிடம் 'தாயே! அந்தக் குறை கனவு முழுவதையும் காண நீ உறங்கி அக்கனவைக் கண்டு சொல்வாயாக' என்றாள்.

> 'அன்னையே! அதன்குறை காண்' என்று, ஆயிழை,
> 'இன்னமும் துயில்க' என இருகை கூப்பினாள் (809-53)

மனத்தவம் பூண்டிருந்த மங்கையைக் கண்ட மாருதி

சீதையும் திரிசடையும் பேசிக் கொண்டிருந்தபோது, அனுமன் அங்கு வந்தான். காவல் புரிந்து வந்த அரக்கியர் யாரோ வந்துள்ளனர் என்று உணர்ந்து, உறக்கத்திலிருந்து எழுந்தனர். சூலம், மழு, வாள் முதலியன ஏந்திச் சுற்றிவந்த அரக்கியர் கூட்டத்திடையே சீதையைக் கண்டு, அவள் இராமன் கூறிய இலக்கணங்களின்படி இருப்பதால், அவள் சீதையே எனத் தெளிவுற்று மகிழ்ந்தான்.

தூசு படிந்த மணியைப் போலவும், பிறைச் சந்திரனைப் போல மெலிந்தும் இருந்த சீதையைக் கண்டதுமே அவள் கற்பும் இராமன்பால் கொண்ட காதலும் பழியடையவில்லை என்பதனை உணர்ந்தான். அறத்துக்கு என்றும் அழிவில்லை என்பதனையும் உணர்ந்தான். புலன்களை வருத்தி தவம் செய்பவரினும் குலமங்கையர் மனத்தவம் சொல்ல முடியாத பெருமையுடையது என்று சீதையின் மனத்தின் மாண்பைக் கண்டு மகிழ்ந்தான்.

‘வெங்கனல் முழுகியும், புலன்கள் வீக்கியும்,
நுங்குவ, அருந்துவ, நீக்கி, நோற்பவர்
எங்குஉளர்? - குலத்தில் வந்து, இல்லின் மாண்புடை
நங்கையர் மனத்தவம் நவிலற்பாலதோ?’ (812-72)

(வீக்கியும் - அடக்கியும்; நுங்குவ - உண்பன; நவிலற்பாலதோ? - சொல்லத்தக்கதோ?)

சீதையின் மனவலிமையைப் புகழ்வதா? அவள் பிறந்த சனகர் குலத்தின் பெருமையைப் புகழ்வதா? இராமனின் தோள்களைப் புகழ்வதா? என்றெல்லாம் தனக்குள் சிந்தித்த அனுமன், அப்படி அங்கு மனத்தவம் புரிந்துவரும் சீதையைக் காண இராமனுக்குக் கொடுத்து வைக்கவில்லையே என்றும் எண்ணினாண்.

அப்போது அங்கு இராவணன் வந்தான். தேவ மகளிரான ஊர்வசி உடைவாள் எடுத்துவர, மேனகை வெற்றிலை கொடுத்துவர, திலோத்தமை செருப்பினைத் தாங்கிவர, மற்ற அரம்பையர்கள் எல்லோரும் புடை சூழ்ந்து கற்பூரம், சாந்து, சந்தனம், மலர்கள் முதலிய நறுமணம் வீசச் செய்ய, பல பெண்கள் நெய்விளக்குகளைக் கைகளில் ஏந்தி வர, இராவணன் வந்தான்.

‘உருப்பசி உடைவாள் எடுத்தனள் தொடர,
மேனகை வெள்ளடை உதவ,
செருப்பினைத் தாங்கித் திலோத்தமை செல்ல,
அரம்பையர் குழாம் புடைசுற்ற
கருப்புரச் சாந்தும், கலவையும், மலரும்,
கலந்து உமிழ் பரிமளகந்தம்,
மருப்புடைப் பொருப்பு ஏர் மாதிரக் களிற்றின்
வரிக்கை வாய் மூக்கிடை மருப்ப.’ (813-79)

(வெள்ளடை- வெற்றிலை; வரிக்கை - புள்ளிகளுடைய கை)

இராவணன் என்ன செய்யப் போகிறான் என்பதைக் கவனிக்க தன்னை மேலும் மறைத்துக் கொண்டு அனுமன் இராமநாமத்தை ஜபித்தவாறு இருந்தான். ஆசையால் உயிர் உடல் கட்டுக் குலையும் இராவணனையும், அவன் வரவைக் கண்டு கூசி குலை நடுங்கும் சீதையையும், அவள் குற்றமற்ற கண்கள் சாட்சியாகத் துல்லியமாகக் காட்டும் கற்புக் கனலையும் கண்டான். என்ன நடக்குமோ என்ற மனப் போராட்டத்தில் இருந்த அனுமன்,

‘கூசி ஆவி குலைவுறுவாளையும்
ஆசையால் உயிர்ஆசு அழிவானையும்,

காசுஇல் கண்இணை சான்று எனக் கண்டனன்
ஊசல்ஆடி உளையும் உளத்தினான்.' (818-99)

(ஆசு - பற்றுக் கோடாகிய உடல்)

இராவணன் சீதையின் முன் நின்று 'குயிலே! நீ எனக்கு இப்போது இன்னருள் தருவாய், மூன்று உலகங்களையும் அரசாளும் நான், என்னை உன் அடிமை என்று எண்ணியிருக்க என்மீது கருணை காட்டாதது ஏன்? நாட்கள் கழிந்து கொண்டேயிருக்கின்றன. துன்பத்தால் நான் இறந்தபின் தான் எனக்கு அருளுவயோ? நாளும், இளமையும் போனால் திரும்ப வராது. தேவர் தேவியர் கை தொழும் மூன்று உலகமும் உனக்கே தந்தேன். ஏற்க மாட்டாயா?' என்று பலபல நய வார்த்தைகள் கூறி தன் பத்து தலையும் தரையில் பட விழுந்து எழுந்தான்.

இடிக்குநர் இல்லா இராவணன்

இராவணின் இச்சுடு சொற்கள் தன் செவிகளில் விழுந்து செவிகளே தேய்ந்தது போன்ற பெருங்கோபம் கொண்டு கண்கள் சிவக்க இராவணனிடம் பேசலானாள் சீதை.

'மேரு மலையைத் துளைக்க வேண்டுமா? ஆகாயத்தைப் பிளந்து செல்ல வேண்டுமா? பதினாறு லோகங்களையும் அழிக்க வேண்டுமா? என் கணவரின் வில்லின் அம்பு ஒன்றே போதும்; இது தெரிந்தும் அறிவற்ற நீ சொல்லக் கூடாத சொற்களை எல்லாம் சொன்னாய்; உன் தலைகள் பத்தும் நீ இழக்கப் போகிறாய்!

'மேருவை உருவ வேண்டின், விண்பிளந்து ஏக வேண்டின்
ஈர்ஏழு புவனம் யாவும் முற்றுவித்திடுதல் வேண்டின்
ஆரியன் பகழிவல்லது; அறிந்து இருந்து - அறிவு இலாதாய்!
சீரிய அல்ல சொல்லி, தலை பத்தும் சிந்துவாயோ?' (821-117)

என் கணவரின் ஆற்றலுக்கு அஞ்சியதனால் தானே, வஞ்சகமாக மாயமானை ஏவி, மறைந்து வந்து என்னைச் சிறை வைத்தாய்; சடாயுவிடம் அன்று நீ தோற்றாய்! சங்கரன் கொடுத்த வெற்றி வாளால் நீ சடாயுவை வென்றாய்; இல்லாவிட்டால் நீ இந்நேரம் இறந்திருப்பாய்.

கயிலை மலையை நீ எடுக்க முயன்று தன் சேவடியை அழுத்தி உனைவென்ற சிவபெருமானின் வில் என் கணவரின் ஆற்றலுக்கு ஈடு கொடுக்க மாட்டாது இற்று வீழ்ந்த ஓசை நீ கேட்கவில்லையோ? உன்னைச் சிறையில் வைத்த ஆயிரம் தோள்களுடைய கார்த்த

வீர்யாச்சுனனைக் கொன்ற பரசுராமனை என் கணவர் அடக்கியது உனக்குத் தெரியுமா?

கடிக்கிற பாம்பும் மந்திரத்துக்கு கட்டுப்படும்; உன் பெருமையை நீயே மெச்சி மகிழ்கின்றாயே, உனக்கு தக்கது இச்செயல், தகாதது இது என்று காரணத்தோடு தைரியமாக எடுத்துக்காட்டி உன்னை இடித்துரைப்பவர்கள், திருத்துபவர்கள் இல்லை; உன்னோடு இருப்பவர்கள் எல்லாம் நீ சொல்வதற்கே ஆமாம் போட்டு உன்னையே அழிப்பவர்கள் என்பதால் உனக்கு முடிவைத் தவிர வேறு முடிவும் உண்டோ?'

'கடிக்கும்வல் அரவும் கேட்கும் மந்திரம்; களிக்கின்றோயை,
அடுக்கும், ஈது அடாது' என்று, ஆன்ற ஏதுவோடு அறிவு காட்டி,
இடிக்குநர் இல்லை; உள்ளார், எண்ணியது எண்ணி, உன்னை
முடிக்குநர்; என்றபோது, முடிவு அன்றி முடிவது உண்டோ?'
(823-136)

(அரவு - பாம்பு; ஏது - காரணம்)

இதையெல்லாம் கேட்ட இராவணன் கண்களில் தீப்பொறி பறக்க அவளைப் பிளந்து தின்பேன் என்று காதலும் கோபமும் மாறி மாறி வருத்த அதட்டினான்.

இதைப்பார்த்துக் கொண்டிருந்த அனுமனோ, சீதையை இராவணன் தொடுவதன் முன்னம் பத்துத் தலையையும் தாக்கி எறிந்து, அவளைச் சுமந்துகொண்டு செல்லலாமா என தன் கைகளைப்பிசைந்து கொண்டிருந்தான்.

காமத்தின் முன்னே கோபம் அடங்கிப் போக, இராவணன் மீண்டும் சீதையிடம் பேசலானான்: 'உன் கணவனைக் கொன்றால் நீ உயிர் விடக் கூடும்; அதனால் நானும் இறப்பேன் என்பதனால் தான் அன்று வஞ்சனையில் உன்னை எடுத்து வந்தேன்; போரில் யார் என்னை வெல்ல முடியும்? மாயமான் பின்னே தெரிந்தும் போய் ஏமாந்த மனிதர்களோ, நான் தான் உன்னை சிறை எடுத்தது என்பதால்தான் வரவில்லை.; இனி வரவும் மாட்டார்கள். மனிதர்களாயினும், அவர்கள் உன்னை எனக்குத் தந்ததினால், அவர்கள் உதவியதனால், என்னால் கொல்லப்பட மாட்டார்கள். அவர்கள் உயிர்வாழ வேண்டுமானால் அது உன் முடிவைப் பொறுத்தது. இல்லையேல், அயோத்தி சென்று பரதன் முதலியோரையும் அழித்து, பிறகு மிதிலை சென்று அங்குள்ளவர்களையும் அழித்து, பின்பு உன்னையும் கொல்வேன். என்னை நன்றாக அறிந்துகொள்' என்று சீதையை

அச்சுறுத்திவிட்டு இராவணன் போனதும், அரக்கியர்கள் வேறு சீதையை அதட்டி உரைத்தனர்.

திரிசடை தான் கண்ட கனவை சீதைக்கு நினைவூட்டி அவளைத் தேற்றினாள். அப்போது அனுமனின் விஞ்சையால் அரக்கியர் உறங்கத் தொடங்கினர்.

4. உருக்காட்டினான் அனுமன்

கணையாழி கொடுத்தான் இராமதூதன்

தனித்திருந்த சீதை 'பிறன் மனையில் சிறையிருந்த பெண்ணை இராமன் ஏற்பானோ, மாட்டானோ' என்றும், 'இராமனைக் காணும், ஆசையால் தான் இத்தனை நாள் பொறுமையுடன் உயிர் வாழ்ந்தேன். அரக்கர் சிறையிலிருந்த என் கற்பினை, இராமன் என்னை சிறை மீட்டும் நாளில், எப்படி அவனுக்கு உணர்த்துவேன்?' என்றெல்லாம் வருந்தி உயிர்விடத் துணிந்தாள். அதற்காக அருகிலிருந்த மாதவிக் கொடியின் அருகில் சென்று முயன்றபோது, அதைக் கண்ட அனுமன் இனியும் தாமதிப்பது உசிதமல்ல என்று இராமநாமத்தைக் கூறிக்கொண்டே சீதையின் முன்னே வந்து வணங்கினான்.

'இராமதூதன் நான். இராமனின் ஆணையால் உங்களைத் தேடி இங்கு வந்தேன். நீங்கள் இங்கு இருப்பது இன்னமும் இராமபிரானுக்குத் தெரியாது. தெரிந்தால் அரக்கர் தம் வருக்கமே வேரொடும் அழிந்திருக்கும். என்னை சந்தேகப்படவேண்டாம். இராமபிரான் தந்த அடையாளமும், வேறு செய்திகலும் என்னிடம் உள்ளன. காட்டுவேன்' என்று அனுமன் இறைஞ்சியதும், இவன் அரக்கனாக இருப்பானோ என்ற தன் ஐயத்தைப் போக்கி சீதை அவன் யாராக இருந்தால் என்ன, என் ஆருயிர்க் கணவர் பேரைச் சொல்லி உணர்வை உருக்கினான்; உயிர் தந்தான்; இதைவிட வேறு என்ன உதவி இருக்கமுடியும்? என்று நினைத்தாள்.

> 'அரக்கனே ஆக; வேறுஓர் அமரனே ஆக; அன்றிக்
> குரக்கு இனத்து ஒருவனேதான் ஆகுக; கொடுமை ஆக;
> இரக்கமே ஆக; வந்து, இங்கு, எம்பிரான் நாமம் சொல்லி,
> உருக்கினன் உணர்வை; தந்தான் உயிர்; இதின் உதவி உண்டோ?'
> (830-27)

‘வீரனே! நீ யார்?’ என்று அனுமனைக் கேட்டதும், அனுமன் தன் வரலாறு ஆக, இராமன் சீதையைப் பிரிந்ததும் சுக்ரீவனைச் சந்தித்தது முதல் தூது வரை எல்லாவற்றையும் எடுத்துரைத்தான். அதைக்கேட்ட சீதை தன் துயரங்களுக்கு விடிவு காலம் வந்துவிட்டது என்று கருதி, ஆனந்தக் கண்ணீர் மேலிட இராமன் உடல் நலன் பற்றி விசாரித்தாள்.

அனுமன் இராமன் திருமேனி அழகை பாதாதி கேசமாக வருணித்து, இராமன் கூறியனுப்பிய அடையாளச் செய்திகளை எல்லாம் கூறி, இராமன் கொடுத்தனுப்பிய கணையாழியையும் சீதையிடம் கொடுத்தான். அதைப் பெற்றதும் இழந்த பழம்பெரும் செல்வத்தை மீண்டும் பெற்றவள்போல், கண்களில் ஒற்றிக்கொண்டாள்; தலையில் வைத்துக் கொண்டாள்; முகர்ந்தாள். ஒன்றும் பேசாது விம்மினாள்; கண்ணீர் சொரிந்தாள்.

வாட்டக்கூடிய பசியால் வருந்துகிறவர்களுக்குக் கிடைத்த சோறு போலவும், அறவோர்க்குப் படைக்கப் பெற்ற விருந்து போலவும், நோயினால் வாடி உயிர் உழல்பவர்களுக்குக் கிடைத்த மருந்து போலவும் அந்தக் கணையாழி சீதைக்கு ஆகியது.

‘இருந்தும் பசியால் இடர் உழந்தவர்கள் எய்தும்
அருந்தும் அமுது ஆகியது; அறத்தவரை அண்மும்
விருந்தும் எனல் ஆகியது; வீயும் உயிர் மீளும்
மருந்தும் எனல் ஆகியது; வாழி மணி ஆழி!’ (836-69)

(அண்மும் - வந்தடையும்)

‘இன்றுபோல் என்றும் வாழ்!’ என்று ஆசிபெற்ற இராமதூதன்

தனக்கு உயிர் உதவிய அனுமனை சீதை மனதார வாழ்த்தினாள். துணை இல்லாது தவித்த தனக்கு பரிவு தந்த அனுமன் ஊழிக்காலம் பதினான்கு உலகங்களும் அழிந்தாலும், இன்றுபோல் என்றும் வாழ வாழ்த்தினாள்.

சீதை இராம இலக்குவர்கள் எங்கிருக்கிறார்கள் என்றும், அனுமனை எப்படி அறிந்தனர் என்றும் கேட்க, அனுமன், சீதையைப் பிரிந்ததும் இராம இலக்குவர்கள் ஒருவரையொருவர் சந்தித்தது, சடாயுவைக் கண்டது முதல் சுக்ரீவனைச் சந்தித்தது வரை நடந்ததை எல்லாம் விவரித்தான்.

இராமன் பட்ட துயரத்தை எல்லாம் கேட்டு வருந்திய சீதை அனுமனை கடல் கடந்து வந்தது எப்படி என்று கேட்டாள். இராமன் திருவடியை ஒருமையுடன் நினைக்கின்றவர்கள் மாய வாழ்க்கைக் கடலை எளிதாய்க் கடப்பதுபோல, இராமநாமத்தால் கடல்

கடந்ததாகச் சொன்னான். 'இவ்வளவு சிறிய உருவத்துடன் கடல் கடந்தது தவத்தாலா அல்லது வேறு ஏதேனும் சித்தியாலா' என்று சீதை கேட்க அனுமன் அவளை வணங்கி தன் பேருருவைக் காட்டி நின்றான். அனுமனின் பெரிய உருவைக் கண்டு மகிழ்ச்சி அடைந்தாலும், உடனே அஞ்சி சீதை அனுமனை பேருருவை ஒடுக்குமாறு வேண்டினாள்.

'அனுமனின் பெருமைக்கு ஏற்புடையதாக வேண்டுமானால் இலங்கை ஏழு கடலுக்கு அப்பால் இருந்திருக்க வேண்டும்; இராமபிரான் புகழை ஊழி பலவும் நிலைநிறுத்த அனுமன் ஒருவனே போதும்' என்று சீதை வாழ்த்தினாள்.

> 'ஆழி நெடுங்கை ஆண்தகை தன் அருளும் புகழும், அழிவு இன்றி
> ஊழி பலவும் நிலைநிறுத்தற்கு, ஒருவன் நீயே உளை ஆனாய்;
> பாழி நெடுந்தோள்வீரா - நின் பெருமைக்குஏற்ப பகை இலங்கை
> ஏழு கடற்கும் அப்புறத்தது ஆகாதிருந்தது இழிவு அன்றோ?'
> (842-110)

அதற்கு அனுமன் சீதையை வணங்கி, வானரப்படைத் தலைவர் கணக்கற்றோர் இராமபிரானுக்கு அடியவர்; அவர் தம் பண்ணைக்கு ஒருவன் என தான் ஏவல் பணி செய்பவன் என்றும் தன்னடக்கமாகச் சொன்னான். மேலும் வானரப்படை எழுபது வெள்ளம் என்றும், அவர்களின் சிறப்பையும் சீதைக்கு எடுத்துரைத்தான்.

5. சூடாமணி பெற்றான் அனுமன்

சொல்லும் வில்லும்

துயரக்கடலில் அமிழ்ந்து வருந்தும் சீதையைக் கொண்டுபோய் இராமபிரானிடம் சேர்ப்பதே இனிச் செய்யவேண்டிய காரியம் என்று மனதில் நினைத்த அனுமன் சீதையிடம், 'என் வார்த்தையைக் கோபப்படாமல் கேட்டருள் செய்து, என் தோள் மீது ஏறிக் கொள்ளுங்கள். உடனே கொண்டு போய் இராமபிரான் முன்பு குதிப்பேன். ஒருவேளை அரக்கர்கள் பின்தொடர்ந்தால், அவர்களை எதிர்த்துப் போரிட்டு என் கோபம் தனித்துக் கொள்வேன். உன் நிலைமையை இப்படிக் கண்டும், உன்னை விட்டுவிட்டு, இராமபிரானிடம் வெறுங்கையோடு போக மாட்டேன். இராமபிரானிடம் சென்று தங்களின் இந்நிலைமையைக் கூறி

'கண்டுதான் வந்தேன், கொண்டு வரவில்லை' என்றால் என் வேலைத் திறமை என்ன ஆகும்?

இலங்கையையும் எரித்து, அரக்கர்களையும் அழித்துவிட்டு பிறகு அங்கிருந்து புறப்படலாம் என்றும் தாங்கள் கருதினால், அப்படியே செய்வேன். இனிச் சொல்ல ஒன்றுமில்லை. தங்களை இராமபிரானிடம் சேர்க்கும் பேற்றினை எனக்குத் தந்தருள்க. இராமபிரானிடம் சேர்ந்து, தங்கள் துயரை ஆற்றிக் கொள்ளுங்கள். ஆகவே என் தோள் மீது ஏறி அமருங்கள்' என்றான்.

அனுமன் கூறியதைக் கேட்ட சீதை தாய்ப்பசுவை அண்டிய கன்று போன்றவன் அனுமன் என்று எண்ணி, அவனிடம் சொன்னாள்.

'உன்னால் ஆகாதது இல்லை; உன் ஆற்றலுக்கு ஏற்றதே. நீ செய்யக் கூடியது தெரிந்து எண்ணுவாய்; எண்ணியதை செய்து முடிப்பாய். என்னை வஞ்சனையால் கொண்டு வந்த அரக்கர்களின் செயலைப் போல நீயும் செய்யலாமோ? இராமபிரானின் வில்லுக்கு அல்லவா அது இழுக்காகும். என்னை மீட்கும் இராமன் இராவணனுடன் செய்யும் போரில் தேவரும் பார்த்துக் கொண்டிருக்க, என் உடலைக் கண்ட இராவணனின் கண்களை போர்க்களத்தில் காக்கைகள் தின்பதைக் காணாமல் நான் இருப்பதில் அர்த்தமுண்டோ? என்னைத் துன்புறுத்துபவர் வாழும் இலங்கை எனக்கு ஒரு பொருட்டாகுமா?

எல்லையற்ற உலகங்கள் எல்லாவற்றையும் என் சொல் என்ற அம்பினால் சுட்டெரிப்பேன். ஆனால் அது இராமபிரானின் வில்லின் ஆற்றலுக்கு இழுக்காக முடியும் என்பதை நினைத்து, அந்நினைப்பையே வீசிவிட்டேன்' என்றாள்.

'அல்லல் மாக்கள் இலங்கையது ஆகுமோ?
எல்லை நீத்த உலகங்கள் யாவும், என்
சொல்லினால் சுடுவேன்; அது தூயவன்
வில்லின் ஆற்றற்கு மாசு என்று, வீசினேன்.' (845-18)

'இதுதவிர வேறு ஒரு காரணமும் உண்டு; என் கணவரின் உடலைத் தவிர, உன்னையும் ஒரு ஆண்மகன் என்பதால் தீண்டுவது கூடாது. இராவணன் என்னைத் தொட்டிருந்தால் இத்தனை காலம் நான் உயிருடன் இருந்திருக்க மாட்டேன். அதனால் தான் கீழான எண்ணம் கொண்ட இராவணன் என்னைப் பர்ணசாலை இருந்த நிலத்துடன் தோண்டிக் கொண்டு வந்தான்.

மேலும் என் தோழி திரிசடை சொன்ன ஒரு காரணமும் உண்டு. இராவணன் தனக்கு இசையாத பெண்டிர் யாரையாவது தொட்டால்,

அவன் தலைகள் சிதறிப் போகுமென பிரமனின் சாபம் ஒன்று உண்டாம் என அவள் சொன்னாள். இலக்குவன் தன் கைகளால் அமைத்த பர்ணசாலையை நிலத்துடன் அகழ்ந்துகொண்டு வந்ததால், அக்குடிலை நீயே உன் கண்களால் இங்கே காணலாம்.

என் கணவரின் வலிமையைக் காட்டவும், என் கற்பின் தூய்மையைக் காட்டவுமே நான் இவ்வளவு காலம் பொறுத்திருந்தேன். ஆகவே நீ என் கணவரிடம் திரும்பப் போவதே செய்யத் தக்கது' என்றாள்.

இருமாதரைச் சிந்தையாலும் தொடாத இராமன்

சீதை பொறுமையுடன் ஆற்றி வருகின்ற தவத்தை உணர்ந்துகொண்ட அனுமன் மகிழ்ந்து இராமபிரானிடம் என்ன கூறவேண்டும் என்று அவளைக் கேட்டான்.

அதற்கு சீதை, 'இன்னமும் ஒருமாத காலம் உயிருடன் இருந்து நோற்பேன். பிறகு நான் உயிர் துறப்பது நிச்சயம். அப்படி ஒரு மாதத்திற்குள் என்னை மீட்க முடியாவிட்டால், கங்கை ஆற்றில் எனக்கு அவர் தன் கையால் நீர்க்கடன் செய்யும்படி நான் வேண்டியதாகச் சொல். 'என் மாமியர் மூவர்க்கும் என் வணக்கத்தைத் தெரிவி.

'என் கணவர் என்னைக் கைப்பிடித்து மணந்தபோது 'இந்தப் இப்பிறவியில் இரு மாதரைச் சிந்தையாலும் தொடமாட்டேன்' என்று எனக்குத் தந்த வரத்தை அவர் திருச்செவியில் சொல்க. அப்படி ஒருவேளை நான் இங்கு இருந்து உயிர் துறந்தால், அடுத்த பிறவியிலாவது அவருக்கு நான் மனைவியாகி உடன்வாழும் வரத்தை அவரிடம் வேண்டினேன் என்றும் சொல்க' என்றாள்.

> 'வந்து எனைக் கரம் பற்றிய வைகல்வாய்,
> 'இந்த இப்பிறவிக்கு இருமாதரைச்
> சிந்தையாலும் தொடேன்' என்ற, செவ்வரம்
> தந்த வார்த்தை திருச்செவி சாற்றுவாய்.' (847-34)

என் தாய், தந்தை முதலிய சுற்றத்தார்க்கும் என் வணக்கத்தைச் சொல்வாயாக. சுக்ரீவனிடம் என் நாயகனைக் காத்து அயோத்திக்கு அழைத்துச் சென்று அரசனாகச் செய்யும்படி வேண்டியதாகச் சொல்வாயாக' என்றாள்.

அதையெல்லாம் கேட்ட அனுமன் சீதை பெண் என்பதால் இன்னமும் துன்பப்படுவதிலிருந்து மீள முடியாமல் தவிக்கிறாள் என்று உணர்ந்து அவளைத் தேற்றத் தொடங்கினான்.

‘அவன் இராவணன்; இவன் இராமன்’

‘தங்களைச் சிறை வைத்த அரக்கன் உயிர் வாழ்வான் இன்னமும் என்றும், வில்லேந்திய இராம இலக்குவர்கள் தங்களை மீட்காமல், அயோத்திக்குச் செல்வார்கள் என்பதும் நினைத்துக்கூட பார்க்க முடியாத ஒன்று. அரக்கர்களால் துயரப்பட்ட முனிவர்களின் துயரைத் துடைக்கு முகமாக அரக்கர்களைக் கொல்லாது அயோத்தி போகமாட்டேன் என்று இராமபிரான் உறுதி பூண்டது தங்களுக்குத் தெரியாதா?

ஒரு பொற்கொல்லன் கரித்துண்டுகளைச் சுற்றிலும் பரப்பி நடுவில் நெருப்பை வைத்து அதன்மீது பொன்னை வைத்து ஊது குழலால் ஊதி ஊதி நெருப்பால் சுற்றிலுமுள்ள கரித்துண்டுகளை எரித்து பொன்னை உருக்குவதைப்போல, இராமன் அரக்கர்கள் என்ற கரித்துண்டுகளின் இடையில், சீதை என்ற நெருப்பான தங்களை வைத்து, தன் வில்லெனும் ஊது குழலால் அம்புகளான காற்றைச் செலுத்தி, இலங்கை எனும் பொன்னை உருகும்படி செய்யப் போவதை தாங்கள் காணத்தான் போகிறீர்கள்.

‘வினையுடை அரக்கர் ஆம் இருந்தை வெந்துஉக,
சனகி எனும் ஒருதழல் நடுவண் தங்கலான்
அனகன் கை அம்பு எனும் அளவுஇல் ஊதையால்,
கனகம் நீடு இலங்கை நின்று உருகக் காண்டியால்’ (850-59)

(இருந்தை- கரி; அனகன் - குற்றமற்றவன், இராமன்; ஊதை - காற்று; கனகம் - பொன்)

தாங்கள் இங்கு இருக்கவேண்டிய ஒரு மாத காலமும் துயரத்தில் இருக்க வேண்டியதில்லை. நான் விரைந்துபோய் இராமபிரானைக் காண வேண்டியதொன்றே பாக்கி; அதன்பிறகு இராமபிரான் காலந் தாழ்த்துவானா? நான் போய் தங்கள் வார்த்தைகளைக் கூறி இராமபிரான் உவப்பதன் போதே, குரங்குப் படைகள் கடலைத் தூர்த்து இலங்கையை அடைந்து ஆரவாரம் செய்வது தங்கட்குக் கேட்கும். அப்படித் தாங்கள் குறித்த நாளான ஒரு மாதத்திற்குள் தங்களை சிரை மீட்காவிட்டால் ‘அவன் இராவணன்; இவன் இராமன்’ என்றான் அனுமன்.

அனுமனிடம் கூறிய அடையாளச் செய்தி

அந்த ஆறுதல் வார்த்தைகளால் தேறிய சீதை அனுமனுக்கு இராமனிடம் கூறும்படியாக சில அடையாளச் செய்திகளைச் சொன்னாள்.

'சித்திரக்கூட மலையில் முன்பு நாங்கள் இருந்த போது காகம் ஒன்று வந்து என் மேனியைத் தீண்டித் துன்புறுத்தியபோது, என் கணவர் கோபப்பட்டு ஒரு புல்லைக் கொண்டு அதைப் படையாக அக்காகத்தின் மீது ஏவியதை மெல்ல எடுத்துரைப்பாயாக.

நான் வளர்த்து வந்த கிளிக்கு யார் பெயர் வைக்கலாம் என்று கேட்டபோது அவர் தான் தாய் கைகேயியின் பெயரை வைக்கலாம் என்றதையும் சொல்வாயாக' என்று கூறி, தன் ஆடையில் சுற்றி வைத்திருந்த ஒளிமிகுந்த சூடாமணி என்ற அணிகலனை எடுத்து அனுமனிடம் அடையாளச் சின்னமாகக் கொடுத்து இராமனிடம் கொடுக்கும்படி சொன்னாள்.

அனுமன் அதை வணங்கிப் பெற்று, தன் ஆடையில் மூடிச் சுற்றி எவ்வகையிலும் பழுதுறா வண்ணம் பத்திரமாகக் கட்டிவைத்துக் கொண்டான். பிறகு சீதையை மும்முறை வலம் வந்து வணங்கிவிட்டு அங்கிருந்து புறப்பட்டான்.

6. போர் புரிந்தான் அனுமன்

அசோகவனம் அழிந்தது

சீதையைச் சிறை வைத்த இராவணனை பத்துத் தலையையும் தட்டி சிறையில் தான் வைக்கவும் முடியவில்லை, போரிட்டு வெல்லவும் முடியாத நிலையில் என்ன செய்தால் தகும் என்று நினைத்த அனுமன் அந்த அசோகவனத்தை அழித்தால் என்ன என்று முடிவு எடுத்தான். அதனால் அரக்கர்கள் கோபங் கொண்டு தன்னை எதிர்ப்பார்கள்; அப்படி வருபவர்களைக் கொன்று உயிர் உண்பேன் என்று தன் உருவத்தைப் பெரியதாக்கினான்; அசோக வனத்தை துவம்சம் செய்ய ஆரம்பித்தான். மரங்கள் எல்லாம்,

> 'முடிந்தன; பிளந்தன; முரிந்தன; நெரிந்த;
> மடிந்தன; பொடிந்தன; மறிந்தன; முறிந்த;
> இடிந்தன; தகர்ந்தன; எரிந்தன; கரிந்த;
> ஒடிந்தன; ஒசிந்தன; உதிர்ந்தன; பிதிர்ந்த' (855-9)
>
> *(முரிந்தன - வளைந்து போயின; முறிந்த - சிதைந்து போயின)*

வனத்திலுள்ள பறவைகள் பயந்து ஆர்த்து எழுந்து அலைந்தன; வானில் பறந்தன; மண்ணில் வீழ்ந்தன; சிறகுகளை அடித்தன;

விலங்குகள் உள்ளம் கலங்கி ஓடின. அனுமன் இப்படியாக அசோகவனத்தை அழித்தது ஊழி முடிவில் நிகழும் ருத்ரதாண்டவம் போல இருந்தது.

சீதைக்குக் காவல் இருந்த அரக்கியர்கள் பயந்து, சீதையைப் பார்த்து, 'இவன்யார்? உனக்குத் தெரியுமா?' என்று கேட்டனர். அதற்கு சீதை 'தீயவர்கள் தீமை செய்தால் தீயவர்களுக்கே தெரியும். தூயவர்கள் உங்களிடத்தில்வரத் துணிவரோ?' என்றாள்.

கிங்கரர், சேனாபதியர் அழிந்தனர்

காவலர் ஓடிச்சென்று இராவணனிடம் செய்தி தெரிவிக்க, இராவணன் பல கிங்கர வீரர்களை அனுப்பி அக்குரங்கைக் கொல்லாமல் பிடித்து இழுத்து வாருங்கள் என்றான். அனுமன் அவர்களுடன் போரிட, அவர்கள் அனைவரும் இறந்தனர். அச்செய்தியை தெரிவிக்கச் சென்ற காவலரிடம் இராவணன் குரங்கினால் கிங்கரர் அழிந்தனர் என்பதை நம்பாது 'கிங்கிரர் மடிந்ததாகக் கேட்டீர்களா? கண்டீர்களா?' எனக் கேட்டான். கண்களால் கண்டோம் என்று சொன்னதும், இராவணன் படைத் தலைவன் சம்புமாலியை அனுப்பினான். பெரும் படையுடன் சென்ற சம்பு மாலியையும் படைகளையும் அனுமன் கொன்று குவித்தான்.

அச்செய்தியைத் தெரிவிக்கச் சென்ற காவலரிடம், 'நானே அக்குரங்கைப் பிடிப்பேன்' என்று பெருங்கோபத்தோடு எழுந்தான். அப்போது சேனைத் தலைவர் ஐவரும் இராவணனிடம் அவன் ஒரு குரங்கோடு போரிட்டால் அது இழுக்கு; அவனுக்கு அடங்கிய தேவர், மூவர் எல்லோரும் சிரிப்பார்கள்; எனவே தாங்களே சென்று பிடித்து வருவதாகப் புறப்பட்டனர். அவர்களுடன் சென்ற பெரும் படை பல்வகை ஆயுதங்களுடன் போரிட, அனுமன் தன் பேருருவத்தை எடுத்தான்; போரிட்டு படைகளைக் கொன்று குவித்தான். படைகள் அழிந்ததைக் கண்ட பஞ்ச சேனாபதிகள் அனுமனோடு போர் செய்ய வர, அவர்கள் ஐவரையும் தன் வாலினால் தோள்களையும், கால்களையும் இணைத்துக் கட்டி இறுக்கினான்; ஐவரும் மாண்டனர்.

அக்ககுமாரன் அழிந்தான்

அதனைத் தெரிவிக்க காவலர் இராவணனிடம் சென்றபோது, இராவணனுக்கும் மண்டோதரிக்கும் பிறந்த இளைய மகன் அக்ககுமாரன் தன் ஆற்றலைப் பெரிதாக எடுத்துரைத்து, இராவணனிடம் தன்னைப் போருக்கு அனுப்ப வேண்டினான்.

‘இரணியனைக் கொல்லத் தூணில் தோன்றிய சிங்கமாகட்டும், (நரசிம்ம) அல்லது நிலத்தைக் கொம்பினால் எத்தித் தூக்கிய பன்றியாகட்டும் (வராகவதாரம்) நான் மலைக்க மாட்டேன். அண்டத்தைக் கடந்து அப்பால் போயினும் பிடித்து வருவேன்’ என்று வீர உரை பகர்ந்து இராவணனிடம் விடைபெற்றுப் போருக்குப் புறப்பட்டான்.

‘துண்டத் தூண் அதனில் தோன்றும் கோளரி, சுடர் வெண்கோட்டு
மண் தொத்த நிமிர்ந்த பன்றி ஆயினும், மலைதல் ஆற்றா’ (887-5)

அக்குமாரனைக் கண்ட அனுமன் அவன் இந்திரசித்தனோ அல்லது இராவணன்தானோ என்று முதலில் சந்தேகப்பட்டு நோக்கி அவர்கள் இருவரும் அல்ல என்று தெளிந்தான். அக்ககுமாரனின் படைகளையும், தேரையும் அனுமன் போரிட்டு அழிக்க, அனுமனுடன் மற்போரிட்டு அக்ககுமாரனும் மாண்டான்.

தங்கள் கணவர்களை இழந்த அரக்கிமார்கள் துன்பத்தில் கதறி அழ, அக்கக்குமாரனை இழந்த அவன்தாய் மண்டோதரி இராவணனின் காலடியில் விழுந்து, அலறித் தன் வயிற்றில் அடித்துக் கொண்டு அழுதாள்.

7. கட்டுண்டான் அனுமன்

இந்திரசித்தன் விட்ட பிரம்மாஸ்திரம்

நிகழ்ந்ததையெல்லாம் கேட்ட இந்திரசித்தன் கோபங்கொண்டு போருக்கு எழுந்தான். கண்களில் கோபத்தோடு கண்ணீர் ததும்ப குரங்கு ஒன்றினால் என் தம்பியா மாண்டான்?; என் தந்தை புகழ் அன்றோ மாண்டது என்று இராவணனிடம் விடைபெற்று படைகளுடன் போருக்குச் சென்றான்.

இந்திரசித்தனைக் கண்ட அனுமன் அவனை வென்றால் அவனிடம் தோற்ற இந்திரனும் துயர் தீர்வான்; தொடர்ந்து இராவணனையும் வெல்வேன் என்று நினைத்தான். இருவருக்கும் பெரும் போர் நிகழ்ந்தது. இந்திரசித்தனின் தேரினை ஒடித்து எறிந்தான் அனுமன். போரினில் துவண்டு ஆற்றல் குலைய ஆரம்பிக்கவும், தேரினையும் இழக்கவும் இந்திரசித்தன் பிரம்மாஸ்திரத்தைத் தொடுப்பதைத் தவிர வேறு வழியில்லை எனக் கருதி அனுமன்மேல் அயன் படையை ஏவினான்.

அயன்படைக்குக் கட்டுப்பட்ட அனுமன்

அயன்படை அனுமனின் தோள்களைச் சுற்றிப் பிணித்தது. பிரமனின் ஆணையை அவமதித்து அகலுதல் தக்கதன்று என்று உணர்ந்த அனுமன் அப்படைக்கு அடங்கிக் கட்டுப்பட்டு நின்றான். கட்டுண்ட அனுமனைக் கண்ட அரக்கர்கள் அவனை எள்ளி நகையாடி கைகொட்டி ஆரவாரம் செய்தனர். அனுமனைக் கட்டுண்ட நிலையிலேயே இராவணனிடம் இழுத்துச் சென்றனர்.

அனுமன் தான் தளர்ந்தது போல் அப்படியே போய் இராவணனைக் காண்பதே நல்லது. இராவணனுடன் அவையில் இருக்கும் மந்திர அறிஞர்கள், ஆலோசகர்கள் முன்னிலையில் இராமனுடன் போரிட்டால் அவனுக்கு நேரிடும் விளைவினை எடுத்துரைத்தால், இராவணன் அவர்கள் தூண்டுதலால் மனம் மாறி சீதையை விட்டுவிடக் கூடும் என நினைத்தான். அப்படியே இல்லாவிட்டாலும் அவன் துணைவர்களின் தன்மையும், ஆற்றலும், எண்ணிக்கையும் அறியலாம். இராமனின் தூதராக வந்துள்ளோம் என்று தெரிவித்து, வாலிக்கும் மராமரங்களுக்கும் நேர்ந்த கதியைக் கூறி அத்துடன் வானரப் படையின் வலிமையையும் எடுத்துக்கூறி மனத்தில் பதிய வைக்கலாம் என்று நினைத்துக் கட்டுப்பட்ட நிலையிலேயே இராவணனிடம் சென்றான்.

அதற்கிடையில் திரிசடை அனுமனுக்கு நேர்ந்ததை சீதையிடம் கூற அவள் புலம்பினாள். ‘ஆழிகாட்டி என் ஆருயிர்க்கு உதவிய நீ, போரினில் இராவணனைக் கொன்று இராமன் என்னை விரைவில் மீட்பான் என்ற நீ, இப்போது இங்கே கட்டுண்டோயே, விஸ்வரூபம் எடுக்கவல்ல நீ எப்படி இப்படி ஆனாய்?’ என்றெல்லாம் கவலைப்பட்டாள்.

8. இராவணனைச் சந்தித்தான் அனுமன்

அரக்கனைக் கண்ட அனுமன்

இராவணன் வீற்றிருந்த அவையில் நுழைந்ததும், இராவணனைக் கண்ட அனுமனுக்கு தேவியைச் சிறை வைத்த அவனை அப்போதே உறங்கும்போதே கொன்றால் குற்றம் என்று விட்டு விட்டேனே, இப்பொழுது அரியாசனத்தில் இவனைக் கொன்று சீதையை சிறை மீட்டால் என்ன என்று தோன்றியது. இருந்தாலும் தான் வந்த காரியம்

அதுவல்ல என்ற நினைப்பும் உடன் வந்தது. 'என்னை இவனால் வெல்லுதல் அரிது; இவனை நான் வெல்லுதல் அரிது; போரிட ஆரம்பித்தால் காலம் தான் கழியும். அதனால் சீதை சொன்ன ஒரு மாதக் கெடுவிற்குள் இராமனிடம் சென்று செய்தி சொல்லி, சீதையை மீட்க முடியாமல் அல்லவா போய்விடும். அதனால் போரிடுவதை விட தூதனாக இருப்பதே சரியான வழி' என்று தெளிந்தான்.

இராவணன் அனுமனைப் பார்த்து 'நீ யார்? திருமாலோ? துர்க்கையோ? காளியோ? பிரம்மனா? உலகைத் தாங்கும் ஆதிசேடனா? பெயரையும் உருவத்தையும் மறைத்து வந்துள்ள நீ யார்? உயிர்களைக் கவரும் காலனா? குன்றினைப் பிளந்த வேல் முருகனோ? அட்ட திக்பாலகர்களில் ஒருவனோ? அந்தணர் வேள்வியில் எழுந்த பூதமோ? பிரம்மனால் இலங்கையை அழிக்கத் தோற்றுவிக்கப்பட்ட தெய்வமோ? இங்கு வந்த காரணம் என்ன? உன்னை அனுப்பியவர் யார்?' என்றான்.

அறந்தலை நிறுத்தப் பிறந்தவன்

அனுமன் 'நீ சொல்லிய யாருமல்லன்; அவர்களின் ஏவலனும் அல்லன்; ஒரு வில் வீரனின் தூதன் நான். நீ ஈட்டிய ஆற்றல், இயற்றிய தவம், அதனால் பெற்ற படைகள், தேவரால் உனக்குக் கொடுக்கப்பெற்ற வரங்கள், அதன் தன்மையால், எய்திய இனிய வாழ்க்கை அத்தனையையும் ஒரு அம்பினால் உன்னை விட்டுப் போக்கக் கூடிய வில்லாளன் அவன்; தயரதச் சக்கரவர்த்தியின் புதல்வன்; அன்றொரு நாள் கஜேந்திரன் தன் காலை முதலை கவ்வ 'ஆதி மூலமே' என்றலறி அபயம் வேண்ட ஓடி வந்து அபயம் நல்கியவன்; முதல், நடு, இறுதி அற்று முக்காலமும், அக்கணக்கும் நீத்து, எல்லாவற்றுக்கும் மூல காரணமாக விளங்கியவன்; மலரையும், கடலையும், கயிலை மலையையும் விட்டு, முறையே கமண்டலம், சங்கு சக்கரம், சூலம் இவற்றைக் கைவிட்டு மூவரும் ஒன்றாகி கையில் வில்லை ஏந்தி அயோத்தியில் அவதரித்தவன்.

'மூலமும் நடுவும் ஈறும் இல்லது ஓர் மும்மைத்தாய
காலமும், கணக்கும், நீத்த காரணன் - கைவில் ஏந்தி,
சூலமும், திகிரி சங்கும், கரகமும் துறந்து, தொல்லை
ஆலமும், மலரும், வெள்ளிப் பொருட்டும் விட்டு -
அயோத்தி வந்தான்' (917 - 80)

(திகிரி சங்கு - சக்கரம், சங்கு; கரகம் - குண்டிகை, கமண்டலம்; தொல்லை ஆலம் - பாற்கடல்; வெள்ளிப் பொருப்பு - பனி படர்ந்த கயிலை மலை)

அறத்தை நிலைபெறச் செய்து, வேதம் தம்மீது கருணை கூர்ந்து கூறிய நீதி நெறிகளைத் தெரிந்து மக்கள் கடைப்பிடித்து செம்மையாக வாழ வழிநடத்தி, தீயவரை அழித்து, நல்லவர்களின் துயரத்தைப் போக்கி, தன் திருவடிகளை வணங்குபவர்களின் பிறவித் தளையை அறுத்து மீண்டும் போக, இப்பூமியில் அவதரித்தவன்.

'அறம் தலைநிறுத்தி, வேதம் அருள் சுரந்து அறைந்த நீதித்
திறம் தெரிந்து, உலகம் பூணச் செந்நெறி செலுத்தி, தீயோர்
இறந்து, உக நூறி, தக்கோர் இடர் துடைத்து, ஏக, ஈண்டுப்
பிறந்தனன் - தன் பொன்பாதம் ஏத்துவார் பிறப்பு அறுப்பான்'

(917-81)

(நூறி - அழித்து; ஏக - செல்ல)

அப்படிப்பட்ட இராமனுக்கு அடிமை நான்; என் பெயர் அனுமன். அவன் மனைவி சீதையைத் தேடி நான்கு திசைகளிலும் வந்த வானரரில், தென்திசைக்கு வந்த சேனைக்கு மன்னனும், வாலி தன் மகனுமாகிய அங்கதனின் தூதுவனாக, தனியனாக இங்கு வந்தவன் நான்' என்று விடை கூறுமுகமாக இராமனின் பெருமையையும் ஆற்றலையும் இராவணனுக்கு எடுத்துரைத்தான்.

அதைக் கேட்ட இராவணன் சிரித்து, 'வாலி மகன் விடுத்த தூதனே! வாலி நலமாக இருக்கிறானா? அரசாட்சி நன்றாக நடக்கிறதா?' என்று கேட்கவும் அனுமன் வாய்விட்டுச் சிரித்து, 'நீ அஞ்ச வேண்டாம்; இராமன் விட்ட அம்பு ஒன்றினால் வாலி அன்றே பரலோகம் அடைந்தான்; உன்னைக் கட்டிய அவன் வாலும் போயிற்று' என்றான்.

அதனைக் கேட்ட இராவணன் 'எந்த வகையாற் பெற்ற வலிமையால் ஓர் அம்பு வாலியின் உயிரை உண்டது? அவ் இராமன் இப்போது எங்குள்ளான்? அவன் மனைவியை அங்கதன் தேடி வரக் காரணம் என்ன?' என்று கேட்க, அனுமன் இராம - சுக்ரீவர் நட்பு, வாலி வதம், வானரப்படை தேடி வந்தது என நடந்தவற்றைச் சுருங்கச் சொன்னான்.

உடனே இராவணன் 'உங்கள் குலத்தலைவனும், தனக்கு ஒப்பில்லாத ஆற்றலையுடையவனுமான வாலியைக் கொன்றவனுக்கு நீங்கள் அடிமைத் தொழில் செய்வது உங்கள் சீர்த்திக்கு எப்படி உதவும்? தன் அண்ணனைக் கொன்றவனுக்கு அன்புடன் ஒழுகும் உம்குலத் தலைவன் சொல்லி அனுப்பிய செய்தி என்ன? சொல்' என்றான்.

அனுமன் கூறிய அறிவுரை

அதுகேட்ட அனுமன் தூது வந்த செய்தியைச் சொல்லு முன்னர் இராவணனின் மாட்சியைக் கருத்தில் கொண்டு பொதுவான சில நீதியை முதலில் அவனுக்கு உணர்த்துவதே நலம் பயக்கும் என்று கருதிச் சொல்லத் தொடங்கினான்.

'உன் வாழ்க்கையை நீயே வலிய அழித்துக் கொள்கிறாய். அரசநெறியை சிறிதும் மதிக்காமல், தீயதே செய்து, அழிவை நோக்கிப் போகிறாய்; உன்னைக் காப்பாற்றிக் கொள்ள இன்னமும் வழி உள்ளது. சிறிது கேள்; புலன்களை வென்று பெருந்தவம் இயற்றிய நீ, தீயினும் தூய கற்புடையவளைத் துயர் செய்ததால், அத்தவப் பயனுக்கு பெருங்கேடு விளைவித்துக் கொண்டுள்ளாய்.

தீமை நன்மையை அழிக்க முடியாது என்ற உண்மையை மறந்தாய். தவத்தால் முயன்று பெற்ற தூய்மையை சீதைபால் வைத்த காமநோயால் துடைத்துவிட்டாய். அறம்திறம்பியவர்கள் யார் உயிரோடு இருக்கின்றார்கள்?

'தீமை நன்மையைத் தீர்த்தல் ஒல்லாது' எனும்
வாய்மை நீக்கினை; மா தவத்தால் வந்த
தூய்மை, தூயவள், தன் வயின் தோன்றிய
நோய்மையால் துடைக்கின்றனை, நோக்கலாய்' (919-95)

'அறம் திறம்பினர் ஆர்உளர் ஆயினார்?' (919-96)

உலகத்தை அரசாண்டவர்களுள் உன்னைப் போல் நீதியர் யார் உளர் ஆயினார்? வேதநெறி மீது காதல்கொண்டு ஒழுகிய நீ, இப்படி அறத்தின் எல்லையைக் கடக்கலாமா? ஆகவே எங்கள் மன்னவன் உன் சுற்றமும், செல்வமும், நீயும் பிழைக்க வேண்டுமானால் சீதையைத் தருக என்று சொல்லும்படி சொல்லி அனுப்பினான்' என்றான் அனுமன்.

அதைக்கேட்ட இராவணன் 'இந்த அறிவுரை எல்லாம் ஒரு குரங்கு எனக்கு எடுத்துச் சொல்வதா? பலே! பலே!' என்று சிரித்தான். 'அதெல்லாம் சரி, தூதனாக வந்த நீ, இங்கு அரக்கர்களைக் கொன்றது ஏன்?' என்று கேட்டான்.

தூதனைக் கொல்லுதல் குற்றம்

அதற்கு விடையாக அனுமன் 'உன்னை எனக்குக் காட்டக்கூடியவர் யாருமில்லை; ஆதலால் அசோக வனத்தை அழித்தேன்; என்னைக்

கொல்ல வந்தவர்களை அழித்தேன்; உன்னைக் காண வேண்டும் என்பதால் உன்னிடம் வந்தேன்' என்றான். உடனே இராவணன் கோபம் மிக 'இக்குரங்கைக் கொல்லுங்கள்' என, கொலையாட்களும் அனுமனை நெருங்க, வீடணன் 'நில்லுங்கள்' என்று கூறித் தடுத்தான்.

வீடணன் தன் அண்ணனான இராவணனைப் பணிந்து வணங்கி அவன் கோபம் முறையற்றது என்று அதற்கு சில காரணங்களை எடுத்து விளக்கினான்.

'உலகைத் தோற்றுவித்த பிரமனின் அன்புக்குரிய, தவ ஆற்றல் மிக்க நீங்கள், அதிலும் இந்திரனை வென்று அவன் கருமத்தை ஆற்றும் இறைவனாகிய தாங்கள், தூதனாக வந்தேன் என்று சொன்ன பிறகும் அவனைக் கொல்லுதல் தகுமோ? இந்த உலகத்திலும், புறத்துள உலகங்களிலும், வேதநெறி வழங்கும் இடங்களிலும் பெண்களைக் கொலை செய்தவர்கள் உண்டு என்றாலும், தூது வந்தவர்களைக் கொன்றவர்கள் இதுவரை இல்லை. அரன், அரி, அயன், நம்மை வெல்ல முடியாத தேவர் யாவருக்கும் இச்செயல் நகைப்புக்குரியதாகி விடும்; அத்தோடு, இராம இலக்குவர் நம் தங்கையைக் கொல்லாது, காதுகளையும் மூக்கையும் அரிந்து நடந்ததைச் சொல் என அனுப்பினர்; இப்போது நீங்கள் இவன் உயிரை எடுத்தால், இங்கு இவன் வந்து கண்ட சிறப்பை எல்லாம் அவர்களுக்குத் தெரிவிக்க முடியாமல் அல்லவா போய்விடும்?' என்றான்.

அதுகேட்ட இராவணன் 'நல்லது சொன்னாய், தம்பி! இவன் செய்தது குற்றமே ஆனாலும், தூதனான இவனைக் கொல்வது குற்றமேயாகும். இக்குரங்கின் வாலை முழுவதும் தீயினால் சுட்டுப் பொசுக்கி, நகரைச் சுற்றி எல்லை கடக்க விடுங்கள்' என்றான்.

9. இலங்கையை எரியூட்டினான் அனுமன்

வாலில் வைத்த தீ

இந்திரசித்தன் பிரம்மாஸ்திரத்தால் கட்டுண்டிருக்கும்போது தீயிடல் தகாது என்று, அவன் படையை விலக்கி, கயிறுகளைக் கொண்டு அனுமனைக் கட்டும்படியும் பிறகு வாலில் தீயிடும்படியும் செய்தான்.

அனுமனைக் கட்டி அரக்கர்கள் தெருக்கள் வழியே நகரைச் சுற்றி வரும்போது கண்ட மற்றை அரக்கர்கள் சீதையோடு பேசி, மனிதர்

தவ வல்லமையை உரைக்க வந்த குரங்கிற்கு நேர்ந்ததைக் காணுங்கள் என்று தம் தம் தெருக்களில் யாவரும் அறியும்படியாகச் சொன்னார். இச்செய்தியை அரக்கியர் சீதைக்கும் தெரிவித்தனர்.

அதைக்கேட்ட சீதை பதைபதைத்தாள்; உடனே அக்னியைப் பார்த்து 'இராமன் துணைவனை அரக்கர் துன்புறுத்த நீ உதவலாமா? உலகத்திற்கே, நெருப்பே நீதான் ஒரு சான்று. உனக்குத்தான் தெரியும், என் கற்பு. நான் தூயவள் என்றால், உன்னைத் தொழுகின்றேன், அனுமனைச் சுடாதே' என்றாள்.

> 'நீயே உலகுக்கு ஒரு சான்று; நிற்கே தெரியும் கற்பு - அதனில்
> தூயேன் என்னின், தொழுகின்றேன், - எரியே! அவனைச்
> சுடல் என்றாள்' (923-127)

அதனால் அனுமனின் வாலில் இட்ட தீ குளிர்ந்தது. அவனை நெருப்புச் சூடும் ஒன்றும் செய்யவில்லை. அவனும் இது சீதையின் கற்பினால் விளைந்தது என்று மகிழ்ந்தான்.

இலங்கையை எரித்த தீ

அப்போது அனுமன் தன் வலிமையால் அரக்கர்களைக் கீழே தள்ளி ஆகாயத்தில் எழும்பினான். தன் வாலிலுள்ள தீயை இலங்கை மாநகரின் மாடமாளிகை தோறும் தாவித் தாவிச் சென்று நீட்டினான்.

மாடமாளிகைகள், வீடுகள், கொடிகள், விதானங்கள், எல்லாம் பற்றி எரிந்தன. மரங்கள், சோலைகள், நந்தவனங்களில் எல்லாம் கொழுந்தீ கனல் விட்டு எரிந்தது. எங்கும் புகை மண்டலமாகியது. அரக்கியர்கள் வீடுகளில் இருந்து அரக்கப் பரக்க வெளியே ஓடினர். பறவைகள் சூட்டைத் தாங்காமல் கடலில் சென்று விழுந்தன. கடலிலிருந்து பறந்து செல்ல இயலாத பறவைகளை மீன் கூட்டம் பிய்த்து உண்டன. யானைகள் தறியை விட்டு ஓடின. நகர் முழுவதும் ஒரே கலவரம்; கொந்தளிப்பு; அவலக் குரல்கள்; அரற்றல் ஒலிகள்.

நீர் நிலைகளை வற்றிடக் குடித்து, தாவரங்களை அழித்து, மலைகளையும் நெருப்பாக்கி, மேரு மலையைப் பற்றி எரித்த காலாக்னி போல இலங்கை நகரையே அழித்தது. இராவணனின் அரண்மனையையும் பற்றவே, இராவணனும் மகளிர்களும் விமானத்தில் ஏறி வெளியே சென்றனர்.

இராவணன் நகர் பற்றி எரியக் காரணம் என்ன எனக் கேட்க, அரக்கர்கள் குரங்கு தன் வாலில் இட்ட தீயை நகரின் மேல் இட்டது

என்றதும், சினந்த இராவணன் அனுமனைப் பற்றிவர அவர்களை விரட்டினான். அவர்கள் அனுமனுடன் மோதி உயிர் விட்டனர். அனுமன் அசோக வனத்தை அணுக, அசோக வனமும், சீதை இருக்குமிடமும் எரியவில்லையே என்று பேசியது கேட்டு மகிழ்ந்து சீதையைப் பணிந்து வணங்கினான்.

சீதை 'என்ன செய்தி' என்று கேட்க அனுமன் 'வந்தனம்' என்று கூறி அவளிடம் விடைபெற்று இலங்கையை விட்டுப் புறப்பட்டான்.

10. திருவடி தொழுதான் அனுமன்

தன் பெருமை பேசாத தகைமை

'இலங்கையை விட்டு உடனே நீங்குவேன்' என நினைத்த அனுமன் ஒரு குன்றின் உச்சிக்குச் சென்று பேருருவம் எடுத்து இராமன் திருவடிகளை நினைத்து வணங்கி ஆகாயத்தில் வேகமாகச் சென்றான்.

மைந்நாக மலையில் இறங்கி நடந்ததை உணர்த்திவிட்டு உடன் புறப்பட்டு வானர வீரர்கள் காத்துக் கொண்டிருந்த மயேந்திர மலையை அடைந்தான்.

அவனைக் கண்ட வானரர் மகிழ்ந்து அனுமனின் முகக் குறிப்பே தங்களுக்கு நல்ல செய்தியைத் தெரிவிக்கிறது என்று அவனை வாழ்த்தினர். அனுமனின் உடலில் இருந்த காயங்களைக் கண்டு வருந்தினர்.

அனுமன் அங்கதனை வணங்கி கரடி அரசனான சாம்பவானை விழுந்து வணங்கி, சீதை கூறிய ஆசி மொழிகளைத் தெரிவித்தான். வானரர் விரும்பவே, அனுமன் இலங்கையில் நடந்த செய்திகளைச் சுருக்கமாகச் சொன்னான். அரக்கரோடு தான் போர் புரிந்து வென்றதையும் இலங்கை நகரை எரித்ததையும் தன் பெருமையைத் தானே உரைக்க வெட்கப்பட்டு - சொல்லாது விட்டான். இருந்தாலும் அனுமனின் உடலில் கண்ட காயங்களே போரில் வென்று மீண்டதையும், இலங்கையை எரித்த தீயால் எழுந்த பெரும் புகை அனுமன் எரியூட்டியதை மறைமுகமாகச் சொல்லாமல் சொல்ல வானரர் அவைகளை உய்த்துணர்ந்து இனி என்ன செய்யலாம் என்றனர்.

'கண்டேன் சீதையை!'

அனுமன் சீதையைக் கண்ட உடனே இராமனுக்குத் தெரிவிக்க வேண்டுமென்றும், அதனால் அனுமன் முதலில் செல்லுவது நல்லது என்று அனைவரும் எண்ண, அதன்படி அனுமன் இராமன் இருந்த கிஷ்கிந்தையை நோக்கிப் புறப்பட்டான்.

தென்திசை தவிர மற்ற மூன்று திசைகளிலும் சென்ற வானர வீரர் திரும்பி வந்து சீதையைக் காணவில்லை என்றதும் இராமன் சோர்வடைந்தான். ஒரு மாதக் கெடுவும் நெருங்கியதால் அனுமனும் தென் திசை சென்ற மற்றவரும் என்ன ஆனார்களோ என்று கவலைப்பட்டான்.

'சீதையைத் தேடும் முயற்சியில் மாண்டார்களோ? அல்லது வஞ்சனை வல்ல அரக்கர்களிடம் சிக்கி உயிர் இழந்தார்களோ? போரினில் ஈடுபட்டு மாண்டார்களோ? அல்லது சீதை இறந்துவிட்டாள் என்ற செய்தியை நமக்கு எப்படித் தெரிவிப்பது என்று உயிர்விட்டார்களோ? காலக் கெடுவுக்குள் வர முடியாததால் அதற்காகத் தவம் செய்கிறார்களோ?' என்று சுக்ரீவனிடம் இராமன் துயருடன் பேசும்போதே, தென் திசையிலிருந்து அனுமன் வந்து இறங்கினான்.

அனுமன் இராமன் இருக்குமிடம் அடைந்ததும் இராமனை வணங்கவில்லை. சீதை நலமாக இருக்கிறாள் என்று குறிப்பினால் உணர்த்துவான்போல, சீதை இருக்கும் தென் திசை நோக்கி நிலத்தில் விழுந்து, தலையில் கைகூப்பி, வணங்கி எழுந்தான். குறிப்பை உணர்ந்த இராமன் அனுமன் சீதையைக் கண்டு வந்தது மட்டுமன்று, அவள் நலமாக கற்புடன் இருக்கிறாள் என்றும் அறிந்து கொண்டதால் தோள்கள் வீங்க, கண்கள் விம்ம, இராமன் உணர்ச்சி வயப்பட்டான்.

அனுமன் இராமனிடம் பேசத் தொடங்கினான்: 'கண்டேன் கற்புக்கரசியை கண்களால், இலங்கை நகரில். ஆதலால் நீங்கள் ஐயத்தையும், துயரத்தையும் விட்டொழியுங்கள்.

> 'கண்டனென், கற்பினுக்கு அணியை, கண்களால்,
> தெண்திரை அலைகடல் இலங்கைத் தென்நகர்' (938-25)

உன்னுடைய பெருமைக்குரிய துணைவி என்ற உரிமைக்கும், தயரத சக்கரவர்த்தியின் மருமகள் என்ற உண்மைக்கும், மிதிலை மன்னன் சனகனின் மகள் என்ற தகைமைக்கும் தலைமை சான்றவளாக , நான் வணங்கக்கூடிய தெய்வமாகவும் இருக்கிறாள்.

தவம் செய்த தவம்

இலங்கையில் நற்பெருந்தவம் இருந்து ஆற்றும் பெண்ணாக மட்டும் சீதையைக் காணவில்லை. நற்குடிப் பிறப்பு என்ற ஒன்றும், பொறுமை என்ற ஒன்றும், கற்பு என்ற பெயருடைய ஒன்றும் ஒன்றோடொன்று கைகோர்த்துக் களி நடனம் புரியக் கண்டேன்.

'விற் பெருந் தடந்தோள் வீர! வீங்குநீர் இலங்கை வெற்பில்,
நற்பெருந்தவத்தள் ஆய நங்கையைக் கண்டேன் அல்லேன்;
இற்பிறப்பு என்பது ஒன்றும், இரும் பொறைஎன்பது ஒன்றும்
கற்பு எனும் பெயரது ஒன்றும், களிநடம் புரியக் கண்டேன்.' (938-29)

இலங்கையில் அசோக வனத்தில் இலக்குவன் புல்லினால் ஆக்கிய பர்ண சாலைக் குடிலில் தவம் செய்த தவப்பயனாக சீதை இருக்கிறாள்.

விருப்பமில்லாத பெண்களைத் தீண்டினால் இராவணனின் தலைகள் சிதறிவிடும் என்ற பிரமனின் சாபம் உள்ளதால், சீதையைத் தீண்டாது, அவள் இருந்த பர்ண சாலையையும் நிலத்தோடு பேர்த்து எடுத்துக்கொண்டுபோய் வைத்துள்ளான்.

அரக்கியர்கள் சுற்றிக் காவல் இருப்ப, உன் மீது கொண்ட அன்பே அவள் அச்சத்தைப் போக்க, இரக்கமே வடிவெடுத்தாற் போல கண்ணீர்க் கடலில் இருந்தாள்.

அப்போது நான் அங்கு செல்லவும், இராவணன் அங்கு வந்து நயந்து கூறி இறைஞ்சினான். தேவி அவனைக் கோபத்துடன் நோக்கி கடுமையான வார்த்தைகளால் சீற அவளைக் கொல்ல முற்பட்டான். ஆனால் அவள் கற்பும், உங்கள் அருளும், அறமும் அவளைத் தொடர்ந்து காத்து வருவதால், இராவணன் அவளைக் கொல்லாது, காவல் செய்த அரக்கிமாரிடம் புத்திமதி சொல்லுங்கள் என்று கூறிப் போனான்.

கணையாழி பெற்ற காகுத்தன்

என் மந்திரத்தால் அரக்கியர் உறங்க, அப்போது சீதை உயிர்விடத் துணிந்து கொடி ஒன்றைத் தன் கழுத்தில் சுற்றத் தொடங்கியதும், தங்கள் பெயரைச் சொல்லிக் கொண்டு நான் சென்றேன். அரக்கர் வஞ்சமாக இருக்குமோ என்று மனத்தில் கருதினாலும், துயரத்தில் இருக்கும் போது என் நாயகன் பெயரைச் சொல்லி உயிர் தந்தாய் என்றாள். உடன் நான் தாங்கள் கூறிய அடையாளச் செய்திகளை எல்லாம் சொல்லி, கணையாழியையும் கொடுத்தேன். அம்மோதிரம்,

வஞ்சன் ஊர் வந்ததே என்பதால் தன் கண்களிலிருந்து மழை போன்று பொழிந்த நீரால் மோதிரத்தைக் குளிப்பாட்டினாள்.

பிறகு நான் தாங்கள் தேவியைப் பிரிந்ததிலிருந்து நடந்தவைகளைச் சொல்லி, காலந்தாழ்ந்ததுக்குக் காரணம் அவர்கள் இருந்த இடத்தை அறிய முடியாததே என்று சொன்னேன். தங்களைப் பற்றியும் இங்குள்ள தன்மையையும் கேட்கவே, நான் எடுத்துரைத்தேன்.

ஒருமாத காலம் உயிரோடு இருப்பேன். அதற்குள் சிறை மீட்காவிட்டால் உயிர் விடுவேன் என்றும், தங்களை வணங்கித் தேவி சொன்னாள். பிறகு தான் பத்திரமாக ஆடையில் முடிந்து வைத்திருந்த சூடாமணியை என்னிடம் அடையாளமாகத் தங்களிடம் சேர்ப்பிக்கும்படி தந்தாள்' என்றுகூறி இராமனிடம் சூடாமணியைக் கொடுத்தாள்.

உரோமம் பொடிப்ப, கண்ணீர் பொழிய, மார்பும் தோளும் துடிக்க, இராமன் கைகளில் சூடாமணியை வாங்கினான். விரகதாபத் துயரால் தளர்ந்திருந்த உள்ளம் அந்நிலையிலிருந்து மீள, சீதையை மணந்தபோது அக்னி முன்பு அவள் கையைப் பற்றியது போன்று சூடாமணியைப் பற்றி இராமன் இருந்தான்.

அதற்கிடையில் சுக்ரீவன் பிராட்டி இருப்பிடம் தெரிந்ததால் சிறை மீட்பது எளிதாயிற்று என்று சொல்லி மகிழ, இராமன் 'இனியும் காலம் தாழ்த்த வேண்டாம்' என்றான். உடனே சுக்ரீவன் 'எழுக வெல்க படைகள்' என தன் வானரப் படைகளுக்கு ஆணையிட்டான். உடனே வள்ளுவர் முரசறைய, எண்ண முடியாத அத்தனை வெள்ளச் சேனையும் அனுமன் வழிகாட்ட இலங்கை நோக்கிப் புறப்பட்டது. இராம இலக்குவரும் சுக்ரீவனும் உடன் செல்ல அனைவரும் பன்னிரெண்டு நாட்களில் தென்திசை எல்லையிலிருந்த கடலை அடைந்தனர்.

சுந்தர காண்டம் முற்றிற்று.

பெரியவாச்சான் பிள்ளை அருளிய திவ்யப் பிரபந்தப் பாசுரப்படி ஸ்ரீமத் ராமாயணம்

சுந்தர காண்டம்

சீராரும் திறல் அனுமன் மாகடலைக் கடந்தேறி
மும்மதில்நீள் இலங்கை புக்குக் கடிகாவில்
வாராருமுலை மடவாள் வைதேவி தனைக் கண்டு
நின்னடியேன் விண்ணப்பம் கேட்டருளாய்!
அயோத்தி தனில் ஓர்
இடவகையில் எல்லியம் போது இனிது இருத்தல்
மல்லிகை மாமலை கொண்டங்கார்த்ததும்
கலக்கியமா மனத்தனனாய்க் கைகேயி வரம்வேண்ட
மலக்கிய மாமனத்தனனாய் மன்னவனும் மறாதொழியக்
'குலக்குமரா! காடுறையப்போ' என்று விடை கொடுப்ப
இலக்குமணன் தன்னோடங்கேகியதும்
கங்கை தன்னில்,
கூரணிந்த வேல்வலவன் குகனோடு
சீரணிந்த தோழமை கொண்டதுவும்
சித்திரகூடத் திருப்ப பரத நம்பி பணிந்ததுவும்
சிறுகாக்கை முலைதீண்டி மூவுலகும் திரிந்தோடி
'வித்தகனே! ராமா ஓ! நின் அபயம்' என்ன
அத்திரமே அதன் கண்ணை அறுத்ததுவும்
பொன்னொத்த மானொன்று புகுந்தினிது விளையாட
நின்னன்பின் வழிநின்று சிலைபிடித்து எம்பிரானேகப்
பின்னேயங்கு இலக்குமணன் பிரிந்ததுவும்
அயோத்தியர் கோனுரைத்த அடையாளம்
'ஈதவன்கை மோதிரமே' என்று
அடையாளம் தெரிந்துரைக்க
மலர்க்குழலாள் சீதையும்,
வில்லிறுத்தான் மோதிரம் கண்டு,
'அநுமான்! அடையாளம் ஒக்கும்' என்று

உச்சிமேல் வைத்து உகக்க
திறல் விளங்கு மாருதியும்
இலங்கையர்கோன் மாக் கடிகாவை யிறுத்து,
காதல் மக்களும் சுற்றமும் கொன்று
கடி இலங்கை மலங்க எரித்து
அரக்கர்கோன் சினமழித்து மீண்டு, அன்பினால்
அயோத்தியர்கோன் தளிர்புரையும் அடியிணைபணிய.

•

துதிப்பாடல்கள்

அலங்கலில் தோன்றும் பொய்ம்மை அரவு என, பூதம் ஐந்தும்
விலங்கிய விகாரப்பாட்டின் வேறுபாடு உற்ற வீக்கம்,
கலங்குவது எவரைக் கண்டால்? அவர், என்பர் - 'கை வில் ஏந்தி,
இலங்கையில் பொருதார் அன்றே, மறைகளுக்கு இறுதி ஆவார்!'
(ப.753)

அனுமன் போற்றல்

'ஊறு, கடிது ஊறுவன; ஊறு இல் அறம் உன்னா,
தேறல் இல் அரக்கர் புரி தீமைஅவை தீர,
ஏறும் வகை எங்கு உளது?' 'இராம!' என எல்லாம்
மாறும்; அதின் மாறு பிறிது இல்' என வலித்தான். (ப.766/பா.88)

காரணம் கேட்டி ஆயின், கடை இலா மறையின்கண்ணும்,
ஆரணம் காட்டமாட்டா அறிவினுக்கு அறிவும், அன்னோன்;
போர் அணங்கு இடங்கர் கவ்வ, பொது நின்று 'முதலே' என்ற
வாரணம் காக்க வந்தான் அமரரைக் காக்க வந்தான்; (ப.917/பா.79)

மூலமும் நடுவும் ஈறும் இல்லது ஓர் மும்மைத்து ஆய
காலமும், கணக்கும், நீத்தகாரணன் - கைவில் ஏந்தி,
சூலமும் திகிரி சங்கும் கரகமும் துறந்து, தொல்லை
ஆலமும் மலரும் வெள்ளிப் பொருப்பும் விட்டு -
அயோத்தி வந்தான். (ப.917/பா.80)

அறம் தலைநிறுத்தி, வேதம் அருள் சுரந்து அறைந்த நீதித்
திறம் தெரிந்து, உலகம் பூணச் செந் நெறி செலுத்தி, தீயோர்

இறந்து உசு நூறி, தக்கோர் இடர் துடைத்து, ஏக, ஈண்டுப்
பிறந்தனன் - தன் பொன் -பாதம் ஏத்துவார் பிறப்பு அறுப்பான்.

(ப.917/பா.81)

‘பிறந்துளார், பிறவாத பெரும் பதம்
சிறந்துளார், மற்றும் தேவர்க்கும் தேவர் ஆய்
இறந்துளார், பிறர் யாரும் இராமனை
மறந்துளார் உளர் ஆகிலர்; வாய்மையால். (ப.920/பா.105)

•

யுத்த காண்டம்

யுத்த காண்டச் சுருக்கம்

(39 படலங்கள் - 4310 பாடல்கள்)

அனுமன் இட்ட தீயால் எரிந்த இலங்கை நகரை தேவ தச்சனான மயன், பிரமன் ஆணைப்படி, முன்பிருந்ததைவிட அழகாகப் புதுப்பித்தான். இராவணன் அரசவையில் தன் தம்பியர், நண்பர்கள், மந்திரத் தலைவர்கள் முதலியவர்களை மட்டும் கூட்டி ஒரு குரங்கு சூறையாட இலங்கை அழிந்ததையும், சுற்றத்தார், நண்பர் இறந்ததையும் அதனால் தனக்கு ஏற்பட்ட மானக்கேடு முதலியவற்றைக் கூறி இனி செய்வது குறித்து ஆலோசனை நிகழ்த்தினான். படைத்தலைவர் பலரும், அமைச்சர் மகோதரன் ஆகியோரும் உடனே படையெடுத்து அக்குரங்கையும் இராம இலக்குவரையும் அழிக்க வேண்டும் என்றனர். தம்பி கும்பகருணனோ மாற்றான் மனைவியைச் சிறை வைத்தது குற்றம் என்றும் அவளை விடுவித்தால் பழிநீங்கும் என்றும் அதற்கு இராவணன் மனம் இரங்காவிடில் தம்முடைய மற்ற பகைவர்கள் அம்மனிதர்களுடன் சேர்வதன் முன்னம் அவர்களை போர் செய்து அழித்துவிட வேண்டும் என்றான். இந்திரசித்தனும் தானே சென்று அழித்து வருவதாகச் சொன்னான். அப்போது வீடணன் எழுந்து நின்று வாலியையும், பரசுராமனையும் வென்ற இராமனின் சிறப்புக்களைக் கூறி, ஒரு குரங்கினால் இலங்கை நகர் அழியவில்லை, சீதையின் கற்புத் தீயினால் தான் அழிந்தது என்றும், சீதையை விடுவித்து விட்டு, இந்திரப் பெரும் பதம் இழக்காமல் இருப்பதே சிறந்தது என்றான்.

மேலும் இரணியன் என்ற சாகாவரம் பெற்ற, தெய்வமாகவே தன்னை ஆக்கிக்கொண்டு, ஆணவத்தால் வீங்கிய அசுரனின் மகனான பிரகலாதனால் பரம்பொருள் நரசிங்கமாக அவதரித்து அவ் இரணியனை அழித்த கதையையும் எடுத்துக் கூறினான். அதனால் கோபம் கொண்ட இராவணன் வீடணன் இலங்கை அரசைக் கைப்பற்றவே மனிதர்களைப் புகழ்ந்து பேசுகிறான் என்றுகூறி அவனை இலங்கையை விட்டு வெளியேற்றினான்.

வீடணன் இராமனிடம் அடைக்கலம் புகுந்தான். அப்போது அனுமன் தவிர மற்றையோர் வீடணனைச் சேர்த்துக் கொள்வது தக்கதன்று என்றூ கூற, அனுமன் உரைத்த விளக்கத்தை ஏற்று, வீடணனைச் சகோதரனாகவே ஏற்று இலங்கை அரசாட்சியை இராமன் அவனுக்குத் தருவதாக கூறினான். ஆனால் வீடணனோ பரதனுக்குத் தந்த பாதுகையே போதும் என்றுகூறி இராமனின் திருவடிகளைச் சூடி மகிழ்ந்தான்.

படைகள் கடலைக் கடந்து இலங்கை செல்ல ஏதுவாக இராமன் வருணனை அழைத்து வழி வேண்ட, அவன் கடல் மீது சேது என்ற அணையைக் கட்டி கடந்து செல்லுமாறு யோசனை சொன்னான். அதன்படி வானரர்கள் மலைகளையும் கற்களையும் கொண்டு குவிக்க, நளன் என்பவன் அவைகளை அடுக்கி சேது அணை கட்டி முடிக்க, இராமன் படைகளோடு அணை வழி கடல் கடந்து இலங்கையை அடைந்து சுவேல மலையில் தங்கி படைவீடு அமைத்தான்.

இராமன் இராவணனிடம் அங்கதனைத் தூதனுப்பி சீதையைச் சிறையிலிருந்து விட கடைசியாக ஒரு சந்தர்ப்பம் கொடுத்தான். அதற்கும் இராவணன் இசையாததால் இராமன் போர் தொடங்க ஆணையிட்டான்.

வானரப்படை அகழியைத் தூர்த்து உள்புக, இராவணனது படைகளும் வெளியே வந்து போர் தொடங்கினர். இராவணன் முதலில் தானே போருக்குச் செல்லத் துணிந்து சென்றான். சுக்ரீவன், அனுமன், இலக்குவன் முதலியோர் அவனுடன் போர் செய்தனர். இலக்குவன் மீது வேற் படையை ஏவ, அவன் அயரவே அனுமன் அவனை எடுத்துச் சென்றதும், இராமன் போர்க்களமிறனக்கி இராவணனுடன் போர் புரிந்தான். இராவணன் மகுடமும் ஆயுதங்களும் இழந்து தனியனாய் நிற்க இராமன் அவனை 'இன்று போய் நாளை வா' என்று அனுப்பினான்.

அடுத்த நாள் இராவணன் கும்பகருணனை எழுப்பி போருக்கு ஏவ, அவன் அறிவுரை சொல்லவும், இராவணன் சினந்து கூற, கும்பகருணன் வேறு வழியின்றி போருக்குப் புறப்பட்டான்.

யுத்த களத்தில் கும்பகருணனைக் கண்டதும் வீடணன் சென்று கும்பகருணனை இராமனைச் சரண் புகுமாறு வேண்ட, அவனோ அதனை மறுத்து இராவணனுக்குத் தான் நன்றிக்கடன் கழிப்பதே தன் கடமை என்றும், வீடணனை இராமனிடம் இருந்து அறத்தைக் காத்து இலங்கையைக் காக்க வேண்டினான்.

கும்பகருணனுடன் இலக்குவன், சுக்ரீவன் முதலில் போர் புரிந்தனர். பிறகு இராமனுக்கும் கும்பகருணனுக்கும் பெரும் போர் நிகழ, கும்பகருணனின் கை, கால்கள் அறுபட, தோற்று வீழ்ந்து இறந்தான்.

அதற்குள் இராவணன் மந்திரி மகோதரனிடம் சீதையை அடைய வழி கேட்க, அவன் மருத்தன் என்பவனை சனகனாக உருமாற்றி சீதையிடம் காட்ட, மாய சனகன் சீதையை இராவணனுக்கு இசைய வேண்ட, சீதை மாயா சனகனைக் கடிந்து கூறி அப்போதும் இசைய மறுக்கவே இராவணன் மாய சனகனைக் கொல்வேன் என வாளை உருவவே, அது சமயம் காவலர் வந்து கும்பகருணன் இறந்ததை இராவணனிடம் கூறினர். இராவணன் கதறி அழுது அங்கிருந்து சென்றான்.

பிறகு இராவணனுக்கும் தானியமாலிக்கும் பிறந்த அதிகாயன் வஞ்சினம் கூறி போருக்குச் சென்றான். இலக்குவன் அவனுடன் போர் புரிந்து அவனைக் கொன்றான். இராவணன் இடிந்து போக, தானியமாலி அரற்றி அழுக, அது கண்டு இந்திரசித்தன் போருக்குப் புறப்பட்டான். இலக்குவன் அவனுடன் போரிட்டு அவன் தேரை அழித்து, கவசத்தைப் பிளக்கவே இந்திரசித்தன் வானில் மறைந்து நாகபாசப் படையை விட்டான். அனுமன், இலக்குவன் உள்பட எல்லோரும் நாகபாசத்தால் கட்டுண்டு உணர்விழந்தனர். இராமன் போர்க்களம் வந்து வருந்த, வீடணன் யாரும் இறந்திலர், உணர்விழந்துள்ளனர் என்று ஆறுதல் சொன்னான்.

இருள் கவியவே மெல்ல கருடன் அங்குவர, நாகபாசம் தானாகவே நீங்கியது. எல்லோரும் உயிர்த்து எழ இராமன் கருடனுக்கு முகமன் கூற, கருடன் பின்பு வருவதாகக் கூறி விடைபெற்றான்.

இலங்கையின் படைத்தலைவர்கள் வேள்விப்பகைகள், மகரக்கண்ணன், குருதிக் கண்ணன், சிங்கன் முதலியோரும் படைகளுடன் சென்று மாண்டனர். மறுநாள் மீண்டும் இந்திரசித்தன் போருக்குப் புறப்பட்டான். இலக்குவனுக்கும் இந்திரசித்தனுக்கும் கடும் போர் நிகழ்ந்தது. இலக்குவன் பிரம்மாத்திரத்தை விட எண்ணியபோது, அது எல்லோரையும் அழிக்கவல்லது எனக்கூறி இராமன் தடுத்துவிட்டான். அதற்குள் தெய்வப்படையை விட எண்ணிய இந்திரசித்தன் வானில் மறைந்து, பிரம்மாத்திரம் ஏவ வேள்வி செய்து தயாரானான். இலக்குவன்மேல் பிரம்மாத்திரத்தை ஏவ, இலக்குவன் மற்றும் வானரப் படையினர் கட்டுண்டு விழுந்தனர். போர்க்களம் வந்த இராமன் இலக்குவனைக் கண்டு புலம்பினான்; மயக்கத்தாலும் சோர்வாலும், அப்படியே தம்பிமேல் விழுந்து தூங்கிப் போனான்.

இதைக்கண்ட அரக்கர்கள் இராவணனிடம் சென்று 'உன் பகை முடிந்தது' என்று சொல்ல, வெற்றிவிழாக் கொண்டாடக் கட்டளையிட்டான். விமானத்தில் ஏற்றி சீதையை போர்க் களத்திற்குக் கொண்டு சென்று காட்டி வரும்படி இராவணன் பணித்தான். இராமனை அந்நிலையில் கண்ட சீதை அரற்றி மயங்கினாள். திரிசடை அவளுக்கு ஆறுதல் சொல்லி இதுவும் அரக்கரால் விளைந்த மாயம் என்றாள்.

உணவு கொண்டுவரச் சென்றிருந்த வீடணன் பாசறைக்கு வந்து நடந்தது அறிந்து, உணர்வு மீண்டும் பெற்ற அனுமனையும் அழைத்துக் கொண்டு சாம்பனைத் தேடிச்சென்று ஆலோசனை செய்ய, சாம்பன் யோசனைப்படி மருத்து மலையைக் கொண்டுவர அனுமன் புறப்பட்டான். கயிலை மலையைத் தாண்டி, மருத்துமலையை அப்படியே பெயர்த்து எடுத்து வந்தான். அதற்குள் வீடணனும் சாம்பனும் இராமனை எழுப்பி நடந்ததை தெரிவித்தனர். அனுமன் மருத்து மலையைக் கொண்டு வரவே, அந்தக் காற்றால் அனைவரும் உயிர்பெற்று எழுந்தனர். அனுமன் திரும்பவும் மருத்துமலையைக் கொண்டு போய் அதன் இடத்தில் வைத்து மீண்டான்.

நடந்ததை அறிந்த இராவணன் மேற்கொண்டு என்ன செய்யலாம் என, இந்திரசித்தன் நிரும்பலை சென்று வேள்வி செய்து வந்து வெற்றி பெறலாம் என்றான். நிகும்பலையில் அவன் செய்யும் வேள்வியைப் பகைவர் வீடணன் மூலம் அறிய நேர்ந்தால், வேள்வி பாதியில் சிதைந்து விடக்கூடும் என்பதால், இந்திரசித்தன் சீதை போன்று ஒரு மாய உருவினைப் படைத்து சீதையை அறிந்த அனுமன் முன் அவளைக் கொன்றுவிட்டு, தான் அயோத்தி மேல் படை எடுத்துச்செல்வது போல் போக்குக் காட்டினால், பகைவர்கள் சீதை மாண்ட பிறகு இங்கு இருப்பதில் பயனில்லை, அயோத்தியில் தம்பியும் தாயரும் இறப்பார்கள் என்று சேனையுடன் அயோத்தி திரும்பக்கூடும்; அப்படியே உடனே போகாவிட்டாலும், அனுமனை அனுப்பி உண்மையை அறிந்து வரச் சொல்வார்கள்; அதற்குள் தான் வேள்வியை நிறைவேற்றி, பகைவர்களை அழித்து வெற்றி பெறுவோம் என்ற ஓர் உபாயத்தை இராவணனிடம் கூறி அங்ஙனமே அத்திட்டத்தை நிறைவேற்றினான்.

மாய சீதையை அனுமன் முன்னே வாளால் வெட்டிவிட்டு, அயோத்தி போவதாக புட்பக விமானத்தில் ஏறி போக்குக் காட்டிவிட்டு இந்திரசித்தன் நிரும்பலையுள் சென்று வேள்வி தொடங்கினான். சீதை மாண்டுவிட்டதாகக் கருதி அனுமன் அழுது புலம்பி இராமன்

திருவடியில் விழுந்து பொருமிக்கொண்டே நடந்ததைக் கூறினான். அதைக் கேட்ட இராமன் அப்படியே பிரமை பிடித்தவன்போல உணர்வற்று ஸ்தம்பித்து நின்றான். இலக்குவன், வானரர்கள் யாவரும் என்ன செய்வது எனத் தெரியாது அலமந்து நின்றனர். வீடணன் மட்டும் சந்தேகம் கொண்டு, இது மாயமாகத்தான் இருக்க முடியும் என்று கருதி, வண்டு உரு எடுத்து அசோக வனத்துள் சென்று சீதை உயிரோடிருப்பதை அறிந்து வந்து, இராமனிடம் இந்திரசித்தன் சூழ்ச்சியை எடுத்து விளக்கினான். இராமன் திருமாலின் வில்லைக் கொடுத்து இலக்குவனை அம்புவிடச் செய்ய, நிகும்பலை யாகம் சிதைந்து கலைந்தது.

இந்திரசித்தன் இனி வேறு வழி இல்லாததால், இலக்குவனுடன் யுத்தம் தொடங்க வேண்டி வந்தது. இலக்குவன் இந்திரசித்தனுக்கு சிவன் கொடுத்த தேரைச் சிதைத்து, பிறைமுக அம்பு எய்து இந்திரசித்தனின் தலையை அறுத்தான். அங்கதன் அந்தத் தலையை எடுத்துச் சென்று இராமன் திருவடிகளில் வைக்க, இராமன் வீடணனை அந்த வெற்றிக்காகப் பாராட்டினான்.

செய்தி அறிந்த இராவணன் போர்க்களத்திற்கு வந்து மைந்தனின் தலையற்ற உடலை எடுத்துக்கொண்டு இலங்கை நகருக்குள் அரற்றிக் கொண்டே சென்றான். மண்டோதரி அழுது புலம்ப, இராவணன் இவ்வளவும் சீதையால் தானே நிகழ்ந்தது என்று கருதி, வாளை உருவி அவளைக் கொல்லப் புறப்பட்டான். அமைச்சர் மகோதரன் அவனைத் தடுத்து நிறுத்தினான்.

அதன்பிறகு இராவணன் மூலபலப் படையை போருக்கு அனுப்பினான். இராமன் சரமதில் அமைத்து அம்பு மழை பொழிந்து, திறமை மிக்க அப்படைகள் முழுவதையும் அழித்தான். எஞ்சிய படைகளைத் திரட்டி, இராவணன் போர்க்கோலம் பூண்டு யுத்த களம் சென்றான். இராமனுக்குத் தேர் அனுப்பும்படி சிவபெருமான் தேவர்களிடம் கூற, அவர்கள் மாதலியைத் தேரோடும் அனுப்பினர். இராமனுக்கும் இராவணனுக்கும் கடும் போர் நடக்க, இறுதியில் இராமன் விடுத்த பிரமனின் படையால் இராவணன் உயிர் இழந்து வீழ்ந்தான். மண்டோதரி அழுது புலம்பி, உயிரை விட்டாள். வீடணன் எல்லோருக்கும் இறுதிக் கடன்கள் செய்தான்.

இராமன் ஆணைப்படி இலக்குவன் வீடணனுக்கு முடிசூட்டினான். சீதைக்குச் செய்தி சொல்லி வர உடனே அனுமனை இராமன் அனுப்பினான். செய்தி கேட்டு மகிழ்ந்த சீதை அனுமன் செய்த உதவிகளுக்கு நன்றி கூறி வாழ்த்தினாள்.

அதற்குள் இராமன் வீடணனை இலங்கை அரசன் என்ற முறைப்படி இலங்கையில் சிறையிருக்கும் சீதையைச் 'சீரோடும் தருக' என வேண்ட, வீடணன் சீதையிடம் சென்று அவளைக் கோலம் பூண்டுவர வேண்டினான். சீதை தான் சிறையில் இருந்தபடி வருவதே தக்கது என்ற மறுத்துச் சொல்ல, வீடணன் இராமன் ஆணையின் குறிப்பு அப்படி எனச் சொல்ல, சீதைக்கு வான மாதர் கோலம் புனைந்து அழைத்துச் சென்றனர்.

சீதை இராமனைத் தொழுது எழ, இராமன் பகைவன் ஊரில் சிறை இருந்த சீதையைக் கோபமாகக் கடிந்து கூற, அந்தச் சுடுமொழிகளைக் கேட்ட சீதை துயரமடைந்தாள். சீதை துன்பம் தாங்காது தன் கற்புநிலையை இராமனுக்கு உணர்த்த இலக்குவனை தீ அமைக்குமாறு வேண்டி, இராமனை வணங்கி தீப்புகுந்தாள். நெருப்பினால் சீதை வாட்டமுறாது விளங்கவும், சீதையின் கற்பெனும் நெருப்பு அக்னி தேவனையே சுட்டு அணைக்கவும், சீதையின் கற்பினுக்கு மாட்சியாக அக்னி தேவனே நேரில் வந்து இராமனிடம் கூறவும், இராமன் சீதையை பழிப்பிலாள் என ஏற்றான்.

சிவபெருமான் தயரதனை இராமனுக்கு உண்மை உணர்த்துமாறு வேண்ட, சொர்க்க லோகத்திலிருந்து தயரதன் இறங்கி வந்து இராமன், சீதை, இலக்குவனை வாழ்த்தி இராமனுக்கு உண்மையை உணர்த்தி இராமனிடம் வேண்டிய வரம் கேள் என்று கூறினான். இராமன் அதைப் பயன்படுத்திக் கொண்டு தயரதன் மனைவி இல்லை என்று துறந்த கைகேயியும், மகன் இல்லை என்று துறந்த பரதனும் தனக்குத் தாயும், தம்பியுமாக வரம் தரவேண்டும் என்று கேட்டான். தயரதனும் அவ்வாறே அந்த இரண்டு வரங்களைத் தந்தான்.

பதினான்கு ஆண்டுகள் அன்று முடிவதால், பரதன் சொன்னபடி உயிர் துறப்பதற்குள் அயோத்தி செல்ல வீடணனிடம் விமானம் வேண்ட, அவனும் புட்பக விமானம் தந்தான். வீடணன், சுக்ரீவன், அனுமன் முதலியோர் இராமனின் முடிசூட்டு விழாவைக் காண அனுமதி வேண்ட, இராமன் அதற்கு இசைந்து அவர்களையும் விமானத்தில் ஏற்றிக்கொண்டு புறப்பட்டான். பரத்துவாச முனிவரிடம் முன்பு இசைந்தபடி, இராமன் வழியில் அவர் ஆசிரமத்தில் இறங்கி அவர் உபசரிப்பை ஏற்றான். நாழிகை ஆகவே, இராமன் அனுமனை முதலில் சென்று பரதனிடம் செய்தி சொல்லச் சொன்னான்.

நந்திக்கிராமத்தில் பரதனோ, இராமன் கூறிய நாள் ஆகியும் வராததால் வருத்தமடைந்து தீ அமைக்கப் பணித்தான். கோசலை, சத்ருக்கனன் தடுத்தும் கேளாது பரதன் தீப்புக ஆயத்தமானான். அப்போது அங்கு அனுமன் வந்து, தீயை அவித்து, பரதனுக்கு

இராமனது மோதிரத்தை அடையாளம் காட்டி செய்தி சொன்னான். பரதன் நடந்ததையெல்லாம் அனுமன் வாயிலாக அறிந்து, மகிழ்ந்து அனுமனுக்குப் பரிசு வழங்கினான்.

பரத்துவாசர் ஆசிரமத்துக்கு வந்த குகனையும் அழைத்துக் கொண்டு விமானத்தில் இராமன் முதலியோர் பரதன் முன்பு வந்து இறங்கினர். இராமனின் வருகையால் பரதன், தாயார்கள் எல்லோரும் மகிழ, இராம, இலக்குவர், சீதை தாய்மார்களை வணங்கினர்.

தம்பிமாரோடு இராமன் அயோத்தி அடைய நகர மாந்தர் அனைவரும் மகிழ்ந்தனர். இராமன் புண்ணிய நீராடி, சிம்மாசனத்தில் சீதையோடும் அமர, குலகுருவான வசிட்டர் இராமனுக்கு சடையப்ப வள்ளலின் மரபுளோர்களான முன்னோர்கள் அளித்த திருமுடியை வாங்கிச் சூட்டினார்.

முடிசூட்டு விழாவைக் காண வந்த சுக்ரீவன், அங்கதன், குகன், வீடணன், அனுமன் முதலியோருக்கு இராமன் பரிசுகளை அளித்து விடை கொடுத்தனுப்பினான்.

இராமனும் தம்பியாரோடும், துணைவரோடும் எல்லோரும் ‘எம்பெருமான்’ என்று ஏத்தித் தொழுமாறு அறநெறி வழுவாது நாட்டை இனிதே காத்து ஆண்டான்.

•

கடவுள் வாழ்த்து

'ஒன்றே' என்னின், ஒன்றே ஆம்;
'பல' என்று உரைக்கின், பலவே ஆம்;
'அன்றே' என்னின், அன்றே ஆம்;
'ஆமே' என்னின், ஆமே ஆம்;
'இன்றே' என்னின், இன்றே ஆம்;
'உளது' என்று உரைக்கின், உளதே ஆம்;
நன்றே, நம்பி குடி வாழ்க்கை!
நமக்கு இங்கு என்னோ பிழைப்பு? அம்மா!

(நம்பி - குணநிறைவுடையவன், இறைவன்; குடி வாழ்க்கை - நிலை, இயல்பு; நன்று - பெரிது; அன்று - அது அல்ல; இன்றே - இல்லை)

கடவுள் என்பது ஒரு பொருளேயாதலால் ஒன்று என்று சொல்லவும் ஏற்றதாகும்; எல்லாப் பொருள்களுக்குள்ளும் எள்ளினுள் எண்ணெய்போல மறைந்துள்ளதால் பல என்ற சொல்லவும் ஏற்றதாகும்;

உலகத்தில் காணப்பெறும் எப்பொருளைப் போலவும் உள்ளதன்று அப்பொருள் என்பதால், 'அது அல்ல' என்று சொல்லவும் ஏற்றதாகும்; சில பொருள்களின் சில தன்மைகள் பொருந்தி இருப்பதால் 'ஆம்; அதே; என்று சொல்லவும் ஏற்றதாகும்;

கடவுள் இல்லை என்போருக்கு கருத்தா வாய்த்தான் தோன்றுதலால், 'இல்லை' என்று சொல்லவும் ஏற்றதாகும்; கடவுள் உண்டு என்போருக்கு உளவாய்த் தோன்றுதலால், 'உண்டு' என்று சொல்லவும் ஏற்றதாகும்.

இப்படிப்பட்ட முரண்பாடுகள் பல நிரம்பிய கடவுளின் இயல்பை, நிலையை உணர்தல் எல்லோராலும் இயலாதது; அப்பொருள் அதன் அளவற்ற கருணையால் நம்மைக் காத்தாலன்றி, நம்மால் அறிந்து உய்யமுடியாது.

1. இரணியன் வதை

இராவணன் மந்திராலோசனை

அனுமன் இட்ட தீயால் எரிந்த இலங்கை நகரை தேவ தச்சனான மயன், பிரமன் ஆணையால், முன்பிருந்ததைவிட அழகாகப் புதுப்பித்தான். புதுப்பிக்கப்பெற்ற மந்திராலோசனை மண்டபத்தே முனிவர், தேவர்களை வெளியேற்றி விட்டு, இராவணன், தன் தம்பியர், நண்பர்கள், மந்திரத் தலைவர் முதலியவர்களை மட்டும் கூட்டி ஆலோசனை நடத்தினான். ஒரு குரங்கு சூறையாட இலங்கை நகரம் அழிந்ததையும், சுற்றத்தார், நண்பர் இறந்ததையும், அதனால் தனக்கு ஏற்பட்ட மானக்கேட்டையும் கூறி என்ன இனிச் செய்வது என்று கேட்டான்.

படைத்தலைவரும், அமைச்சர் மகோதரனும் உடனே படை எடுத்து குரங்கையும், அதனை ஏவிய இராம இலக்குவரையும் அழிக்க வேண்டும் என்றனர்.

'பேசுவது மானம்; இடை பேணுவது காமம்'

தம்பி கும்பகருணனோ மாற்றான் மனைவியைச் சிறை வைத்தது குற்றம் என்றும், அதனால் அரக்கர் புகழ் அழியத் தொடங்கிவிட்டது என்றும், தீ என்று தெரிந்தும் அதில் கை வைத்தால் சுடத்தானே செய்யும் என்றும், மானத்தைப் பற்றிப் பேசுபவர்கள் இடையிலே காம வயப்படுபவதும், மானுடரை ஏதுவதும் நியாயமற்றது என்றும் எடுத்துரைத்தான்.

> 'ஆசு இல் பரதாரம் அவை அம்சிறை அடைப்பேம்;
> மாசு இல் காதலுறுவேம்; வளமை கூரப்
> பேசுவது மானம்; இடை பேணுவது காமம்;
> கூசுவது மானுடரை; நன்று, நம கொற்றம்' (973-52)
>
> *(ஆசு - குற்றம்; கூசுவது - அஞ்சுவது)*

பிரமன் குலத்தில் தோன்றிய இராவணன், ஆயிரம் மறைப்பொருள் உணர்ந்து அறிவுமிக்க இராவணன், தன் பெருமைக்கேற்ற செயலைச் செய்யாது குலத்திற்கே இழுக்கைத் தேடி விட்டான் என்றும், சீதையைச் சிறை விடுவித்தால் அப்பழி நீங்கும் என்றும் சொன்ன கும்பகருணனுக்கு தன் அண்ணன் அப்படி இரங்கமாட்டான் என்ற சந்தேகம் எழவே, 'அப்படி மனம் இரங்கி சீதையை

விடுவிக்காவிட்டால், அந்த மனிதர்களுடன் அரக்கர்களின் மற்றைப் பகைவர்கள் சேருவதன் முன்னம், படையெடுத்து மனிதர்களை அழித்துவிட வேண்டும்' என்றான் கும்பகருணன். அவனுடைய கூற்றைப் பாராட்டிய இராவணன் படைகளைத் திரட்டிப் போர் செய்ய எழுக என்று கூறி முடிக்கு முன், இந்திரசித்தன் எழுந்து யானைப் படை, குதிரைப் படை, தேர்கள், படைக்கலங்கள் ஏதுமற்ற மானிடர்கள், அதுவும் கூனல் முதுகுடைய குரங்குகளைத் துணைக்குக் கொண்டு வந்திருப்பவர்களைத் தானே வென்று வருவதாகத் தெரிவித்து இராவணனை வணங்கி விடை வேண்டினான்.

'யானை இலர்; தேர் புரவி யாதும் இலர்; ஏவும்
தானை இலர்; நின்ற தவம் ஒன்றும் இலர்; தாமோ
கூனல் முதுகின் சிறு குரங்கு கொடு வெல்வார்?
ஆனவரும் மானுடர்; நம் ஆண்மை இனிது அன்றோ?' (974-63)

'கற்பினால் வெந்தது இலங்கை'

அப்போது இராவணனின் இரண்டாவது தம்பியான வீடணன் எழுந்து நின்று, இராவணனை வணங்கி, இந்திரசித்தனை அடக்கிச் சொன்னான்.

சீதையை சிறை வைத்த செயலால் இந்திரனை வென்று பெற்ற இந்திரப் பெரும் பதத்தை இராவணன் இழக்கக்கூடும் என்றும், இலங்கை நகரம் எரிந்தது ஒரு குரங்கினால் அல்ல; சீதையின் கற்புத் தீயினால் அழிந்தது என்றும் கூறினான்.

'கோநகர் முழுவதும், நினது கொற்றமும்,
சானகி எனும் பெயர் உலகின் தம்மனை
ஆனவள் கற்பினால் வெந்தது அல்லது, 'ஓர்
வானரம் சுட்டது' என்று உணர்தல் மாட்சியோ?' (976-75)

(தம்மனை - தாய்)

'கரன், திரிசிரா, மாரீசன், விராதன், வாலி ஆகியோர்களின் முடிவைக் காணும்போது, இராம இலக்குவர்களின் வலிமை சிவபெருமான், திருமால் முதலியோரது வலிமையினும் மிஞ்சியதே. அம்மானிடர் களோடு குரங்குகளாய் வந்திருப்பவர்கள் நம் பகைவர்களான தேவர்கள் ஆகும். ஆதலால் சீதையை விட்டருளினால், நம் புகழ், செல்வம், சுற்றம் எல்லாம் தங்கும்' என்று எவ்வளவோ எடுத்துச் சொன்னான் வீடணன்.

மானிடர் வலி மதிக்காத இராவணன்

இராவணன் கோபங் கொண்டு, வீடணனை மானிடர் வெல்வார்கள் என்று கூறியதற்காக எள்ளி நகையாடினான். 'வாலி பெற்றிருந்த வரத்தால், யுத்தத்தில் என் வலிமையில் பாதி அவனை அடைந்திரா விட்டால் வாலியிடம் நான் தோற்பேனா? அது மட்டுமா, அந்த வரத்திற்குப் பயந்து தானே இராமனும் வாலியை மறைந்து நின்று அம்பு எய்தான். சிவனின் உடைந்த வில்லை ஒடித்து, ஓட்டையான மராமரங்களுக்குள் அம்பினைச் செலுத்தி, கூனல் முதுகுடைய ஒரு பெண்ணின் சூழ்ச்சியால் அரசிழந்து, காட்டுக்கு வந்து, என் சூழ்ச்சியால் மனைவியையும் இழந்த பின்னும் உயிருடன் இருக்கும் மனிதனுடைய வலிமையை உன்னைத் தவிர யார் மெச்சுவார்கள்?' என்றான் இராவணன்.

> 'ஊன வில் இறுத்து, ஓட்டை மாமரத்துள் அம்பு ஓட்டி,
> கூனி சூழ்ச்சியால் அரசு இழந்து, உயர் வனம் குறுகி,
> யான் இழைத்திட இல் இழந்து, இன் உயிர் சுமக்கும்
> மானுடன் வலி, நீ அலாது, யார் உளர் மதித்தார்?' (982-109)

இராவணன் கொஞ்சமும் தன் ஆணவம் அடங்காது பேசவே, வீடணன் மீண்டும் ஒருமுறை இராவணனை விட மிக வலிமை உடையவனாக இருந்த இரணியன் என்ற அசுரனின் கதையை விளக்கி இராவணனுக்கு தன் நிலை உணர்த்த தீர்மானித்தான்.

இரணியன் வர பலம்

இரணியனுக்கு மூன்று பலம் இருந்தது. பிரமனே வேதம் முதற்கொண்டு எல்லாவற்றையும் கற்பித்தான்; அப்படிக் கற்றதினாலே தவ பலம் நிரம்பியது; அதன் பயனாக நிறைய வரங்களைப் பலமாகப் பெற்றான். கல்வி பலம், தவபலம், வரபலம் தவிர ஆற்றல் பலமும் வலிமையும் மிகுதியாக இருந்தது.

சூரிய குடும்பம் என்ற இந்த ஒரு அண்டத்தைத் தவிர பிற அண்டங்களிலும் தன் பெயரையே சொல்லி வாழும்படியான நிலைமைக்கு இந்த மூன்று பலங்களால் - தவ, வர, ஆற்றல் பலங்களால் உயர்ந்தான். இந்த அளவற்ற பலங்களினாலே எங்கே போனாலும், எந்த அண்டத்திலும் 'இரணியாய நம!' என்று கடவுளாகவே இவனைத் தொழுகின்ற அளவுக்கு வந்துவிட்டான். பிரமன், தேவ குருவாகிய வியாழ பகவான் கூட 'தொன்று தொட்டு உயிர் தொறும் இருக்கும் தெய்வமும் இரணியனே நம'என்று சொல்லி வந்தார்கள்.

அவனுடைய கல்வியும், ஆற்றலும், எப்படிப்பட்ட வரங்களை அவன் பெற உதவியது, தெரியுமா?

சாகா வரம் கேட்க முடியாது. பிறந்த அனைவரும் என்றாவது ஒருநாள் அழியத்தான் வேண்டும். அதனால் இரணியன் சமத்காரமாக வரங்களைப் பெற்றான். மண்ணிலே சாகக் கூடாது; ஆகாயத்திலே சாகக் கூடாது; காற்றினிலே சாகக் கூடாது; நெருப்பினால் சாகக் கூடாது; நீரால் சாகக் கூடாது; எந்தவிதமான படைக்கலங்களாலும் சாகக் கூடாது; பகலில் சாகக் கூடாது; இரவில் சாகக் கூடாது; கட்டிடத்திற்கு உள்ளே சாகக்கூடாது; வெளியிலேயும் சாகக்கூடாது. மனிதனால் , தேவர்களால் சாகக் கூடாது; சடப் பொருள்களால் சாகக் கூடாது; எமனாலும் சாகக் கூடாது; கண்ணால் காண்பன, கருதுவனவற்றாலும் சாகக் கூடாது;

பெண்ணில், பேர் எழில் ஆணினில், அலியினில், பிறிதும்
உள் நிற்கும் உயிர் உள்ளதில், இல்லதில் உலவான்;
கண்ணில் காண்பன, கருதுவ, யாவினும் கழியான்;
மண்ணில் சாகிலன்; வானிலும் சாகிலன் - வரத்தால்.

தேவர் ஆயினர் ஏவரும், திரிதரும் இயக்கர்
யாவரேயும், மற்றும் எண்ணவும் நினைக்கவும் இயன்ற
கோவை மால், அயன், மான்,இடன், யாவரும் கொல்ல
ஆவி தீர்கிலன்; ஆற்றலும் தீர்கிலன் - அனையான்.

உள்ளில் சாகிலன், புறத்திலும் உலக்கிலன்; உலவாக்
கொள்ளைத் தெய்வவான் படைக்கலம் யாவையும் கொல்லா;
நள்ளின் சாகிலன்; பகலிடை சாகிலன்; நமனார்
கொல்லச் சாகிலன்; ஆர் இனி அவன் உயிர் கொள்வார்?'
(986 - 14,15,16)

(மான் இடன் - மானை இடக்கையில் தரித்த சிவன்; உலக்கிலன் - சாகான்; உலவா - அமரத்தன்மை வாய்ந்த; நள் - இரவு; நமனார் - யமன்)

சுருக்கமாகச் சொன்னால்,

ஈது அவன்நிலை; எவ்வுலகங்கட்கும் இறைவன் (986 - 18)

எது தெய்வ நாமம்?

அப்படிப்பட்ட இரணியனுக்கு பிரகலாதன் என்ற ஒரு மகன் இருந்தான். அறிவுமிக்க அவன் தூயவன்; அறநெறி தவறாதவன்; அவனுடைய குரு அவனுக்கு வேதப் பயிற்சி ஆரம்பிக்கும்போது முதலில் 'இரணியாய, நம' என்று இறைவனை வணங்கிவிட்டு

ஆரம்பிக்கும்படி சொல்ல, அவனோ 'ஓம் நமோ நாராயணாய' என்று முழு முதற் பரம்பொருளை வணங்கினான்.

குருவோ 'தேவர்கள், அண்டங்கள் எல்லாவற்றுக்கும் முதல்வனானவன் இரணியன்; அவன் பெயரைத் தான் தெய்வ நாமமாக உச்சரிக்க வேண்டும்' என்று எவ்வளவோ மன்றாடியும் பிரகலாதன் மறுத்துவிட்டான். பிரகலாதன் கருவிலேயே திருவாய்க்கப் பிறந்தவன்; எனவே ஓதாமலேயே வேதங்கள் அனைத்தும் உணர்ந்தவன். பிரகலாதனைத் திருத்த முடியாது என்று உணர்ந்த ஆசிரியர் தன்னைக் காப்பாற்றிக் கொள்ள, இரணியனிடம் போய் நடந்ததைச் சொன்னார். இரணியன் மைந்தனைக் கூப்பிட்டு விசாரிக்க, பிரகலாதன் எட்டெழுத்து மந்திரமாகிய 'ஓம் நமோ நாராயணாய'வின் பெருமையையும் பயனையும் எடுத்து விளக்கினான். இரணியன் பிரகலாதனைப் பார்த்து கோபங் கொண்டு பேசினான்.

'என் தம்பியாகிய இரணியாக்கனைக் கொன்றவன் பெயரையா நீ வணங்குவது? நம் குலத்தவர் பலரையும் அழித்தவன் அவன். என்னிடம் போர் செய்ய பலமுறை வந்து, கருடனின் வேகத்தால் தப்பிப் பிழைத்தான். மாதவம் செய்து தாம் பெற்ற பதத்தை அரி, அயன், சிவன் ஆகியோர் இழந்தனர். அவர்களைவிட மிகுதவம் இயற்றி நான் தலைமை ஏற்றபின், மூன்று உலகங்களில் உள்ளோரும் ஓதுவது, தொழுவது என் பெயரையே, நீ என் பிள்ளை என்பதால் பிழைத்தாய், போ! போய் உன் ஆசிரியர் சொல்படி தொழுது கற்பாயாக!'

இறைவன் ஒருவனே!

பிரகலாதன் தன் தந்தைக்குப் பரம்பொருளின் பெருமையை பல ஏதுக்கள் கொண்டு எடுத்துக்காட்டி, இறைவனின் நாமத்தை இரணியனும் வாழ்த்தும்படி வேண்டினான்.

'உலகங்கள் யாவற்றையும் தானே படைத்து, அவற்றுக்குள் தானே பல வடிவம் எடுத்துத் தங்கி நின்று, அவற்றுக்குள் உயிராகத் தங்குவான். அவனுக்கு முன்னும் இல்லை; பின்னும் இல்லை; அவனுடைய ஆதியை அறிவார் யார்?

'தன்னுளே உலகங்கள் எவையும் தந்து, அவை
தன்னுளே நின்று, தான் அவற்றுள் தங்குவான்
பின்இலன் முன் இலன், ஒருவன்; பேர் இலன்;
தொல்நிலை ஒருவரால் துணியற் பாலதோ?' (992-59)

ஆலமரமும் அதன் விதையும்போல் ஒன்றிற்குள் ஒன்று அடங்கும் பெருமையன். உள்ளத்திற்குள்ளே இனிது உணர்வாக எழுந்த ஓசை ஓர் வீணையில், அதன் நாதத்தில் வெளிப்படுவது போல் உள்ளே உறையக்கூடியவன்; வெளியிலும் ஜனிக்கக் கூடியவன்' என்று பிரகலாதன் தான் ஓதாமலேயே உணர்ந்து அறிந்த உபநிடதங்களின் சாரத்தை எல்லாம் ஒரு பிழிவாக எடுத்து இரணியனுக்கு அறிவுறுத்தினான்.

கொல்ல முடியாத பிள்ளை

இரணியனோ தனக்கு இனி வேறு பகைவனே வேண்டாம், இவன் ஒருவனே போதும் என்று கருதி பிரகலாதனைக் கொல்லுமாறு ஆணையிட்டான். கொலையாளிகள் வாள், வேல் முதலிய ஆயுதங்களால் தாக்கினர். பிரகலாதனோ நாராயண நாமத்தைச் சொல்லியவாறு இருந்ததால் அவை எதுவும் அவனைக் கொல்லாது முறிந்தன. இதனை இரணியனிடம் தெரிவிக்க, அவன் பிரகலாதனைத் தீயிலிடக் கட்டளையிட்டான். தீயோ அனுமன் வாலைச் சுடாததுபோல் பிரகலாதனையும் சுடாது குளிர்ந்தது. இதனையறிந்த கோபங் கொண்ட இரணியன் ஆதிசேடன் முதலிய கொடிய விஷப் பாம்புகளை ஏவினான். அப்போதும் நாராயண நாமத்தையே செபித்துக் கொண்டிருந்ததால், பிரகலாதனை பாம்பின் விஷம் ஒன்றும் செய்யாது போயிற்று. உடனே இரணியன் பிரகலாதனை திசையானைகளைக் கொண்டு மிதித்துக் கொல்லுமாறு ஆணையிட்டான். அப்போது பிரகலாதன் யானையைப் பார்த்து 'முன்பொரு சமயம் உங்கள் குலத்தவனான கஜேந்திரனை முதலை ஒன்று கவ்வ, அது அலறி நடுங்கி, 'ஆதிமூலமே' என்றழைக்க ஓடிவந்து அதன் உயிரைக் காத்தவனே என் உள்ளத்துக்குள் இருப்பவன் என்று சொல்லி நாராயண நாமத்தை விடாது சொல்லிக் கொண்டிருக்கவே அந்த யானைகள் அவனை வணங்கி அகன்றன.

அதனைக் கண்ட இரணியன் அவனைக் கல்லில் கட்டி கடலில் தள்ளுமாறு உத்தரவிட்டான். ஆனால் நாம மகிமையால் கல் ஓடம் போல மிதந்து பிரகலாதனைக் காப்பாற்றிக் கரை சேர்த்தது. விடத்தை உண்ணக் கொடுத்தார்கள். விடத்தை உண்டும் அது அவனை ஒன்றும் செய்யாது போயிற்று.

இதையெல்லாம் கண்ட இரணியன் தன் பிள்ளையைத் தானே கொல்லக் கருதி, நெருங்கினான். பிரகலாதனோ கொஞ்சமும் அஞ்சாது திருமாலின் நாமத்தையே உச்சரித்துக் கொண்டிருந்தான். இரணியனை வணங்கி தன் உயிரை இரணியன் போக்குவது இரணியனுக்குத் தக்க செயல் அன்று என்றான்.

'தூணிலும் உளன்'

அதற்கு இரணியன், 'யார் இந்த உலகத்தைத் தோற்றுவித்தவர்? யாவரும் என்னையே போற்றித் தொழுகின்றார்கள்? என்றான்.

பிரகலாதன் உடனே 'உலகைப் படைத்தவன் படைத்த ஒவ்வொரு பொருளிலும் இருக்கிறான்; மலருக்குள் மணமும், எள்ளுக்குள் எண்ணெயும்போல உள்ளே உறைகிறான்; ஒவ்வொரு பொருளின் ஒவ்வொரு பகுதிக்குள்ளும் உள்ளான்; அணுவை நூறாகக் கூறிட்டால் வரும் கோண் என்ற சிறுதுளியிலும் உள்ளான்; மலைகளிலும் உள்ளான்; இங்கே உள்ள இந்தத் தூணிலும் உள்ளான்; நீ சொன்ன சொல்லிலும் உள்ளான்' என்றான்.

> 'சாணினும் உளன்; ஓர் தன்மை, அணுவினைச் சதகூறிட்ட
> கோணினும் உளன்; மா மேருக் குன்றிலும் உளன்; இந்நின்ற
> தூணிலும் உளன்; நீ சொன்ன சொல்லிலும் உளன்; இத்தன்மை
> காணுதி விரைவின்' என்றான்; 'நன்று' எனக் கனகன் சொன்னான்.'
>
> (1003-124)

(சாண் - ஓர் அளவை; கோண் - அணுவில் நூறில் ஒரு கூறு; கனகன் - இரணியன்)

அதற்கு இரணியன், 'அப்படியானால், ஒவ்வொரு பொருளுக் குள்ளும் உள்ள அந்த ஒருவனை, இந்தத் தூணில் எனக்குக் காட்டு; காட்டாவிட்டால் உன்னைக் கொன்று தின்பேன்' என்றான்.

பிரகலாதன் 'என் உயிரை உன்னால் நீக்குவது என்பது எளிதல்ல; நான் சொன்ன அப் பரம்பொருள் நீ தொட்ட இடம்தோறும் தோன்றா விட்டால், என் உயிரை நானே போக்கிக் கொள்வேன்' என்றான்.

அதைக் கேட்ட இரணியன் பரிகாசமாக நல்லது என்று கூறிக்கொண்டே தன் கையால் எதிரில் இருந்த தூணைத் தட்டினான். தட்டியதும், தாமதமின்றி, அண்டங்கள் பிளந்தது போன்ற பெரும் ஓசையுடன் தூணிலிருந்து சிரிப்பது போன்ற பெரிய ஒலி எழுந்தது.

தூணைப் பிளந்து தோன்றி சிங்கப்பிரான்

அந்த ஓசையைக் கேட்ட பிரகலாதன் தன் இரு கைகளையும் தலைக்கு மேல் கூப்பித் தொழுதான்; பாடினான்; அழுதான்; ஆடினான். உடனே இரணியன் 'யாரடா சிரித்தது? இவன் சொன்ன அரியா? உன்னால் என் எதிர் வந்து போரிட முடியுமானால் , வெளியே வா' என்றான்.

அப்போது தூண் பிளந்தது.

மனித உடலும், சிங்கத் தலையும் கொண்டு, அதுவரை இல்லாத ஒரு ஜீவராசியாக, நரசிங்கம் தோன்றி வெளிவந்தது; கிடுகிடுவென வளர்ந்து அகண்ட முகட்டை எட்டியது; எட்டுத் திசைகளிலும் ஓங்கி வளர்ந்தது; ஒரு முகம், நான்கு தோள்களுடன் கூடின எண்ணற்ற நரசிங்கங்களாக மாறி எல்லா அசுரர்களையும் பிடித்து, அடித்து தோய்த்து, பிழிந்து, கிழித்துக் கொன்றது. இரணியன் தன் வாளை உருவிக் கொண்டு போருக்கு ஆயத்தமானான்.

பிரகலாதன் அந்தக் கட்டத்திலும் தன் தந்தையைப் பார்த்து 'இப்போதாவது இப் பரம்பொருளை வணங்குங்கள்; வணங்கினால் உங்கள் பிழைகளை எல்லாம் பொறுத்து ரட்சிக்கும்' என்றான். ஆணவத்தின் உச்சத்திலிருந்த இரணியனோ 'இந்தச் சிங்கத்தின் தாளையும் தோளையும் வெட்டிக் கொன்று, உன்னையும் கொன்ற பின்னர் என் வாளினைத் தொழுவேனே தவிர, மகளிரிடம் ஊடற் காலத்திலே கூட அவர்களை வணங்காத நானா இதைத் தொழுவேன்' என்றான்.

இரணியனைப் பிளந்த நரசிங்கம்

நரசிங்கம் தன் கையால் அவனைப் பிடித்துச் சுழற்றி அரண்மனை வாயிற்படியில் அமர்ந்து அவனைத் தன் மடி மீது கிடத்தி, தன் கைக் கூரிய நகங்களினால் மார்பைப் பிளந்து உயிரைப் போக்கியது.

அப்படி உக்கிரமாக இருந்த நரசிங்க மூர்த்தியைக் கண்ட தேவர்கள் உள்பட யாவரும் பயந்து போய் நின்றனர்; பிரமன் வந்து துதிக்கவே சிங்கப் பெருமான் சீற்றம் தணிந்தது; தேவர்கள் வேண்டவே லெட்சுமி அங்கு வந்து எதிரே தோன்ற, திருமகளைப் பார்த்த நரசிம்மத்திற்கு அருள் நோக்கம் பெருகியது. பிரகலாதனை வாழ்த்தி வேண்டிய வரம் கேள் என்றது.

பிரகலாதனோ 'இதைவிட பெரும் பேறு எனக்கு உண்டோ? எலும்பில்லாத இழிபிறவியாகப் பிறந்தாலும், எப்பிறவியிலும், உன் அன்பு பெறும் பேற்றை எனக்கு அளித்து அருள்க' என்றான்.

> 'முன்பு பெறப்பெற்ற பேறோ முடிவு இல்லை;
> பின்பு பெறும் பேறும் உண்டோ? பெறுகுவனேல்,
> என்பு பெறாத இழி பிறவி எய்தினும், நின்
> அன்பு பெறும்பேறு அடியேற்கு அருள்' என்றான். (1009 -169)

அவன் விரும்பிய வரத்தை அளித்து நரசிங்க மூர்த்தி பிரகலாதனுக்கு முடிசூட்டினார்.

வீடணனை விரட்டினான்

இப்படியாக பெரும்பலமும் வரமும் பெற்ற இரணியனே தீமை செய்து அழிந்தான்; எனவே இராவணன் சீதையை விடுத்து அரக்கர் குலத்தைக் காக்க வேண்டும் என்று வீடணன் இரணியன் வதையை கதையாகஇராவணனுக்குச் சொன்னான்.

இராவணன் கோபம் மேலும் அதிகரித்தது. 'அந்த இரணியன் மகன் தந்தையைக் கொன்று முடிசூட்டிக் கொண்டதைப்போல, நீயும் என்னைத் தோல்வியடையச் செய்து, இலங்கை அரசை அடைய நினைக்கிறாய். பகைவனிடம் அன்பு பாராட்டும் உன்னை என் அருகில் வைத்துக் கொள்ள மாட்டேன். என் முன்னால் நிற்காதே. நஞ்சினை உடன்கொண்டு வாழ மாட்டேன். போய்விடு' என்று கோபத்தின் உச்சத்தில் அறிவிழந்து கத்தினான்.

2. வீடணன் அடைக்கலம்

அன்புறக் காரணம் அறியா வீடணன்

வீடணன் தன்னைச் சார்ந்த அமைச்சர்களுடன் இலங்கை நகரை விட்டு நீங்கி, அவர்கள் ஆலோசனைப்படி, இராமனைச் சரணடைதலே தக்கது என்றும், இராமனைத் தான் அதுவரை காணாவிட்டாலும், கேள்விப்படாவிட்டாலும், அவனிடத்தில் தோன்றும் அன்புக்கு காரணம் தெரியவில்லை என்றும், தன்னையும் அறியாமல் என்பு குளிர, நெஞ்சு உருகுகின்றது என்று பக்திப் பரவசப்பட்டவன் போலச் சொன்னான்.

'முன்புறக் கண்டிலென்; கேள்வி முன்புஇலென்;
அன்புறக் காரணம் அறியகிற்றிலென்;
என்புறக் குளிரும்; நெஞ்சு உருகுமேல், அவன்,
புன்புறப் பிறவியின் பகைஞன் போலுமால்.' (1014 -20)

(புன்புறம் - புல்லிதாகிய உடம்பு)

தான் முன்பு தவத்தின் பயனாகப் பெற்ற வரங்களான பரம்பொருளிடம் என்றும் அன்பு பூண்டு ஒழுகுவது, நீதிநெறி வழுவாமல் அறந்தலை நிற்றல், உயிர்களிடத்தில் நேயத்துடன் வாழ்வது போன்ற தூயவை இராமனைப் பணிவதாலே தனக்குக் கிட்டும் என்று நினைத்தான்; இராமன் இருந்த இடம் நோக்கி விரைந்தான்.

அடைக்கலம் குறித்து ஆலோசனை

மயிந்தன் என்ற வானர வீரன் கேட்கவே, அனலன் என்ற வீடணனின் உடன் வந்தவன் வீடணன் வந்த காரணத்தை எடுத்துரைத்தான். அதை மயிந்தன் இராமனிடம் சென்று தெரிவிக்கவே, இராமன் வீடணனுக்கு அடைக்கலம் அளிப்பது குறித்து, 'கைப்புகற் பாலனோ? கழியற் பாலனோ?' என்று தன் கூட இருந்த நண்பர்களிடம் ஆலோசனை கேட்டான்.

சுக்ரீவன், 'வீடணன் தன் அண்ணனைத் துறந்து வந்தது தரும நீதியாகாது; அரக்கரில் யார் உயர்ந்தவர்? யார் தாழ்ந்தவர்? அத்தோடு அரக்கரைக் கொன்று அறம் தலை நிறுத்த வந்துள்ளோம் என்று பெருமை பூண்ட நாமே அந்த அரக்கரில் ஒருவனைத் துணைக் கொள்ளுவது நம் வலிமைக்கு இழுக்காக அல்லவா முடியும்?' என்றான்.

சாம்பனும் 'அறிஞர்களே ஆனாலும் பகைவரைச் சேர்த்துக் கொள்ளுதல் கெடுதலாக முடியும். சிற்றினத்தவரோடு சேரலாமோ? மாய மானாக வந்த அரக்கன்போல இவனும் இருக்கமாட்டான் என்பது என்ன நிச்சயம்?' என்றான்.

படைத்தலைவனான நீலனும் 'அதே நாட்டுப் பெண் ஒருத்தி கூடிப்பெற்ற மகனாக இருந்தாலும், அவனைகூட நம்முடன் சேர்த்துக் கொள்வது தீமையாகவே முடியும். அப்படி இருக்க, நம் பகைவனின் உடன் பிறந்தவனையே நாம் சேர்த்துக் கொள்வது, காலத்தாலும் கற்ற நூல்களின் வழிகாட்டுதல் படியும் நல்லதல்ல' என்றான்.

அங்கு கூடியிருந்த மற்ற அமைச்சர்களும் அவ்வாறே ஒருமித்த கருத்தாகச் சொன்னார்கள்.

அரியது கூறிய அனுமன்

அதன் பிறகு இராமன் குறிப்பாக அனுமனை நோக்கிக் கேட்க, அனுமன் சொன்னான்: 'அகத்தின் அழகு முகத்தில் தெரியும் என்பது போல, உள்ளத்தில் உள்ளதை எல்லாம் முகத்தாலேயே அறியலாம். வாலியைக் கொன்று சுக்ரீவனுக்கு அரசு அளித்ததை அறிந்து வந்த வீடணன் உங்கள் சீலம் தெரிந்து வந்துள்ளான் என்பது தவிர ஏதும் அதில் இல்லை.

> 'உள்ளத்தின் உள்ளதை உரையின் முந்துற,
> மெள்ளத் தம் முகங்களே விளம்பும்' (1023-88)

இராவணன் என்னைக் கொல்லப் பணித்தபோது, வீடணன் ஒருவன்தான் அவ்வளவு பெரிய சபையில் எழுந்துநின்று தைரியமாக தூதரைக் கொல்வது பழிச்செயலாகும் என்று தடுத்தான். நான் அவன் மனையைக் கண்டபோது நல் நிமித்தங்கள் தோன்றின. எனக்குத் தெரிந்தவரை அவன் மாமிசம், மது முதலியன உண்ணாதவனாயும், ஒழுக்கம் நிரம்பியவனாகவும், தான தருமங்கள் நிரம்பிய அந்தணர் மனை போன்று பொலிந்த மனையும் உடையவன். இவனுடைய மகள் திரிசடை தான் சீதைக்கும் துணையாய் இருந்து ஆறுதல் அளித்தாள். எனவே அபயம் என்று நம் தன்மை அறிந்து அண்டினவரை ஏற்பதே நல்லது. இவன் வரவு நல்வரவேயாகும்' என்று சொன்னான்.

சரணாகதி சாஸ்திரம்

அனுமன் கூறியதைக் கேட்ட இராமன் நன்றாகச் சொன்னாய் என்று மகிழ்ந்து அங்கிருந்த மற்றவர்களிடம் சொன்னான்: 'வீடணன் வந்த காலமும் நன்று; கருத்தும் நன்றே; அவன் அரசின் மேல் ஆசைப்பட்டு நம்மிடம் வரவில்லை. அனுமன் சொன்ன மாதிரி வீடணன் பிழையில்லாதவன். அபயம் என்று வந்தவர்கட்கு அடைக்கலம் அளிக்காவிட்டால் அறத்தினால் என்ன பயன், ஆண்மைக்கு அடையாளம் அல்லவா?

கடலைக் கடைந்தபோது ஆலகால விஷம் எழும்ப, அபயம் வேண்டியவர்க்காக ஈசனே நஞ்சுண்ட கண்டனாகவில்லையா? அன்றொரு நாள் யானை ஒன்று 'ஆதிமூலமே அபயம்' என்று அலற, பரம்பொருள் ஓடோடி வரவில்லையா? சீதை எனக்கு யார் உதவுவது என்று கதறி அழுதபோது ஓடி வந்து இராவணனுடன் போரிட்டு என் தந்தை சடாயு தெய்வ மரணமடையவில்லையா? அப்படியே வீடணன் பின்னாளில் மாறுபட்டு சூழ்ச்சி செய்து அதனால் நான் இறந்தால் அதுவே என்றும் இருந்த நாள் ஆகும். அதனால் அடைக்கலம் வேண்டியவனுக்கு அபயதானம் அளிப்பதே கடமை' என்று கூறி சுக்ரீவனை அனுப்பி வீடணனை அழைத்து வரச் சொன்னான்.

'இடைந்தவர்க்கு 'அபயம் யாம்!' என்று இரந்தவர்க்கு, எறிநீர்வேலை
கடைந்தவர்க்கு, ஆகி, ஆலம் உண்டவற் கண்டிலீரோ?
உடைந்தவர்க்கு உதவான் ஆயின், உள்ளது ஒன்று ஈயான் ஆயின்,
அடைந்தவர்க்கு அருளான் ஆயின், அறம் என ஆம்?
ஆண்மை என் ஆம்?' (1027-108)

(வேலை - கடல்; ஆகி - உதவியாகி; ஆலம் - விஷம்)

எழுவர் ஆனார்!

இராமனை அடைந்த வீடணன் அவன் திருவடிகளில் வணங்கினான். இராமன் மகிழ்ந்து வீடணனுக்கு இலங்கை அரசை அளிப்பதாகக் கூறி, இலக்குவனை வீடணனுக்கு முடிசூட்டப் பணித்தான். உடனே வீடணன் இராமனை வணங்கி இராவணன் பின்பு தோன்றிய பாவத் தொடர் அற, பரதனுக்குச் சூட்டிய பாதுகையை தனக்கும் மகுடமாகத் தந்தருள வேண்டினான்.

'விளைவினை அறியும் மேன்மை வீடணன், 'என்றும் வீயா
அளவு அறு பெருமைச் செல்வம் அளித்தனை ஆயின் ஐய!
களவு இயல் அரக்கன் பின்னே தோன்றிய கடன்மை தீர,
இளையவற் கவித்த மோலி என்னையும் கவித்தி' என்றான்.
(1031-142)

(வீயா - அழியாத; கடமை - தொடர்பு; கவித்த - சூட்டிய; மோலி - மகுடம்)

இதனைக் கேட்ட இராமன் மகிழ்ந்து வீடணனைத் தன் உடன்பிறவாத் தம்பியாக ஏற்று தன் தந்தை தயரதன் தன்னைக் காட்டிற்கு அனுப்பியதால் குகன், சுக்ரீவன் என்ற சகோதரரைப் பெற்றதோடு, தற்போது வீடணனையும் சகோதரனாகப் பெற்று, தயரதன் புதல்வர்கள் எழுவர் ஆனோம் என்றூ கூறினான்.

'குகனோடும் ஐவர் ஆனேம் முன்பு; பின், குன்றுசூழ்வான்
மகனொடும் ஆறுவர் ஆனேம்; எம்முழை அன்பின் வந்த
அகன் அமர் காதல் ஐய! நின்னொடும் எழுவர் ஆனேம்;
புகல் அருங்கானம் தந்து; புதல்வரால் பொலிந்தான் நுந்தை'
(1032 - 143)

(அகன் அமர் காதல் - மனமார்ந்த நேயம்; கானம் - காடு)

வீடணன் விரும்பிய வண்ணமே இராமன் திருவடி நிலைகளை தன் தலையிலே சூடினான்; இராமன் பணித்தபடி இலக்குவன் சுக்ரீவன் முதலியோர் சந்தன விமானத்தில் அவனை அமர்த்தி பாடி வீட்டை வலம் வந்தனர்.

வீடணன் விவரித்த அனுமன் அருஞ்செயல்

சுக்ரீவன் இராமனை வீடணனொடு மேற்கொண்டு செய்ய வேண்டிய செயல் குறித்து எண்ணுக என வேண்ட, இராமன் வீடணனை இலங்கை நகரின் பாதுகாப்பு, அரக்கர்கள் வலிமை, படையின் அளவு, அதன் தன்மை முதலியன குறித்துச் சொல்க என வீடணன் அவ்வாறே விவரங்களை எடுத்துரைத்தான்.

அப்போது இலங்கையில் அனுமன் புரிந்த வீரச் செயல்களையும், அக்ககுமாரன் ஆகியோரை அழித்ததையும், இலங்கை எரியுண்டு, மீண்டும் மயன் அதைப் புதுப்பித்ததையும் சொன்னான். தன் பிரதாபங்களை நாணத்தால் அனுமன் இராமனிடம் கூறாததால், தற்போது அறிந்த இராமன் அவனைப் பாராட்டி, இவ்வளவு வீரச் செயல்கள் புரிந்த அனுமன் சீதையைக் கண்டும் கொண்டு வராதது இராமனின் வில் தொழிலுக்கு மேன்மை கூட்டத்தானே என்றும் கூறி மகிழ்ந்தான். அப்போதும் அனுமன் எதுவும் பேச நாணி, இராமன் திருவடிகளை வணங்கி எழுந்தான்.

3. சேது பந்தனம்

வருணன் அபயம்

கடலைக் கடந்து படைகள் இலங்கை நகரை அடைய வருணனை வழிவிடச் செய்யுமாறு இராமன் வேண்டினால் வழி கிடைக்கும் என வீடணன் சொல்ல, இராமன் கடற்கரையை அடைந்து புல்லில் அமர்ந்து, வருண மந்திரத்தைத் தியானித்தான். ஏழு நாட்கள் சென்றும் வருணன் வராததால் இராமன் சினந்து கடலின் மேல் அம்பு விட்டான். கடல் பொங்கி கடல் வாழ் உயிரினங்கள் படாத பாடு பட்டன. அப்போது வருணன் ஓடிவந்து தான் ஏழாம் கடலில் மீன்களின் சண்டையை விலக்கப் போயிருந்ததால், இராமன் வேண்டுதலை அறியாது காலந்தாழ்ந்தது எனக்கூறி அடைக்கலம் வேண்டினான். கடல்மீது சேது என்ற இடத்தில் கற்களைக் கொண்டு அணை ஒன்றுகட்டி அதன் வழியாக இலங்கையை அடையுமாறு வழிகூறினான்.

சேது அணை

இராமனும் அதனை ஏற்று அவ்வாறு சேதுவில் அணைகட்டப் பணிக்கவே, சுக்ரீவன் வானரத் தச்சனான நளனை அழைத்துச் சொல்ல அவனும் அவ்வாறே இரு கடற்கரைகளையும் பந்தப்படுத்த-பந்தனை செய்ய-சேது பந்தனம் அமைக்கும் பணியில் ஈடுபட்டான். வானரச் சேனைகள் மலைகளையும், குன்றுகளையும் கொண்டு வந்து குவித்தன. சேது அணை எப்படி இருந்தது? இலங்கையாம் நங்கை இராவணன் ஈட்டிய தீமையைப் பொறுக்க மாட்டாது இராமன் ஈட்டிய சேனைகளைக் கண்டு வருக என அன்பினால் கையை நீட்டியது போல இருந்ததாம்.

'மெய்யின் ஈட்டத்து இலங்கை ஆம் மென்மகள்
பொய்யன் ஈட்டிய தீமை பொறுக்கலாது,
ஐயன் ஈட்டிய சேனை கண்டு, அன்பினால்
கையை நீட்டிய தன்மையும் காட்டுமால்.' (1065-68)

இராமன் படைகளோடு சேது அணை வழி கடல் கடந்து சுவேல மலையில் தங்கி பாடி வீடு அமைக்கப் பணித்தான்.

இராவணன் ஒற்றருக்கு அருளிய இராமன்

கடலைக் கடந்து இராம இலக்குவர்கள் வந்துவிட்டனர் என்பதை அறிந்த இராவணன் ஒற்றர்களை அனுப்பினான். குரங்குகளைப் போல வேடம் தாங்கி வந்த ஒற்றர்களை வீடணன் கண்டுபிடித்து விட, இராமன் அவர்களை மன்னித்து விட்டு விடுகிறான். ஆனால் இராவணனிடம் போய் இலங்கை அரசாட்சியை வீடணனுக்கு இராமன் அளித்துவிட்டதையும், கடலில் அணை கட்டி படையுடன் வந்திருப்பது அரக்கர் குலத்தை அழித்து அறத்தை நிலை நிறுத்துவதற் காகவே என்றும் சொல்லும்படி சொல்லி அனுப்பினான்.

ஒற்றர்கள் திரும்பச் சென்று இராவணனிடம் அங்ஙனமே சேதி சொன்னார்கள்.

இராவணன் அரண்மனை கோபுரத்தின் மேலேறி வானரச் சேனையைக் கண்டான். இராமனும் சுவேல மலை மீதேறி இலங்கை நகரைக் கண்டான். வீடணன் இராமனுக்கு அரக்கர்களை யார் எவர் என்று சுட்டிக்காட்டும் பொழுது இராவணனைச் சுட்டிக் காட்டவே, சடாரென்று சுக்ரீவன் தாவிப் போய் இராவணன் மேல் பாய்ந்தான். இராவணனின் மணிமுடியைப் பறித்து எடுத்துக்கொண்டு திரும்ப ஓடி வந்தான். வீடணன், இராமன் சுக்ரீவனின் வெற்றியைப் பாராட்டினர்.

இராவணனின் ஒற்றன் சார்த்தூலன் வானரப் படை அணிவகுப்பைப் பற்றி இரவில் இராவணனிடம் தெரிவித்தான். மேற்குக் கோட்டை வாயிலில் மாருதி பதினேழு வெள்ளம் சேனையோடும் தென்திசை வாயிலில் அங்கதன் பதினேழு வெள்ளம் சேனையோடும், கீழ்திசை வாயிலில் நீலன் பதினேழு வெள்ளம் சேனையோடும், வடதிசை வாயிலில் இராமனும் இலக்குவனும் நிற்க, இரண்டு வெள்ளம் சேனை போரில் ஈடுபடும் சேனைக்கு எல்லாம் உணவு கொண்டு தரவும், வீடணன் ஒவ்வொரு வாயிலின் நிலைமையையும் அவ்வப் போது ஆராய்ந்து உணர்ந்து இராமனுக்கு சொல்லும் படியான அணிவகுப்பு அமைப்பைப் பற்றி எடுத்துரைத்தான்.

இராவணன் அமைச்சர்களுடன் மந்திர ஆலோசனைக்குப் பிறகு கீழ்த் திசைவாயிலில் இருநூறு வெள்ளம் சேனையோடு பிரகதத்தனையும், தெற்கு வாயிலில் இருநூறு வெள்ளம் சேனையோடு மகோதரனையும், மேற்கு வாயிலில் இருநூறு வெள்ளம் சேனையோடு இந்திரசித்தையும் அனுப்பி வடக்கு வாயிலில் தான் நிற்பதாகவும், விருபாட்சனை மூலபலப் படையோடு இலங்கை நகரைப் பாதுகாக்கவும் ஆணையிட்டான்.

இராவணன் சேனையை அணிவகுத்து ஒவ்வொரு திசைக் கோட்டை வாயிலிலும் தயாராக இருக்குமாறு கட்டளையிட்டான். வானரச் சேனைகளும் மதிலைச் சுற்றி வளைத்து அணிவகுத்து நின்றனர்.

4. அங்கதன் தூது

'பொறை ஜெயத்துறை'

இராமன் வடதிசை வாயிலில் படைகளுடன் காத்து நின்றான்; இராவணன் போருக்கு வராததால், ஒரு தூதுவனை அனுப்பி 'சீதையை விடுகிறாயா, அல்லது கேட்டுவரச் செய்து, விடாவிட்டால் நாம் போர் தொடுப்போம், அதுவே அறமும் நீதியும் ஆகும்' என்று கருதி வீடணனிடம் சொன்னான். இலக்குவனோ 'தேவியைச் சிறையில் வைத்து, தேவர்கட்கு துன்பம் இயற்றி, நம் தந்தை சடாயுவைக் கொன்ற வழிஅலாத வழி மேல் செல்லும் இராவணனுக்கு இனியும் இரங்குவதோ? ஒருவேளை அவன் போருக்கு வராது, தேவியை விடுவித்தால், வீடணனுக்கு இலங்கை அரசைக் கொடுப்பதாகச் சொன்ன வாக்கு என்ன ஆகும்? ஆகவே போர் செய்யத் தொடங்குவதே சிறந்தது' என்றான்.

இராமனும் புன்முறுவலுடன் 'என் முடிவும் அதுதான்; ஆனாலும் தூது விடுப்பது நீதி நூல் முறையாகும். எவ்வளவுதான் வலிமை உடையவரேனும் பொறுமையோடு பொருந்தி வாழ்ந்தால், அதுவே வெற்றிக்கு வழி மட்டுமன்று; அறமும் ஆகும்' என்றான்.

> 'அயர்த்திலென்; முடிவும் அஃதே; ஆயினும், அறிஞர் ஆய்ந்த
> நயத்துறை நூலின் நீதி நாம் துறந்து அமைதல் நன்றோ?
> புயத்துறை வலியரேனும் பொறையொடும் பொருந்தி வாழ்தல்
> சயத்துறை; அறனும் அஃதே' என்று இவை சமையச் சொன்னான்.
> (1100-8)

'மாருதி அல்லனாகில்...' என மாற்றம் பெற்ற அங்கதன்

அனுமனையே மறுபடியும் தூது அனுப்பினால், அவனைத் தவிர வேறு வீரர் இல்லை என்றாகிவிடும்; ஆகவே அங்கதனை அனுப்பலாம் என்று கருதி இராமன் அங்கதனை அழைத்து, 'சீதையை விட்டு உன் உயிரைக் காப்பாற்றிக் கொள்கிறாயா? அல்லது கோழையைப் போல் மறைந்து உள்ளேயே இருக்காமல், போர்க் களத்துக்கு வருகிறாயா என்று இராவணனிடம் கேட்டு வா' என்றான்.

அங்கதனும் 'மாருதி அல்லன் ஆகில் நீ எனும்' சொல் இராமனிடம் இருந்து பெற்றதை மகிழ்ந்து கோட்டையைக் கடந்து அரண்மனைக்குள் சென்று இராவணன் முன்பு நின்றான்.

அங்கதன் தூது

அங்கதனைப் பார்த்த இராவணன் 'நீ யார்? இங்கு வந்த காரணம் என்ன? என் வீரர்கள் உன்னைக் கொன்று தின்னுமுன்பு சொல்' என்றான்.

'நீ சிறை வைத்துள்ள சீதை நாயகன் இராமனின் தூதுவன்' என்றான்.

'குரங்குகளைக் கூட்டிக் கொண்டு, சிறு கடலின் மேல் சேதுவில் அணை கட்டித் தாண்டி வந்துள்ள மனிதனின் தூதனா நீ? நீ யார்?' என்றான் இராவணன்.

'இந்திரன் புதல்வன், அன்றொரு நாள் இராவணன் என்பவனை தன் வாலினால் சுற்றித் தூக்கியவன், தேவர்கள் வாழ மந்தர மலையைக் கடலில் கலக்கியவன் புதல்வன் நான்' என்றான் அங்கதன்.

'அடடே! என் நண்பனல்லாவா உன் தந்தை, நீ போய் என் பகைவனுக்குத் தூதுவனாதல் எனக்கு அவமானம் அல்லவா? என் மகனான உனக்கு இன்றே தந்தேன் வானரத் தலைமைப் பதவி. தந்தையைக் கொன்றவன் பின்னே தலைமேல் கையைச் சுமந்து திரிதல் பிழையல்லவா? சீதையைப் பெற்றேன்; உன்னை என் மைந்தனாகப் பெற்றேன்; இனி எனக்கு அரியது எது? உனக்கு நானே மகுடம் சூட்டுகிறேன்' என்றான் இராவணன்.

தேவியை விடுக அல்லது ஆவியை விடுக

உடனே இரு கைகளையும் தட்டிக்கொட்டி, சிரித்து அங்கதன் 'இங்கு உள்ள உங்களுக்கு எல்லாம் இறுதி வந்துவிட்டது என்று உன் தம்பி வீடணனே எங்களிடம் வந்துவிட்டான். அப்படியிருக்க, சமத்காரமாகப் பேசி என்னை உன் வசஞ் செய்யப் பார்ப்பது

சிங்கத்திற்கு நாய் அரசாட்சி நல்குவது போல் உள்ளது. இராமன் அம்புக்கு இலக்காகி உன் பாட்டி தாடகை மடிந்தது போதும், உன் மாமன் மாரீசனும், படைகளும் அழிந்தது போதும், உன் தங்கை மூக்கு இழந்தது போதும் போருக்கு வராது ஒளிந்திருக்கின்ற நீ, இப்போதாவது தேவியை விடுக அல்லது போர்க்களம் வந்து ஆவியை விடுக என்று செய்தி சொல்லிவரச் சொன்னான்' என்றான் அங்கதன்.

'தேவியை விடுக! அன்றேல், செருக்களத்து எதிர்ந்து, தன்கண்
ஆவியை விடுக!' என்றான், அருள் இனம் விடுகில்லாதான்'
(1103-31)

அதனைக் கேட்ட இராவணன் 'பிடியுங்கள் அவனை! மோதித் தாக்குங்கள்!' என்று வீரரை ஏவ, அவர்கள் நால்வரையும் அங்கதன் அழித்து, எச்சரிக்கை விடுத்து, இராமனிடம் வந்தடைந்தான். ரத்னச் சுருக்கமாக தன் பதிலை 'என்ன சொல்லியும் பயனில்லை; மூர்க்கப் பிடிவாதம் உடைய இராவணன் முடித்தலை வீழ்ந்தாலன்றி ஆசையை விடான்' என்றான்.

'முற்ற ஓதி என்? மூர்க்கன் முடித்தலை
அற்றபோது அன்றி, ஆசை அறான்' என்றான். (1105-43)

5. முதற்போர்

தொடங்கியது போர்

'இனிப் போர்தான் எழுக போருக்கு' என்று இராமன் வானரப் படைகளுக்குக் கட்டளையிட்டு கோட்டையின் ஒவ்வொரு வாயில் தோறும் படைகளை அணிவகுக்கச் செய்து அகழியைத் தூர்க்க ஆணையிட்டான். வானரப் படை அகழியைத் தூர்க்கவும் அரக்கர் சேனை எழுந்து வெளிவந்து யுத்தம் தொடங்கினர். அரக்கர் சேனை படைக்கலங்கள், ஆயுதங்களுடன் போரிட்டன. வனார சேனைகள் தடிகளாலும் சிறு குன்றுகளாலும் மரங்களாலும் போரிட்டனர். தெற்கு வாயிலில் அங்கதனும், மேற்கு வாயிலில் அனுமனும் போரிட்டனர். வடக்கு வாயிலில் போரிட்ட அரக்கர் படைத் தலைவன் வச்சிர முட்டியும், மேற்கு வாயிலில் போரிட்ட துன்முகனும் போரிட்டு மடிந்தனர். செய்தி அறிந்த இராவணன் பெருஞ்சினம் கொண்டு தானே போருக்குச் செல்லத் துணிந்து யுத்த களம் வந்தடைந்தான்.

அனுமனை வியந்த இராவணன்

முதலில் எதிர்ப்பட்ட சுக்ரீவனுடன் இராவணன் போரிட்டான். சுக்ரீவன் தளர்ந்தபோது அனுமன் போரிட வந்தான். அதற்குள் இலக்குவன் நாண் ஒலி செய்து இராவணனுடன் போர் செய்ய ஆரம்பித்தான். இருவருக்குள்ளும் கடும் போர் நிகழ்ந்தது. அப்போது அனுமன் இடை புகுந்து இராவணனிடம் தான் விடும் ஒரு குத்தினை அவன் தாங்குவானோ என வீரவுரை பகர்ந்தான். அனுமன் கூற்றை வியந்த இராவணன் 'உன்னிடம் ஆயுதம் ஒன்றுமில்லை; என் உறவினர்களை எல்லாம் கொன்றாய். என் எதிரில் வந்து எதிர்க்க தேவரும், மூவருமே துணிய மாட்டார்கள். ஆயுதங்களுடன் வந்துள்ள என் எதிரில் உன் வலிமையை மட்டும் துணையாகக் கொண்டு நிற்கும் உனக்கு யார் நிகராக முடியும்? அதுமட்டுமா மார்பில் குத்துவேன் என்கிறாய். இனி என்ன சொல்வது? வா, வந்து என்னைக் குத்து' என்றான்.

அனுமன் இராவணனை மார்பில் குத்தவும் அவன் மார்பில் பதிந்திருந்த திசை யானைகளின் தந்தங்கள் மார்பிலிருந்து முதுகுப் பக்கம் நகர்ந்தன; அவனுடைய கவசத்தில் இருந்த மணிகள் சிதறின; இராவணன் கால்கள் தள்ளாடத் தளர்ச்சியுற்றான். சிறிது உணர்வு பெற்றதும் இராவணன் அனுமனிடம் 'இப்போது உன் மார்பில் குத்துவேன். அதைத் தாங்கி நீ தளர்வடையாமல் உயிருடன் இருந்தால், என்றும் நீ அழியாது சிரஞ்சீவியாக இருப்பாய்; உனக்குப் பகைவர் யாரும் இருக்க முடியாது' என்றான்.

அனுமன் மார்பைக் காட்ட இராவணன் அவனைக் குத்தினான். அந்தக் குத்தினால் ஏற்பட்ட வலியால் அனுமன் உடல் சலித்தான். அதற்குள் இராவணன் வானரப் படையினர் மீது சரமழை பொழிய, இலக்குவன் இடைபுகுந்து இராவணனுடன் போரிட்டான். வில்லினால் இலக்குவனை வெல்லல் அரிது என்று இராவணன் வேற்படையை ஏவினான். அதனால் இலக்குவன் அயர்ந்து கீழே விழுந்தான். இலக்குவனைத் தூக்கி எடுத்துச் செல்ல இராவணன் முயற்சித்து இயலாமல் நிற்க, அனுமன் இடைப் புகுந்து இலக்குவனை எடுத்துச் சென்றான்.

'இன்று போய் நாளை வா!'

அந்தச் சமயம் இராமன் போர்க்களத்திற்குள் நுழைந்தான். அனுமன் இராமனைத் தன் தோள் மேல் ஏற்றிக்கொள்ள, தேரிலிருக்கும் இராவணனுக்கு சம உயரத்தில் இராமன் இராவணனோடு போரிட ஆரம்பித்தான். இருவருக்கும் கடும் விற்போர் நடந்தது. இராவணன்

வில், தேர், குதிரைகள், குடை, கவசம் என ஒவ்வொன்றாக இராமன் அம்பால் இற்று வீழ்ந்தன; கடைசியில் இராவணன் மணிமகுடமும் தரையில் விழுந்தது.

அத்தனையும் இழந்து நிராயுதபாணியாய் இராவணன் - அறத்தை மதியாதவர் நிலை இதுதான் என்பதைக் காட்டுவதைப் போல முகம் கவிந்து வெட்கப்பட்டு, இரண்டு கைகளும் ஆலம் விழுதுபோல தொங்க, தனி மரம்போல் நின்றான்.

அப்படி நின்றவனைப் பார்த்து இராமன் 'தேவர்களேயானாலும் அறத்தின் துணையின்றி வெறும் வல்லமையால் போர்க்களத்தில் வெல்வது முடியாது என்பதை இப்போதாவது தெரிந்து கொள். உன் சுற்றத்தாரோடும் நீ இறப்பதை நான் விரும்பவில்லை. சிறையிலிருந்து சீதையை விடுவித்து, உன் தம்பி வீடணனை அரசனாக்கி, நீ அடங்கி இருந்தால், உன்னைக் கொல்லாது விடுவேன். அப்படி இருக்க இஷ்டப்படாவிட்டால் உன் சுற்றத்தார், குலத்தார் இவர்களோடு உன் படைகளையும் கூட்டிக்கொண்டு போர் செய்ய வருவதானால் இன்றுபோய், நாளை வா' என்றான்.

> 'ஆள் ஐயா! உனக்கு அமைந்தன மாருதம் அறைந்த
> பூளை ஆயின கண்டனை; இன்றுபோய், போர்க்கு
> நாளை வா என நல்கினன் - நாகு இளங் கமுகின்
> வாளை தாவுறு கோசல நாடுடை வள்ளல்' (1141-255)
>
> *(மாருதம் - காற்று; பூளை - பூளைப்பூ; நாகு இளங் கமுகு - மிக்க இளமையான கமுக மரம்)*

6. கும்பகருணன் வதை

வெறுங்கையனாய் மீண்ட இராவணன்

இராவணன் திசை யானைகளைப் போரில் வென்று அவைகளின் தந்தங்களை மார்பில் பதித்திருந்த வலிமையும், கயிலை மலையினை எடுத்த தோள் வல்லமையும், நாரத முனிவருக்கு இணையாக நயமாக இசைத்த நாவன்மையும், வெற்றி மாலைகளால் சூட்டப்பெற்ற பத்து மகுடங்களும்; சிவபெருமான் கொடுத்த வாளும், இத்தனையும் பெற்ற ஆற்றலும் இராமனிடம் போர்க்களத்தில் எடுபடாமல் செயலற்றுப் போக, வெறுங்கையனாய் இலங்கை நகருக்குள் திரும்பி வந்தான்.

'வாரணம் பொருத மார்பும், வரையினை எடுத்த தோளும்,
நாரத முனிவற்கு ஏற்ப நயம்பட உரைத்த நாவும்,
தார் அணி மவுலி பத்தும், சங்கரன் கொடுத்தவாளும்,
வீரமும் களத்தே போட்டு, வெறுங்கையே மீண்டு போனான்'
(1142-1)

(வாரணம் - யானை; வரை - கயிலை மலை; தார் - மாலை)

சானகி நகும் என நாணிய இராவணன்

மனகதி, வாயுவேகன், மருத்தன், மாமேகன் முதலிய தூதர்களை இராவணன் அழைத்து உடனே போய் எட்டுத் திக்கிலும் உள்ள அரக்கர் சேனையை கொண்டு வரும்படி ஆணையிட்டான். தன் நெஞ்சில் சீதை குடி கொண்டதால், கவலை மிகுந்து, தூக்கமின்றி வெட்கத்தால் வாடி படுக்கையில் புரண்டான் இராவணன். இராமனிடம் போர்க் களத்தில் தோற்றதற்கு வருத்தமடைந்த இராவணன், அந்தத் தோல்வியைக் கேள்விப்பட்ட தன்னுடைய பகைவர்கள், வானில் உள்ள தேவர்கள், பூவுலகில் உள்ளோர் முதலியோர் எல்லாம் எள்ளி நகையாடி கேலி செய்வார்களே என்பதற்காக வெட்கப்படாமல், சீதை இதனை அறிந்தால் அவள் தன்னை இகழ்ந்து எள்ளி நகையாடுவாளே என்று வெட்கத்தால் வாடிப் போனான்.

'வான் நகும்; மண்ணும் எல்லாம் நகும்; நெடுவயிரத் தோளான் -
நான்நகு பகைஞர் எல்லாம் நகுவர்என்று, அதற்கு நாணான்;
வேல் நகு நெடுங் கண், செவ்வாய், மெல்இயல், மிதிலை வந்த
சானகி நகுவள் - என்றே நாணத்தால் சாம்புகின்றான்.' (1143 - 11)

(சாம்புதல் - வாடுதல்)

இராமன் புகழ் பாடிய இராவணன்

அப்போது தாய்வழிப் பாட்டனான மாலியவான் இராவணனிடம் வந்து என்ன நடந்தது என்றும், ஏன் இராவணன் தளர்ந்திருக்கிறான் என்றும் கேட்கவே, இராவணன் நிகழ்ந்ததை எல்லாம் கூறினான். அப்போது சுத்த வீரனான இராவணன் இராமனின் வில் ஆற்றலையும் வீரத்தையும் புகழ்ந்து பேசினான்.

'முப்புரம் எரித்த சிவபெருமானின் வில்லிலிருந்து வந்த அம்புக்கு ஒப்பாக சொல்ல முடியாது; அதற்கு இணையாகக் கூறக் கூடியது எதுவும் இல்லை; வேதநெறி தப்பினாலும் தப்பலாம்; ஆனால் அவன் வில்லிலிருந்து புறப்படும் அம்புகள் குறி தவறுவதே இல்லை' என்று

கூறி முன்பு சீதையைத் தூக்கிச் செல்ல முயன்றபோது இராவணற்கு அரியது எது என்று கபட சந்நியாசி வேடத்திலிருந்த போது இராவணனே தன்னைப் பற்றிப் பெருமையாகச் சொல்லிக் கொண்டானே, அது அத்தனையையும் இப்போது இராமனால் மட்டுமே செய்யக் கூடியது என்று தன் எண்ணத்தை மாற்றிக் கொண்டு இராமன் புகழ் பாடினான்.

மேருமலையைப் பிளக்க வேண்டுமா, ஆகாயத்தைக் கடந்துசெல்ல வேண்டுமா, நிலத்தை ஊடுருவிச் செல்ல வேண்டுமா, கடல்களைக் குடிக்க வேண்டுமா, அத்தனை ஆற்றலும் நிரம்பியது இராமனின் அம்புகள் என்றான். இதையே சீதையும் இராமனின் அம்பின் ஆற்றல்களாக இராவணனிடம் அசோக வனத்தில் தன்னைக் கண்டு இணங்க வேண்டி அச்சுறுத்திய இராவணனிடம் சொல்வாள் என்பது குறிப்பிடத்தக்கது.

ஆரண்யத்தில் சீதையிடம் இராவணன் கூறியது:

'மேருவைப் பறிக்க வேண்டின், விண்ணினை இடிக்க வேண்டின்,
நீரினைக் கலக்க வேண்டின், நெருப்பினை அவிக்க வேண்டின்,
பாரினை எடுக்க வேண்டின், பலவினை - சில சொல் எழாய்!
யார் எனக் கருதிச் சொன்னாய்? - இராவணற்கு அரிது என்?
என்றான்.' (531 - 60)

சுந்தர காண்டத்தில் - அசோகவனத்தில் இராவணனுக்கு சீதை சொன்னது:

'மேருவை உருவ வேண்டின், விண் பிளந்துஏக வேண்டின்,
ஈர்-ஏழு புவனம் யாவும் முற்றுவித்திடுதல் வேண்டின்,
ஆரியன் பகழி வல்லது; அறிந்து இருந்து - அறிவு இலாதாய்
சீரிய அல்ல சொல்லி, தலை பத்தும் சிந்துவாயோ?' (821 - 117)

இப்போது இராமனுடன் முதற்போர் புரிந்து தோல்வியடைந்த இராவணன் மாலியவானிடம் சொன்னது:

'மேருவைப் பிளக்கும் என்றால், விண் கடந்து ஏகும் என்றால்,
பாரினை உருவும் என்றால், கடல்களைப் பருகும் என்றால்,
ஆருமே, அவற்றின் ஆற்றல்; ஆற்றுமேல், அனந்தகோடி,
மேருவும், விண்ணும், மண்ணும், கடல்களும் வேண்டும் அன்றே?'
(1145 - 20)

(ஆரும் - இயலும்; ஆற்றுமேல் - (அந்த அம்புகளின் ஆற்றலைத்) தாங்க வேண்டுமானால்; அனந்தகோடி - எண்ணற்ற மேருமலைகளும், ஆகாயங்களும், நிலங்களும், கடல்களும் வேண்டுமே)

எழுந்தான் கும்பகருணன்

'நாசம் வந்துற்றபோதும் நல்லது ஓர் பகையைப் பெற்றேன்' என்று தன் செருக்கு அழிந்து இராவணன் மாலியவானிடம் சொன்னான். அப்போது அங்கு வந்த அமைச்சன் மகோதரன் உடனே இராவணனது மனக் கருத்தை மாற்றுகிறான்.

'வென்றவர் தோற்பர்; தோற்றோர் வெல்குவர் எவர்க்கும் மேலாய்
நின்றவர் தாழ்குவர்; தாழ்ந்தோர் உயர்குவர்; நெறியும் அஃதே'
(1147 - 37)

என்றனர் அறிஞர் என்றும், மூவரும், தேவரும் இராவணனிடம் தோற்று மூன்று உலகங்களையும் ஆளப்பெற்ற இராவணன் மனிசருக்குப் புகழ் பாடுவதா என்றும் இராவணனின் ஆணவத்தை மீண்டும் தூண்டிவிட்டு கும்பகருணனைப் போருக்கு அனுப்ப யோசனை சொன்னான்.

இராவணன் அதை ஏற்று, வீரர்களை அனுப்பி உறங்கிக்கொண்டிருந்த கும்பகருணனை எழுப்பி வரச் செய்தான். எழுந்து வந்து தன்னை வணங்கிய தம்பி கும்பகருணனைக் கட்டித் தழுவி அவனுக்கு உணவளித்து, போர்க் கோலம் செய்தான். இந்திரனுடைய யானையின் முகபடாமிலிருந்து எடுத்த பட்டயத்தை கும்பகருணனின் நெற்றியில் கட்டினான்; நல்ல சந்தனத்தை நெற்றிக்குத் திலகமாக இட்டான்; நான்முகக் கடவுள் தனக்கு அளித்த கவசத்தையும் கும்பகருணனுக்குப் பூட்டினான். தனக்குப் போர்க்கோலம் செய்வது ஏன் என்று கேட்ட கும்பகருணனிடம் இராவணன் 'பெரிய வானரப் படைகளுடன் மனிதர்கள் கோட்டை வாயிலை முற்றுகை இட்டுள்ளனர். நீ சென்று அவர்கள் உயிரை உணவாக உண்டு அவர்களை அழித்து வா' என்றார்.

திட்டிவிடம்

'போர் மூண்டதா? கற்பரசி சானகியின் துயரம் இன்னமும் தீரவில்லையா? வானுலகிலும், பூவுலகிலும் கொடிகட்டிப் பறக்கும், நம் புகழ் மங்கியதோ? முன்பே சொன்னேன், பார்த்தோர் உயிரைப் போக்கும் கண்ணில் விஷம் உடைய திட்டிவிடம் கொண்ட பாம்பைப் போன்ற கற்பின் செல்வியை இன்னமும் விடாமல் வெல்லலாம் என்பதும், சீதையை அடையலாம் என்பதும் நடக்கக்கூடிய செயலா? இந்திரனுக்கு மீண்டும் அரசாட்சியைக் கொடுக்கப் போகிறாய்; குலத்தையே அழிக்கப் போகிறாய்; சீதையை விடுவித்து, இராமனைச் சரணடைந்தால் அதுவே இப்போது நம்மை உய்விக்கக்

கூடிய செயல்' என்று பலவாறு கும்பகருணன் இராவணனுக்கு எடுத்துரைத்தான்.

உடனே இராவணன் கோபங்கொண்டு 'என்ன நடக்கும் என்று சொல்வதற்காக உன்னை எழுப்பி வரவில்லை; மனிதர்களைக் கொன்று வரவே உன்னை அழைத்தேன்; மனிதர்களை வணங்கி, குரங்கு களையும் கும்பிட்டு வாழ்தல் உனக்கும், உன் தம்பி வீடணனுக்கும் உரியது; நான் அதனைச் செய்ய மாட்டேன். நீ போய், உறங்கு' என்று கூறி தன் தேரையும் படையையும், கொண்டு வருமாறு பணித்தான்.

'என்னை வென்றால் உன்னையும் வெல்வார்'

அது தாங்காத கும்பகருணன் இராவணனை வணங்கி தன் பிழை பொறுக்க வேண்டும் என்று வேண்டி இராவணன் தந்த சூலத்தைக் கையில் வாங்கிக் கொண்டு போருக்குப் புறப்பட்டான். புறப்படும் முன்பு கடைசியாக அண்ணனின் மனதில் படும்படியாக 'அண்ணா! இந்திரசித்தனையும் இலக்குவன் வெல்வான்; தந்திரச் செயல்கள், மாயம் இவையெல்லாம் காற்றில் பறக்கும் சாம்பலைப் போல அவர்களிடம் எடுபடாது. என்னை வெல்வார்கள் எனில், உன்னையும் அவர்கள் வெல்வார்கள் என்பது உறுதி; காலங்கடந்து பிற்பாடு நீ இதனை உணர்ந்தால் அப்போது ஒன்றும் செய்யமுடியாது. ஆகவே நீயே யோசித்து செயல்படுவாயாக. நான் இதுநாள்வரை ஏதேனும் குற்றம் செய்ததாக நீ கருதினால், என்னை மன்னித்து விடு' என்று கூறி விடைபெற்று போருக்குச் சென்றான்.

போர்க்களத்திற்கு வந்த கும்பகருணனை யார் என்று இராமன் வீடணனிடம் கேட்க, அவன் - 'கும்பகருணன் என் அண்ணன்; இராவணனின் தம்பி; தவம் நிறையச் செய்து வரங்களைப் பெற்றவன்; சிவன் தந்த சூலப் படை உடையவன்; நீண்ட நாள் உறங்கக் கூடியவன்; இவன் விழித்து எழுந்தால் தேவர்கள் அஞ்சி நடுங்குவர்; ஆற்றல் நிரம்பப் பெற்றவன்; இராவணனுக்கு எவ்வளவோ நீதியை எடுத்துச் சொல்லியும் அவன் கேளாது போகவே, அவனைத் தடுக்க முடியாமல், வெறுப்பு ஏற்பட்டு, போரில் உயிரை விடுவது மேல் என்று வந்துள்ளான்' என்றான்.

கும்பகருணனை அழைக்க வந்த வீடணன்

அப்போது அருகிலிருந்த சுக்ரீவன் 'இவனைக் கொல்வதால் என்ன பயன்? இவன் நம்முடன் சேர்வானே ஆனால், சேர்த்துக் கொண்டால் நல்லது' என்று யோசனை சொல்ல இராமனும் சரி என்று இசைந்தான்.

வீடணன் தானே சென்று அழைத்து வருவதாகச் சொல்லி கும்பகருணன் நிற்குமிடத்திற்குச் சென்று அவனை வணங்கினான். வீடணனைக் கட்டித் தழுவி மகிழ்ந்த கும்பகருணன் 'நீ இராமன் பக்கம் சென்றதால் உயிர் பிழைத்தாய் என்றிருந்தேன். அமுது உண்பவர் நஞ்சுண்பதுபோல், இப்போது எம் பக்கம் வந்தது ஏன்? உன்னால் பிரமன் வழி வந்த நம் குலம் தழைக்கும் என்றிருந்தேன். தன்னை அபயம் அடைந்தவர்களைத் துறக்க இராம இலக்குவர் துணிய மாட்டார்கள். பிரமனருளால் நீண்ட ஆயுளைப் பெற்றாய்; தவங்கள் பல செய்து உயர்ந்தாய். நீயாவது மிஞ்சி இருந்து, போரில் மடியப் போகும் நம் அரக்கர் குலத்தவர்க்கும் எங்களுக்கும் எள்ளும் நீரும் சேர்த்து இறுதிக் கடன்கள் ஆற்றுவாய் என இருந்தேன்: ஒரு வேளை, நம் அரக்கர் சாதியின் கீழ்மைத் தன்மையை இன்னும் நீ விடவில்லையா?' என்று வீடணனைப் பார்த்து கவலையும் பட்டான்.

சுற்றம் பார்ப்பாரோ குற்றம் பார்ப்பார்?

வீடணன் தான் வந்த காரணத்தை விளக்கினான். 'ஒருவன் தீவினை செய்ய, தீங்கு ஏதும் செய்யாத அவன் சுற்றத்தார் அவனோடும் மடியலாமா? தீயவை செய்பவர்களை தன் உறவினர், சிறந்தவர், தாய் தந்தையர் என்றெல்லாம் தருமம் பார்ப்பவர்கள் கருதலாமா? பிரமன் தானாக ஆணவத்தால் படைத்துக் கொண்ட ஐந்தாவது தலையை சிவன் கிள்ளிக் களைந்து ஆணவத்தை அடக்கவில்லையா? உடலில் ஒரு கட்டி தோன்றினால் அதனை அறுத்து, அந்த இடத்தைச் சுட்டு வேறு ஓர் மருந்திட்டு துயரம் தீர்ப்பதில்லையா? அதை விடுத்து கடலில் பெருங்காயம் கரைத்து கடலை மணக்கச் செய்வது இயலுமா? நீ வந்தால் இராமன் உன்னையும் ஏற்பான்; அவன் எனக்குத் தந்த இலங்கை அரசை நீ ஏற்றால், நான் உனக்கு ஏவல் செய்து இருப்பேன்' என்று கும்பகருணன் அடியில் விழுந்து வணங்கினான் வீடணன்.

> 'தீயவை செய்வர் ஆகின், சிறந்தவர், பிறந்த உற்றார்,
> தாய் அவை, தந்தை மார் என்று உணர்வரோ, தருமம் பார்ப்பார்?'
> 'தூயவை துணிந்தபோது பழிவந்துதொடர்வது உண்டோ?'
> (1162-142)

> உடலிடைத் தோன்றிற்று ஒன்றை அறுத்து, அதன் உதிரம் ஊற்றி,
> சுடல் உறச் சுட்டு, வேறு ஓர் மருந்தினால், துயரம் தீர்வர்;
> கடலிடைக் கோட்டம் தேய்த்துக் கழிவது கருமம் அன்றால்'
> (1163-146)

(கோட்டம் - மணமுடைய பொருள்)

செஞ்சோற்றுக் கடன்

தம்பியைப் பிடித்து எடுத்து, கட்டித் தழுவி, கண்களில் நீர்பெருக கும்பகருணன் 'நீரில் போட்ட கோலம் போன்று அழியும் இந்த வாழ்க்கையை விரும்பி என்னைப் பல காலம் வளர்த்து இப்போது போர்க்கோலமும் பூட்டி அனுப்பியுள்ள அண்ணனுக்கு உயிரைக் கொடுப்பதே என் கடமை; கருத்தற்று தலைவன் தீமை செய்தால், அதனைத் திருத்த முடிந்தால் திருத்தலாம்; முடியாதபோது அவனுக்காக அவனுக்கு முன்பே உயிரைக் கொடுப்பதே செஞ்சோற்றுக் கடமையாகும்; எது எப்போது நடக்க வேண்டுமோ, அது அப்போது நடந்தே தீரும். நம்மை விட்டு நீங்கிப் போகும் ஒன்றை நாம் எவ்வளவுதான் பக்கத்தில் இருந்து போற்றிக் காத்தாலும் அது போவது உறுதி. இதை அறிந்து தெளிந்த நீ திரும்ப இங்கு வந்தது தப்பு; எங்களைப் பற்றி வருந்தாதே' என்றான்.

'நீர்க்கோல வாழ்வை நச்சி, நெடிதுநாள் வளர்த்துப் பின்னைப்
போர்க் கோலம் செய்து விட்டாற்கு உயிர்கொடாது
அங்குப் போகேன்' (1164-155)

(நச்சி - விரும்பி)

'கருத்து இலா இறைவன் தீமை கருதினால், அவனைக் காத்துத்
திருத்தலாம் ஆகின் அன்றோ திருத்தலாம்? தீராது ஆயின்,
பொருத்து உறுபொருள் உண்டாமோ? பொரு தொழிற்கு உரியர் ஆகி,
ஒருத்தரின் முன்னம் சாதல், உண்டவர்க்கு உரியது, அம்மா'
(1164-157)

'ஆகுவதும் ஆகும், காலத்து; அழிவதும், அழிந்து சிந்திப்
போகுவது அயலே நின்றுபோற்றினும், போதல் திண்ணம்'
(91165-166)

வீடணன் கும்பகருணனிடம் விடைபெற்று, இராமனிடம் சென்று கும்பகருணன் இராவணனை விட்டு வர இசையாத செய்தியைச் சொல்ல, இராமன் கும்பகருணன் நிலையை எண்ணி வருந்தி 'இனி என்ன செய்வது? விதியை யார் வெல்ல முடியும்?' என்றான்.

இராவணன் தம்பியும் இராமன் தம்பியும்

அதற்குள் அரக்கர்சேனை வானர சேனையை வளைக்கவே, கும்பகருணன் போர் தொடங்கினான். நீலன், அங்கதன், அனுமன் ஆகியோர் முதலில் கும்பகருணனுடன் போர் செய்தனர். பிறகு இலக்குவன் அனுமன் தோள் மீது ஏறிப் போரிட்டான். இலக்குவனின் வில்லாற்றலை வியந்த கும்பகருணன், 'இராமன்

தம்பி நீ; இராவணன் தம்பி நான்; நாம் இருவரும் போர் செய்வதைக் காண எல்லோரும் காத்துள்ளனர். என் தங்கை மூக்கினை அறுத்த உன் கையை வெட்டி தரையில் போடுவேன்' என்றான். அதற்கு இலக்குவன் 'உனக்கு பதில் சொல்லினால் சொல்ல நாங்கள் கற்க வில்லை; வில்லினால் சொல்லுவோம்' என்று கூறி கடுமையாகப் போர் புரிய ஆரம்பித்தான்.

'
— மாற்றங்கள் நும்பால்
வில்லினால் சொல்லின் அல்லது, வெந்திறல் வெள்கச்
சொல்லினால் சொலக் கற்றிலம், யாம் எனச் சொன்னான்.'
(1175-236)

இடையிலே சுக்ரீவன் வந்து கும்பகருணனுடன் போர் புரியத் தொடங்கினான். கும்பகருணன் சுக்ரீவனைப் பிடித்து இறுகக் கட்டி அழுத்தினான். அதனால் சுக்ரீவன் உணர்வு இழந்தான். சுக்ரீவன் இல்லாவிட்டால், வானர சேனை சிதறி ஓடி வலிமை அற்றதாகி விடும் என்று நினைத்துக் கும்பகருணன் சுக்ரீவனை இலங்கை நகரை நோக்கி எடுத்துக் கொண்டு சென்றான். கும்பகருணனை பின் தொடர்ந்து சுக்ரீவனை விடுவிக்க அனுமன் போனான்.

கும்பகருணன் வேண்டிய வரம்

அதற்குள் வானரங்கள் ஓடிப்போய் இராமனிடம் செய்தி சொல்ல, சுக்ரீவனை கும்பகருணன் நகருக்குள் எடுத்துச் செல்லாமல் தடுக்க, அம்புகளை ஏவி தடுப்பு அமைத்துத் தடுத்தான். எனவே இலங்கைக்குள் செல்லாமல் கும்பகருணன் இராமனுடன் போர் செய்ய வேண்டியதாயிற்று.

இராமனின் அம்புகளால் கும்பகருணனின் நெற்றியிலிருந்த இரத்தம் வழிந்து, சுக்ரீவனின் முகத்தில் விழவும் சுக்ரீவன் மயக்கம் தெளிந்து எழுந்து கும்பகருணனின் காதுகளையும், மூக்கையும் கடித்துவிட்டு, வானரப் படைகளுக்கு நடுவில் சென்று சேர்ந்து கொண்டான்.

கும்பகருணன் இராமனுடன் கடுமையாகப் போர் செய்தான். இராவணன் கும்பகருணனுக்குத் துணையாக அனுப்பிய பெரும் படை முழுவதும் இராமனால் அழிய, அவன் மட்டும் தனித்து நின்று இராமனுடன் போர் செய்ய நேர்ந்தது. அப்போது இராமன் அவனை நோக்கி, 'வீடணனுடன் பிறந்தவன் என்பதால் உன்னை இப்போது விட்டு விடுகிறேன்; போய் விடு; பிறகு யுத்தத்திற்கு வருவாயாக; அல்லது இப்போதே யுத்தம் தொடர்ந்து செய்து சாகின்றாயா?' என்றான்.

அதற்குக் கும்பகருணன் 'காதும், மூக்கும் இழந்த நான், என் தங்கையை நீங்கள் மூக்கறுத்தபின் அவள் ஓடிவந்து இராவணன் காலடியில் வீழ்ந்ததுபோல் என்னால் முடியாது. என் அண்ணனிடம் சீதையை விட்டுவிடச் சொல்லிக் கேட்டும் அவன் மறுத்தபிறகு, அவன் முன் எப்படி நான் போய் நிற்பேன்?' என்றுகூறித் தொடர்ந்து இராமனுடன் போர் செய்தான். கும்பகருணனின் கைகளும், கால்களும் அறுபட, முண்டமான அவன் வாய்களால் மலைகளைக் கவ்வி வானரப் படைகளை அழித்தான். அப்போது அவனுக்கு உள் உணர்வு தோன்றவே, இராமனிடம் 'உங்களிடம் அடைக்கலம் அடைந்த என் தம்பி வீடணன் நெடுந் தரும நெறியைத் தவிர சாதியால் வரும் சிறுமைத்தனமான நெறி அறியான்; அவனை உடன் பிறந்தவன் என்றுகூட நினைக்காமல் கொல்ல இராவணன் துணிவான். அப்படி எதுவும் நேர விடாமல் நீ தான் அவனைக் காப்பாற்ற வேண்டும்.

> 'நீதியால் வந்த நெடுந்தரும நெறி அல்லால்,
> சாதியால் வந்த சிறுநெறி அறியான், என்தம்பி
> ஆதியாய்! உனை அடைந்தான்...' (1196-354)

> 'தம்பி என நினைந்து, இரங்கித் தவிரான் அத்தகவு இல்லான்;
> நம்பி! இவன் தனைக் காணின் கொல்லும்; இறை நல்கானால்;
> உம்பியைத்தான், உன்னைத்தான், அனுமனைத்தான், ஒரு பொழுதும்
> எம்பி பிரியானாக அருளுதி, யான் வேண்டினென்.' (1196-356)

ஆகவே, உன்னையோ, இலக்குவனையோ, அனுமனையோ என் தம்பி பிரியாமல் இருக்க நீ பார்த்துக் கொள்ள வேண்டும். மூக்கு இல்லா முகம் என்று முனிவர்களும், தேவர்களும் என்னைக் கண்டு இகழாமல் இருக்க, உன் அம்பால் என் கழுத்தை அறுத்து என் தலையைக் கடலில் இடும்படி வேண்டுகிறேன்' என்றான். வரத்தை மறுத்தல் அழகில்லை என்று இராமன் அவ்வாறே செய்ய, கும்பகருணனின் தலை கடலில் மூழ்கியது.

7. மாயா சனக நாடகம்

நஞ்சுதோய் அமுதம் அன்ன சீதை

அந்தவேளையில் மகோதரன் யோசனைப்படி மருத்தன் என்ற அரக்கனை சீதையின் தந்தை ஜனகனைப்போல் உருமாற்றி சீதையிடம் கொண்டுவர ஏற்பாடு செய்துவிட்டு இராவணன், சீதை முன் போய் மீண்டும் அவளைக் கெஞ்சத் தொடங்கினான்.

'என்றுதான் நீ அடியேனுக்கு இரங்குவாய்? என்றுதான் சூரியனைப் போல என்னை வாட்டும் சந்திரனுக்கும், நிஜ சூரியனுக்கும் எனக்கு வித்தியாசம் புரிவது? நஞ்சு உள்ளே தோய்ந்துள்ள அமுதத்தை உண்பதுபோல, பெண் வடிவிலிருக்கும் உன்னை விரும்பியதால் என் நெஞ்சு அழிந்தது; உன் நினைப்பை விட்டு ஆவி போக்கவும் அச்சமாக உள்ளது. நீ என்னை என்னவெல்லாம் செய்கிறாய், தெரியுமா?'

'தோற்பித்தீர்; மதிக்குமேனி சுடுவித்தீர்; தென்றல் தூற்ற
வேர்ப்பித்தீர்; வயிரத்தோளை மெலிவித்தீர்; வேனில் வேளை
ஆர்ப்பித்தீர்; என்னை இன்னல் அறிவித்தீர்; அமரர் அச்சம்
தீர்ப்பித்தீர்; இன்னம், என் செய்வித்துத் தீர்திர் அம்மா!' (1199 -11)

இவ்வாறெல்லாம் காம வயப்பட்டு உணர்ச்சி பொங்கப்பேசி சீதை முன்பு நிலத்தில் விழுந்து வணங்கினான் இராவணன்.

காகுத்தனைக் காணும் காதலால் காத்திருந்த சீதை

இதைக் கண்ட சீதை பக்கத்தில் கிடக்கும் துரும்பைப் போல இராவணனைப் பார்த்து பேசினாள்:

'பழி இது, பாவம் இது என்று பார்க்கவில்லை நீ! இந்த உடம்பைப் பேணி இத்தனை நாள் இங்கே வெட்கமில்லாமல் ஏன் இருந்தேன் தெரியுமா? என் கணவன் சிறை மீட்க வருவான், அவனைக் காணலாம் என்று காதலாலே இருந்தேன்; உங்கள் அரக்கர் குலத்தை என் கணவன் வேரோடும் அழிப்பதைக் காண விரும்பியே இருந்தேன். என் மனத்துக்கு இனிய அவன் என்னுள் இருப்பதனால் அதுதான் என் உயிர்! அதனாலேதான் இன்னமும் உயிர் வாழ்கிறேன்' என்றாள்.

'ஊன்இலா யாக்கை பேணி, உயர் புகழ் சூடாது, உன்முன்
நாண் இலாது இருந்தேன் அல்லேன்; நவை அறு குணங்கள் என்னும்
பூண் எலாம் பொறுத்த மேனிப் புண்ணிய மூர்த்தி தன்னைக்
காணலாம் இன்னும் என்னும் காதலால் இருந்தேன் கண்டாய்.'
(1200-22)

(ஊண் இலாயாக்கை - உணவு இன்றி இளைத்த உடம்பு; நவை அறு - குற்றம் அற்ற; பூண் - ஆபரணம்)

அதைக்கேட்டு கோபம் மேலிட்ட இராவணன் தான் இராமனை வெல்வது மட்டுமல்ல, அயோத்திக்கும் மிதிலைக்கும் அரக்க வீரரை அனுப்பி அங்குள்ள உன் உறவினரையும் பிடித்து வரச் சொல்லியுள்ளேன் என்றான்.

மாயா சனகனாய் வந்த மருத்தன்

அப்போது திட்டமிட்டபடி மகோதரன் மாய சனகனை அங்கு கொண்டு வந்து சீதை முன் நிறுத்தினான். சனகனைக் கண்ட சீதை அரற்றி அழத் தொடங்கினாள். இராவணன் அந்த நேரத்தில் வேண்டினால் சீதை இணங்குவாள் என்று கருதி, சீதை இணங்கினால், சனகனை விடுவித்து இலங்கைக்கே அரசனாக்குவதாகச் சொன்னான். அதுகேட்ட சீதை கோபம் கொதித்து எழ இராவணனைக் கடிந்து பேசினாள்.

ஆனால் சினமடைந்த இராவணன் சீதையை நோக்கி கோபமாகப் போக, மகோதரன் இடைபுகுந்து தந்தை வேண்டினால் சீதை இரங்குவாள் என்று கூறித் தடுத்தான். மாய சனகனும் சீதை இராவணனுக்கு இசைந்தால், அவளுடன் தானும் சிறையிலிருந்து விடுபட்டு, இன்பமாக வாழலாம், இல்லாவிட்டால் நம் குலம் முழுதும் அழியும் என்றான். தந்தை என்றும் பாராது அவனை சீதை கடிந்துபேசி தன் நிலை தாழ்ந்த அவனை இகழ்ந்தாள்.

உள்ளே கிளுகிளுத்த சீதை

இந்த நாடகத்திற்கும் சீதை இசையாது போகவே ஆத்திரத்தால் அறிவிழந்து சனகனைக் கொல்வதாகக் கூறி வாளை உருவி அவனை நோக்கி இராவணன் சென்றான். அப்போது மகோதரன் அவனைத் தடுத்தான். அந்தச் சமயம் பார்த்து கும்பகருணன் இறந்த செய்தியை வீரர்கள் ஓடி வந்து இராவணனிடம் தெரிவித்தனர். தன் தம்பி இறந்தான் என்று கேட்ட இராவணன், தன் பெயருக்கே உரிய காரணத்தை வளர்ப்பதுபோல் அழுது அரற்றினான்; சீதையோ தன் மகிழ்ச்சியை வெளியே காட்ட இயலாது உள்ளத்துக்குள்ளே கிளுகிளுத்தாள்.

> ‘அண்டத்து அளவும் இனைய பகர்ந்து அழைத்து,
> பண்டைத் தன் நாமத்தின் காரணத்தைப் பாரித்தான்;
> தொண்டைக் கனிவாய் துடிப்ப, மயிர் பொடிப்ப,
> கெண்டைத் தடங்கண்ணாள் உள்ளே கிளுகிளுத்தாள்’ (1209-87)

(இனைய பகர்ந்து - கும்பகருணனின் பெருமைகளை எல்லாம் கூறிக் கூவியழைத்து; பண்டைத் தன் நாமம் - கயிலை மலையை எடுக்க முயன்றபோது, சிவபெருமான் தன் கால் கட்டை விரலை அழுத்த மலையடியில் சிக்கிய அவன் அழுது அரற்ற, அந்த அழுகையால் (இராவணம்-அழுகை) சிவபெருமான் அவனை ‘இராவண!’ என அழைக்க, அந்த அழுகையே அவனுக்குக் காரணப் பெயராயிற்று. பாரித்தல் - வளர்த்தல்)

மாயா சனகனைச் சிறையில் அடைக்கும்படி சொல்லிவிட்டு இராவணன் அங்கிருந்து சென்றான். அப்போது திரிசடை மருத்தனை மாயா சனகனாக்கி வந்து இராவணன் நடத்திய நாடகத்தை உணர்த்தி, சீதைக்கு ஆறுதல் கூறித் தேற்றினாள்.

8. நாக பாசம்

அதிகாயன் அழிந்தான்

கும்பகருணன் இறந்ததால் கடுந்துயரமடைந்து வருந்திய இராவணன் உடனிருந்த அமைச்சர்களைக் கடிந்து கோபமாகப் பேசித் தீர்த்தான்.

அப்போது இராவணனுக்கும் தானியமாலிக்கும் பிறந்த மகனான அதிகாயன் வஞ்சினம் கூறி போருக்குப் புறப்பட்டான். மயிடன் என்ற அரக்கனைத் தூதுவனாக இலக்குவனிடம் போய், 'தன் தம்பி கும்பகருணனை இழந்த அண்ணனாம் என் தந்தை இராவணன் படும் துயரைப்போல், தம்பி இலக்குவனை இழந்து அண்ணன் இராமன் துயரப்படுவதைக் காண இலக்குவனைப் போருக்கு அழைப்பதாக நான் சொல்லி வரச் சொன்னதாகச் சொல்' என்று அனுப்பினான்.

அதன்படியே இராமன் இலக்குவனை அதிகாயனுடன் போர் செய்யப் பணித்தான்; வீடணன் அதிகாயனது திறத்தைக் குறித்து இராம இலக்குவருக்குத் தெரிவித்தான்.

'பெருந்தவம் செய்து பேறுகள் பல பெற்றவன்; தேவாசுர யுத்தத்தில் தான் சிறிதும் தளர்வடையவும் கூடாது, சாகவும் கூடாது என்ற பிரமனருளால் வரம் பெற்றவன். தனக்கு நிகர் இல்லாதவர்களோடு போர் செய்யான். அறநெறி வழுவாதவன்; தன் உயிரே போவதானாலும், பகைவர் தனக்கு வஞ்சம் செய்தாலும், தான் மாயத்தொழில் செய்து போர் புரியான்.'

வீடணனும் உடன்வர, போர்க்களம் புகுந்த இலக்குவனுக்கும் அதிகாயனுக்கும் கடும் போர் நிகழ்ந்தது. அதிகாயனின் தேரையும் குதிரைகளையும் வீழ்த்தியும், அதிகாயன் ஆற்றலில் குறையவில்லை. அப்போது வாயுதேவன் இலக்குவன் முன் தோன்றி பிரம்மாஸ்திரத்தால் அன்றி அதிகாயன் இறவான் என்று சொல்லவே, அவ்வாறே இலக்குவன் அதனை ஏவ, அந்த அஸ்திரம் அதிகாயன் தலையை அறுத்தது.

‘சீதையால் இன்னும் வருவ சில’

செய்தி அறிந்த இராவணன் இடிந்துபோய் அமர்ந்தான். அதிகாயனின் தாயான தானியமாலி ஓடி வந்து இராவணனின் அடியில் விழுந்து அழுது புலம்பத் தொடங்கினாள். ‘அக்ககுமாரன் இறந்தான்; அதிகாயனும் இறந்தான்; இனி மகன் என இருப்பது இந்திரசித்தன் மட்டுமே. உன்னுடைய காமம் என்னெவெல்லாம் செய்துவிட்டது, பார்த்தாயா? சீதையால் வரக்கூடிய துன்பங்கள் இன்னும் உளதா? உன் தம்பி வீடணன் சொன்னதைக் கேட்காமல், கும்பகருணனையும் கொன்றாய்; நன்றாகத்தான் நீ அரசாண்டாய்’ என்று அரற்றினாள். இலங்கையில் உள்ள எல்லோரும் சோகத்தில் ஆழ்ந்தனர்.

அரக்கியர் கூக்குரல் கேட்ட இந்திரசித்தன் நடந்தது அறிந்து தந்தையிடம் வந்து, ‘அதிகாயனை அவர்களா கொன்றார்கள்? நீ கொலை செய்க என்று கொடுத்தாய்; மனிதர்களின் வலிமையை அறிந்தும் என்னை அனுப்பாது, அவனை அனுப்பினாய். அக்ககுமாரனை அழித்த குரங்கைத் தூதுவன் என்று தப்பிக்க விட்டாய். இப்போது அதையெல்லாம் எண்ணியும் பேசியும்தான் ஆவது என்ன? சாகாவரம் பெற்ற என் தம்பியைக் கொன்றவனைக் கொல்லாமல் இலங்கை நகருக்குள் வரமாட்டேன்’ என்று வஞ்சினம் கூறி விடைபெற்று போர்க்களம் புகுந்தான்.

இந்திரசித்தன் விட்ட நாகபாசம்

இலக்குவனுக்கும் இந்திரசித்தனுக்கும் மிகக் கடுமையான போர் நிகழ்ந்தது.இந்திரசித்தனின் தேரை அழித்து, அவன் கவசத்தையும் இலக்குவன் பிளந்தான். உடனே ஆகாயத்தில் மறைந்து நின்று கொண்டு, இந்திரசித்தன் நாகபாசப் படையை எய்தான். நாகபாசம் இலக்குவனையும், அனுமனையும் அவர்களுடன் போரிட்ட வானர வீரர்கள் எல்லாரையும் பிணித்துக் கட்டியது; அதனால் அனைவரும் செயல் இழந்து, மயங்கி விழுந்தனர். இராவணனிடம் சென்று இந்திரசித்தன் இலக்குவனை அழித்ததுகூறி, மீதியை மறுநாள் முடிப்பதாகக் கூறித் தன் உடற்புண்களுக்கு மருந்திட்டு இளைப்பாறத் தன் மாளிகை சென்றான்.

போர்க்களம் வந்த இராமன் தன் தம்பிக்கு நிகழ்ந்தது அறிந்து புலம்பினான். வீடணனிடம் இந்திரசித்தன் நாகபாசம் விடுவது அறிந்தும் தன்னை ஏன் அழைக்கவில்லை என்று நொந்து கொண்டான். வீடணன் யாரும் இறக்கவில்லை என்றும், இறுக்கிய பாசம் விட்டால் அவர்கள் உயிர் பிழைப்பார்கள் என்றும் நாகபாச அஸ்திரத்தின் வரலாற்றையும் சொன்னான்.

கருடன் வர, விலகிய நாகபாசம்

அப்போது இருட்டி விடவே இராவணனுக்கு அஞ்சி மெள்ள இருளில் கருடன் வரவே, எல்லோரையும் இறுக்கியிருந்த நாகபாசம் தளர்ந்து விலகியது. மழை என்றே ஐயப்படும்படி வாரிவாரி வழங்கும் சடையப்பரின் வெண்ணெய்நல்லூரை அணுகும் மறைவல்லார், அறிஞர்கள், அவர்களின் உறவினர்களின் பசி எப்படி உடனே விலகுமோ, அப்படி கருடன் வரவும் நாகபாசம் விலகியது.

'
– மழை என்று
ஆசங்கை கொண்ட கொடை மீளி அண்ணல்
சரராமன் வெண்ணெய் அணுகும்
தேசம் கலந்த மறைவாணர்,செஞ்சொல்
அறிவாளர், என்று இம் முதலோர்
பாசம் கலந்த பசிபோல், அகன்ற
பதகன் துரந்த உரகம்' (1291-263)

(சங்கை - ஐயம்; மீளி அண்ணல் - வலிமைமிக்க பெரியோன்; சரராமன் - சடையப்பரின்பெயர்; வெண்ணெய் - திருவெண்ணெய்நல்லூர்; பாசம் கலந்த பசி - சுற்றத்தார்கள் அடைந்துள்ள பசி; பதகன் - கொடியவன் (இந்திரசித்தன் இங்கு); உரகம் - பாம்பு)

இலக்குவன், வானர வீரர் யாவரும் நாகபாசம் விலகவே, உயிர் பெற்று எழுந்தனர். தன்னைத் தொழுத இலக்குவனை வாழ்த்தி, உயிர் நல்கிய கருடனுக்கு முகமன் கூறினான் இராமன்.

ஒன்றும் அறியாததுபோல் மயங்கி இருக்கும் இராமனைப் பார்த்து, பரம்பொருளின் இப்பெரிய மாய விளையாட்டை, நினைத்து, அவனை வணங்கி, (கருடோபநிஷதம் என்று அழைக்கப்பெறும் கருடனின் 11 துதிப்பாடல்களும் இந்நூலின் கடைசியில் கொடுக்கப் பெற்றுள்ளன) வாழ்த்திப் புறப்பட்டது கருடன். 'இங்கு வந்து உயிர்தந்த நீ யார்?' என்று இராமன் கேட்க, கருடன் தன்னை இன்னார் என்று சொல்லிக் கொள்ளாமல், அரக்கனோடு போர் முடிந்தபின் வருவேன் என்று சொல்லி விடை பெற்றது.

பயன் கருதாது வந்து உதவிச்சென்ற கருடனைப் புகழ்ந்து இராமன்,

'மாரியை நோக்கிக் கைம்மாறு இயற்றுமோ, வையம்? என்றான்' (1292-271)

இலக்குவனும், வானர வீரர்களும் பிழைத்து எழுந்ததால் அனுமனும் மற்ற வானரர்களும் பேரொலி எழுப்பி வெற்றி ஆரவாரம் செய்தனர்.

தூதுவர் வந்து நடந்ததை அறிந்த இராவணன் இந்திரசித்தன் மாளிகைக்குச் சென்று அவனிடம் சொல்ல, இந்திரசித்தன் இதுவரை வென்றது மாயையால் என்பது கருதியும், தன் உடல் முழுக்கப் புண்களும் குருதியுமாய் இருக்கும் நிலை கருதியும் மறுநாள் சென்று போர் புரிவதாகச் சொன்னான்.

9. பிரம்மாஸ்திரம்

'விட்டிலன், உலகை அஞ்சி'

அரக்கர்களின் படைத்தலைவர்கள், மாபெரும் பக்கன், புகைக் கண்ணன், வேள்விப் பகைஞன், மகரக் கண்ணன், குருதிக் கண்ணன், சிங்கன் என்று பலரும், பெரும் சேனையும் அடுத்து நடந்த போரில் மாண்டனர். கலக்கமடைந்த இராவணனைத் தேற்றி இந்திரசித்தன் போர்க்களம் சென்றான்.

இலக்குவனுக்கும் இந்திரசித்தனுக்கும் கடும் போர் நடந்தது. கடும் போருக்குப் பின் இந்திரசித்தனின் தேரை அழித்து, அவன் கவசம், கங்கணம் முதலியவற்றையும் இலக்குவன் அழித்தான். இனி விட்டால் நல்லதல்ல என்று கருதி இலக்குவன் பிரம்மாஸ்திரத்தைவிடக் கருதி முயன்றதும், இராமன் 'இப்போது பிரம்மாஸ்திரத்தை ஏவினால், உலகில் உள்ள யாவரையும் அது சுடும்; ஒருவனால் உலகுக்கு துன்பம் நேரக் கூடாது' என்று கூறி இலக்குவனைத் தடுத்தான். அண்ணன் சொல்லுக்குக் கட்டுப்பட்டு இலக்குவன் அதை தவிர்த்தான்.

அந்த எண்ணத்தை அறிந்த இந்திரசித்தன் தான் அந்த தெய்வப் படையை விட எண்ணி ஆகாயத்தில் மறைந்தான். இந்திரசித்தன் பயந்து போர்க் களத்திலிருந்து போய்விட்டான் என்று வானர வீரர் ஆர்ப்பரிக்க, அவன் கருத்தை அறியாத இராம இலக்குவரும் போர்க்கோலத்தைக் களைந்தனர். இரவும் பகலும் அன்று தொடர்ந்து போர் செய்ததால் வலிமை தளர்ந்துள்ள வானரப் படைக்கு உணவுவரத் தாமதமானதால், வீடணனை அனுப்பி உணவை சீக்கிரம் கொண்டுவரப் பணித்தான் இராமன். இலக்குவனிடம் வானர சேனைக்குப் பாதுகாவலாக இருக்கும்படி கூறி விட்டு, தான் தனியே சென்று தெய்வப் படைக்கலங்களுக்கு விதிமுறைப்படி பூசனை செய்து வருவதாகக் கூறி போர்க்களத்தை விட்டு வெளியில் சென்றான்.

ஆகாயத்தில் மாயையால் மறைந்து இராவணனிடம் சென்று இந்திரசித்தன் தன்னைக் கொல்லத் துணிந்து பிரம்மாஸ்திரத்தை ஏவ இருந்த அவர்களை முந்திக்கொண்டு தான் அதனை ஏவுவதே வெல்வதற்குரிய வழி என்றும், தன்னை அவர்கள் மறந்து வேறு போரில் ஈடுபட்டால் அதற்குள் தான் வேள்வியை இயற்றி பிரம்மாஸ்திரத்தைப் பெற்று விடுவதாகவும் தன் திட்டத்தைக் கூறினான்.

மகோதரன் மாயம்

இராவணனும் அது நல்ல யோசனை என்று மகோதரனை அழைத்து அவனைப் போர் புரியச் சொல்லி அனுப்பினான். மகோதரன் போரின்நடுவே மாயையால் புகையும் இருளும் ஏற்படச் செய்து வானரச் சேனையையும் அங்கதன், சுக்ரீவனையும், அனுமனையும் ஒருவருக்கு ஒருவர் காண முடியாதவாறு செய்து மாயத்தால் மறைந்தான். ஒருவரையும் காண முடியாதவாறு திகைத்த அனுமன் தட்டுத் தடுமாறி இலக்குவன் இருப்பிடம் வந்து மகோதரனின் தந்திரத்தைச் சொல்லவே, இலக்குவன் சிவன் படையை விட்டு இருளைப் போக்கிஎல்லோரையும் ஒன்று சேர்த்து யாருக்கும் தீங்கி நிகழாமை கண்டு மகிழ்ந்தான்.

அப்போது மகோதரன் மீண்டும் மாயத்தால் இந்திரன் உருவம் எடுத்து, ஐராவதம் போன்ற வெள்ளை யானையின் மீது ஏறிப் போர்க்களத்திற்குள் வந்து போரிட்டான். கூடவே முனிவர்கள், தேவர்கள் போன்ற உருவுடையோரும் போரிட்டனர். அதுகண்டு வானரப் படை கலங்கியது. இந்திரனும், தேவர்களும், முனிவர்களும் தம்முடன் போர் புரியக் காரணம் தெரியாது இலக்குவனும் அனுமனும் கேள்வி கேட்டுக் கொண்டு திகைத்து நின்றனர்.

பிரம்மாஸ்திரம்

அதுதான் சமயம் என்று இந்திரசித்தன் பிரம்மாஸ்திரத்தை விடுத்தான். இலக்குவன், சுக்ரீவன், அங்கதன், சாம்பவான், வானரப் படைத்தலைவர்கள், வீரர்கள் எல்லோரும் உணர்விழந்து இறந்து விழுந்தனர். தம்மீது போர் புரிய வந்தானே இந்திரன், அவனை அழிப்பேன் என்று அனுமன் முயற்சித்தபோதுதான், தானும் பிரம்மாஸ்திரத்தால் கட்டுண்டிருப்பதை உணர்ந்தான். அதற்குள் நினைவு மறந்தான்.

இவ்வளவையும் கண்ட இந்திரசித்தன் எல்லோரும் இறந்தனர் என்று வெற்றிச் சங்கு ஊதி, இராவணனிடம் சென்று செய்தி சொன்னான்.

இராவணன் 'இராமன் இறக்கவில்லையா?' என்று கேட்டான். அதற்கு இந்திரசித்தன் 'தம்பி இலக்குவன் முதலாக வானரச் சேனை அத்தனையும் ஒட்டு மொத்தமாக இறந்தபின் இராமன் தன் வலிமை ஒடுங்கி துயரத்தால் வேறென்ன செய்ய முடியும்?' என்றான். இராவணனும் அது உண்மையே என்று மகிழ்ந்தான்.

இராமனும் மயங்கினான்

தெய்வப் படைகளுக்குப் பூசனை இயற்றிவிட்டு போர்க்களம் வந்த இராமன் வீழ்ந்து கிடக்கும் இலக்குவன், சுக்ரீவன் முதலியோரைக் கண்டு திகைத்தான்; ஒரு நாழிகை ஏதும் உணராது திகைத்து நின்றான். சிறிது உணர்வு பெற்றதும் இலக்குவனைக் குறித்துப் புலம்பினான்; விம்மினான்; 'தந்தை இறந்தாலும், நீ என்னுடன் இருக்கிறாய் என இருந்தேன். இப்போது உன்னையும் இழந்தேனே; நான் இன்னமும் உயிரோடு இருக்கிறேனே; மண்மேல் வைத்த காதலல் தாய் தந்தை என்று எல்லோருக்கும் துன்பம் தந்தேன். பெண் மேல் வைத்த காதலால் சுக்ரீவன், அங்கதன், சடாயு, நீ என்று எல்லோருக்கும் துன்பம் இழைத்தேன்' என்று பலவாறு பன்னிப் புலம்பிய இராமன் தம்பியைக் கட்டித் தழுவியவாறு தன்னை மறந்தான்; அப்படியே துக்கத்தால் தூங்கிப் போனான்.

'உன்னை உள்ளபடி அறியோம்'

அதனைக் கண்ட தேவர்கள் தங்களால்தானே இத்தனையும் என்று துன்பம் அடைந்தனர்; தங்களுக்காகத் தானே இராமன் இத்தனை துயரப்படுகிறான் என்று ஒன்று திரண்டு மயங்கி இருக்கும் இராமன் முன்பு வந்து அவனுக்கு மயக்கம் தெளிய உண்மையை உணர்த்த முற்பட்டனர்.

'அரக்கர் குலத்தை வேர் அறுத்து எங்கள் அல்லலை நீக்கி அருளுக' என்று நாங்கள் வேண்ட எங்கள்மேல் கொண்ட கருணையினால் அவதாரம் செய்த நீயே, இப்போது, மாயையால் கட்டுண்டு நிற்கிறாயே? அதற்காக வந்ததுபோல் வராமல் இருப்பவனே! நீ வந்துவிட்டாய் என்று நாங்கள் மனங்களிக்க, இடையே நீயே துன்பத்தில் ஆட்பட்டு நிற்க நாங்கள் செய்வதறியாது திகைக்கிறோம். உன் மாயையை எங்களால் போக்க முடியுமா? உன்னை உள்ளபடி முழுதுமாக அறிய மாட்டோம்; உலகையும் உள்ளபடியான நிலை அறியமாட்டோம்; எங்களால் முடிந்தது எல்லாம் உன்னை வணங்கி நீ வகுத்த நெறியில் நிற்பதுவே தவிர, வேறென்ன செய்ய முடியும்? இன்பமும் துன்பமும் இல்லாதவன் நீ ஒருவனே' என்று துதித்தனர்.

'உன்னை உள்ளபடி அறியோம்; உலகை உள்ள திறம் உள்ளோம்;
பின்னை அறியோம்; முன் அறியோம்; இடையும் அறியோம்,
பிறழாமல்;
நின்னை வணங்கி, நீ வகுத்த நெறியில் நிற்கும் இது அல்லால்
என்னை, அடியோம் செயற்பால? இன்ப - துன்பம் இல்லோனே!'
(1347-222)

இப்படிப்பட்ட நிலையில், இராமன் தம்பியைக் கட்டிக்கொண்டு அழுத நிலையில் அசைவில்லாது இருப்பது கண்ட அரக்க தூதர் இராவணனிடம் போய் 'இறந்த இலக்குவனைக் கண்ட இராமனும் பெருந் துயரத்தால் உயிர் இழந்தான்; உன் பகை முடிந்தது' என்றனர்.

களம் கண்டு மயங்கினாள் சீதை

தூதர் பொய் உரையார் என்று எண்ணிய இராவணன் வெற்றிவிழாக் கொண்டாடக் கட்டளை இட்டான். இறந்த அரக்கர்கள் உடல்களை எல்லாம் கடலில் தள்ளிவிட்டு, பிறகு இராமன், இலக்குவன், வானர சேனை மடிந்து களத்தில் கிடப்பதை சீதைக்குக் காட்டவும் கட்டளையிட்டான். அதன்படியே அரக்க மகளிர் சீதையை விமானத்தில் ஏற்றி களத்திற்குக் கொண்டு சென்றனர்.

யுத்தகளக் காட்சியைக் கண்ட சீதை விடம் அருந்தியவள்போல் மூச்சும் உணர்வும் ஒடுங்கினாள். தன் கணவன் உருவத்தைத் தவிர வேறு எதையும் காணாத சீதை கண்ணில் நெருப்புப் பட்டது போன்று கதறிக் கதறி அழுதாள். நினைப்பு மறந்து மயங்கியவளை அரக்கியர் நீர் தெளித்து சுய உணர்வு வரச்செய்தனர். சீதை இன்ன செய்கிறோம் என்றறியாது விழுந்தாள்; புரண்டாள்; ஏங்கினாள்; சிரித்தாள்; கையை நெரித்தாள்; வெதும்பினாள்; புலம்பினாள்; அரற்றினாள்.

திரிசடை தேற்றினாள்

அவளுடன் இருந்த திரிசடை சீதையைத் தேற்றி 'இவை எல்லாம் மாயமே. மாயமானை அனுப்பியது போல, மாயா சனகனைக் கொண்டு வந்ததுபோல், நாகபாசத்தால் பிணித்தது போல, எல்லாம் மாயம்; நீ கொடுத்த வரத்தினால் அனுமனுக்கு ஏது சாவு? இராமனுக்கு எதுவும் என்றால் உலகமே அழியாதா? ஆகவே நீ வருந்தாதே. உன் துயரம் சீக்கிரமே தீரும்' என்றாள். சீதை அதற்கு 'உன்னைத் தெய்வமாகவே எண்ணி இத்தனை காலம் வாழ்ந்தேன்; நீ சொன்ன எதுவும் பொய்க்கவில்லை; என் கணவரைக் காணும் ஆசையால் தான் இத்தனை காலம் இருந்தேன்' என்றாள். அதற்குள் அரக்கியர் விமானத்தை அசோக வனத்திற்குக் கொண்டு சென்றனர்.

மருத்துமலை கொண்டுவரச் சொன்னான் சாம்பவான்

வானர சேனைக்கு உணவு கொண்டுவரச் சென்றிருந்த வீடணன் உணவுடன் போர்க்களம் வந்ததும் நடந்ததை அறிந்து திகைத்து நின்றான். பிரம்மாஸ்திரத்தினால் இவ்வாறு நேர்ந்துள்ளது என்பதையும் உணர்ந்தான். இராமன் திருமேனியில் வடுவோ, படைக்கலங்களால் ஏற்பட்ட காயங்கள் ஏதும் இல்லாதது கண்டு, இலக்குவனுக்காக வருந்தி உணர்விழந்திருக்கக் கூடும் என்றும் உய்த்துணர்ந்தான். என்ன உபாயம் செய்து இவர்களைக் காப்பாற்றலாம் என்று யோசித்தான்.

இறவாதவர் யாரேனும் தனக்கு உதவ உயிரோடு போர்க்களத்தில் இருப்பார்களோ என்று ஒரு கொள்ளிக் கட்டையின் வெளிச்சத்தில் தேடி நடந்தான். அப்போது ஓரிடத்தில் அனுமன் தன் கைகளை முறுக்கிக்கொண்டு புரண்டு கொண்டிருப்பதைக் கண்டான். உடனே அவன் உடலில் இருந்த அம்புகளை ஒவ்வொன்றாக எடுத்துவிட்டு,

குளிர்ந்த நீர் கொண்டு வந்து அனுமன் முகத்தில் தெளித்துக் கழுவினான். அனுமன் வியர்த்து வாயில் நீர் சுரக்க விக்கலும் எழ இராமநாமத்தை வாழ்த்திக் கொண்டே எழுந்தான். எழுந்ததும் வீடணனைப் பார்த்து இராமன் நலமாக இருக்கிறானா என்று முதலில் கேட்டான். வீடணன் ஆம் என்றதும் மீண்டும் இராமனைத் தொழுதான். தொடர்ந்து வீடணன் 'தம்பியின் மீது கொண்ட அன்பின் காரணமாக ஏற்பட்ட துன்பத்தால் உணர்வற்று உறங்கிக் கொண்டுள்ளான்' என்றதும், 'சகலமும் அறிந்த சாம்பவான் எங்கே?' என்றான் அனுமன்; இருவரும் சேர்ந்து அவனைத் தேடி நடந்தனர்.

வயது முதிர்ந்ததின் காரணமாகவும், பிரம்மாஸ்திரத்தின் தாக்கத்திற்கு ஆளானதாலும், தளர்வுற்றுக் கிடந்த சாம்பவான் அவர்கள் இருவராலும் நடந்ததை அறிந்து, அனுமனை நோக்கி 'இனி காலந் தாழ்த்தக் கூடாது. நீ உடனே வேகமாகச் சென்று மருத்துமலையைக் கொண்டு வருவாய்' என்று கூறி அம்மலைக்குச் செல்லும் வழியையும், கொண்டுவர வேண்டிய மூலிகைகள் பற்றியும் கூறினான். பாற்கடலைக் கடைந்தபோது எழுந்த இம்மருந்துகளை தேவர்கள் பிற்பாடு பயன்படும் என்று கருதி அம்மலையில் வைத்தனர் என்றும், அதனை முனிவர்களால் தான் அறிய நேர்ந்ததாகவும், இம்மருந்தைக் காவல் காக்கும் தெய்வங்கள் பக்கத்தில் செல்வதற்குக் கூட முடியாமல் காத்துவரும் என்றாலும், அனுமன் தான் செய்ய உள்ள காரியத்தின் முக்யத்வம் கருதி கொண்டுவர இயலும் என்றும் கூறினான்.

பறந்தான் அனுமன்

அனுமன் உடனே பெரு வடிவம் எடுத்து வடதிசை நோக்கி வானில் பறக்க ஆரம்பித்தான். வழியில் கயிலாய மலையைக் கண்டதும் சிவபெருமானை வணங்கினான். சிவனும் உமைக்கு அனுமனைக் காட்டி 'வாயு தேவன் மைந்தன் இவன்; இலங்கையில் அரக்கர் தீமையிலிருந்து காப்பாற்ற மருந்துகொண்டு செல்ல இராம தூதனாகப் போகிறான். இலங்கையில் நடக்கவிருக்கும் போரை மறுநாள் காணப் போகலாம்' என்றார்.

மேருமலை, நீல மலைகளைத் தாண்டி மருத்து மலையை அனுமன் அடைந்து அங்கு இறங்கியதும், காவல் தெய்வங்கள் அவனைச் சுற்றி அவனை யார் என்றும், வந்த காரணம் என்ன என்றும் விசாரணை செய்ய அனுமன் தான் வந்த காரணத்தை விளக்கிச் சொன்னதும் அவை அனுமதி அளித்து, காரியம் முடிந்ததும் திரும்பக் கொண்டுவர வேண்டும் என்று கூறி வாழ்த்தி மறைந்தன. அந்தக் காவல் தெய்வம் திருமாலின் சக்கராயுதமே என்று அறிந்ததும் அனுமன் நான்கு மருந்துகளையும் இம்மலையில் தேடிக் கொண்டிருந்தால் காலம் கழியும் என்று கருதி மலையையே அப்படியே ஒரு கையால் நிலத்திலிருந்து பெயர்த்து எடுத்துத் தூக்கினான். ஒரு கையில் மலையைத் தாங்கியவாறே மீண்டும் தென்திசை நோக்கிப் பறக்க ஆரம்பித்தான்.

மருத்துமலை மகிமை

அதற்குள் வீடணனும், சாம்பவானும் உறங்கிக் கொண்டிருந்த இராமனது திருவடிகளை மெல்ல வருடி அவனை உணர்வு தெளியச் செய்தனர். எழுந்ததும் இராமன், சீதை சிறைப் புகுந்ததால் எல்லோருக்கும் நேர்ந்த துன்பங்களைக் கூறி வருந்தி, அத்தனைக்கும் தான் தான் காரணம் என்றும், தான் இறப்பதே மேல் என்றும் வருந்தினான். சகலமும் உணர்ந்த சாம்பவான் இராமனைத் தேற்றி, 'உன்னை நீ, உணராய்; உன்னை நான் அறிவேன் என்றாலும், அது தேவர்கள் எண்ணத்திற்கு இழுக்கு ஏற்படுத்தும் என்பதால் சொல்ல முடியாமல் உள்ளேன். அனுமன் வடதிசை நோக்கி மருத்து மலையிலிருந்து மருந்துகள் கொண்டுவரச் சென்றுள்ளான். அம் மருந்துகள் நான்கு வகைப்படும்; மாண்டாரை உய்விப்பது ஒன்று; உடல் வேறு வேறு பிளவுகளாகக் கிழிந்தாலும் அவற்றைப் பொருத்துவிக்கும் மற்றொன்று; அம்புகளையும் படைக் கலங்களையும் உடலினின்று நீக்குவன ஒன்று; வடுக்களை நீக்கி மீண்டும் பழைய உருவைத் தருவன ஒன்று; இவற்றை அனுமன் கொண்டு வந்ததும் துன்பம் நீங்கும்' என்று ஆறுதல் சொன்னான்.

அப்போது அனுமன் பெரும் ஓசையுடன் மருத்து மலையையே கொண்டு வந்து நிலத்தில் வைத்தான். அம்மலையில் இருந்த மருந்துகளின் நெடி காற்றில் பரவியதும், அக்காற்று பட்டதும், போர்க்களத்தில் கிடந்த இலக்குவன், வானர வீரர்கள் யாவரும் உயிர் பெற்று எழுந்தனர். (சீதைக்கு யுத்தகளத்தில் கிடந்த இராம இலக்குவர், வானரர்களைத் தனித்துக் காட்டுவதற்காக விமானத்தில் களம் காட்டுமுன்னர், இறந்து கிடந்த அரக்க வீரர்களின் உடல்களை எல்லாம் கடலில் தள்ளிவிட இராவணன் கட்டளையிட்டதால், அவர்கள் யாரும் இம்மருந்து மலைக் காற்றால் உயிர் பிழைக்கவில்லை.)

இலக்குவனைச் சூழ்ந்திருந்த பிரம்மாஸ்திரம் அகன்று, இராமனை வணங்கிப் போனது, இலக்குவனைத் தழுவி இராமன் மகிழ்ந்தான்.

சிரஞ்சீவிப் பதம் பெற்றான் அனுமன்

இந்த அரிய செயலைச் செய்த அனுமனை, இராமன் மனமார வாழ்த்திப் புகழ்ந்தான். 'ஒருபோதும் எந்தத் துன்ப நோயும் ஏற்படாது, என்றென்றும் சிரஞ்சீவியாய் வாழ்வாயாக' என ஆசி கூறினான். உயிர்பெற்ற அனைவரும் அனுமனைத் தொழுது பாராட்டி மகிழ்ந்தார்கள்.

சாம்பவான் அனுமனிடம் 'இம்மருத்து மலையை இருந்த இடத்திலேயே திரும்பக் கொண்டுவைத்து விட்டு வா. இங்கேயே இருந்தால், நம் பகைவர்களுக்கு இறப்பே இல்லாது போய் விடக்கூடும்' என்றதும், அனுமனும் மீண்டும் மருத்துமலையை நிலத்திலிருந்து எடுத்துக் கொண்டு வடதிசை நோக்கிப் பறந்தான்.

10. மாயா சீதை நாடகம்

தடைப்பட்டது வெற்றி விழா

பிரம்மாஸ்திரத்தினால் இராம, இலக்குவர், வானர சேனைகள் யாவரும் இறந்தனர் என்று செய்தி கேட்டு, இராவணன் சீதையை யுத்த களம் காட்ட அரக்கியருக்குக் கட்டளை இட்ட பின்னர், வெற்றிவிழாக் கொண்டாடவும் கட்டளையிட்டான். பகை ஒழிந்தது என்று மகிழ்ந்து தேவ மகளிரான மேனகை, திலோத்தமை, அரம்பை, ஊர்வசி முதலியவரின் ஆடலைக் கண்டு களித்தான். அரக்கர்கள்

யாவரும் கள்ளுண்டு மகிழ்ந்து ஆடல் பாடல்களில் மகிழ்ந்திருந்தனர். அந்த வேளையில் வானரர்கள் உயிர் பிழைத்ததால் எழுந்த ஆரவார ஒலியைக் கேட்டு அரக்கர்கள் திகைத்தனர். அதற்குள் வண்டு உருவில் சென்று நிகழ்ந்ததை அறிந்து வந்த ஒற்றர்கள் இராவணனிடம் பகைவர்கள் எல்லோரும் பிழைத்து விட்டனர் என்று சொல்லியதும் மனம் திக்கென்றது அவனுக்கு. உடனே இந்திரசித்தனையும், மகோதரன் முதலான அமைச்சர்களையும் இராவணன் அழைத்துக் கொண்டு மந்திர ஆலோசனை அவைக்குள் வந்து, நடந்ததை எல்லோருமாக விவாதித்தனர்.

மாலியவான் உரைத்த உபாயம்

பாட்டன் மாலியவான், 'மருத்து மலையையே பெயர்த்துக் கொண்டு வந்து இறந்த அத்தனை பேரையும் உயிர் பிழைக்கச் செய்ததால், அனுமனை மும்மூர்த்திகளோடு நான்காவது மூர்த்தியாகக் கொள்ள வேண்டும் இனிமேல். சிவபெருமானோடு கயிலாய மலையையே தூக்கிய உன்னிடத்திற்கே கடலைக் கடந்து வந்து கும்பகருணனையே கொன்றவர்களை நாம் எப்படி வெல்வோம்? அளவற்ற பராக்கிரமம் கொண்ட அரக்கர்கள் கணக்கற்றோர் இறந்தனர்கள்; எஞ்சியிருப்பது நீயும், இந்திரசித்தனுமே; பகைவர்களுக்கு இறப்பே இல்லை என்ற நிலையில், நாம் சானகியை சிறை விடுத்து, அடைக்கலம் புகுவதே தக்கது' என்று இராவணனிடம் அஞ்சாது சொன்னான்.

இராவணன் சிறிதும் ஆணவம் குறையாது 'சீதையை விடுவதற் காகவா நான் சிறைப்பிடித்து வந்தேன்? இறந்துபோன புதல்வர் களையோ, மற்றவர்களையோ நம்பி நான் சீதையைக் கொண்டு வரவில்லை. பயந்தவர்கள் எல்லாம் போய்விடலாம். நாளை நானே போருக்குச் சென்று அக்குரங்கையும், மனிதர்களையும் ஒழித்து விடுவேன்' என்றான்.

மானிடர் அல்லர்!

அப்போது இந்திரசித்தன் இராவணனிடம் 'நான் சொல்லுவது உங்களுக்குத் தெரிந்தது தான்; நீங்கள் அதனை உணர்ந்தால் நல்லது. நான் விடுத்த பிரம்மாஸ்திரம் இராமனைத் தீண்டாது மீண்டுவிட்டது. அவன் மனிதன் அல்லன்; தேவனும் அல்லன்; மேலான முனிவனும் அல்லன்; வீடணன் உறுதியாகச் சொன்னானே, யான், எனது என்ற அகங்கார, மமகாரம் அற்றவர்கள் எண்ணித் தொழுகின்ற ஒருவனாகிய பரம்பொருளே என்பது சந்தேகத்துக்கு இடமில்லாமல் தெளிவாகத் தெரிகிறது.

‘மானிடன் அல்லன்; தொல்லை வானவன் அல்லன்; மற்றும்,
மேல்நிமிர் முனிவன் அல்லன்; வீடணன் மெய்யின் சொன்ன
யான், எனது எண்ணல் தீர்ந்தார் எண்ணுறும் ஒருவன் என்றே’ -
தேன் உகு தெரியல் மன்னா! - சேகு அறத் தெரிந்தது அன்றே’
(1378-12)

(தெரியல் - மலர் மாலை; சேகு - ஐயம்)

இந்திரசித்தன் உரைத்த உபாயம்

‘அது இருக்கட்டும்; நடந்தது நடந்ததாகவே இருக்கட்டும்; அதைப் பேசுவது வீரர்களுக்கு உரியதன்று; நான் நிகும்பலைக்குப் போய் வேள்வி செய்து விரைவில் வருகிறேன். இங்கே நீங்கள் பார்த்துக் கொள்ளுங்கள்’ என்றான். இராவணனுக்கும் அது நல்ல யோசனையாகப் பட்டது. இந்திரசித்தனுக்கு வீடணன் அதைக் கண்டுபிடித்து பகைவர்களிடம் சொல்லிவிட்டால் அவர்கள் வேள்வியைப் பூர்த்தி செய்ய முடியாமல் செய்யக்கூடுமே என்ற சந்தேகமும் உடன் எழுந்தது. அதற்கு என்ன உபாயம் செய்யலாம் என்று இராவணன் கேட்க, இந்திரசித்தன், ‘சீதை உருவமாக மாயா சீதையைப் படைத்து, சீதையை நேரில் பார்த்திருக்கிற குரங்கான அனுமன் முன்பாக அவளை வாளினால் வெட்டி விட்டு, அயோத்தியின் மேல் படையெடுத்துப் போவது போல நான் போக்குக் காட்டிவிட்டு நிகும்பலை செல்கிறேன். சீதை இறந்துவிட்டாள், இனி இங்கிருந்து பயனில்லை, தாயரும் தம்பியரும் கொல்லப் படுவதையாவது தடுக்கலாம் என்று வருத்தம் தாங்காது அவர்கள் அயோத்தி போய் விடலாம்; அப்படியே திரும்பிப் போகாது, அனுமனை மட்டும் அனுப்பி உண்மை நிலையை அறிந்துவரச் சொன்னாலும், அதற்குள் நான் நிகும்பலையில் வேள்வியை முடித்து வந்து தெய்வப் படைகளைவிட்டு அவர்களை அழித்து விடுவேன்’ என்று அவர்களிடம் கூறி விட்டு மாயா சீதை அமைக்கச் சென்றான்.

அதற்கிடையில் சுக்ரீவன் இலங்கை நகரை தீயினால் சுட்டெரிக்கலாம் என்று இராமனின் அனுமது பெற்று, வானரப் படைகளின் துணையோடு இலங்கை நகர்க் கோபுரத்தின்மீது கொள்ளிக் கட்டையை எடுத்துக் கொண்டு ஏறி, நெருப்பை வீசினான். கோபுரம் எரிந்து வீழ்ந்தது. மதிலும் அதனை ஒட்டிய காடும் தீப்பற்றி எரிந்தது.

மாயா சீதை மாளக் கண்டு மருண்ட மாருதி

அந்தச் சமயத்தில் மருத்துமலையைத் திரும்பக் கொண்டு போய் வைத்துவிட்டு அனுமன் மேற்கு வாயிலருகில் வந்து சேர்ந்தான். அப்போது அங்கு இந்திரசித்தன் தன் ஒரு கையால் மாயா சீதையின்

கூந்தலைப் பிடித்தவாறும், மற்றொரு கையில் வாளுடனும் அனுமன் முன்பு வந்தான்.

'இந்தச் சீதையால் தானே இத்தனை தொல்லைகளும்' ஆகவே இவளை இப்போதே கொல்வேன்' என்று இந்திரசித்தன் மாயா சீதையை வாளால் கொல்ல முயன்றதும், அனுமன் 'இவள் தான் முன்பு அசோக வனத்தில் கண்ட சீதை என்று அறிந்ததும் பதறிப்போய் இந்திரசித்தனிடம் கெஞ்சினான். 'பெண்ணைக் கொல்வது உன் புகழுக்கு இழுக்கல்லவா? பிரமனுடைய நாலாவது தலைமுறையாக உதித்த நீ இப் பாவ காரியம் செய்யலாமா? அவளை விட்டுவிடு; நான் இராமனிடம் சேர்த்து விடுகிறேன்' என்றான் அனுமன்.

'என் தந்தையும் இவ்விலங்கை மக்களும் வாழவும், தேவர்கள் யாவரும் ஓடவும் இவளைக் கொல்வேன். அது மட்டுமா? அயோத்திக்குச் சென்று இராமனின் தம்பியர், தாய்மார்கள் எல்லோரையும் கொல்வேன்' இப்போதேஇவளைக் கொன்றுவிட்டு, புஷ்பக விமானத்தில் ஏறிப் புறப்படப் போகிறேன்' என்று இந்திரசித்தன் சொல்லிக் கொண்டே, மாயா சீதையை வாளினால் வெட்டிவிட்டு, விமானத்தில் வடதிசை நோக்கிப் புறப்பட்டான்.

சிறிது போக்குக் காட்டி விட்டு, இந்திரசித்தன் நிகும்பலையுள் புகுந்தான்.

அனுமன் விதிர் விதிர்த்து ஓடிப்போய் இராமனிடம் நடந்ததைச் சொன்னான். அவ்வளவுதான், வானரர்கள் எல்லாம் இராமன் காலடியில் துணுக்குற்று உணர்வு சோர விழுந்தனர்; இராமன் பிரமை பிடித்தவன் போலானான்.

வீடணன் உளவு பார்த்துக் கண்ட உண்மை

அயோத்திக்கு விரைந்து செல்ல வழி உண்டா என இராமன் கேட்க, இலக்குவன் உடனே 'பரதனை என்னைப் போல நினைத்தீர்களா இந்திரசித்தன் தாக்கி, வீழ்வதற்கு? பரதனைப் போரில் வெல்ல இவனால் முடியாது' என்றான். அதற்குள் அனுமன் இராம இலக்குவர் தன் தோள் மீது ஏறிக் கொண்டால், விமானம் போவதற்கு முன்பே அயோத்திக்கு போய் விடலாம் என்றான்.

வீடணன் மட்டும் சிறிது சிந்தித்து 'இது மாயமாகத்தான் இருக்க முடியும். கற்புக்கரசி சீதையை இந்திரசித்தன் தீண்டுவதும் கொல்வதும் நடக்க முடியாத செயல்; அயோத்தி போவேன் என்பது அப்படித்தான் இருக்க முடியும். கொஞ்சம் பொறுங்கள்' என்று

சொல்லிக் கொண்டு வண்டு உரு எடுத்து அசோக வனம் சென்று சீதை பத்திரமாக இருப்பதைப் பார்த்து வந்து இராமனிடம் சொன்னான். அத்தோடு அரக்கர் சேனை நிகும்பலை நோக்கிப் போவதையும், வேள்விக்கு வேண்டிய கலப்பையும், விறகும், நெய்யும் செல்வதையும் கண்ட வீடணன் இந்திரசித்தன் செயலையும் ஊகித்து அறிந்து சொன்னான்.

உண்மை நிலைமையை அறிந்து வந்து சொல்லி நெஞ்சில் பால் வார்த்த வீடணனை இராமன் பாராட்டினான். வீடணன் தன்னையும், இலக்குவனையும் நிகும்பலைக்கு அனுப்புமாறும், வேள்வியைத் தடுத்து நிறுத்தாவிட்டால் , இந்திரசித்தனை வேள்வியின் பின் வெல்வது அரிது என்றும் சொல்லவும், இராமன் அகத்திய முனிவர் கொடுத்த திருமாலின் வில், அம்பறாத் தூணி, கவசம் ஆகியவை களைக் கொடுத்து, வில்வேத (சாப நூல்) நூல் நெறி தவறாது அம்பு விடுவது பற்றி அறிவுறுத்தியும் இலக்குவனை அனுப்பினான். கூடவே வீடணன், அனுமன், வானர வீரர் பலரையும் அனுப்பினான்.

இலக்குவனால் சிதைந்த நிகும்பலை யாகம்

வானரப் படைகளுடன் நிகும்பலை அடைந்த இலக்குவன், அங்கு காவலுக்கு இருந்த அரக்கர் சேனையை அழித்தான். வேள்வி நடக்கும் இடத்தை அணுகி நெய்க் குடங்களையும், மந்திரக் கவசங்கள், மாமிசங்களையும், பொரிகளையும் சேதப்படுத்தினர். இறந்த அரக்கர்களின் ரத்தம் ஓடி வேள்வித் தீயும் அணைந்தது. இந்திரசித்தனின் ஹோம நியமமும் கலைந்தது. தன் வேள்வி முற்றுப்பெறாமல் முறியடிக்கப் பெற்றது கண்டு முதலில் வருந்திய அவன், பிறகு அதுவே பெருங் கோபமாக மாற, இனி நேரிடையாகப் போர் புரிவதே ஆகும் என்று அனுமனை இகழ்ந்துகூறி அவனுடன் போர் புரிந்தான்; இலக்குவனுடனும் பெரும் போர் செய்தான். இருவரும் போர் புரிந்தது இரண்டு பெருங்கடல்கள் மோதுவதுபோல இது இன்னார், அது இன்னார் என்று பிரித்துக் காண முடியாதபடி ஒரு வீரரும் இவரை ஒத்தவர்கள் இல்லை என்று தேவர்களே சொல்லும்படி இருந்தது, இலக்குவன் விட்ட அம்புகள்:

'புரிந்துஓடின; பொரிந்து ஓடின; புகைந்து ஓடின; புகைபோய்
எரிந்து ஓடின; கரிந்து ஓடின; இடம் ஓடின: வலமே
திரிந்து ஓடின; பிரிந்து ஓடின; செறிந்து ஓடின; திசைமேல்
சரிந்து ஓடின; - கருங்கோள் அரிக்கு இளையான் விடுசரமே.'

(1406-113)

(கருங்கோள் அரி - கரிய வலிய சிங்கம்; இங்கு இராமன்)

இந்திரசித்தன் விடுத்த அனல்படை, புனல்படை, கதிரவன் வெம்படை, காற்றின்படை, எல்லாவற்றையும் அதே படைகளை எதிராக விடுத்து இலக்குவன் விலக்கினான். வேறு வழியின்றி நாராயணாஸ்திரம் என்கிற சக்கராயுதத்தை விட்டான் இந்திரசித்தன். இது இலக்குவனை விட்டு விலகிப்போய் கனல் அவிந்து புகைந்தது.

இந்திரசித்தன் அது கண்டு இவன் யாரோ என்று இலக்குவனைப் பற்றி ஒரு கணம் நிதானித்தான். கடைசியாக முயற்சிப்போம் என்று சிவன் படையை மனத்தால் நினைந்து தொழுது, அதற்கு மனத்தால் மலர், நீர், சாந்தம், தூபம், திருவமுது படைத்துச் செலுத்தினான். வானர வீரர்கள் யாவரும் இலக்குவனிடம் அபயம் அடைந்தனர். இலக்குவனும் உடனே மனத்தால் நினைத்து அர்ச்சித்து சிவன் படையை ஏவினான். ஒன்றை ஒன்று விலக்கி வீழ்ந்தன.

'அறத்தினைப் பாவம் வெல்லாது'

அதுகண்ட இந்திரசித்தன் நிகும்பலை யாகம் நடக்காமல் செய்த வீடணனைப் பார்த்து கோபமாக இகழ்ந்து பேசினான். 'பிரமன் வழி அந்தணர் குலத்தில் பிறந்த நீ இலங்கை அரசனானால் தேவர்கள் வேண்டுமானால் தொழுவார்கள்; ஆனால் மனிதருக்கு அடிமையாகத்தான் இராவணன் செல்வத்தை ஆள முடியும்; உனக்கு ஏது இனி மானம்? சகோதரர், உறவினர், அரக்கர் குலம் எல்லோரையும் அழித்த பிறகு, யார் உடன் இருக்க நீ அரசாள்வாய்? உடம்பிலிருந்து உயிர் நீங்கப் பெற்று, மருந்தினால் மறுபிறவி எடுத்த மானிடர்கள் இராவணனைக் கொல்வார்களா? அதன்பிறகு அவன் செல்வத்தை நீ அரசாளப் பார்க்கிறாயா?'

வீடணன் 'அறத்திற்கு துணை போகாமல் பாவத்திற்கு துணையாகப் பழி கொண்டு வாழமாட்டேன்; எப்போது இராவணன் பிழை செய்தானோ, அப்போதே நான் அவன் பின் பிறந்தவன் அல்லன் ஆனேன்; நான் பொய் பேசேன்; வஞ்சம் செய்யேன்; மது அருந்தேன்; பிறர் பொருளை வலிந்து கொள்ளேன்; என்னை யாரும் குற்றம் கண்டதில்லை; அறத்தினைப் பாவம் வெல்லாது என்று உணர்ந்ததால் உன் தந்தையிடம் தீமை செய்யாதே என்று எடுத்துச் சொன்னதற்கு அவன் தானே என்னைப் போய் விடு என்று சொன்னான்; பாவம் கொடியது; அறம் விழுமியது என்ற என் நிலையினின்றும் மாறு படேன்; பிறர் பழித்தாலும், புகழ்ந்தாலும் எனக்குக் கவலையில்லை' என்று இந்திரசித்தனுக்குப் பொறுமையாகப் பதில் கூறினான்.

தேர் அழிந்துவிட்டதால், போர் புரிவது கடினம் என்று ஆகாயத்தில் மறைந்தான் இந்திரசித்தன்; நேரே இராவணனிடம் போனான்.

11. இந்திரசித்தன் வதை

'சீதைபால் ஆசைதான் விடுதி...'

உடம்பெல்லாம் புண்ணாகவும், இரத்தம் வழிந்தோடவும் வந்த இந்திரசித்தனைக் கண்ட இராவணன் துயரடைந்து என்ன நடந்தது எனக் கேட்க, இந்திரசித்தன் நிகும்பலை யாகம் தடைப்பட்ட கதையைச் சொன்னான்; தான் விட்ட படைகளை எல்லாம் இலக்குவன் விலக்கியதைச் சொன்னான்; திருமால் படை இலக்குவனை வலம் செய்து போனதையும் சொன்னான்.

கடைசியாக இந்திரசித்தன் மிக உருக்கமாக, 'போன போரிலேயே பிரம்மாஸ்திரத்தால் உலகம் அழிந்துவிடுமே என்பதற்காகக் கட்டுப்பட்டு, இராமன் தடுத்ததால், இலக்குவன் விடாததால் வென்று மீண்டேன். என் வில் வலிமையை மதித்ததினாலே என்னைக் கொல்லாது விட்டான். அதனாலே பயந்துவிட்டேன் என்று நினைக்காதே. அச்சீதையை நீ ஆசைப்படுவதை விட்டால் அவர்கள் கோபம் தீரும்; திரும்பிப் போய்விடுவார்கள்; செய்த பிழையையும் பொறுப்பார்கள்; உன்மேல் கொண்ட காதலால் இவ்வளவு தூரம் சொன்னேன்' என்றான் வில்லாளரை எண்ணினால் விரற்கு முன் நிற்கும் வீரனான இந்திரசித்தன்.

> 'முட்டிய செருவில் முன்னம் முதலவன் படையை என்மேல்
> விட்டிலன், உலகை அஞ்சி; ஆதலால் வென்று மீண்டேன்;' (1417-5)
>
> *(முதல்வன் - குலமுதல்வன், இங்கு பிரமன்)*
>
> 'ஆதலால் , 'அஞ்சினேன்' என்று அருளலை; ஆசைதான்
> அச்சீதைபால் விடுதி ஆயின், அனையவர் சீற்றம் தீர்வர்;
> போதலும் புரிவர்; செய்த தீமையும் பொறுப்பர்; உன் மேல்
> காதலால் உரைத்தேன் என்றான் - உலகு எலாம் கலக்கி வென்றான்.'
> (1417-6)

'என்னையே நோக்கி நெடும்பகை தேடிக் கொண்டேன்.'

இராவணன் இந்திரசித்தனைப் பார்த்துச் சிரித்து 'இனி நீ போருக்குப் போகப் போவதில்லைபோலத் தெரிகிறது; நீ மனிதர்களுக்குப் பயந்துவிட்டாய்; நானே போருக்குச் செல்கிறேன். முன்பு போரில் இறந்தவர்கள் எல்லாம் என் பகையை ஒழிப்பார்கள் என்றோ, இனிப் போருக்குப் போகிறவர்கள் எல்லாம் வென்று வருவார்கள் என்றோ,

நீ சென்று வென்று வர வேண்டும் என்று நான் கட்டாயப்படுத்தியோ அல்ல, நானே எனக்கு இப்பகையைத் தேடிக்கொண்டது. இந்த உலகங்களே அழிந்தாலும், அழியாப் புகழை என் பேரோடு நிலை நிறுத்துமாறு என் உயிரை விடுவதல்லால், சீதையை விடுவது என்ற பேச்சுக்கே இடமில்லை. நான் வெற்றி பெறாவிட்டாலும் இராமன் பேர் உள்ளளவும், வேதங்கள் உள்ளளவும், என் பேரும் நிலைத்து நிற்கும்; உலகில் தோன்றியவர் அழிவது என்பது உறுதி; ஆனால் புகழுக்கும் இறுதி உண்டோ? அதுதானே நிலைத்து நிற்கும். இனிப் பேச என்ன உள்ளது? நீ போய் ஓய்வு எடுத்துக் கொள்' என்று கூறிவிட்டு; வீரர்களைப் பார்த்து தன் தேரைக் கொண்டு வரக் கட்டளையிட்டான்.

'முன்னையோர், இறந்தார் எல்லாம், இப்பகை முடிப்பர் என்றும்,
பின்னையோர் நின்றோர் எல்லாம், வென்றனர் பெயர்வர் என்றும்,
உன்னை 'நீ அவரை வென்று தருதி' என்று உணர்ந்தும், அன்றால்;
என்னையே நோக்கி, யான் இந்நெடும் பகை தேடிக் கொண்டேன்.'

(1417-8)

'வென்றிலன் என்ற போதும், வேதம் உள்ளளவும், யானும்
நின்றுளென் அன்றோ, மற்று அவ்இராமன் பேர் நிற்கும் ஆயின்?
பொன்றுதல் ஒரு காலத்தும் தவிருமோ? பொதுமைத்து அன்றோ?
இன்று உளார் நாளை மாள்வர்; புகழுக்கும் இறுதி உண்டோ?'

(1418-10)

சூரன் இந்திரசித்தன்

உடனே இந்திரசித்தன் இராவணனை வணங்கி, 'கோபப்படாதீர்கள்! நான் சொல்லியவற்றைப் பொறுத்துக் கொள்ளுங்கள்; நான் போன பிறகாவது நல்லதாகக் காணுங்கள்' என்று கூறி விடைபெற்று, தன் தெய்வத் தேரில் ஏறிப் போர்க்களம் புறப்பட்டான். அவன் மேல் அன்பு கொண்ட அரக்கர்கள் பின் தொடர்வே, அவர்களுக்கு ஆறுதல் சொல்லி, மன்னனைக் காத்து இங்கே இருங்கள்; நான் மனிதர்களை கடந்து வருவேன் என்று அவர்களை விலக்கிச் சென்றான்.

போர்க்களத்திற்கு வந்த இந்திரசித்தனுக்கும், இலக்குவனுக்கும் மீண்டும் கடும்போர் நடந்தது. இந்திரசித்தன் தெய்வத்தேர் இருக்கும்வரை ஆற்றல் குறைய மாட்டான் என்று வீடணன் சொல்ல, இலக்குவனின் அம்பால் தேர்ப்பாகன் இறந்து கீழே விழுந்தான். பாகன் அற்றதனால் ஒருநிலைப்படாத தேர் விலைமகளின் கற்பைப் போலவும், தவத்தைத் தொடங்கிச் செய்த பிறகும் ஐம்பொறிகளை அடக்க மாட்டாதவனுடைய மனத்தைப் போலவும் நிலை கொள்ளாது தடுமாறியது.

'உய்வினை ஒருவன் தூண்டாது உலத்தலின், தவத்தை நண்ணி,
அய்வினை நலிய, நாவான் அறிவிற்கும், உவமை ஆகி,
மெய்வினை அமைந்த காமம் விற்கின்ற விரகின் தோலாப்
பொய்வினை மகளிர் கற்பும் போன்றது- அப்பொலம்
பொன்திண் தேர்' (1421-28)

(உய்வினை - தேரைச் செலுத்தும் செயல்; அய்வினை - ஐம்புலன்கள், இங்கு ஐம்பொறிகள்; மெய்வினை அமைந்த காமம் - உடம்பின் செயலாக மட்டும் அமைந்த காம நுகர்ச்சி)

தானே குதிரைகளை அடக்கி ஆண்டு தேரை ஒரு நிலைப்படுத்திச் செலுத்திக் கொண்டும், அதே சமயம் இலக்குவன் மீது அம்புகளை விட்டுக் கொண்டும் பெரும் ஆற்றலை வெளிப்படுத்தினான் இந்திர சித்தன். இத்தகைய வீரத்தைக் கண்டு இலக்குவனும், தேவருமே வியந்தனர்.

'சூரர் என்று உரைக்கற்பாலார், துஞ்சும்போது உணர்வின் சோராத்
தீரர்' என்று அமரர் செப்பி, சிந்தினார் தெய்வப் பொற்பூ. (1421-30)

இந்திரசித்தன் இரவில் சாகமாட்டான் என்றும், சிவன் கொடுத்த தேரும், வில்லும் இருக்கும் வரையும் இவனை வெல்ல முடியாது என்றும், விளைவது அறியும் மேன்மை வீடணன் குறிப்பால் அறிவுறுத்தவே, இலக்குவன் தேர் அச்சையும் சக்கரத்தையும் சிதைத்தான். வில்லைப் பிடித்திருந்த கையையும் அம்பு எய்து துண்டிக்கவே, வில்லும் கையும் நிலத்தில் விழுந்தது. இந்திரசித்தன் அப்போதும் சளைக்காமல் எஞ்சிய ஒரு கையால் போரிட்டான்.

இலக்குவன் உடனே பிறைமுக அம்பை நாணேற்றி, 'வேதங்களும், வேதியர்களும் வணங்கத்தக்க நல் அற மூர்த்தி இராமன் என்பது உண்மையானால், இப் பிறைமுக அம்பு இவனைக் கொல்லட்டும்' என்று ஏவினான். அந்த அம்பு இந்திரசித்தனின் தலையை அறுத்து வீழ்த்த, அவன் தலையற்ற உடல் மண்ணில் விழுந்தது. மும்மூர்த்திகளும், இந்திரனும் இக்காட்சியைக் காண வந்தனர். அவர்கள் நேரில் வரவே, இந்திரசித்தனால் இறந்த வானரங்கள் எல்லாம் உயிர் பெற்று எழுந்தன.

அங்கதன் இந்திரசித்தனின் தலையைத் தூக்கிக் கொள்ள மற்றையோர் எல்லாம் தொடர இராமனிடம் வந்து, அவன் திருவடியில் அத்தலையை வைத்து வணங்கினார்கள். 'தம்பி உடையான் பகை அஞ்சான்' என்ற வார்த்தையை மெய்ப்பித்த இலக்குவனைத் தூக்கி மார்புறத் தழுவி வாழ்த்தினான். பிறகு இந்த வெற்றி வீடணனால் விளைந்தது என்று இராமன் வீடணனைப் புகழ்ந்து பேசினான்.

மகன் தந்தைக்குச் செய்ய வேண்டியதை மகனுக்கு செய்த தந்தை

இந்திரசித்தன் இறந்த செய்தியைச் சொல்லிய தூதரை இராவணன் கோபத்தால் வாளால் வீசி, மனந் தளர்ந்து கீழே விழுந்து புலம்பினான். இந்திரனின் பகை ஒழிந்ததே, தேவர்கள் மகிழ்ச்சி இனி கட்டுக்கடங்காதே என்றெல்லாம் அரற்றியவாறு போர்க்களத்திற்குச் சென்று இந்திரசித்தனின் உடலைத் தேடினான். முதலில் ஒரு கையைக் கண்டான்; பிறகு உடலைக் கண்டான்; ஆனால் தலையைக் காணாது மனம் வெதும்பி, விம்மி அரற்றி அழுதான். 'இந்திரனையும் வென்று, அரசாண்டு நினைத்ததை எல்லாம் முடித்து நின்றேன்; கடைசியில் எல்லாம் ஒரு பெண்ணால், எனக்கு நீ செய்ய வேண்டிய கடன்களையெல்லாம் ஏங்கி உனக்கு நான் செய்யும்படி ஆகிவிட்டதே; உலகத்தில் என்னைத் தவிர வேறு யார் இப்படி இருக்கமுடியும்' என்று கதறிக் கொண்டே மகனின் உடலைத் தூக்கிக் கொண்டு இலங்கை நகருக்குள் சென்றான்.

'சினத்தொடும் கொற்றம்முற்றி, இந்திரன் செல்வம் மேவி,
நினைத்தது முடித்து நின்றேன்; நேரிழை ஒருத்தி நீரால்,
எனக்கு நீ செய்யத்தக்க கடன் எல்லாம் ஏங்கி ஏங்கி,
உனக்கு நான் செய்வதானேன்! என்னின் யார் உலகத்து உள்ளார்?
(1433-39)

(நீரால் - காரணமாக; கடன் - இறுதிக் கடன்கள்)

'உனக்கும் நாளை இதுதானே?'

மண்டோதரி பதறியடித்துக் கொண்டு வந்து மகனின் உடல்மீது விழுந்து புலம்பினாள். இந்திரசித்தனின் இளமைக்கால விளையாட்டையெல்லாம் காணப் பெற்ற தவமுடைய தான், இப்போது தலையற்ற முண்டத்தைக் காண்பதற்கும் தவம் செய்தேனோ என்று பொருமினாள்; பஞ்சில் நெருப்புப் பற்றியதுபோல் அரக்கர் சேனை அத்தனையும் கொன்ற மனிதர்களை நினைத்து அஞ்சிய மண்டோதரி, சீதை என்ற அமுதால் செய்த நஞ்சினால் நாளை இராவணனுக்கும் இதே கதி தான் நிகழுமோ என்று மனம் உருக அழுதாள்.

'அஞ்சினேன், அஞ்சினேன்; அச்சீதை என்று அமுதால் செய்த
நஞ்சினால் இலங்கை வேந்தன் நாளை இத்தகையன் அன்றோ?'
(1434-53)

இதைக் கேட்டதும் இத்தனைத் துன்பத்திற்கும் சீதை தானே காரணம் என்று இராவணனுக்கு உறைத்ததும் அவளைக் கொல்வேன் என்று

ஓடினான். உடனே மகோதரன் 'வேண்டாம்; சீதையைக் கொல்வது உன் புகழுக்கு இழுக்கு உண்டாக்கும்; உன் மகனைக் கொன்றவர்களைக் கொல்லாமல் இவளைக் கொல்வதால் என்ன பயன்? இவளை இப்போது கொன்றுவிட்டு, நாளை நீ இராமனைப் போரில் வென்று மீண்டதும், சீதை இல்லாமல் மனம் வெதும்ப மாட்டாயா?' என்று தடுக்கும் போதும், தவறான காரணம் கூறித் தடுத்தான். தலையை உடலோடு சேர்க்காமல் இறுதிக்கடன் செய்ய முடியாது என்று உடலை தைலத் தோணியில் இடுமாறு பணித்தான்.

12. இராவணன் வதை

திரண்டது மூலபலப் படை

இராவணன் எல்லாத் திக்குகளிலும் உள்ள அரக்கர் சேனைகளை ஒன்றாகத் திரட்ட தூதர்களை அனுப்பினான். சாகத்தீவு, குசையின் தீவு, இலவத் தீவு, அன்றில் தீவு, பவளக் குன்று, கந்த மாதனம், சாகரத் தீவு, இறலித் தீவு, பாதாள லோகம் என்று பல திசைகளிலும், இடங்களிலும் இருந்து எண்ணற்ற அரக்கர் சேனை இலங்கை வந்து குவிந்தது. ஓராயிரம் வெள்ளம் சேனை என்று எண்ணிக்கையில் சொன்னாலும் அதுவும் குறைவே என்றனர்.

படைத்தலைவர்கள் அனைவரையும் வரவேற்ற இராவணன் அவர்கள் நலம் விசாரிக்க, அவர்கள் இராவணன் இருக்கையில் தங்கட்கு குறை ஒன்றுமில்லை என்றனர். தங்களை அழைத்த காரணம் கேட்க, இராவணன் சீதைமேல் கொண்ட காதலால் நிகழ்ந்தவை களைச் சொன்னான். கும்பகருணன், இந்திரசித்தன், அரக்கர் பெருஞ்சேனை என்று அரக்க வீரர் குழுவை மனிதர்கள், வானரச் சேனை துணையோடு வென்றனர் என்பதைக் கேட்டு நம்பமுடியாது நகைத்தனர். அப்போது புட்கரத் தீவுக்கு மன்னனான வன்னி என்பவன் மனிதர்களுக்கு ஏது அவ்வளவு வலிமை என்றான்.

விராதன், மாரீசன், கர தூடணர் முதல் இந்திரசித்தன் வரை வென்ற அவர்கள் வலிமையை அங்கிருந்த மாலியவான், எடுத்துரைத்தான். குரங்கு இலங்கையை எரித்ததையும், சீதையின் கற்பின் திறத்தையும் கூறினான். வன்னி 'அவர்கள் எல்லாம் இறக்க, இராவணன் ஏன் போர் புரியாது இருந்து இருந்தான்' என்று கேட்டான். உடனே இராவணன் மனிதரோடு போரிடுவது இழுக்கு என்று வெட்கத்தால் போர் புரியவில்லை என்றான். படைத் தலைவர்கள் 'இனி சீதையை

விட்டாலும், போரில் மடிந்த வீரர்களை திரும்பப் பெற முடியாது; பழி தான் மிஞ்சும். ஆகவே போர் புரிந்து பகைவர்களை அழிப்பதே கடமை' என்று கூறி போருக்கு ஆயத்தமானார்கள்.

அவ்வளவு பெரிய அரக்கர்களின் படையைக் கண்டதும் வானரங்கள் அஞ்சி ஓட ஆரம்பித்தன. அப்படை பற்றி இராமன் கேட்க வீடணன் இனி உலகத்தில் வேறு அரக்கப் படையே இல்லை என்று சொல்லக்கூடிய அளவுக்கு எட்டுத் திக்குகளிலும் எஞ்சி நின்ற மூலப் படையே அது என்றும், விதிமுன் நின்று இயக்க ஒட்டு மொத்தமாக அழிவதற்கு என்றே அந்த மூல பலமாகிய படை வந்துள்ளது என்றும் சொல்லவே இராமன் அங்கதனை அனுப்பி ஓடிய வானரப் படைகளை ஒன்றுசேர்க்கப் பணித்தான். அங்கதன் போய் சாம்பனை முதலில் தேற்றிய பிறகு இருவருமாக வீரவுரை சொல்லி, வானரப் படைகளை மீண்டும் ஒன்று சேர்த்துக் கொண்டு வந்தனர்.

இராமனின் வில் விளைத்த வீரம்

இராமன் இலக்குவனை வானரச் சேனையை அரக்கர் படை நெருங்காதவாறு காக்குமாறு ஆணையிட்டு, அனுமன், வீடணன் ஆகியோரையும் கூட இருக்கப் பணித்துவிட்டு, தான் முன்னணியில் நின்று போரிட்டான்.

இராமன் தனியே நின்று தன் வில்லைத் தொழுது, அம்புகளை நாணேற்றி விட்டான். வேத வாக்கோ என்று உலக வழக்கில் வழங்கும் பிறிதொரு வெல்லும் வாக்கு இல்லாமல் நினைந்து சொல்லிய பயனை நல்கும் வேதச் சொற்களே போல் 'இழையா வேதச்சொல் எனத் தொலையா' அம்புகளாய் அவை குறி தவறாது கொன்று குவித்தன. வன்னி அரக்கப் படைகளை ஒரு முகமாகத் திரண்டு இராமனை எதிர்க்குமாறு கூறவே, இராமன் சரமதில் அமைத்து, அம்பு மழை பொழிய அரக்கஎ சேனை அடியோடு அழிந்தது. இராமனது வில்லிலிருந்து ஒவ்வொரு தடவையும் அம்புகள் வெளிப்படும்போதும் வில்லில் உள்ள மணி 'கணகண' என ஒலிக்கும்; ஒவ்வொரு ஒலிக்கும் குதிரைப் படைகள், யானைப் படைகள், ரதப் படைகள் என்று ஒவ்வொன்றாக அழிந்தன; திசைகள் பிளந்தன; கடல்கள் பொங்கி எழுந்தன; அரக்கர்களின் மனைவிமார்களின் விழிகளிலிருந்து கண்ணீர் அருவிகள் சிந்தின.

'படுமத கரி, பரி சிந்தின; பனிவரை இரதம் அவிந்தன;
விடுபடை திசைகள் பிளந்தன; விரிகடல் அளறது எழுந்தன;
அடு புலி அவுணர்தம் மங்கையர் அலர் விழி அருவிகள் சிந்தின;
கடுமணி நெடியவன் வெஞ்சிலை, 'கணகண, கணகண'
எனும் தொறும்.' (1475-214)

நம் துயர் தீர்ந்தது என்று தேவர்கள் வாழ்த்த, இராமன் இராவணனோடு இலக்குவன் போர் புரியும் இடம் நோக்கிச் சென்றான்.

வீடணனைக் காக்க இலக்குவன் வேற்படையை ஏற்றான்

இராவணனுக்கும் இலக்குவனுக்கும் நடந்த போரில் இலக்குவன்மீது இராவணன் வடிவமற்ற பிரமன் வகுத்த மோகப் படையை ஏவினான். அதன் வலிமையை உணர்ந்த வீடணன் இலக்குவனை உடனே நாராயணாஸ்திரத்தை விடுமாறு வேண்ட, அவ்வாறே செய்ய தன் படை வலி அழிந்தது கண்டு இராவணன் வீடணன் மேல் கடுங்கோபம் கொண்டு, வீடணன் இருக்கும்வரை நம்மால் வெல்ல இயலாது என்று கருதி வீடணனைக் கொல்ல எண்ணி தன்னிடமிருந்த வேற்படையை வணங்கி, அதனை வீடணனை நோக்கி ஏவினான்.

தன் எதிர்ப்படுபவர் யாராக இருந்தாலும் அவரைக் கொன்றே தீரும் வல்லமையுடைய அவ்வேல் தன்னைக் கொன்றே தீரும் என்று வீடணன் சொல்லவும், இலக்குவன் ‘அப்படியானால் அதனை நானே ஏற்பேன். நான் இறந்தாலும் புகழ் நிற்கும். அடைக்கலம் புகுந்தவர்களைக் காப்பதே தருமம்; அவர்களைஅழியவிட மாட்டேன்’ என்று இலக்குவன் வீடணனுக்கு முன் சென்று வேலைத் தன் மார்பில் ஏற்கத் தயாரானான்; இலக்குவனைத் தள்ளி வீடணன் முன் வந்து நின்றான்; இருவரையும் விலக்கி அங்கதன் முன்வந்து நின்றான்; அவனை விலக்கி சுக்ரீவன் முன் வந்து நின்றான்; எல்லோரையும் விலக்கி விட்டு அனுமன் முன் வந்து நின்றான். உதவிக்கு வந்தவர்களை எல்லாம் தாக்கி விடக்கூடாது இலக்குவன் ‘நானே இதனைத் தடுப்பேன்’ என்று நொடிப் பொழுதில் அனைவருக்கும் முன்வந்து நிற்க, வேற்படை அவன் மார்பில் பாய்ந்தது; இலக்குவன் உணர்வும் உயிரும் அற்று விழுந்தான்.

அதுகண்ட வீடணன் இராவணனது தேர்க் குதிரையையும் சாரதியையும் அழித்தான். இராவணன் ஆகாயத்தில் எழுந்து வீடணன் மேல் சில அம்புகளை வீசி, அனுமன் மேல் ஆயிரம் அம்புகளைச் செலுத்திவிட்டு, இலக்குவன் வீழ்ந்ததால் ‘வெற்றி தன்வசமானது; இனி வீடணனைக் கொன்று ஒரு பயனும் இல்லை’ என்று இலங்கை நகருக்குள் சென்றான்.

மீண்டும் மருத்துமலை சென்று வந்தான் அனுமன்

இலக்குவனுக்கு நேர்ந்த கதியைக் கண்டு கலங்கிய வீடணன் தான் இருந்து என்ன பயன் என்று கருதி உயிர் விடத் துணிந்தான். அப்போது

சாம்பன் அவனைத் தடுத்து 'அனுமன் இருக்க நீ ஏன் கவலைப்படுகிறாய்? மருந்து கொண்டு வந்து இலக்குவனை உயிர் பிழைக்கச் செய்வான்' என்றதும், வீடணன் அனுமன் உடம்பில் இருந்த அம்புகளை எல்லாம் நீக்கி, அவனை எழுப்பி, 'இலக்குவனை இப்படிக் காண நேர்ந்தால் இராமன் அடையும் துயருக்கு அளவேது? எனவே நீதான் உதவ வேண்டும்' என்றான்.

அனுமன் உடனே பறந்து சென்று மருத்து மலையிலிருந்து மருந்தினைக் கொண்டுவர இலக்குவன் உயிர்பெற்று எழுந்தான்; அனுமனைத் தழுவி மகிழ்ந்தான். 'அறம் வெல்லும்; பாவந் தோற்கும்' என்று மகிழ்ந்த வானரத் தலைவர் இராமனிடம் செய்தி சொல்ல இராமன் மகிழ்ந்து

'பெற்றனென் உன்னை; என்னை பெறாதன? பெரியோய்! என்றும்
அற்ற இடையூறு செல்லா ஆயுளை ஆக!' (1484-46)

என்று அனுமனை என்றும் சிரஞ்சீவியாக என வாழ்த்தினான்.

இலக்குவனைப் பாராட்டிய இராமன்

இராமன் இலக்குவனிடம் 'முன்பு நம் குல அரசன் சிபி புறாவுக்காகத் தன்னைக் கொடுத்தான்; அவனையும் நீ மிஞ்சிவிட்டாய்; பேர் அருளாளர் என்பவர்கள் தம்மைச் சேர்ந்தவர்களுக்கு துயரம் வந்தால், தாய்ப்பசு கன்றினைக் காப்பதுபோல காப்பார்கள்' என்று பாராட்டினான்.

மூலபல அரக்கர் படை ஆயிரம் வெள்ளத்தை இராமன் ஒருவனே போரிட்டு அழித்ததை சுக்ரீவன் வானர வீரர்களுக்கு காட்டவே, அனைவரும் அவன் வில் திறத்தை வியந்து பணிந்தனர்.

இராவணன் இறுதிப் போருக்குத் தயாரானான்

தன் வீரத்தால் இலக்குவனை வீழ்த்திய வெற்றியை உத்தேசித்து போரிட்டுக் களைத்த வீரர்க்கு விருந்து அளிக்க இராவணன் முனைந்தான். அப்போது தூதர் வந்து அவனிடம் மூல பலப் படை முற்றும் அழிந்ததை அறிவித்தனர். இராவணன் அதனை நம்பாது, அவர்கள் சொல்வது பொய்யாய் இருக்குமோ என்று சந்தேகப் பட்டான். தன்னைவிட வலியவர்களான அந்தப் படை அரக்க வீரர்கள் ஒருவரும் மிஞ்சாது மாண்டனர் என்பது இராவணனுக்கு நம்ப முடியாமல் இருந்தது.

மாலியவான் 'தூதர் பொய்சொல்ல மாட்டார்கள் என்றும், வீடணன் சொன்ன வார்த்தையான, இராமன் திருமாலின் அவதாரம் என்பதும்

பொய்யில்லை என்றும் சொல்லவே இராவணன் 'இலக்குவனை வேல் எறிந்து கொன்றுவிட்டேன்; படைத் தலைவர்களையும் உணர்வறச் செய்தேன்; அதனைக் கண்ட இராமன் உயிரை விட்டு விடுவான்; வெற்றி என் வயமே' என்று பதில் சொன்னான்.

உடனே தூதர் அனுமன் மருந்து கொண்டு வந்து இலக்குவன் உயிர்பெற்று எழுந்ததையும் சொன்னார்கள். இராவணன் தன் அரண்மனை உச்சியின் மீதேறி போர்க்களத்தைப் பார்த்தான். வானர சேனை மகிழ்ச்சிப் பெருக்கில் ஆரவாரம் செய்வதைக் கண்டு, மனம் புண்பட அரசவை அடைந்து எஞ்சிய படையைத் திரட்டினான். இறைவனைப் பூசை செய்து வணங்கி, தானங்கள் வழங்கி போர்க்கோலம் பூண்டு புறப்பட்டான்; தேருக்கும் முறைப்படி வழிபாடு செய்து, வேதியர்களுக்கு நிதி வழங்கி தேர் ஏறினான்.

'இன்றையப் போரில் நான் இராமனைக் கொல்ல, அதனால் சானகி தன் மலர்க் கரங்களால் வயிற்றில் அடித்துக் கொண்டு துன்பப்பட வேண்டும்; அப்படி நிகழ்வில்லையென்றால் மண்டோதரி அப்படிச் செய்வாள்; இரண்டில் ஒன்று இன்று நடக்கச் செய்வேன்' என்று எண்ணியவாறு போர்க்களத்திற்குள் வந்தான் இராவணன்.

இந்திரன் அனுப்பிய தேர்

இராமனும் போர்க்கோலம் பூண்டு போருக்குத் தயாரானான். சிவபெருமான் தேவர்களிடம் 'இன்றோடு போர் முடிவடையும்; இராமன் வெற்றி பெறுவான்; நீங்கள் துயரம் நீங்குவீர்கள்; நல்ல தேரை நீங்கள் இராமனுக்கு அனுப்புங்கள்' என்றார். இந்திரன் தேரோட்டி மாதலிக்குக் கட்டளையிட, அவன் அருமையான தேர் ஒன்றை ஓட்டிச் சென்று இராமனிடம் 'சிவபெருமான் ஆணையின் வண்ணம் இந்திரன் அனுப்பிய தேர்' என்று சொன்னான்.

இதுவும் அரக்கர் மாயச் செயலாக இருக்குமோ என்று நினைத்த இராமன் இலக்குவனையும் அனுமனையும் பார்க்க, அவர்கள் 'சந்தேகப்பட வேண்டாம்; இது இந்திரன் தேர் தான்' என்று சொல்ல இராமன் ஐயந் தெளிந்து அத்தேரில் ஏறிப் புறப்பட்டான்.

மகோதரனும் மாண்டான்

இராவணன் மகோதரனை இலக்குவனுடன் போர் செய்யச் சொல்லியனுப்பினான். அவன் புறப்படு முன்னர் இராவணனை நோக்கி வந்த இராமன் தேர் மகோதரன் அருகில் வந்தது. உடனே மகோதரன் தன் சாரதியிடம் தன் தேரை இராமன் தேர் மீது மோதும்படி

கூறினான். அவனுடைய தேர்ச் சாரதி 'இராவணன் கூட அப்படிச் செய்யமாட்டான்; நாம் அப்படிச் செய்வது முறையுமல்ல' என்றான்.

அதற்குள் மகோதரன் இராமன் தேரில் கட்டியிருந்த இந்திரன் கொடியாகிய இடிக் கொடி மீதும், தேர் மீதும், மாதலி மீது, இராமன் மீதும் அம்புகளை வரிசையாக் வீசினான். இராமன் விடுத்த ஒரு சரத்தால் மகோதரன் தலை அறுந்து விழுந்து உயிர் துறந்தான்.

கருடக் கொடி

அதைக் கண்ட இராவணன் வீணைக் கொடி பறக்கும் தேரை இராமனை நோக்கிச் செலுத்தி இராமனுடன் நேரே போர் செய்யத் தொடங்கினான். இராமன் இராவணன் விடுத்த படைக்கலங்களைத் தடுத்தானே தவிர, தான் போர் செய்யாது தவிர்த்து இருந்தான். அப்போது இராமனின் தேர்க் கொடியை இராவணன் அறுத்து வீழ்த்தினான். குதிரைகள் மீதும், மாதலி மீதும் அம்புகளைவிட, மாதலி மார்பில் பாய்ந்த அம்பு கண்டு இராமன் வருந்தினான். உடனே இராவணனின் தேர்க் கொடியை அறுத்து வீழ்த்தினான்.

இராமனின் தேர்க் கொடியைக் காணாது, அப்போது வானில் சென்ற கருடன் உடனே இராமனின் தேர்க் கொடியாக ஆனான்.

இராம-இராவணப் போர்

இராவணன் தாமதப் படையை விட, இராமன் சிவன் படையை விட்டு அதனைத் தொலைத்தான்; இராவணன் ஆசுரப் படையை விட, இராமன் அக்கினிப் படையை விட்டு விலக்கினான்; இராவணன் மயன் படையை விட, இராமன் கந்தருவக் கணையை விட்டு விலக்கினான்; இராவணன் பிரமனின் தண்டுப் படையை விட, இராமன் புகர்முக அம்பினை விடுத்து விலக்கினான். இராவணன் மாயையின் படையை விட, இறந்த அரக்கர்கள் எழுந்து ஆரவாரித்தனர்; இராமன் ஞானக் கணையை விட்டு அதனை ஒழித்தான். இராவணன் சூலப்படையை விட, இராமனின் அம்புகள் அதை அழிக்க முடியாமல் போக, இராமன் தன் உங்காரத்தால் அதனை அழித்தான்.

அப்போது தான் இராவணனுக்கு வீடணன் முன்புசொன்ன வார்த்தைகள் உறைத்தன. 'இவன் சிவனில்லை; நான்முகன் இல்லை; திருமால் இல்லை; வேத முதற்காரணன் என்பது இவன் தானோ? யாராயிருந்தால் என்ன? நான் என் போர் ஆண்மை தவிரேன்; நின்று போரிட்டு வெல்வேன்; புகழ் பெறுவேன்' என்றான்.

'சிவனோ? அல்லன்; நான்முகன் அல்லன்; திருமாலாம்
அவனோ? அல்லன்; மெய்வரம் எல்லாம் அடுகின்றான்;
தவனோ என்னின், செய்து முடிக்கும் தரன் அல்லன்;
இவனோ தான் அவ் வேதமுதல் காரணன்? என்றான்.' (1522-134)

(மெய்வரம் - இராவணன் பெற்றிருந்த உண்மையான வரம்; அடுதல் - பயன்படாமல் செய்தல்)

'யாரேனும் தான் ஆகுக! யான் என் தனி ஆண்மை
பேரேன்; நின்றே வென்றி முடிப்பென்; புகழ்பெற்றேன்' (1522-135)

இவ்வாறு எண்ணிய இராவணன் இராமன் மீது நாகாஸ்திரத்தை பிரயோகித்தான்; இராமன் கருடாஸ்திரத்தை ஏவி அதை அழித்தான். இராமன் பிறைச் சந்திராஸ்திரத்தை விட்டு இராவணனின் தலையை அறுத்து வீழ்த்தினான். அதுகண்ட தேவர்கள் இராமனைப் புகழ்ந்து பாடினர்; ஆடினர்.

ஆனால் அறுந்து வீழ்ந்த ஒவ்வொரு தலையும் மீண்டும் மீண்டும் எழுந்து ஒட்டிக் கொண்டன; இராவணனின் கையை இராமன் அறுக்க, அவைகளும் மீண்டும் மீண்டும் முளைத்தன.

இராவணன் இராமனின் தேர்ப் பாகனான மாதலி மீது தோமரம் ஒன்றை வீசினான்; அது கண்ட இராமன் அது மாதலியை அழித்துவிடும் என்பதால், உடனே ஒரு ஐமுகக் கணையை ஏவி அழித்தான்.

நடையின் நின்றுயர்ந்த நாயகன்

இராமன் ஆயிரங்கணைகளை வீச இராவணன் தலைகள் அறுபட்டுச் சிதறி வீழ்ந்தன. இராவணன் இராமன்மேல் வாள், வேல், உலக்கை, தண்டு, மழு முதலிய கொடிய ஆயுதங்களை எறிந்தான். இராமன் அவைகளை விலக்கி, இராவணனின் மார்பு, தோள்கள், கண்கள் என்று ஒவ்வொன்றின் மீது அம்புகளை விட, அவை இராவணனின் மயிர்க் கால்கள் தோறும் புகுந்து உட்செல்ல இராவணன் அயர்ந்து, உணர்வு இழந்து தேரில் விழுந்தான். உடனே அவன் தேரின் பாகன் தேரைச் சற்றே விலக்கி நிறுத்தினான்.

அப்போது இராமனுடைய சாரதி மாதலி இராமனிடம் 'இராவணன் உணர்வு பெற்றால் அவனை அழிப்பது அரியது; அவன் உணர்வு இல்லாத சமயமே அவனைக் கொல்வாயாக' என்றான். இராமன் அதனை மறுத்து, 'படைகள் இன்றி மயங்கிக் கிடக்கும் நிலையில் கொல்வது நல்லதல்ல; போர் விதிமுறையும் அல்ல;' என்றான். போர் நடை துறவாது, நீதி நடையின் நின்று காட்டி உயர்ந்தான் இராமன்.

உணர்வு தெளிந்த இராவணன் தன் தேர்ப் பாகனை ஏன் விலக்கி நிறுத்தினாய் என கோபித்துக் கொண்டான். அவன் மன்னிக்க வேண்டி நடந்ததைச் சொல்லி, தலைவன் தளர்ந்த நேரத்தில் அவன் ஓய்வும் ஊக்கமும் பெற சாரதியாகிய தன் கடமையைத் தான் செய்ததாக விளக்கினான். இராவணன் மீண்டும் தேரை இராமன் எதிரில் செலுத்தச் சொல்லி, போர் தொடங்கினான்.

இராவணன் வீழ்ச்சி

இராவணனது வில் இருக்கும்வரை அவனை வெல்வது அரிது என்று கருதி இராமன் அம்பு ஒன்றினால் வில்லைத் துண்டித்தான். அயன் படையின்றி இவனை வெல்வது அரிது என்று எண்ணிய இராமன் பிரம்மாஸ்திரத்தை அர்ச்சித்து வணங்கி விட, இராவணன் உயிர் இழந்து விழுந்தான்.

முக்கோடி என்று சொல்லப்படும் நீண்ட ஆயுளும், தானே முயன்று ஈட்டிய பெருந்தவப் பயன்கள், பிரமன் 'நீ யாராலும் வெல்லப்படாய்' எனக் கொடுத்த வரம், எல்லாத் திக்குகளிலும் போரிட்டு வென்ற தோள் வலி என்ற எல்லாவற்றையும் அழித்து இராவணனின் மார்பில் பாய்ந்த இராமனின் அம்பு இராவணனின் உயிரைக் குடித்தது; பாற்கடலில் நீராடி மீண்டும் இராமனை வந்தடைந்தது.

'முக்கோடி வாழ்நாளும், முயன்றுடைய
பெருந்தவமும், முதல்வன் முன்நாள்,
'எக்கோடி எவராலும் வெலப்படாய்'
எனக் கொடுத்த வரமும், ஏனைத்
திக்கோடும் உலகு அனைத்தும் செருக்கடந்த
புயவலியும், தின்று, மார்பில்
புக்கு ஓடி உயிர் பருகி, புறம் போயிற்று
இராகவன்தான் புனித வாளி.' (1531-196)

(முதல்வன் - பிரமன்; வாளி -அம்பு)

மாதலியைத் திரும்பத் தேரை ஓட்டிச் செல்லப் பணித்து, இறந்து கிடந்த இராவணன் உடலை இலக்குவன் மற்றும் படைத் தலைவர்களோடு அருகில் சென்று கண்டான்.

புறங்கொடாப் போர் வீரன் இராவணன்

இராவணனின் முதுகில் இருந்த புண்களைக் கண்டதும் இவன்போர்க்களத்தில் புறமுதுகு காட்டினான் போலும் என்று இராமன் சந்தேகத்துடன் இவனை நாம் வென்றது வீரனுக்குரிய

செயல் அல்லவே, கேலிக்குரியது என்று வருந்தினான். அதனைக் கேட்ட வீடணன் உடனே அவன் சந்தேகத்தைத் தெளிவித்தான்.

தன் தமையன் மேல்கொண்ட பாசம் வெளிப்பட இராமனிடம் ‘ஆயிரம் தோள்களை உடைய கார்த்தவீரியனிடமும், வாலியிடமும் என் அண்ணன் தோற்றது தேவர்களின் சாபத்தால் நேர்ந்தது; தாயினும் தொழத்தக்க சானகியின் மீது கொண்ட காதல் நோயாலும், உன் கோபத்தாலும் அன்றி இராவணனை யாராலும் வெல்ல முடியாது. முன்பு திசை யானைகளை வென்றபோது அவற்றின் தந்தங்கள் இராவணனின் மார்பில் பதிந்தன; முதல் நாள் போரில் உன்னுடைய அம்புகள் பட்டு அழுத்தியதால், மார்பில் பதிந்திருந்த அந்தத் தந்தங்கள் முதுகின் வழியாக வெளியேறியதால் ஏற்பட்ட வடுப்புண்களே தவிர, வேறல்ல’ என்று விளக்கினான்.

புறங்கொடாப் போர் வீரனான இராவணனை இறந்தபிறகு ஐயங்கொண்டது தக்கது என்று தெளிந்த இராமன் வீடணனை முறைப்படி ஈமக்கடன்கள் செய்யச் சொல்லிச் சென்றான். தேவர்கள் இராமனுக்கு நன்றி சொல்லி வாழ்த்தினர்.

வீடணன் புலம்பல்

வீடணன் இராவணன் உடல்மேல் வீழ்ந்து அழுது புலம்பினான். ‘நஞ்சு உண்டால், உண்டவரைத் தான் கொல்லும். சானகி என்ற நஞ்சை உன் கண்ணால் கண்டதாலேயே உயிர் போய்விட்டதே. குலமகள் மீது கொண்ட ஆசையைத் தவிர்; ஆசை பழி என்றேன், கேட்கவில்லையே; போர் ஆசை கொண்டு குலம் முழுதும் அழித்தாயே. நீ முன்பு நிவாத கவச காலகேயருடன் செய்த போரில் தங்கை சூர்ப்பணகையின் கணவர் இறந்ததற்கு நீயே காரணம் என்று நினைத்து உன்மீது ஆத்திரம் கொண்டு உன்னை இக்கதிக்கு ஆளாக்கித் தன் பழியைத் தீர்த்துக் கொண்டாளே சூர்ப்பணகை; போர் மகளையும் கலைமகளையும், புகழ் மகளையும் சதா தழுவிய கைகள் பொறாமைப்பட, சானகி என்ற கற்பின் மகளைத் தழுவுவதற்காக உயிரையே கொடுத்து பழி கொண்ட பித்தா! திசை யானைகளின் தந்தங்களைத் தழுவிய மார்பால், இப்போது நிலமகளைத் தழுவினாயே!’ என்று பலவாறு உடன்பிறந்த பாசம் வெளிப்படப் புலம்பிய வீடணனை சாம்பன் தேற்றி அறிவுரை கூறினான்.

‘போர்மகளை, கலைமகளை, புகழ்மகளை,
  தழுவியகை பொறாமைகூர,
சீர்மகளை, திருமகளை, தேவர்க்கும்
  தெரிவு அரிய தெய்வக் கற்பின்

பேர்மகளை, தழுவுவான் உயிர்கொடுத்து
பழிகொண்ட பித்தா! பின்னைப்
பார்மகளைத் தழுவினையோ திசையானைப்
பணை இறுத்த பணைத்த மார்பால்?' (1537-224)

அப்போது செய்தி அறிந்த இராவணனின் மனைவி மண்டோதரியும் மற்ற அரக்க மங்கையரும் வந்து இராவணன் உடல்மீது விழுந்து அழுதனர்.

மண்டோதரி புலம்பல்

மயன் மகளாகிய மண்டோதரி மரங்களும் மலைகளும் உருகும்படி வாய்திறந்து கதறி, இரங்கிப் புலம்பினாள்.

'வெள்ளெருக்கம் பூ அணிந்த சிவபெருமான் இருக்கும் கயிலை மலையைத் தூக்கிய உன் திருமேனியில், எள் இருக்கும் அளவு இடமும் இல்லாமல் மேலும் கீழும் உயிர் இருக்கும் இடத்தைத் தேடி உடலெங்கும் இழைத்ததுபோல் செய்தனவோ இராகவன் அம்புகள்? சானகியை மனச்சிறையில் வைத்திட்ட காதல் உள்ளே இருக்கும் என்று கருதி உடலுக்குள் புகுந்து தேடியதோ இராமன் அம்பு?'

'வெள் எருக்கஞ் சடைமுடியான் வெற்பு எடுத்த
திருமேனி, மேலும் கீழும்,
எள் இருக்கும் இடன் இன்றி, உயிர் இருக்கும்
இடன் நாடி, இழைத்தவாறோ?
'கள் இருக்கும் மலர்க் கூந்தல் சானகியை
மனச்சிறையில் கரந்த காதல்
உள் இருக்கும்' எனக் கருதி, உடல் புகுந்து,
தடவியதோ ஒருவன் வாளி?' (1539-237)

'முடிசூட வேண்டிய இராமன் தயரதன் ஆணையால் விரதம் பூண்டு காட்டுக்கு வந்ததும், அங்கே சூர்ப்பணகை தான் கொண்ட காதலால் மூக்கிழந்ததும், அதனால் சீதைமேல் கொண்ட இராவணன் காதலும், சீதையின் பேரழகும், அவள் தன் கற்புத் திறமும் காரணமாக இந்திரன் செய்த பெருந்தவமாக அல்லவா ஆகி இராவணன் உயிர் இழக்க நேரிட்டது' என்று இராமவதாரக் கதையையே அறிந்த இராவணனின் பட்டத்து ராணி புலம்பினாள்.

'காந்தையருக்கு அணி அனைய சானகியார்
பேர் அழகும், அவர்தம் கற்பும்,
ஏந்து புயத்து இராவணனார் காதலும், அச்
சூர்ப்பணகை இழந்த மூக்கும்,

வேந்தர்பிரான், தயரதனார், பணியதனால்
வெங்காளில் விரதம் பூண்டு
போந்ததுவும், கடைமுறையே புரந்தரனார்
பெருந்தவமாய்ப் போயிற்று, அம்மா!' (1539-239)

(காந்தையர் - பெண்பாலார்; கடைமுறை - முடிவில்; புரந்தரன் - இந்திரன்)

பாற்கடல் இராவணன்!

பெண்மைக்கே உரிய ஓர் உவமையைக் கூறி இராவணன் வீழ்ச்சியின் அவலத்தை உயிர் உருக மண்டோதரி சொன்னாள். 'முக்கோடி வாழ்நாள் ஆயுள், அறிஞர்களும் சொல்லாமல் முடிவுகட்ட முடியாத பேராற்றல், போன்று நீ பெற்ற வரங்களாகிய பாற்கடலில் சீதை என்ற ஒரு சிறு பிரை மோர் குற்றியதும், பாற்கடலே அழிவதனை அறியாமல், உன் தவப்பயன்களின் பெருமைகளை மட்டுமே எண்ணியிருந்தேனே' என்று நெஞ்சுருகினாள்.

'திரை கடையிட்டு அளப்ப அரிய வரம் என்னும்
பாற்கடலைச் சீதை என்னும்
பிரை கடை இட்டு அழிப்பதனை அறிந்தேனோ,
தவப்பயனின் பெருமை பார்ப்பேன்?' (1540-241)

இவ்வாறு புலம்பிய மண்டோதரி இராவணன் உடல்மேல் விழுந்து தன் உயிரை விட்டாள். தேவ மகளிர், தவ முனிவர், மங்கையர் என்று பலரும் மண்டோதரியை வாழ்த்தினர். வீடணன் முறைப்படி கடன்கள் செய்து, இராவணன், மண்டோதரி இருவர் உடல்களையும் ஒன்று சேர்த்து தீ மூட்டினான். இராமன் வீடணனைத் தேற்றி 'துயரந் தீருவாயாக; முந்தையோர்கள் செய்து வந்த முறைமையும் இதுதானே' என்று ஆறுதல் கூறினான்.

13. சீதை மீட்சி

முடிசூடினான் வீடணன்

இராமன் இலக்குவனிடம் வீடணனுக்கு வேத முறைப்படி முடிசூட்டும்படி ஆணையிட்டான். அனுமன், சுக்ரீவன், அங்கதன் முதலிய வானர வீரர்களுடன் இலங்கையின் அரசிற்குரிய முடியை இலக்குவன், தேவரும் மூவரும் முனிவர்களும் ஆசி கூறி வாழ்த்த, முறைப்படி வீடணனுக்குச் சூட்டினான்.

வீடணன் முடிசூடியதும் இராமனை வணங்க, இராமன் வீடணனைத் தழுவி, அரச நீதிகளை உரைத்து, வாழ்த்தினான். இடையே இராமன் அனுமனைப் போய் சீதைக்குத் தகவல் சொல்லி வர அனுப்பினான்.

விலை இலாது உதவிய அனுமன்

அனுமன் அசோக வனத்திற்குச் சென்று சீதையை வணங்கி மகிழ்ச்சியில் ஆடிப்பாடி, நடந்தவைகளைச் சொன்னான். சீதையும் மகிழ்ந்து முன்பு தன்னைச் சிறை நீக்குவேன் என்று அனுமன் சொல்லிச் சென்றபடி தற்போது வந்து நல்ல செய்தியையும் சொல்லியதற்கு என்ன கைம்மாறு செய்வது என்று எண்ணியவளாய், 'நீ செய்த உதவி விலை இலாதது;உன்னை நான் தலை வணங்கித் தொழுவதும் தகும்' என்று மனங் கனிந்து வாழ்த்தினாள்.

இன்னா செய்தாரை ஒறுத்த சீதை

அப்போது அனுமன் திரிசடை நீங்கலாக காவலிருந்த மற்ற அரக்கியரைக் கொல்ல சீதையிடன் அனுமதி வேண்டினான். அதற்கு சீதை 'கூனியை விடவா இவர்கள் கொடியவர்கள்? இராவணன் ஏவியதைச் செய்தார்களே தவிர, அவர்களாக ஏதும் தவறு செய்யவில்லை. நடந்ததை மறந்துவிடு' என்று அனுமனைத் தடுக்க, அவன் அவள் கருணைத் திறத்தை வணங்கினான்.

கோலம் புனைந்துவர வேண்டினான் வீடணன்

முடிசூடி இலங்கை அரசனாகிய வீடணனிடம் முறைப்படி இராமன் 'நம் தேவியைச் சீரொடும் தருக' என்றான். வீடணன் சீதையிடம் சென்று 'தங்கள் விரும்பியது நடந்தது. தங்களைக் காண இராமன் விரும்புகிறார்; தேவர்களும் அங்கிருக்கின்றார்கள்; 'தங்களை வருத்தம் தவிர்த்து கோலம் புனைந்து' அங்கு கூட்டி வரும்படி சொன்னார்; தாங்கள் வாருங்கள்' என்றான்.

அதற்கு சீதை தான் அங்கு சிறையிருந்த கோலத்தில் வருவதே இராமபிரானும், முனிவர்களும் தேவர்களும், கற்புடைய மகளிரும் காண்பதற்குத் தக்கதாகும்; கோலம் புனைந்து வருவது விழுமியது அன்று' என்று பதில் உரைத்தாள்.

வீடணன் அப்படி வருவதே இராமனின் கட்டளையின் குறிப்பு என்று சொல்லவும், வேறுவழியின்றி சீதை சம்மதித்தாள். தேவ மங்கையரான மேனகை, அரம்பை, ஊர்வசியும் மற்ற மகளிரும் சீதைக்கு நன்னீராட்டி, அணி மணிகள் பூட்டி, கோலம் செய்து ஆலத்தி எடுத்து அனுப்பினார்கள்.

தேவமகளிர் சூழ சீதையை இராமனிடம் வீடணன் அழைத்து வந்தான். அப்படி வந்த சீதையைக் காண தேவர்கள், முனிவர்கள், மகளிர்கள் என்று பலரும் ஒன்றாக நெருக்கியடித்துக் கொண்டு அருகில் வந்தனர். கூட்டம் ஒருசேர, வழி இல்லாது போகவே அரக்க வீரர் பெருத்த ஓசையுடன் அவர்களை கைகளை உயர்த்தி ஒச்சி விலக்கினர். அந்த ஒலியைக் கேட்ட இராமன் எதனால் இரைச்சலும் ஓசையும் கேட்கிறது என்று வினவ, அருகிலிருந்த முனிவர் காரணத்தைக் கூறவும் இராமன் வாய் துடிக்க வீடணனைப் பார்த்து 'வேதம் கற்றறிந்த நீ இப்படி தகாத செயல் செய்யலாமா? போர்க்களத்தைக் காணும் ஆவலால் தேவரும் மற்றையோரும் இங்கு கூடியுள்ளார்கள். மகிழ்ச்சியோடு வந்தவர்களை அதிலும் நல்லொழுக்கம் உடையவர்களை இப்படி தடுக்கலாமா? இது தகாதது?' என்றான். வீடணன் நடு நடுங்கி மனம் பதறி அப்படியே நின்றான்.

இராமன் சுடுமொழி

போக்களத்தில் அரக்கர்களின் உடல்களைப் பருந்துகளும், கழுகுகளும் பேய்களும் தம் பசிப்பிணி தீர விருந்தளித்த வில்லின் செல்வனாம் இராமனைக் கண்டு மனங்களித்தாள் சீதை; இராமனைத் தொழுது, ஏக்கம் நீங்கினாள். வணங்கி எழுந்து நின்ற சீதையை, அவள் கோலத்தை இராமன் நின்று நிதானித்து நோக்கினான்.

அழகான தோகை மயிலைக் கண்டதும் சீறி எழும் பாம்பினைப் போல இராமன் சீற்றம் அடைந்து சீதையைக் கடிந்து பேசினான். 'முறை திறம்பிய அரக்கன் ஊரில் இவ்வளவு நாட்கள் அடைந்து கிடந்த நீ, இப்போது பயமின்றி என்ன நினைப்பில் இங்கு வந்தாய்? ஒழுக்க நெறியை நிறுத்தி உயிர்விடாது உடம்பினை ஓம்பி இருந்தாயா? உன்னை நான் விரும்புவேன் என்ற எண்ணமா? அரக்கர்களை வேரோடும் களைந்து, படையெடுத்து வந்தது உன்னை மீட்பதற்காக அல்ல; என்மீது ஏற்பட்ட பழியைப் போக்கவே ஆகும். நல்ல குலத்தினில் பிறந்தவளைப் போல நீ நடக்கவில்லை; மண்ணில் நெளியும் புழுவைப் போல இருந்தாய். பெண்மையும், பெருமையும், கற்பு என்ற திண்மையும், ஒழுக்கமும், நீ வந்ததால் எங்கள் குலத்துக்க்கே புகழின்றிப் போயிற்று. உயர் குலத்தில் பிறந்த பெண்டிர் ஐம்புலன்களை அடக்கி வாழ்வார்கள்; ஒழுக்கத்தால் உயர் தவப்பேறு அடைவார்கள்; இடையிலே ஒரு பழி வந்துவிட்டால், தம் உயிரைப் போக்கி அதனைத் துடைப்பார்கள்; இனி நான் சொல்ல என்ன உள்ளது? உன் ஒழுக்கத்தின் விழுப்பத்தைக் காட்ட உயிரை விடுவாயோ அல்லது உனக்குத் தெரிந்த வழி நடப்பாயா, அதைச்

செய்' என்று இராமன் பேசவும் தேவரும் முனிவரும் மகளிரும் அனைவரும் வாய் அடைத்துப் போய் நின்றனர்; வாய் திறந்து அரற்றினார்கள்.

சீதையின் பணிவு மொழி

இராமனின் சுடுமொழிகளைக் கேட்ட சீதை புண்ணில் வேல் நுழைந்தது போல உறுத்த, கண்களிலிருந்து கண்ணீர் ரத்தம் போல் வழிந்தோட நின்றாள். இராமனைப் பார்த்து 'அனுமன் வந்து நீ என்னை மீட்க வருவாய் என்றான். உயிர் விட இருந்தவள், அதனால் உயிரை விடாது இருந்தேன். அவன் தூதன் இல்லையா? என் நிலையையும் நடந்ததையும் சொல்லவில்லையா? நான் இத்துணை காலமும் இயற்றி இருந்த தவம், கற்பு நலம் இவை எல்லாம் அவமா? நீ மனத்தில் உணரவில்லையா? மும்மூர்த்திகளே ஆனாலும் உள்ளங்கை நெல்லிக்கனி போல் அனைத்தையும் அறிந்தாலும், பெண்களின் மனநிலை உணர முடியாதவர்களா? இனி நான் யாருக்காக என் குற்றமில்லாத நிலையைக் காட்ட வேண்டும்? சாவதே சிறந்தது; அதுவே உங்கள் கட்டளையும் ஆனால் நடக்கட்டும்' என்று கூறிவிட்டு இராமனின் பதிலை எதிர்பார்த்திருக்காமல் இலக்குவனை அழைத்து தீ மூட்டும்படி சொன்னாள்.

அதுகேட்டு மன உளைச்சலுடன் இலக்குவன் இராமனை வணங்கி அவன் உத்தரவை எதிர்நோக்கவே, இராமன் கண்களாலேயே குறிப்பாக இசைவினைக் காட்டினான். அழுது பொருமியபடியே இலக்குவன் விதிமுறைப்படி தீ மூட்டி வளர்த்தான்.

அக்னிப் பிரவேசம்

சீதை தீயை நெருங்கி வலம் வந்தாள். வானவர், அவர்தம் தேவிமார்கள் முதல் சகல உலகமும் வாய் திறந்து அலறி ஓலமிட்டன. இராமனின் இக்கோபம் தக்கதன்று என்றனர். வலம் வந்ததும் சீதை 'மனத்தினாலும் வாக்கினாலும் குற்றம் செய்திருப்பேன் என்றால் என்னைச் சுடுவாயாக, அக்னியே' என்று சொல்லிவிட்டு, இராமனை வணங்கி தீக்குள் பாய்ந்தாள். அவளுடைய மனத்திண்மையாகிய கற்புத் தீயினால், இலக்குவன் மூட்டிய தீ தீய்ந்தது. நெருப்பிற்குள் மூழ்கிய சீதையைத் தன் கைகளால் சுமந்தபடி வெளியே வந்தான் அக்னிக் கடவுள், தன் மேனியெல்லாம் வெந்து எரிந்த படியே; சீதையோ நீர் ததும்பிய மலர்போல வாட்டமுறாது வெளிவந்து நின்றாள். அங்கிருந்த பெண்கள் எல்லாரும் வெட்கத்தை விட்டு மகிழ்ச்சியில் ஆடவே ஆரம்பித்தனர்.

அப்போது இராமன் அக்னி தேவனைப் பார்த்து 'இவளைச் சுடாது வெளியில் எடுத்து வந்த நீ யார்?' என்றான். அதற்கு அவன் 'நான் தான் அக்னிதேவன்; இத்தாயினுடைய கற்பு என்கிற பொங்கி எழுகின்ற நெருப்பு என்னைச் சுட்டுப் பொசுக்கவே, அது பொறுக்காது நான் அணைந்துவிட்டேன். எந்த ஒரு பொருளைப் பற்றியும் சந்தேகம் எழுமேயானால், அதன் உண்மைத் தன்மையை உள்ளங்கை நெல்லிக்கனி போல் காட்டிடும் என் உண்மை நிலையினால் என் சொற்களை நீ ஏற்க வேண்டும். அனுமன் பொய் சொல்ல மாட்டான் என்பதும் அவன் கூறிய வார்த்தைகளின் உண்மையையும் நீ போற்றாமல் விட்டாயே. இந்தக் கற்புக்கரசி சீறினால் உலகம் உய்யுமா? இவள் சபித்தால் பிரம தேவனே பிழைக்க மாட்டான்' என்று பதில் கூறி சீதையை இராமனிடம் ஒப்படைத்தாள்.

இராமன் அவன் வார்த்தைகளை மதித்து ஏற்று, 'உலகத்துக்கே ஒரு சாட்சியாக விளங்கும் நீ, இவளை எந்தப் பழிப்பும் இல்லாதவள் என்பதால் நானும் இவளைக் கழிக்காது ஏற்கிறேன்' என்றான்.

'பொன்னைத் தீயிடைப் பெய்தல்...'

பிரமதேவனும் சிவபெருமானும் அங்கு வந்து இராமனுக்கு அவன் உண்மை நிலையை உணர்த்தி சீதை அவனுடைய தேவி என்பதையும் உணர்த்தினர். மேலும் சிவபெருமான் சொர்க்கலோகத்திலிருந்த தயரதனை உடனே சென்று இராமனுக்குத் தேறுதல் கூறும்படி சொன்னார். அந்தக் கட்டளையை ஏற்று, தன் காதல் மகனைக் காண ஆவலுடன் தயரதன் பூமிக்கு வந்தான். விழுந்து வணங்கிய இராமனை எடுத்துத் தழுவி மகிழ்ந்து வாழ்த்தினான். இராமனுக்கு முடி சூட்டுவதை அறிவித்த பிறகு அவனைக் காணாதே உயிர்விட்ட தயரதன், இத்தனை ஆண்டுகளுக்குப் பிறகு அப்போதுதான் பார்க்கின்ற படியால் இராமனுக்குக் கொடுமை இழைத்து விட்டோமே என்ற குற்ற உணர்வு இப்போது இராமனைத் தழுவியதால் நீங்கப் பெற்றுக் கூறினான்: 'அன்று கைகேயி கொண்ட வரம் என்ற வேல் என்னைக் கொன்ற பிறகும், இன்று வரை என் இதயத்தில் தைத்திருந்தது; இப்போது நீ தழுவிக் கொண்டதால், உன் தேகமாகிய காந்தத்தால் ஆகிய மணி என்னுள் தைத்திருந்த இரும்பாலாகிய வேலை - குற்றவுணர்வை - வெளியே கொண்டு வந்துவிட்டது' என்றான்.

> 'அன்று கேகயன் மகள் கொண்ட வரம் எனும் அயில்வேல்
> இன்று காறும் என் இதயத்தினிடை நின்றது, என்னைக்
> கொன்று நீங்கலது, இப்பொழுது அகன்றது, உன் குலம் பூண்
> மன்றல் ஆகம் ஆம் காந்த மாமணி இன்று வாங்க.' (1588-117)

(குலப்பூண் - நலம் சிறந்த அணிகள்; மன்றல் ஆகம் - மணம் நிரம்பிய தேகம்)

தன்னை வணங்கிய சீதையினை நோக்கி தயரதன் சொன்னான்: 'உன் கற்பு நலத்தை உலகுக்குக் காட்டவே உன்னை அக்னிப் பிரவேசம் செய் என்றான் இராமன். அதை மனத்தில் வைத்துக் கொள்ளாதே. அதுதான் உண்மை; அதனாலே நீ உன் கணவனைக் கோபமாகக் கருதாதே. பொன்னைத் தீயில் இடுதல் அதன் பத்தரை மாற்றுத் தனத்தைக் காட்டவே என்பதை மனதில் கொள்; இப்போது உடனே செய்யாது, பிற் காலத்தில் யாரும் சொல்லி உலகுக்கு நிரூபிப்பதை விட, இப்போதே உன்னை கற்பினுக்கு அரசி என்று காட்டவே இந்த அக்னிப் பிரவேசம் நடந்தது.'

பின்னர் இலக்குவனையும் தழுவி, இந்திரன் பகைவனான இந்திரசித்தனை வென்ற அவன் வீரத்தை தேவருலகம் நித்தமும் புகழ்ந்து பேசுகிறது என்று பாராட்டி, இராமனைத் தொடர்ந்து துணையாக உடன் காடேகியதற்காக வாழ்த்தினான்.

தயரதன் இராமனுக்குத் தந்த இரண்டு வரங்கள்

பிறகு இராமனைப் பார்த்து 'உனக்கு நான் என்ன செய்ய முடியும்? உனக்கு வேண்டிய வரம் கேள், தருகிறேன்' என்றார்.

அதற்கு இராமன் தயரதனிடம் 'தீயவள் என்று நீங்கள் துறந்த என் தெய்வமாகிய கைகேயியும், அவர்கள் மகனாகிய பரதனும் எனக்குத் தாயும் தம்பியும் ஆகும் படியாக வரம்தர வேண்டும்' என்றான்.

தயரதன் இறக்கு முன்னர்கைகேயியை எவ்வளவோ கெஞ்சியும் அவள் தான் கேட்ட வரங்கள் இரண்டில் ஒன்றைக் கூட மாற்றிக் கொள்ள விரும்பாமல் பிடிவாதமாக இருந்ததால், கைகேயியை மனைவி இல்லை என்றும், அவள் மகனான பரதன் தனக்கு மகனில்லை என்றும் துறந்துவிட்டான். அதைச் சரிசெய்யவே இராமன் இப்படி இரண்டு வரங்கள் கேட்டான். இராமனுடைய பெருங்குணத்தைக் கண்ட உலகத்து உயிர்கள் எல்லாம் அவனை வாழ்த்தின.

இன்னா செய்தார்க்கும் இனியவே செய்தான் இராமன்

தயரதன் அதற்கு இசையாது, பரதன் குற்றமற்றவன் என்பதால் அவனை என் மகனாக ஏற்கலாம்; ஆனால் உன்னைக் காட்டுக்கு அனுப்பிய கைகேயி மேல் கொண்ட கோபம் ஆறாது' என்றான். இராமன் விடவில்லை.; 'அரசாட்சியை பெரிய பிழைக்கு

காரணமானது என்று அறியாது, மதித்து அன்று ஏற்க நினைத்தது என் பிழையே தவிர என்னை ஈன்ற என் தெய்வத்தின் பிழை என்று கருதலாமா?' என்று கேட்டதும், தயரதன் தன் கோபத்தை விட்டு, அதற்கும் சம்மதித்தான். அதனைக் கண்ட தேவர்கள் இராமனைக் காட்டிற்கு அனுப்ப கைகேயிக்கு தயரதன் தந்த வரங்களும் இரண்டு; அதை நிறைவேற்றிய இராமனுக்கு, அதை நேர் செய்ய அளித்த வரங்களும் இரண்டு என்று மகிழ்ந்தனர். பிறகு தயரதன் விமானத்தில் ஏறி ஆகாயத்தில் சென்றான்.

தேவர்கள் அளித்த வரம்

தேவர்களும் இராமனிடம் உனக்கு வேண்டிய வரங்களைக் கேள் என, போரில் இறந்த வானரர்கள் எல்லாம் உயிர்பெற வேண்டும் என்றும், அவ்வானரங்கள் எங்கெல்லாம் இருக்கின்றனவோ அங்கெல்லாம் காய், கனி, கிழங்குகளும் தேனினுமினிய நீர் நிலைகளும் உளவாகும்படி செய்ய வேண்டும் என்றும் வேண்டினான் இராமன். அப்படியே அவர்கள் அருள, அன்று வரை போரில் இறந்த வானரர்கள் யாவரும் உயிர் பெற்று எழுந்து அவனை வணங்கினர். அப்போது தேவர்கள் 'பரதனிடம் நீ வருவதாகச் சொன்ன நாள் இன்றோடு முடிகிறது. இன்றே நீ போகாவிட்டால் அவன் தீப்புகுவான்' என இராமனிடம் நினைவூட்டினர்.

சீதை துணைவர்களுடன் விமானத்தில் புறப்பட்டான் இராமன்

உடனே இராமன் விரைந்து இன்றே செல்ல விமானம் உண்டோ என்று வீடணனிடம் கேட்க, அவனும் பிரம்மா அளித்த விரைவாகச் செல்லும் விமானம் இலங்கையில் உள்ளது என்று கூறி, அதனைக் கொண்டுவர உடனே ஏற்பாடு செய்தான்; இராமன், சீதை, இலக்குவனுடன் விமானத்தில் ஏறி வீடணன், சுக்ரீவன், அனுமன், அங்கதன் முதலானவர்களிடம் விடைபெற்றுச் செல்ல வேண்டினான். அவர்கள் அனைவரும் துணுக்கமுற்று, இராமனைப் பிரிய மனமில்லாது கண்ணீர் ததும்ப அவனோடு அயோத்திக்கு வந்து முடிசூட்டு விழாக் காண அனுமதி வேண்டி நின்றனர். இராமனும் அதற்கு மகிழ்ச்சியோடு இசைந்து, அவர்களையும் புட்பக விமானத்தில் ஏற்றிக் கொண்டு புறப்பட்டான்.

இராமன் சீதைக்கு வழியில் சேது, பொதிகை, கிட்கிந்தை என்று இடங்களையும், காட்சிகளையும் காட்டிச் சொல்லிக் கொண்டு வந்தான். வழியில் கிட்கிந்தையில் வானர மகளிரையும் ஏற்றிக்கொண்டு விமானம் அயோத்தி நோக்கிச் சென்றது. வழியில் தன் ஆசிரமத்தில் பரத்துவாசன் இராமன் வரவை

எதிர்நோக்கியிருப்பது கண்ட இராமன், விமானத்தை அங்கே இறங்கப் பணித்தான்; முனிவரை வணங்கவே, அவரும் ஆசி கூறி இராமன் முன்பு காட்டைக் கடக்கும்போதே பிறகு வந்து விருந்து உண்பேன் என்பதனை நினைவூட்டி இப்போது இராமனுக்கும், அவனுடன் வந்துள்ள துணைவர்களுக்கும் விருந்து அளிப்பதாகச் சொன்னார். அதனை ஏற்க இசைந்த இராமன், அனுமனை அழைத்து தன் மோதிரத்தை அவனிடம் கொடுத்து உடனே பரதனிடம்போய் தான் அயோத்தி நோக்கி வந்து கொண்டிருக்கும் தகவலைச் சொல்லும்படி பணித்தான். அனுமன் வானில் பறந்து, வழியில் குகனிடமும் சேதியைச் சொல்லி நந்தியம்பதிக்குச் சென்றான்.

இராமனைக் காணாது கலங்கினான் பரதன்

நந்திக்கிராமத்தில் ஐம்புலன்களையும் அடக்கி இராமனின் பாதுகைகளை வணங்கிக் கொண்டு இருந்த பரதனிடம் சோதிடர்கள் இராமன் திரும்ப நாடு வந்தடைவதாகச் சொன்ன நாள் அன்றோடு முடிகிறது என்று சொல்ல, பரதன் இராமன் பொய்யுரைக்க மாட்டானே, ஏன் இன்னும் வரவில்லை எனக் கவலை கொண்டான்.

தனக்குச் சொல்லிய திரும்ப வேண்டிய நாளையும், தான் படும் துன்பம், கோசலை படும் துயரம் இவற்றை மறந்து காட்டில் இருக்கமாட்டான்; அப்படி வராததால் ஏதேனும் கொடிய பகை நேர்ந்து அதனால் வரவில்லையோ எனத் தவித்தான். பிறகு அவனே, இராமனை எதிர்த்து நிற்க மும்மூர்த்திகளாலும் இயலாது என்று இராமன் திறத்தையும் ஆற்றலையும் எண்ணி சமாதானமடைந்தான். அடுத்து பரதனுக்கு ஒரு எண்ணம் உதித்தது. 'ஒருவேளை தான் அரசாள ஆசைகொண்டுள்ளேன் என இராமன் கருதி, அதனால் பரதனே ஆளட்டும், நாம் காட்டிலேயே இருந்துவிடலாம் என்று எண்ணித் தான் இன்னமும் வராமலிருக்கிறானோ' என்றும் பரதன் நினைப்பு ஓடியது.

சத்ருக்கன் அரசாட்சி ஏற்க மறுத்தான்

பரதன் ஒரு முடிவுக்கு வந்தான். உடனே தம்பி சத்ருக்கனை அழைத்து அவனிடம் ஒரு வரம் வேண்டினான். 'சொன்ன நாளில் இராமன் திரும்ப வரவில்லை; ஆகவே நான் இன்று தீப்புகுவேன்; நீ அரசாட்சியை ஏற்பாயாக' என்பதே அவ்வரம்.

அதைக் கேட்ட சத்ருக்கன் தன் காதுகளைப் பொத்திக் கொண்டு நஞ்சு உண்டவனைப் போல துணுக்குற்று 'நான் உனக்கு என்ன குற்றம் செய்தேன்' என்று அரற்றினான். 'காட்டை ஆள்வதற்காக நிலத்தை

ஆள்வதை விட்டுப் போன இராமனைக் காத்து உடன் சென்றான் ஒரு தம்பி; அப்படி போனவன் நாடு திரும்ப வேண்டிய காலம் கடந்தது என்று தன் உயிரைவிட அமைந்தவனும் ஒரு தம்பி; ஆனால் நான் மட்டும் கொஞ்சமும் வெட்கமில்லாமல் இவ்வரசாட்சியை ஏற்று ஆள்வேனாம்; ரொம்ப நன்றாக இருக்கிறது' என்று பரதன் வேண்டுகோளை ஏற்க மறுத்தான்.

'கான் ஆள நிலமகளைக் கைவிட்டுப்
போனானைக் காத்து, பின்பு
போனானும் ஒரு தம்பி; 'போனவன்
தான் வரும் அவதி போயிற்று' என்னா,
ஆனாத உயிர்விட என்று அமைவானும்
ஒரு தம்பி; அயலே நாணாது,
யானாம் இவ் வரசு ஆள்வென்? என்னே,
இவ்வரசாட்சி! இனிதே அம்மா!' (1572-221)

(அவதி - கால எல்லை)

கோடி இராமற்கும் மிஞ்சிய பரதன்

பரதன் அதற்கு இசையாது, தான் இறந்த பின் சத்ருக்கன் அயோத்தி மக்களை அவதிப்பட விடமாட்டான்; தன் கருத்தை மாற்றிக் கொண்டு அரசாட்சியை ஏற்பான் என்று கருதி உடனே எரி அமைக்கப் பணித்தான்.

அதற்குள் இந்தச் செய்தி அயோத்திக்கும் கோசலையிடமும் சென்றதால் கோசலை, மற்றும் மந்திரிமார்கள், வளநகரத்தார், சுற்றத்தார் என்று எல்லோரும் அலறி அடித்துக் கொண்டு ஓடிவந்தனர்.

கோசலை பரதனைத் தடுத்து 'தயரதன் வரம் கொடுத்து இறந்ததும் இராமன் காட்டிற்குப் போனதும் விதியின் செயல்; இராமன் இன்னும் வராமல் இருப்பதும் விதியே; இன்று வராவிட்டால் நாளைக்கே வந்து இராமன் தான் சொன்ன சொல்லுக்கு வருந்துவான்; நீ இறந்தாய் என்னில் அதற்காக வருந்தி,அவனும் உயிரை விடுவான். அறவழியில் நடப்பதானால் அடையும் பயன் என்ன என்பதை உன்னுடைய செய்கையால் கண்டோம். ஊழிக்காலம் தாண்டியும் உன் பெயரும் பெருமையும் என்றும் நிலைத்து நிற்கும். உன்னுடைய வேண்டாமை என்ற விழுச் செயலுக்கும் அறநெறியைக் கடைப் பிடிப்பதற்கும் அருகில் அளவற்ற கோடி இராமர்கள் வந்தாலும் முடியாது. தருமமே ஆன உன் உயிர் போனால் மண்ணும், விண்ணும், பிற உயிர்களும் வாழுமோ!' என்று பல படக் கூறினாள்.

'எண்இல் கோடி இராமர்கள் என்னினும்
அண்ணல் நின் அருளுக்கு அருகு ஆவரோ?
புண்ணியம் எனும் நின் உயிர்போயினால்,
மண்ணும் வானும் உயிர்களும் வாழுமோ?' (1574-230)

எரியில் விழ முயன்ற பரதன்

அதனை எல்லாம் மறுத்து பரதன் கோசலையிடம் 'தாயே, உன் சொல்லை மகன் மறுத்துப் பேசினான் என்று நினைக்காதே; என் தந்தையின் வாய்மை, நம் குல முன்னோர்களாகிய அரசர்களின் அறச் செயல்களும் அழிந்து போக நான் காரணமாகி, உயிர் ஆசை கொண்டு வாழமாட்டேன். தாய் சொல்லைத் தட்டாமல் கேட்பதும், தந்தை சொல் மிக்க மந்திரம் இல்லை என்று கேட்பதும், பாசத்தால் எழும் அன்பைக் கூட பற்று அற நீக்கலும் இராமனால் வேண்டுமானால் முடியும்; என்னால் அது முடியாது; நான் குற்றம் அற்றவன் என்பதை என் உயிரை விட்டு நிரூபித்துக் காட்டுவேன்' என்று கூறி தீயில் விழப் போனான்.

'தாய்சொல் கேட்டலும், தந்தை சொல் கேட்டலும்,
பாசத்து அன்பினைப் பற்று அற நீக்கலும்,
ஈசற்கே கடன்; யான் அஃது இழைக்கிலேன்;
மாசு அற்றேன், இது காட்டுவென், மாண்டு' என்றான். (1575-236)

(ஈசன் - தலைவன், இங்கு இராமன்)

அனுமன் வந்தான்; அடையாளம் காட்டினான்

அப்போது பெரும் ஓசையுடன் அனுமன் 'ஐயன் வந்தனன்; ஆரியன் வந்தனன்' என்று கூவிக்கொண்டே வந்து இறங்கி தன் கைகளால் தீயை அணைத்தான். தொடர்ந்து பரதனை வணங்கி அனுமன் சொன்னான். 'இராமன் கூறிய நாளில் இன்னும் நாற்பது நாழிகைகள் உள்ளன. அதற்குள் அவன் வராவிட்டால், உனக்கு முன்னே நான் இவ் எரியில் வீழ்ந்து இறப்பேன். பரத்துவாச முனிவரின் வேண்டுகோளை ஏற்று அங்கு சிறிது தங்க நேர்ந்ததால் கால தாமதம் ஏற்பட்டது' என்று இராமன் கொடுத்த அடையாள மோதிரத்தையும் பரதனிடம் கொடுத்தான்.

கொடிய விஷத்தை உண்டு உயிர்போகும் தறுவாயில் உள்ள ஒருவனுக்கு, மருத்துவர் வந்து நல்ல மருந்தினைக் கொடுத்து உயிர்ப்பித்ததைப் போன்ற நிலையில் பரதன் அந்த மோதிரத்தைக் கையில் வாங்கி முகத்தில் வைத்துக் கொண்டான்; அனுமனைத்

தொழுதான்; மகிழ்ச்சியில் என்ன செய்வதென்று தெரியாது செய்தான். அங்குள்ளோர் எல்லோருமே மகிழ்ச்சியில் ஆழ்ந்தனர்.

பிறகு அந்தண உருவில் இருந்த அனுமனைப் பார்த்து அவன் யார் என்று கேட்டான். அனுமன் தன் பேரும் வரலாறும் கூறி தான் குரங்கினத்தைச் சேர்ந்தவன் என்றுகூறித் தன் பேருருவைக் காட்டினான். அதுகண்ட அனைவரும் இது அதிசயம் என்று எண்ணி, அஞ்சி பேருருவை ஒடுக்குமாறு வேண்ட, அனுமன் அவ்விதமே செய்தான். பரதன் வேண்ட, அனுமன் இராம இலக்குவர் சீதையுடன் சித்திரகூடம் அடைந்தது முதல் தற்போது பரத்துவாசர் ஆசிரமத்தில் விருந்து உண்பது வரை இடையில் நடந்த அத்தனையையும் ஒன்றுவிடாது சொல்லி முடித்தான். அப்போது இருட்டவே கங்கைக் கரையில் பரதனுடன் அனுமன் தங்கினான்.

அயோத்தி வந்தான் இராமன்

பரத்துவாசர் ஆசிரமத்தில் இராமன் மற்றவர்களுடன் விருந்து அருந்திய வேளையில், அனுமன் சொல்லியதால் அங்கு வந்து சேர்ந்தான் குகன். வந்ததும் இராமனையும், சீதையையும் வணங்கினான். குகனை இன்னாரென மற்றவர்கட்கு அறிமுகம் செய்து வைத்தான். இருள் கவியவே எல்லோரும் அந்திக்கடன்கள் இயற்றி அன்றிரவு அங்கு தங்கினர்; விடிந்ததும், காலைக் கடன்களை முடித்து எல்லோருடனும் இராமன் விமானத்தில் ஏறி அயோத்தி நகர்ப்புறத்தை அடைந்தான்.

விமானம் அயோத்தியை நெருங்கும்போது ஆகாயத்தில் பறந்து சென்று அனுமன், இராமனிடம் தீப்புக இருந்த பரதனைத் தடுத்து நிறுத்தியதையும், அனைவரும் மகிழ்ந்து அவன் வரவை எதிர்பார்த் திருப்பதையும் சொன்னான். தாங்கள் ஒவ்வொருமுறை தீவினையில் சிக்கிக் கொள்ளும் போதெல்லாம் அவற்றைப் போக்கி அனுமன் அன்பினால் உதவியது தாங்கள் செய்த பாக்கியம் என்று இராமன் அனுமனைப் பாராட்டினான். அதற்குள் விமானம் தரையில் இறங்கியது.

இராமன் இல்லாததால் களை இழந்து ஊமை ஓவியம் போன்று உயிரற்று இருந்த அனைவரும் இராமனைக் கண்டதும் ஓவியம் உயிர்பெற்றது போன்று உணர்வு பெற்று மகிழ்ந்தனர். இராமன் முதலில் கைகேயியின் பாதங்களில் விழுந்து வணங்கிப் பிறகு கோசலை, சுமித்திரை ஆகியோர் பாதங்களிலும் விழுந்து வணங்கினான்; அவனைத் தொடர்ந்து சீதையும் அதே முறைமையில் மாமியரை விழுந்து வணங்கினாள். இலக்குவனும் வணங்க, தாயர் மூவரும் அவர்களை வாழ்த்தினர்.

தன் அடியில் வீழ்ந்து வணங்கிய பரதனை இராமன் அன்புறத் தழுவி மகிழ்ந்தான். இலக்குவன் பரதன் பாதத்தில் விழுந்து வணங்க, சத்ருக்கன் அண்ணன்மார் மூவரையும் விழுந்து வணங்கினான். பரத சத்ருக்கனர்களை தன் துணைவர்களுக்கு இராமன் அறிமுகப்படுத்த, அவர்கள் இருவரையும் அனைவரும் வணங்கினர். முரசொலியும், வேத மந்திர கீதங்களும், சங்கொலியும், எங்கும் முழங்கின.

14. திருமுடி சூட்டல்

இராம பட்டாபிஷேகம்

இராமன் நந்திக் கிராமத்தை அடைந்து சடா முடியை நீக்கி, நீராடி, ஒப்பனை செய்து தேரில் தம்பியர் புடைசூழ மற்றவர்களுடன் அயோத்தி அரண்மனையை அடைந்தான். நகர மாந்தரின் மகிழ்ச்சிக்கு அளவே இல்லாமல் இருந்தது. பரதன் வசிட்டரோடும் மற்றைய கணித வல்லார்களுடனும் கலந்து மறுநாள் முடிசூட நல்ல நாள் என்று குறித்து, ஏற்பாடுகள் செய்தான்.

பட்டாபிஷேக, நாளன்று காலையில் முனிவர்கள், வேதியர்கள், அமைச்சர்கள் , மூதறிவாளர், சான்றோர்கள் முதலில் இராமனுக்குப் புண்ணிய தீர்த்தங்களால் நீராட்ட, பிறகு சுக்ரீவன், மற்ற துணைவர்கள், அனுமன், வீடணன் ஆகியோரும் அபிஷேகம் செய்தனர்.

சிம்மாசனத்தை அனுமன் தாங்கி இருக்க, அங்கதன் அருகில் உடைவாளை ஏந்தி நிற்க, பரதன் கொற்ற வெண்குடையைப் பிடித்து நிற்க, இலக்குவனும், சத்துருக்கனும் இருபுறமும் கவரி வீச, இராமன் சிம்மாசனத்தில் சீதையோடும் அமர்ந்திருக்க, வெண்ணெய்நல்லூர் சடையப்ப வள்ளலின் முன்னோர்கள் மகுடத்தை எடுத்துக் கொடுக்க, வசிட்ட முனிவர் வாங்கி இராமனுக்குத் திருமுடி சூட்டினார்.

> ‘அரியணை அனுமன் தாங்க, அங்கதன் உடைவாள் ஏந்த,
> பரதன் வெண்குடை கவிக்க, இருவரும் கவரி பற்ற,
> விரைசெறி குழலி ஓங்க, வெண்ணெயூர்ச் சடையன் தங்கள்
> மரபுளோர் கொடுக்க வாங்கி, வசிட்டனே புனைந்தான், மௌலி.’
> (1594-32)

வசிட்டர் திருமுடியைச் சூட்டியது இராமன் என்ற ஒருவனின் தலையில் தான் என்றாலும், உலகத்தவர்களுடைய மகிழ்ச்சியைப்

பார்த்தால், அவர்கள் ஒவ்வொருவரும் தங்கள் தங்கள் தலையிலேயே அம்முடி சூட்டியது போல இருந்தது.

'சித்தம் ஒத்துளன் என்று ஓதும் திருநகர்த் தெய்வநன்னூல்
வித்தகன் ஒருவன் சென்னி மிலைச்சியது எனினும், மேன்மை
ஒத்தமூ உலகத்தோர்க்கும் உவகையின் உறுதி உன்னின்
தம்தம் உச்சியின் மேல் வைத்தது ஒத்தது, அத் தாமமோலி.'

(1595-40)

(வித்தகன் - வசிட்டன்; ஒருவன் - இராமன்; மிலைச்சியது - சூட்டியது; மோலி - மகுடம்)

பிறகு வசிட்டர் சொன்ன விதிநெறிப்படி, இராமன் பரதனுக்கு இளவரசுப் பட்டம் சூட்டி, பரதனை ஆட்சி நடத்தும்படி பணித்தான்.

மங்கல கீதம்பாட, மறையவர் ஆசிகூற, சங்கொலி முழங்க, தாளங்கள் ஒலிப்ப, பல்லியங்கள் ஒலிக்க, பெண்டிர்கள் பல்லாண்டு பாட, இராமன் சீதையோடும் சிம்மாசனத்திலிருந்தபோது, சுக்ரீவன் முதலிய துணைவர்கள் வணங்கி மகிழ்ந்தனர். மறையவர்கள், வறியவர்களுக்காக எல்லாம் குறைவு அற முத்தும், பொன்னும், மணியும் என்று இராமன் தானம் வழங்கி மகிழ்ந்தான்.

விடை கொடுத்தான் இராமன்

அப்போது சுக்ரீவன், அங்கதன், வானரப் படைத் தலைவர்கள், குகன், வீடணன், சாம்பன் போன்றவர்கள் விடைபெற்றனர். அவர்கள் ஒவ்வொருவருக்கும் இராமன் பூமி, யானை, சிவிகை, மணிமகுடம், பொன், ஆபரணங்கள், தேர், ஆடைகள் என்று பல பரிசுகள் கொடுத்து விடைகொடுத்தான்.

அனுமன் விடைபெற வந்ததும் அவனிடம் இராமன் 'நீ செய்த உதவிக்கு நான் என்ன கைம்மாறு செய்ய முடியும்? உன்னைப்போல் உதவியவர் யாரும் இல்லை. வெற்றி பெற உதவிய உன் தோளால், நீ வந்து என்னை மார்புறத் தழுவிக் கொள்வாயாக' என்று மகிழ்ச்சியுடன் கூறினான்.

பெரியவர்கள்தான் சிறியவர்களைத் தழுவுவது மரபு; இராமன் அதனை மாற்றி, அனுமனுக்குத் தன்னினும் உயர்ந்த நிலை தந்து அவனைத் தன்னைத் தழுவிக் கொள்ளும்படி வேண்டினான்.

'மாருதி தன்னை ஐயன் மகிழ்ந்து, இனிது அருளின் நோக்கி,
'ஆர் உதவிடுவதற்கு ஒத்தார், நீ அலால்? அன்று செய்த

பேர் உதவிக்கு யான் செய் செயல் பிறிது இல்லை பைம்பூண்
போர் உதவிய திண்தோளாய்! பொருந்துறப் புல்லுக! என்றான்.'
(1598-20)

இராமன் இப்படிச் சொன்னதும், அனுமன் தனக்கே உரிய பாணியில், வணக்கத்துடன் நாணிக் கொண்டு, வாய் பொத்தி, தலை குனிந்து நின்றான். இராமன் உடனே சீதையைப் பார்க்க, அவள் தனக்குக் கலைமகள் தந்த முத்துமாலையைக் கழற்றி, காலம், இடம் அறிந்து உதவிய அனுமனிடம் பரிசாக அளித்தாள்.

குகன், சுக்ரீவன், அங்கதன், வானரத் தலைவர்கள், அனுமன் முதலியோர்களை வீடணன் விமானத்தில் ஏற்றிக்கொண்டு, வழியில் அவரவர் இடத்தில் சேர்த்துவிட்டு இலங்கையை அடைந்தான்.

உலகம் யாவையும் 'எம்பெருமான்' என்று ஏத்தி இறைஞ்சி நின்று ஏவல் செய்ய, தம்பியரோடு தருமத்தைக் காத்து தரணியை ஆண்டான் - அயோத்தியில் வந்து அவதரித்த வள்ளலாகிய இராமன்.

கம்பராமாயணம் முற்றிற்று.

பெரியவாச்சான் பிள்ளை அருளிய
திவ்யப் பிரபந்தப் பாசுரப்படி ஸ்ரீமத் ராமாயணம்

யுத்த காண்டம்

கான எண்கும் குரங்கும் முசுவும்
படையாக் கொடியோனிலங்கை புகலுற்று
அலையார் கடற்கரை வீற்றிருந்து
செல்வ வீபீடணர்க்கு நல்லானாய்
விரிநீ ரிலங்கை யருளிச்,
சரண்புக்க குரைகடலை அடலம்பால் மறுகஎய்து,
கொல்லைவிலங்கு பணிசெய்ய
மலையாலணைகட்டி மறுகரை ஏறி
இலங்கை பொடியாகச்
சிலைமலை செஞ்சரங்கள் செல வுய்த்துக்
கும்பனொடு நிகும்பனும்பட
இந்திரசித்தழிய கும்பகர்ணன் பட
அரக்கரவி மாள, அரக்கர்
கூத்தர் போலக் குழமணிதூரமாட
இலங்கைமன்னன் முடி யொருபதும்
தோளிருபதும் போய்உதிரச்
சிலைவளைத்துச் சரமழை பொழிந்து
கரந்துணித்து ஆவென்றிகொண்ட செருக்களத்துக்
கடிக்கமல நான்முகனும் கண்மூன்றத்தானும்
எண்மர், பதினொருவர், ஈரறுவர், ஓரிருவர்
மற்றுமுள்ள வானவர் மலர்மழை பொழிந்து
மணிமுடி பணிதர, அடியினை வணங்கக்
கோலத் திருமா மகளோடு
செல்வ வீடணன் வானரக் கோனுடன்
இலகுமணி நெடுந்தேரேறி,
சீரணிந்த குகனொடுகூடி
அங்கணெடு மதிள் புடைசூழ் அயோத்தி எய்தி
நன்னீராடிப்
பொங்கு இள ஆடை அரையில் சாத்தி

திருச்செய்ய முடியும்ஆரமும் குழையும்
முதலா மேதகு பல்கலன் அணிந்து
சூட்டு நன் மாலைகளணிந்து
பரதனும் தம்பி சத்ருக்கனனும்
இலக்குமணனும்இரவு நண்பகலும் ஆட்செய்ய
வடிவிணை இல்லாச் சங்குதங்கு முன்கை நங்கை
மலர்க்குழலாள் சீதையும் தானும்
கோப்புடைய சீரிய சிங்காதனத்து இருந்து ஏழுலகும்
தனிக்கோல் செய்ய வாழ்வித்து அருளினார்.

(பாசுரப்படி ஸ்ரீமத் ராமாயணம் முற்றிற்று.)

•

துதிப்பாடல்கள்

கடவுள் வாழ்த்து

'ஒன்றே' என்னின், ஒன்றே ஆம்;
'பல' என்று உரைக்கின், பலவே ஆம்;
'அன்றே' என்னின், அன்றே ஆம்;
'ஆமே' என்னின், ஆமே ஆம்
'இன்றே' என்னின், இன்றே ஆம்;
'உளது' என்று உரைக்கின், உளதே ஆம்;
நன்றே, நம்பி குடி வாழ்க்கை!
நமக்கு இங்கு என்னோ பிழைப்பு? அம்மா!

பிரகலாதன் போற்றல்

காமம் யாவையும் தருவதும், அப் பதம் கடந்தால்,
சேம வீடு உறச் செய்வதும், செந் தழல் முகந்த
ஓம வேள்வியின் உறு பதம் உய்ப்பதும், ஒருவன்
நாமம்; அன்னது கேள்; நாமோ நாராயணாய! (ப.990/பா.42)

மண்ணின்நின்று மேல் மலர் அயன் உலகு உற வாழும்
எண் இல் பூதங்கள், நிற்பன திரிவன, இவற்றின்
உள்நிறைந்துள்ள கரணத்தின் ஊங்கு உள உணர்வும்
எண்ணுகின்றது இவ் எட்டு எழுத்தே; பிறிது இல்லை. (ப.990/பா.43)

முக் கண் தேவனும், நான்முகத்து ஒருவனும் முதலா,
மக்கள்காறும், இம் மந்திரம் மறந்தவர் மறந்தார்;
புக்குக் காட்டுவது அரிது; இது பொதுவுறக் கண்டார்
ஒக்க நோக்கினார்; அல்லவர் இதன் நிலை உணரார். (ப.990/பா.44)

தன்னுளே உலகங்கள் எவையும் தந்து, அவை -
தன்னுளே நின்று, தான் அவற்றுள் தங்குவான்,
பின் இலன் முன் இலன், ஒருவன்; பேர்கிலன்;
தொல் நிலை ஒருவரால் துணியற்பாலதோ?' (ப.992/பா.59)

சாங்கியம் யோகம் என்று இரண்டு தன்மை,
வீங்கிய பொருள் எலாம் வேறு காண்பன;
ஆங்கு இவை உணர்ந்தவர்க்கு அன்றி, அன்னவன்
ஓங்கிய மேல் நிலை உணரற்பாலதோ? (ப.993/பா.60)

சித்து என அருமறைச் சிரத்தின் தேறிய
தத்துவம் அவன்; அது தம்மைத் தாம் உணர்
வித்தகர் அறிகுவர்; வேறு வேறு உணர்
பித்தரும் உளர் சிலர்; வீடு பெற்றிலார். (ப.993/பா.61)

அளவையான் அளப்ப அரிது; அறிவின் அப் புறத்து
உளவை ஆய் உபநிடதங்கள் ஓதுவ;
கிளவி ஆர் பொருள்களான் கிளக்குறாதவன்
களவை யார் அறிகுவார்? மெய்ம்மை கண்டிலார். (ப.993/பா.62)

மூவகை உலகும் ஆய், குணங்கள் மூன்றும் ஆய்,
யாவையும் எவரும் ஆய், எண் இல் வேறுபட்டு,
ஓவல் இல் ஒரு நிலை ஒருவன் செய்வினை
தேவரும் முனிவரும் உணரத் தேயுமோ?(ப.993/பா.63)

கருமமும், கருமத்தின் பயனும், கண்ணிய
தரு முதல் தலைவனும், தானும் தான்; அவன்
அருமையும் பெருமையும் அறிவரேல் அவர்,
இருமை என்று உரைசெயும் கடல்நின்று ஏறுவார். (ப.993/பா.64)

மந்திரம் மா தவம் என்னும் மாலைய,
தந்துறு பயன் இவை, முறையின் சாற்றிய
நந்தல் இல் தெய்வம் ஆய், நல்கும் நான்மறை
அந்தம் இல் வேள்விமாட்டு அவிசும் ஆம்-அவன். (ப.993/பா.65)

முற்பயப் பயன் தரும், முன்னில் நின்றவர்,
பிற்பயப் பயன் தரும்; பின்பு போல் அவன்;

தற் பயன் தான் தெரி தருமம் இல்லை; அஃது
அற்புத மாயையால் அறிகிலார் பலர். (ப.994/பா.66)

ஒரு வினை, ஒரு பயன் அன்றி உய்க்குமோ,
இருவினை என்பவை இயற்றி இட்டவை;
கருதின கருதின காட்டுகின்றது,
தரு பரன் அருள்; இனிச் சான்று வேண்டுமோ? (ப.994/பா.67)

ஓர் ஆவுதி, கடைமுறை வேள்வி ஓம்புவார்,
அரா-அணை அமலனுக்கு அளிப்பரேல்; அது
சராசரம் அனைத்தினும் சாரும் - என்பது
பராவ அரு மறைப் பொருள்; பயனும் அன்னதால். (ப.994/பா.68)

பகுதியின் உட் பயன் பயந்தது; அன்னதின்
விகுதியின் மிகுதிகள் எவையும், மேலவர்
வகுதியின் வசத்தன; வரவு போக்கது;
புகுதி இல்லாதவர் புலத்திற்று ஆகுமோ? (ப.994/பா.69)

எழுத்து இயல் நாளத்தின் எண் இலா வகை -
முழுத் தனி நான்முகன் முதலமுற்று உயிர்
வழுத்து அரும் பொகுட்டது ஓர் புரையின் வைகுமால்,
விழுத் தனிப்பல் இதழ் விரைஇலா முகிழ். (ப.994/பா.70)

கண்ணினும் கரந்துளன்; கண்டு காட்டுவார்
உள் நிறைந்திடும் உணர்வு ஆகி, உண்மையால்,
மண்ணினும், வானினும், மற்றை மூன்றினும் -
எண்ணினும் நெடியவன் ஒருவன், எண் இலான். (ப.994/பா.71)

சிந்தையின், செய்கையின், சொல்லின், சேர்ந்துளன்;
இந்தியம்தொறும் உளன்; உற்றதுஎண்ணினால்,
முந்தை ஓர் எழுத்து என் வந்து, மும் முறைச்
சந்தியும் பதமுமாய்த் தழைத்த தன்மையால். (ப.995/பா.72)

காமமும் வெகுளியும் முதல கண்ணிய
தீமையும் வன்மையும், தீர்க்கும் செய்கையான்
நாமமும் அவன் பிற நலி கொடா நெடுஞ்
சேமமுன், பிறர்களால் செப்பற்பாலவோ? (ப.995/பா.73)

காலமும் கருவியும் இடனும் ஆய், கடைப்
பால் அமை பயனும் ஆய், பயன் துய்ப்பானும் ஆய்,
சீலமும் அவை தரும் திருவும் ஆய், உளன் -
ஆலமும் வித்தும் ஒத்து அடங்கும் ஆண்மையான். (ப.995/பா.74)

உள்ளுற உணர்வு இனிது உணர்ந்த ஓசை ஓர்
தெள் விளி யாழிடைத் தெரியும் செய்கையின்,
உள் உளன்; புறத்து உளன்; ஒன்றும் நண்ணலான்;
தள்ள அரு மறைகளும் மருளும் தன்மையான். (ப.995/பா.75)

ஓம் எனும் ஓர் எழுத்துஅதனின் உள் உயிர்
ஆம் அவன், அறிவினுக்கு அறிவும் ஆயினான்;
தாம மூஉலகமும் தழுவிச் சார்தலால்,
தூமமும் கனலும்போல் தொடர்ந்த தோற்றத்தான். (ப.995/பா.76)

காலையின் நறு மலர் ஒன்றக் கட்டிய
மாலையின் மலர் புரை சமய வாதியர்
சூலையின் திருக்கு அலால், சொல்லுவோர்க்கு எலாம்,
வேலையும் திரையும்போல் வேறுபாடு இலான். (ப.995/பா.77)

உலகுதந்தானும், பல்வேறு உயிர்கள் தந்தானும், உள்உற்று,
உலைவுஇலா உயிர்கள்தோறும், அங்குஅங்கே உறைகின்றானும்
மலரினில் வெறியும் எள்ளில் எண்ணெயும்; மற்றும் கேளாய்!
அலகு இல் பல் பொருளும் பற்றி முற்றிய அரிகாண்- அத்தா!
(ப.1002/பா.120)

என் கணால் நோக்கிக் காண்டற்கு எங்கணும் உளன்காண்; எந்தை;
உன்கண் நான் அன்பின் சொன்னால், உறுதி என்று ஒன்றும் கொள்ளாய்;
நின்கணால் நோக்கிக் காண்டற்கு எளியனோ - நினக்குப் பின்னோன்
பொன்கணான் ஆவி உண்ட புண்டரீகக் கண் அம்மான்?
(ப.1003/பா.121)

'மூன்று அவன்குணங்கள்; செய்கைமூன்று; அவன்உருவம் மூன்று;
மூன்று கண், சுடர் கொள் சோதி மூன்று; அவன் உலகம் மூன்று;
தோன்றலும் இடையும் ஈறும் தொடங்கிய பொருள்கட்கு எல்லாம்
சான்று அவன்; இதுவே வேத முடிவு; இது சரதம்' என்றான்.
(ப.1003/பா.122)

பிரகலாதன் துதி

அடியார் அடியேன் எனும் ஆர்வம் அலால்,
ஓடியா வலி யான் உடையேன் உளெனோ?
கொடியாய்! குறியாய்! குணம் ஏதும் இலாய்!
நெடியாய்! அடியேன் நிலை நேர்குதியோ! (ப.1000/பா.104)

கள்ளம் திரிவாரவர் கைதவம் நீ;
உள்ளம் தெரியாத உனக்கு உளவோ?
துள்ளும் பொறியின் நிலை சோதனைதான் -
வெள்ளம் தரும் இன் அமுதே! - விதியோ? (ப.1000/பா.105)

வரு நான்முகனே முதல் வானவர் தம்,
திரு நான்மறையின் நெறியே திரிவார்;
பெரு நாள் தெரிகின்றிலர்; பேதைமையேன்,
ஒரு நாள், உனை எங்ஙனம் உள்ளுவெனோ? (ப.1000/பா.106)

செய்யாதனவோ இலை; தீவினைதான்
பொய்யாதன வந்து புணர்ந்திடுமால்,
மெய்யே; உயிர் தீர்வது ஓர் மேல்வினை, நீ,
ஐயா! ஒரு நாளும் அயர்த்தனையோ? (ப.1001/பா.107)

ஆயப் பெறும் நல் நெறி தம் அறிவு என்று,
ஏயப் பெறும் ஈசர்கள் எண் இலரால்;
நீ அப்புறம் நிற்க, நினைக்கிலர், நின்
மாயப் பொறி புக்கு, மயங்குவரால். (ப.1001/பா.108)

தாமே தனிநாயகர் ஆய், 'எவையும்
போமே பொருள்' என்ற புராதனர்தாம்,
'யாமே பரம்' என்றனர்; என்ற அவர்க்கு
ஆமே? பிறர், நின் அலது, ஆர் உளரோ? (ப.1001/பா.109)

ஆதிப் பரம் ஆம் எனில், அன்று எனலாம்,
ஓது அப் பெரு நூல்கள் உலப்பு இலவால்;
பேதிப்பன; நீ அவை பேர்கிலையால்;
வேதப் பொருளே! விளையாடுதியோ? (ப.1001/பா.110)

அம்போருகனார், அரனார், அறியார்;
எம் போலியர் எண்ணியின், என், பலவா?
கொம்பொடு, அடை, பூ, கனி, காய் எனினும்,
வம்போ, 'மரம் ஒன்று' எனும் வாசகமே? (ப.1001/பா.111)

நின்னின் பிறிதாய், நிலையின் திரியா,
தன்னின் பிறிது ஆயினதாம் எனினும்
உன்னின் பிறிது ஆயினவோ, உலகம் -
பொன்னின் பிறிது ஆகில, பொற் கலனோ? (ப.1001/பா.112)

முன்பு பெறப்பெற்ற பேறோ முடிவு இல்லை;
பின்பு பெறும் பேறும் உண்டோ? பெறுகுவெனேல்,

என்பு பெறாத இழி பிறவி எய்தினும், நின்
அன்பு பெறும்பேறு அடியேற்கு அருள்' என்றான். (ப.1009/பா.169)

பிரமன் துதி

தன்னைப் படைத்ததுவும் தானே எனும் தன்மை
பின்னைப் படைத்துவே காட்டும்; பெரும் பெருமை
உன்னைப் படைத்தாய் நீ என்றால், உயிர் படைப்பான்
என்னைப் படைத்தாய் நீ எனும் இதுவும் ஏத்து ஆமோ?
(ப.1008/பா.157)

பல் ஆயிர கோடி அண்டம், பனிக் கடலுள்
நில்லாத மொக்குள் என, தோன்றுமால், நின்னுழையே;
எல்லா உருவமுமாய் நின்றக்கால், இவ் உருவம்
வல்லே படைத்தால், வரம்பு இன்மை வாராதோ? (ப.1008/பா.158)

பேரை ஒரு பொருட்கே பல் வகையால் பேர்த்து எண்ணும்
தாரை நிலையை; தமியை; பிறர் இல்லை;
யாரைப் படைக்கின்றது? யாரை அளிக்கின்றது?
ஆரைத் துடைக்கின்றது? - ஐயா! அறியேமால். (ப.1008/பா.159)

நின்னுளே என்னை நிருமித்தாய்; நின் அருளால்
என்னுளே, எப் பொருளும் யாவரையும் யான் ஈன்றேன்;
பின் இலேன்; முன் இலேன்; எந்தை பெருமானே!
பொன்னுளே தோன்றியது ஓர் பொற்கலனே போல்கின்றேன்.
(ப.1008/பா.160)

வருணன் துதி

காட்டுவாய் உலகம்; காட்டிக்காத்து, அவை கடையில் செந் தீ
ஊட்டுவாய்; உண்பாய், நீயே; உனக்கும் ஒண்ணாதது உண்டோ?
தீட்டு வான் பகழி ஒன்றால் உலகங்கள் எவையும்தீய
வீட்டுவாய்; நினையின், நாயேற்கு இத்தனை வேண்டுமோதான்?
(ப.1053/பா.69)

சண்ட வான் கிரண வாளால் தயங்கு இருட் காடு சாய்க்கும்
மண்டலத்து உறையும் சோதி வள்ளலே! மறையின் வாழ்வே!
பண்டை நான்முகனே ஆதி சராசரத்து, உள்ளப் பள்ளப்
புண்டரீகத்து வைகும் புராதனா! போற்றி, போற்றி! (ப.1053/பா.70)

கள்ளமாய் உலகம் கொள்ளும் கருணையாய்! மறையில் கூறும்
எள்ளல் ஆகாத மூலத்து யாதுக்கும் முதலாய் உள்ள
வள்ளலே! காத்தி' என்ற மா கரி வருத்தம் தீர,
புள்ளின் மேல் வந்து தோன்றும் புராதனா! போற்றி, போற்றி!
(ப.1053/பா.71)

அன்னை நீ; அத்தன் நீயே; அல்லவை எல்லாம் நீயே;
பின்னும் நீ; முன்னும் நீயே; பேறும் நீ; இழவும் நீ;
என்னை, 'நீ இகழ்ந்தது' என்றது எங்ஙனே? ஈசன் ஆய
உன்னை நீ உணராய்! நாயேன் எங்ஙனம் உணர்வேன், உன்னை?
(ப.1053/பா.72)

கருடன் துதி

தேவாதிதேவர் பலராலும் முந்து
திருநாமம் ஓது செயலோய்
மூவாது எந் நாளும் உலகு ஏழொடு ஏழும்
அரசாளும் மேன்மை முதல்வா!
மேவாத இன்பம் அவை மேவி, மேவ
நெடு வீடு காட்டு அம் முடிவாய்!
ஆவாய்! வருந்தி அழிவாய்கொல்! - ஆர் இவ்
அதிரேக மாயை அறிவார்?(ப.1288/பா.251)

'எழுவாய், எவர்க்கும் முதல் ஆகி ஈறொடு
இடை ஆகி, எங்கும் உளையாய்,
வழுவாது எவர்க்கும் வரம் ஈய வல்லை;
அவரால் வரங்கள் பெறுவாய்;
தொழுவாய், உணர்ச்சி தொடராத தன்மை
உருவாய் மறைந்து, துயரால்
அழுவாய் ஒருத்தன் உளைபோலும்! - ஆர், இல்
அதிரேக மாயை அறிவார்? (ப.1288/பா.252)

உன் ஒக்க வைத்த இருவர்க்கும் ஒத்தி;
ஒருவர்க்கும் உண்மை உரையாய்;
முன் ஒக்க நிற்றி; உலகு ஒக்க ஒத்தி;
முடிவு ஒக்கின், என்றும் முடியாய்;
'என் ஒக்கும், இன்ன செயலோ இது?' என்னில்,
இருள் ஒக்கும் என்று விடியாய்;
அந் நொப்பமேகொல், பிறிதேகொல்? - ஆர்,இவ்
அதிரேக மாயை அறிவார்? (ப.1288/பா.253)

வாணாள் அளித்தி, முடியாமல்; நீதி
வழுவாமல் நிற்றி; - மறையோய்!
பேணாய், உனக்கு ஓர் பொருள் வேண்டும் என்று;
பெறுவான் அருத்தி பிழையாய்;
ஊண் ஆய், உயிர்க்கும் உயிர் ஆகி நிற்றி;
உணர்வு ஆய பெண்ணின் உரு ஆய்,
ஆண் ஆகி, மற்றும் அலி ஆதி! - ஆர்,இவ்
அதிரேக மாயை அறிவார்? (ப.1289/பா.254)

'தான் அந்தம் இல்லை; பல' என்னும், ஒன்று;
'தனி' என்னும் ஒன்று; 'தவிரா
ஞானம் தொடர்ந்த சுடர்' என்னும் ஒன்று;
'நயனம் தொடர்ந்த ஒளியால்,
வானம் தொடர்ந்த பதம்' என்னும், ஒன்று;
மறைநாலும் அந்தம் அறியாது,
'ஆனந்தம்' என்னும்; 'அயல்' என்னும்! - ஆர்,இவ்
அதிரேக மாயை அறிவார்? (ப.1289/பா.255)

மீளாத வேதம் , முடிவின்கண், நின்னை
மெய்யாக மெய்யின் நினையும்;
'கேளாத' என்று, 'பிற' என்று, சொன்ன
கெடுவார்கள் சொன்ன கடவான்,
மாளாத நீதி இகழாமை நின்கண்
அபிமானம் இல்லை, வறியோர்;
ஆளாயும் வாழ்தி; அரசாள்தி! - ஆர், இவ்
அதிரேக மாயை அறிவார்? (ப.1289/பா.256)

சொல் ஒன்று உரைத்தி; பொருள் ஆதி; தூய
மறையும் துறந்து, திரிவாய்;
வில் ஒன்று எடுத்தி; சரம் ஒன்று எடுத்தி;
மிளிர் சங்கம் அங்கை உடையாய்;
'கொல்' என்று உரைத்தி; கொலையுண்டு நிற்றி;
கொடியாய்! உன் மாயை அறியேன்;
அல் என்று, நிற்றி; பகல் ஆதி! - ஆர், இவ்
அதிரேக மாயை அறிவார்? (ப.1289/பா.257)

மறந்தாயும் ஒத்தி; மறவாயும் ஒத்தி;
மயல், ஆரும் யானும் அறியேம்;
துறந்தாயும் ஒத்தி; துறவாயும் ஒத்தி;
ஒரு தன்மை சொல்ல அரியாய்;

பிறந்தாயும் ஒத்தி, பிறவாயும் ஒத்தி,
பிறவாமல் நல்கு பெரியோய்!
அறம்தான் நிறுத்தல், அரிது ஆக! - ஆர், இவ்
அதிரேக மாயை அறிவார்? (ப.1290/பா.258)

வினை வர்க்கம் முற்றும் உடனே படைத்தி;
அவை எய்தி, என்றும் விளையா,
நினைவர்க்கு, நெஞ்சின் உறு காமம் முற்றி,
அறியாமை நிற்றி, மனமா;
முனைவர்க்கும் ஒத்தி, அமரர்க்கும் ஒத்தி,
முழு மூடர் என்னும் முதலோர்
அனைவர்க்கும் ஒத்தி, அறியாமை - ஆர், இவ்
அதிரேக மாயை அறிவார்? (ப.1290/பா.259)

எறிந்தாரும், ஏறுபடுவாரும், இன்ன
பொருள் கண்டு இரங்குபவரும்,
செறிந்தாரின் உண்மை எனல் ஆய தன்மை
தெரிகின்றது, உன்னது இடையே;
பிறிந்தார் பிறிந்த பொருளோடு போதி;
பிறியாது நிற்றி; பெரியோய்!
அறிந்தார் அறிந்த பொருள் ஆதி - ஆர், இவ்
அதிரேக மாயை அறிவார்? (ப.1290/பா.260)

'பேர் ஆயிரங்கள் உடையாய்; பிறந்த
பொருள்தோறும் நிற்றி; பிரியாய்
தீராய்; பிரிந்து திரிவாய்; திறம்தொறு
அவை தேறும் என்று தெளியாய்;
கூர் ஆழி அம் கை உடையாய்; திரண்டு ஓர்
உரு ஆதி; கோடல் உரிபோல்,
ஆராயின், ஏதும் இலையாதி - ஆர், இவ்
அதிரேக மாயை அறிவார்? (ப.1290/பா.261)

தேவர் துதி

உன்னை உள்ளபடி அறியோம்; உலகை உள்ள திறம் உள்ளோம்;
பின்னை அறியோம்; முன் அறியோம்; இடையும் அறியோம்,
பிறழாமல்;
நின்னை வணங்கி, நீ வகுத்த நெறியில் நிற்கும் இது அல்லால்
என்னை, அடியோம் செயற்பால? - இன்ப - துன்பம் இல்லோனே!'
(ப.1347/பா.222)

அண்டம் பலவும், அனைத்து உயிரும், அகத்தும் புறத்தும் உள ஆக்கி,
உண்டும் உமிழ்ந்தும், அளந்து இடந்தும், உள்ளும் புறத்தும் உளை ஆகிக்
கொண்டு, சிலம்பி தன் வாயின் கூர் நூல் இயையக் கூடு இயற்றி,
பண்டும் இன்றும் அமைக்கின்ற படியை ஒருவாய் - பரமேட்டி!
(ப.1348/பா.255)

துன்ப விளையாட்டு இதுவேயும், உன்னைத் துன்பம் தொடர்பு இன்மை,
இன்ப விளையாட்டு ஆம்; எனினும், அறியாதேமுக்கு இடர் உற்றால்,
அன்பு விளையும், அருள் விளையும், அறிவு விளையும்,
அவை எல்லாம், -
முன்பு, பின்பு, நடு, இல்லாய்! - முடித்தால் அன்றி, முடியாவே.
(ப.1348/பா.226)

வருவாய் போல வாராதாய்! வந்தாய் என்று மனம் களிப்ப,
வெருவாதிருந்தே நீ இடையே துன்பம் விளைக்க, மெலிகின்றோம்;
கரு ஆய் அளிக்கும் களைகண்ணே! நீயே இதனைக் காவாயேல்,
திரு வாழ் மார்ப! நின் மாயை எம்மால் தீர்க்கத் தீருமோ?'
(ப.1348/பா.227)

பிரமன் போற்றல்

எனக்கும், எண்வகை ஒருவற்கும், இமையவர்க்கு இறைவன் -
தனக்கும், பல் பெரு முனிவர்க்கும், உயிருடன் தழீஇய
அனைத்தினுக்கும், நீயே பரம் என்பதை அறிந்தார்
வினைத் துவக்குடை வீட்ட அருந் தளைநின்று மீள்வார்.
(ப.1556/பா.102)

என்னைத்தான் முதல் ஆகிய உருவங்கள் எவையும்
முன்னைத் தாய் தந்தை எனும் பெரு மாயையில் மூழ்கி,
தன்னைத் தான் அறியாமையின், சலிப்ப; அச் சலம் தீர்ந்து,
உன்னைத் தாதை என்று உணர்குவ, முத்தி வித்து, ஒழிந்த.
(ப.1556/
பா.103)

'ஐ - அஞ்சு ஆகிய தத்துவம் தெரிந்து அறிந்து, அவற்றின்
மெய் எஞ்சாவகை மேல் நின்ற நினக்குமேல் யாதும்
பொய் எஞ்சா இலது' என்னும் ஈது அரு மறை புகலும்;
வய்யம் சான்று; இனி, சான்றுக்குச் சான்று இலை, வழக்கால்.
(ப.1556/
பா.104)

அளவையால் அளந்து, 'ஆம்,' 'அன்று' என்று அறிவுறும் அமைதி
உளவை யாவையும் உனக்கு இல்லை; உபநிடத்து உனது
துளவை ஆய்ந்து உறத் தெளிந்திலது ஆயினும், கண்ணால்,
துளவை ஆய் முடியாய்! 'உளை நீ' எனத் துணியும்.
(ப.1556/பா.105)

கரணம் என்று உள உன்னை வந்து அறிவு காணாமே,
அரணம் அல்லவர்க்கு இவை கடந்து அகல்வு அரிது ஆக,
மரணம் தோற்றம் என்று இவற்றிடை மயங்குப; அவர்க்கு உன்
சரணம் அல்லது ஓர் சரண் இல்லை, அன்னவை தவிர்ப்பான்.
(ப.1556/
பா.106)

தோற்றம் என்பது ஒன்று உனக்கு இல்லை; நின்கணே தோற்றும்,
ஆற்றல் சால் முதல் பகுதி; மற்று அதனுள் ஆம், பண்பால்
காற்றை முன்னுடைப் பூதங்கள்; அவை சென்று, கடைக்கால்
வீற்று வீற்று உற்று வீவுறும்; நீ என்றும் விளியாய்.
(ப.1556/பா.107)

மின்னைக் காட்டுதல்போல் வந்து விளியும் இவ் உலகம் -
தன்னைக் காட்டவும், தருமத்தை நாட்டவும், தனியே
என்னைக் காட்டுதி; இறுதியும் காட்டுதி; எனக்கும்
உன்னைக் காட்டலை; ஒளிக்கின்றும் இலை, மறை உரையால்.
(ப.1557/பா.108)

என் உருக் கொடு இவ் உலகினை ஈனுதி; இடையே
உன் உருக் கொடு புகுந்து நின்று ஓம்புதி; உமைகோன்
தன் உருக் கொடு துடைத்தி; மற்று இது தனி அருக்கன்
முன் உருக் கொடு பகல் செயும் தரத்தது - முதலோய்!
(ப.1557/பா.109)

ஓங்காரப் பொருள் தேருவோர்தாம் உனை உணர்வோர்;
ஓங்காரப் பொருள் என்று உணர்ந்து, இரு வினை உகுப்போர்;
'ஓங்காரப் பொருள் ஆம்' 'அன்று' என்று ஊழி சென்றாலும்,
ஓங்காரப் பொருளே பொருள் என்கலா உரவோர்.
(ப.1557/பா.110)

•

குட்டிக் கம்பராமாயணம்

கம்பனே சுருக்கி எழுதிய இராமாயணம்! யுத்த காண்ட இறுதியில் மீட்சிப் படலத்தில் அனுமன் பரதனுக்கு, அவன் பாதுகைகளைப் பெற்றுக்கொண்டு சென்றது முதல் இராமன் இலங்கை யுத்தம் முடிந்து சீதையை சிறை மீட்டு, பரத்துவாசர் ஆசிரமம் வந்தது வரையிலான இராமாயணக் கதை நிகழ்ந்ததைச் சொல்லுவதாகக் கம்பன் 28 பாடல்களில் கம்பராமாயணக் கதைச் சுருக்கத்தை வடித்துத் தரும் பாடல்கள் இவை. ஆம்; கம்பராமாயணத்திற்குள் ஒரு குட்டிக் கம்பராமாயணம்!

யுத்தகாண்டம் - மீட்சிப் படலம் (258-285)

சுருக்கிய உருவனாய்த் தொழுது, முன் நின்ற
அருக்கன் மாணாக்கனை ஐயன், அன்பினால்
'பொருக்கென வனத்திடைப் புகுந்த தன்மையை
உருக்கி என் உணர்வுற உரைத்தியால்' என்றான்.

சித்திரகூடத்தைத் தீர்ந்த பின், சிரம்
பத்து உடையவனுடன் விளைந்த பண்பும், தான்
இத் தலை அடைந்ததும், இறுதி ஆய, போர்
வித்தகத் தூதனும் விரிக்கும் சிந்தையான்.

குன்று உறழ்வரி சிலைக் குரிசில், எம்பிரான்
தென்திசைச் சித்திரக்கூடம் தீர்ந்தபின்,
வன்திறல் விராதனை மடித்து மா தவர்
துன்றிய தண்டக வனத்துள் துன்னினான்.

ஆங்கு உறை தபோதனர், 'அரக்கர்க்கு ஆற்றலேம்,
நீங்கினம் தவத்துறை, நீதியோய்!' என,
'தீங்கு செய்பவர்களைச் செகுத்தல் திண்ணம், நீர்
வாங்குமின் மனத் துயர், வாய்மையால்' என்றான்.

ஆறு நால் ஆண்டு அவண் வைகி, அப்புறத்து
ஈறுஇலா முனிவரர் ஏய ஆணையால்
மாறு இலாத் தமிழ் முனி வனத்தை நண்ணினான்,
ஊறு இலா முனிவரன் உவந்து முன் வர.

குடங்கையில் வாரிதி அனைத்தும் கொண்டவன்
தடங் கணான்தனை எதிர் தழுவி, சாபமும்
கடுங் கணைப் புட்டிலும், கவசம்தானும், அத்
திடம்படு சுரிகையும், சேர ஈந்தனன்.

அப் புறத்து எருவையின் அரசைக் கண்ணுறா,
துப்பு உறச் சிவந்த வாய்த் தோகைதன்னுடன்
மெய்ப் புகழ்த் தம்பியும் வீரன்தானும் போய்,
மைப் பொழில் துறு பஞ்சவடியின் வைகினார்.

பல் பகல் இறந்த பின்றை, பாதக அரக்கி தோன்றி,
மெல்லிய இடையினாளை வெகுண்டுழி, இளைய வீரன்
அல்கிய திருவைத் தேற்றி, அவளுடைச் செவியும் மூக்கும்
மல்கிய முலையும் கொய்தான்; மறித்து, அவள் கரற்குச் சொன்னாள்.

கரனொடு திரிசிராவும், கடிய தூடணனும், காந்தி
எரியும் மூன்று அனலே ஒப்பார், எழுந்து, வெஞ் சேனையோடும்
விரவினர்; ஐயன் செங் கை வில்லினை நோக்கும் முன்பு, ஓர்
எரி தவழ் பஞ்சின் உக்கார்; அரக்கியும் இலங்கை புக்காள்.

இருபது தடக் கையான்மாட்டு இசைத்தலும், எழுந்து பொங்கி,
ஒருபது திசையும் உட்க, வஞ்சக உழை ஒன்று ஏவி,
தரு பதம் சமைந்த முக்கோல் தாபத வடிவம் கொண்டு,
திருவினை நிலத்தொடு ஏந்தி, தென்திசை இலங்கை புக்காள்.

போகின்ற காலை, ஏற்ற சடாயுவைப் பொருது வீட்டி,
வேகின்ற உள்ளத்தாளை வெஞ்சிறை அதனின் வைத்தான்;
ஏகின்ற வஞ்ச மான் மாரீசன் கொன்று, இளவலோடு
பாகின்ற கீர்த்தி அண்ணல் தந்தையைப் பரிவின் கண்டான்.

அன்னவள்தனக்கு வேண்டும் அருங் கடன் முறையின் ஆற்றி,
நன்னுதல் தன்னைத் தேடித் தென்திசை நடக்கும்ஐயன்,
மன்னிய கவந்தன்தன்னை உயிரொடு சாபம் மாற்றி,
தன்னையே மறப்பிலாத சவரி பூசனையும் கொண்டான்.

ஆங்கு அவள்தனது சொல்லால், அருக்கன் மாமகனை அண்மி,
பாங்குற நட்டு, 'வாலி பருவரல் கெடுப்பென்' என்னா,

ஓங்கிய மரமும் வாலி உரமும் ஊடுருவ எய்திட்டு,
ஆங்கு அவன்தனக்குச் செல்வம் அரசொடும் அருளின் ஈந்தான்.

கால மா மாரி நீங்க, கவயனோடு இடபன் காந்து
நீலன், மா மயிந்தன், சாம்பன், சதவலி, பனசன், நீடு
வாலி மா மைந்தன் என்ற இவ் வானரத் தலைவரோடு
கூல வான் சேனை சூழ, அடைந்தனன், எங்கள் கோமான்.

எழுபது வெள்ளத்து உற்ற குரங்கினம் எழுந்து பொங்கி,
அழுவ நீர் வேலை என்ன அடைந்துழி, அருக்கன் மைந்தன்
தழுவிய திசைகள்தோறும் தனித்தனி இரண்டு வெள்ளம்
பொழு இறை தடாது மீளப் போக்கினன், திருவை நாடி.

தென் திசை இரண்டு வெள்ளம் சேனையும், வாலி சேயும்
வன் திறல் சாம்பனோடு வாவினர் ஏவ, நாயேன்
குன்றிடை இலங்கை புக்கு, திருவினைக் குறித்து மீண்ட
பின்றை வந்து, அளக்கர் வேலைப் பெரும்படை இறுத்தது அன்றே.

அறிவினுக்கு அறிவு போல்வான் வீடணன், அலங்கல் தோளான்,
செறி புயத்து அரக்கன் தம்பி, 'திருவினை விடுதி; அன்றேல்,
இறுதி உற்றனை, நின் வாணாள்' என அவன் உரைப்ப, சீறிக்
கறுவுற, பெயர்ந்து போந்து, கருணையான் சரணம் பூண்டான்.

ஆங்கு அவற்கு அவயம் நல்கி, அரசொடு முடியும் ஈந்து,
பாங்கினால் வருணன்தன்னை அழைத்திட, பரிவு இலாமை
தாங்கினன் சிறிது போது, தாமரை நயனஞ் சேப்ப,
ஓங்கும் நீர் ஏழும் அன்னான் உடலும் வெந்த அன்றே.

மற்று அவன் அவயம் என்ன, மலர்ச் சரண் அடைந்த வேலை,
வெற்றி வானரர்கள் பொங்கி வெற்பினால் வேலை தட்டல்
முற்றுற நன்கு இயற்றி, மொய் ஒளி இலங்கை புக்கு,
பற்றினர் சுற்றி ஆர்த்தார், வானவர் பயங்கள் தீர்ந்தார்.

மலையினை எடுத்த தோளும், மதமலை திளைத்த மார்பும்
தலை ஒரு பத்தும் சிந்தி, தம்பிதன் தோளும் தாளும்
கொலை தொழில் அரக்கர் ஆயோர் குலத்தொடும் தலத்து வீழ,
சிலையினை வளைவித்து, ஐயன் தேவர்கள் இடுக்கண் தீர்த்தான்.

இலக்குவன் பகழி ஒன்றால் இந்திரசித்து என்று ஓதும்
விலக்க அரு வலத்தினானும் இளைஞரும் கிளையும் வீழ்ந்தார்;
மலக்கம் உண்டு உழலும் தேவர் மலர் மழை தூவி ஆர்த்து, அன்று
உலக்குநர் குழுக்கள்தோறும் உடற் குறை ஆடல் கண்டார்.

தேவரும் முனிவர்தாமும், சித்தரும் தெரிவைமாரும்,
மூவகை உலகுளோரும், முறை முறை தொழுது மொய்ப்ப,
பூவைபோல் நிறத்தினானும், வீடணப் புலவர் கோமாற்கு
யாவையும் இயம்பி, 'மாண்டோர்க்கு இயற்றுதி கடன்கள்' என்றான்.

நான்முகன், விடையை ஊரும் நாரி ஓர் பாகத்து அண்ணல்
மான்முகன் முதலாய் உள்ள வானவர் தொழுது போற்ற,
ஊன்முகம் கெழுவு மேலாய்! உம்பர் நாயகியைச் சீறி,
தேன் முகம் மலரும் தாரான், அரி சொல, சீற்றம் தீர்ந்தான்.

மெய்யினுக்கு உயிரை ஈந்த வேந்தர்கோன் விமானத்து எய்த,
அய்யனும் இளயை கோவும் அன்னமும் அடியில் வீழ,
கய்யினால் பொருந்தப் புல்லி, கண்ணின் நீர்க் கலசம் ஆட்டி,
'செய்வரம் அருளுக' என்றான்; திருவின் நாயகனும் கொண்டான்.

'என்னை நன் கருணைதன்னால் ஈன்று எடுத்து, இனிது பேணும்
அன்னையும் மகனும் முன்போல ஆக' என அருளின் ஈந்து,
மன்னவன் போய பின்றை, வானரம் வாழ்வு கூர,
பொன் நெடு நாட்டில் உள்ளார் வரம் பல வழங்கிப் போனார்.

வெள்ளம் ஓர் எழு பத்தும் விலங்க, அரும் வீரர் ஆகி
உள்ளவர் அறுபத்து ஏழு கோடியும், ஒற்றை ஆழி
வள்ளல்தன் மகனும், உள்ளம் மகிழ்வுற விமானம் ஈந்தான்
எள்ளல் இல்லாத கீர்த்தி வீடணன் இலங்கை வேந்தன்.

ஆரியன் பின்னை நின்னை அன்பினால் நினைந்து, காதல்
சூரியன் மகனும், தொல்லைத் துணைவரும், இலங்கை வேந்தும்,
பேர் இயல் படையும், சூழ, பெண்ணினுக்கு அரசியோடும்
சீரிய விமானத்து ஏறி, பரத்துவன் இருக்கை சேர்ந்தான்.

அன்பினால் என்னை, நின்பால் ஆழியும் காட்டி, 'ஆன்ற
துன்பு எலாம் துடைத்தி என்று' துரந்தனன், தோன்றல், என்று,
முன்பினால் இயன்ற எல்லாம் மொழிந்தனன் - முது நீர் தாவி
வன்பினால் இலங்கை முற்றும் எரிக்கு உணவாக வைத்தோன்.

•

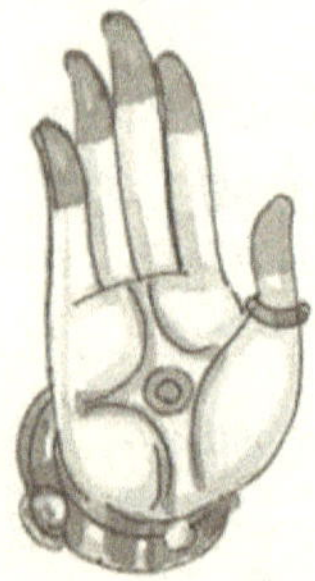

பழ. பழநியப்பன்

கம்பனைத் தெரிந்தவர்களுக்கு எல்லாம் கம்பன் அடிசூடியாகிய இவரையும் தெரியும். இவர் கம்பனைப் பற்றி மட்டுமே பத்துக்கும் மேற்பட்ட நூல்கள் எழுதியிருக்கிறார். காரைக்குடி கம்பன் கழகத்தின் செயலாளர். சென்னை கம்பன் கழகத்தின் செயலாளராக 25 ஆண்டுகளாக இருப்பவர். சாகித்ய அகாடெமியை முதன் முதலில் தமிழகத்துக்கு அழைத்து வந்து அகாடெமியுடன் இணைந்து அகில இந்திய இராமாயண மாநாடு கூட்டியவர். இளம் தலைமுறைப் பேச்சாளர்களை இனங்கண்டு எடுத்து வளர்த்து தமிழறிஞர்களை உருவாக்கிய தமிழார்வலர். கம்பன் அடிப்பொடி சா. கணேசனின் சீடர். கம்ப காவலர், கம்பன் அடிசூடி, கம்பன் மாமணி என்றெல்லாம் போற்றப்படுபவர்.

www.ingramcontent.com/pod-product-compliance
Lightning Source LLC
LaVergne TN
LVHW060326051026
849517LV00004B/1245
* 9 7 8 9 3 9 0 9 5 8 7 7 1 *